கடைசிச் சொல்

மரணத்தருவாயில் மாமனிதர்கள் சொன்னதும் செய்ததும்

குருஜி வாசுதேவ்

காந்தி
செங்கிஸ்கான்
ராமகிருஷ்ண பரமஹம்சர்
ஆல்பர்ட் ஐன்ஸ்டைன்
சம்பவாமி யுகே யுகே
ல்லியம் ஷேக்ஸ்பியர்
சாக்ரடீஸ்
ஜார்ஜ் வாஷிங்டன்
அக்பர்
அடால்ஃப் ஹிட்லர்
தர்மம் சரணம் கச்சாமி
ஔரங்கசீப்

D1771387

இவர்களைப்போல் இன்னும் பலர் தங்கள் வாழ்வின் இறுதி நொடிகளை முன்னரே உணர்ந்து உதிர்த்த சொற்கள்...அதில் பொதிந்துள்ள தத்துவங்கள்... வாழ்வியல் உண்மைகள் இங்கே....

சிக்ஸ்த்சென்ஸ் பப்ளிகேஷன்ஸ்
10/2 (8/2) போலீஸ் குவார்ட்டர்ஸ் சாலை
(தியாகராயநகர் பேருந்து நிலையத்திற்கும் காவல் நிலையத்திற்கும் இடைப்பட்ட சாலை)
தியாகராயநகர், சென்னை – 600 017
Phone: 2434 2771, 65279654 Cell: 72000 50073
Sixthsense Publications   6 th sense_karthi
e-mail : sixthsensepub@yahoo.com
Website: sixthsensepublications.com

Title: **KADAISI SOL**
Author: **Guruji Vasudev**
Address:

Sixthsense Publications
10/2(8/2) Police Quarters Road,
(Between Thiyagaraya Nagar Bus Stop & Police Station)
Thiyagaraya Nagar, Chennai - 17
Phone: 2434 2771, 29860070
Cell: **72**000 **50**073

Sixthsense Publications
6 th sense_karthi
e-mail : sixthsensepub@yahoo.com
Website: www. sixthsensepublications.com

Edition:
First   : January, 2018
Second : January, 2022
Pages : 344
Price : Rs. 444

Publisher
K.S. Pugalendi

Managing Editor
P. Karthikeyan

Layout
M.Magesh

No part of this book may be reproduced or transmitted in any form without permission in writing from the author or publisher

நீங்கள் Smart Phone உபயோகிப்பவராக இருந்தால் QR Code Reader Application மூலம் இதை Scan செய்தால் நேரடியாக எமது இணையதளத்திற்கு சென்று மேலும் எங்கள் வெளியீடுகள் பற்றிய விவரங்களைப் பெறலாம்

A2 ISBN : 978-93-83067 -64 -0

தலைப்பு   : கடைசிச் சொல்
நூலாசிரியர்   : குருஜி வாசுதேவ்

பக்கங்கள்   : 344
விலை   : ரூ.444

முதற்பதிப்பு   : ஜனவரி, 2018
இரண்டாம் பதிப்பு : ஜனவரி, 2022

சிக்ஸ்த்சென்ஸ் பப்ளிகேஷன்ஸ்
10/2 (8/2) போலீஸ் குவார்ட்டர்ஸ் சாலை
(தியாகராயநகர் பேருந்து நிலையத்திற்கும் காவல் நிலையத்திற்கும் இடைப்பட்ட சாலை)
தியாகராயநகர், சென்னை – 600 017
தொலைபேசி : 24342771, 29860070
கைபேசி: **72**000 **50**073
மின்னஞ்சல்: *sixthsensepub@yahoo.com*

இந்தப் புத்தகத்திலுள்ள எந்த ஒரு பகுதியையும் பதிப்பாளர் மற்றும் எழுத்தாளர் அனுமதியை எழுத்து மூலம் பெறாமல் பதிப்பிக்கக் கூடாது

முன்னுரை

'**எ**ன்ன? மரணம் பற்றி இன்னுமொரு புத்தகமா?' என்று நீங்கள் முணுமுணுப்பது காதில் விழுகிறது. ஆம், இதுவும் மரணம் பற்றிய புத்தகம்தான். ஆனால் இது முந்தைய புத்தகங்களில் இருந்து மிகவும் வித்தியாசமானது.

எவ்வளவுதான் திரும்பத் திரும்பப் படித்தாலும், மீண்டும் மீண்டும் பேசினாலும் அலுப்பு தட்டாத சில விஷயங்கள் இந்த உலகத்தில் இருக்கின்றன என்றால், அது மரணம் பற்றிய விஷயங்கள் மட்டும்தான். அதுவொரு மகத்தான புதிர். காதல், வீரம், சோகம், கடவுள் என்று எந்த விஷயத்தை எடுத்துக் கொண்டாலும் சரி.. ஒரு சமயம் இல்லாவிட்டால் இன்னொரு சமயம் அது பற்றிப் படிப்பது அலுப்பைத் தரும். பேசுவதற்குச் சலிப்பைத் தரும். ஆனால் மரணத்தைப் பற்றி மட்டும் யார், எப்போது, என்ன சொன்னாலும் அதனை நம்முடைய மனம் ஆவலுடன் காது கொடுத்துக் கேட்கும்.

அதற்கு என்ன காரணம்?

மற்ற எல்லா விஷயங்களைப் பற்றியும் அதைப்பற்றித் தெரிந்தவர்கள் சொல்ல, தெரியாதவர்கள் கேட்டுக்கொண்டிருப்பார்கள். ஆனால், மரணத்தைப் பற்றிச் சொல்பவனுக்கும் அதுபற்றி முழுமையாகத் தெரியாது, கேட்பவனது நிலையும் அப்படிப்பட்டதுதான். அதுதான் இந்த விஷயத்திலுள்ள முக்கியமானதோர் ஈர்ப்புப்புள்ளி.

அமெரிக்காவைப் பற்றி, அங்குபோய்விட்டு வந்த ஒருவன், அடுத்தவனிடம் விரிவாக விளக்கிச் சொல்வான். அதைக் கேட்டுக் கொண்டிருப்பவன் விரும்பினால், அவனாலும் அமெரிக்காவுக்குப் போகமுடியும். அல்லது, தனக்கு அமெரிக்காவே வேண்டாம் என்று அவன் இங்கேயே இருந்தும்விடலாம். ஆனால் மரணம் பற்றிய விஷயத்தில் இதுவெல்லாம் செல்லுபடியாகாது.

'எனக்கு மரணம் வேண்டாம்' என்று யாரும் ஒதுங்கிவிட முடியாது. ஒவ்வொருவரும் கண்டிப்பாக மரணத்தை எதிர்கொண்டே ஆகவேண்டும். அதே சமயம், மரணத்தைச் சந்தித்த எவரும், மீண்டும் உயிர்பிழைத்து வந்து அதுபற்றிய தங்களது அனுபவங்களைப் பிறருக்குச் சொன்னதும் இல்லை. அப்படிச் சொல்லவும் இயலாது.

தேர்வு எழுதப்போகும் மாணவனுக்குத் தேர்வறையில் என்னென்னவெல்லாம் செய்யவேண்டும் என்பது பற்றிப் பலரும்

சொல்லிக் கொடுப்பார்கள். ஒரு கர்ப்பிணிப் பெண்ணுக்குப் பிரசவத்தை எப்படி எதிர்கொள்வது என்பது பற்றிப் பலரிடமிருந்தும் ஆலோசனைகள் கிடைக்கும். ஆனால் மரணம் எப்படி வரும் என்றோ, மரண அனுபவம் எப்படி இருக்கும் என்றோ, மரணத்தை எப்படி எதிர்கொள்வது என்றோ யாரும், யாருக்கும் சொல்லிக் கொடுப்பதில்லை.

பொய்யாகவோ, புனைவாகவோ யார் மரணம் பற்றிக் கூறினாலும் அதனைக் கேட்க மக்கள் ஆவலுடன் முன்வரத்தான் செய்கின்றனர். ஒருவருடைய வாழ்வில் எது நடந்தாலும், நடக்காவிட்டாலும், மரணம் என்பது மட்டும் நேரத்தான் செய்யும் என்பது உறுதிசெய்யப்பட்ட ஒன்று.

'நீ ஒருநாள் சாகப்போகிறாய்?' என்று எவரிடம் வேண்டுமானாலும் கூறலாம். அவராலும் அதை மறுக்கமுடியாது. காரணம், உலகில் அது ஒன்றுதான் நிச்சயமாகப் பலிக்கக் கூடிய ஒரே ஜோதிடம்.

▼

செயற்கரிய செயல்களைச் செய்தவர்களை மனிதகுலம் தங்களுடைய வழிகாட்டிகளாகக் கருதுகிறது. வாழ்வின் முன்னேற்றத்துக்கு, வாழ்க்கையில் வருகின்ற பிரச்னைகளை எதிர்கொள்வதற்கு, அவர்கள் சொன்னவையும் செய்தவையும் மற்றவர்களுக்குப் பெரிதும் வழிகாட்டியாக விளங்குகின்றன.

இத்தகைய மாமனிதர்களும் தங்களது வாழ்வில் மரணத்தைச் சந்தித்தவர்கள் தானே! அவர்கள் அதனை எப்படி எதிர்கொண்டார்கள்? அந்தத் தருணத்தில் அவர்களுடைய உணர்வுகள் எப்படி இருந்தன? அதை அவர்கள் எப்படி வெளிப்படுத்தினார்கள்? அப்போது என்ன சொன்னார்கள்? அவற்றை ஆராய்ந்தால் மரணம் குறித்து நம் மனத்தில் ஓர் அனுமானம், ஓர் உத்தேச வரைபடம் உருவாகலாம் அல்லவா?

தங்களது அறிவுரைகள், செயல்பாடுகள் மூலமாக மக்கள் பின்பற்றத்தக்க, ஒரு வாழும் முன்னோடியாக, உதாரணப் புருஷராக விளங்கிய இவர்கள், தங்களுடைய மரணத்தின் வழியாகவும் ஏன் ஒரு முன்மாதிரியாக விளங்கியிருக்க முடியாது?

இந்த நோக்கத்தின் விளைவாக எழுந்ததுதான் இந்தப் புத்தகம்.

எப்படி எல்லா மனிதப் பிறப்புகளும் ஒரே மாதிரியாக நிகழ்கின்றனவோ, அதேபோல்தான் எல்லா மரணமும் "உயிர் பிரிதல்" என்ற ஒரே வகைக்குள் அடங்கி விடுகின்றன. ஆனால் எப்படி ஒவ்வொருவருக்கும் அவரது பிறப்பு என்பது ஒரு தனித்துவம் வாய்ந்த செயலோ, அதுபோல் அவர்கள் ஒவ்வொருவருடைய

மரணமும் அவரவருடைய தனித்துவத்தைப் பொறுத்தே அமைகிறது. ஆகமங்கள் கடவுள் என்பதை எப்படி 'உண்டு, ஆனால் இல்லை' என்று கூறுகின்றனவோ அதுபோல் மரணம் என்பதையும் 'பொது, ஆனால் தனி' என்று கூறலாம். அதாவது மரணம் என்பது எல்லாருக்கும் பொதுவான ஒன்று. ஆனால் அது ஒவ்வொருவருக்கும் தனித் தனி வழிகளில் நிகழ்கிறது. இதில் அவர்களுக்கு ஏற்படும் அனுபவங்கள் வெவ்வேறானவை,

▼

ஓர் அறையில் அமர்ந்து கொண்டிருக்கிறீர்கள். வாசலில் நின்று கொண்டிருக்கும் மனைவி, 'வாங்க வாங்க. ஊரில் எல்லாரும் சௌக்கியமா?'. என்று கூறும் குரல் கேட்கிறது, உடனே, நம் வீட்டுக்கு யாரோ ஓர் உறவினர் வந்துள்ளார் என்று நீங்கள் எளிதில் ஊகித்துவிடுகிறீர்கள். அதுபோலவே, மரணத்தறுவாயில் கடைசியாக ஒருவர் என்ன வார்த்தைகளச் சொன்னார் என்பதைக் கொண்டே அவர் தனது வாழ்க்கையில் என்ன மாதிரியான அனுபவத்தை எதிர்கொண்டிருப்பார் என்பதை உத்தேசமாக உங்களால் ஊகிக்க முடியலாம்.

'ஊகிக்க முடியலாம்' என்று பட்டும் படாமலும் கூறுவதன் காரணமே, "இதுதான் மரணம்' என்று உறுதி செய்ய முடியாதபடி மரணமானது தன்னைப் பற்றிய ஊகத்தை மட்டும் நம் முன் நிறுத்திவிட்டு, பாதரசம் விரலிடுக்கில் நழுவுவதுபோல் நழுவி விடுகிறது.

மனித குலத்தை உய்விக்க வந்தவர்கள் என்று போற்றப்படும் ஏசு, நபி, புத்தர், மகாவீரர் முதல் அவதாரங்கள் என்று துதிக்கப்படும் ராமர், கிருஷ்ணர் போன்றோர், அறிஞர்கள் எனப்படும் சாக்ரடீஸ் முதல் பெர்னாட் ஷா, மனத்தால் வாழ்பவர்களான கவிஞர்கள், காந்தி தொடங்கி எண்ணற்ற அரசியல் தலைவர்கள் என்று பலதரப்பட்ட உலகப் பிரபலங்கள் தங்களது மரணத்துக்கு முன்பு கடைசியாக என்ன சொன்னார்கள்? அதன்மூலம் அவர்கள் நமக்குச் சொல்ல வந்தது என்னவாக இருக்கக்கூடும்? இதைப் பற்றி மேற்கொண்ட விரிவான ஆராய்ச்சியின் விளைவே இந்தப் புத்தகம்.

அத்தியாயங்கள்

1. இறக்கும்போதும் அழுகின்றாய்!	07
2. மரணத்துக்குப் பல முகங்கள்	20
3. சம்பவாமி யுகே யுகே	33
4. ராம கீதையும், ராம யோகமும்	50
5. தர்மம் சரணம் கச்சாமி	73
6. ஏலோய், ஏலோய், லமா ச பக்தானி	91
7. லா இலாஹா இல்லல்லா	108
8. காந்தி	120
9. சாக்ரடீஸ்	136
10. செங்கிஸ்கான்	149
11. அலெக்சாண்டர்	160
12. ராமகிருஷ்ண பரமஹம்சர்	171
13. சுவாமி விவேகானந்தர்	183
14. நெப்போலியன்	197
15. அடால்ஃப் ஹிட்லர்	208
16. அக்பர்	220
17. ஔரங்கசீப்	227
18. லெனின்	236
19. வில்லியம் ஷேக்ஸ்பியர்	243
20. ஜோசப் ஸ்டாலின்	250
21. பெனிட்டோ முசோலினி	257
22. ஜெனரல் ஹை கி டோஜோ	266
23. ஆபிரகாம் லிங்கன்	276
24. ஜார்ஜ் வாஷிங்டன்	285
25. ஆல்பர்ட் ஐன்ஸ்டைன்	292
26. தாமஸ் ஆல்வா எடிசன்	300
27. சர் ஐசக் நியூட்டன்	306
28. இன்னும் சிலர்...	312
29. இறுதியாக...	332

1. இறக்கும்போதும் அழுகின்றாய்!

பிறக்கும் போதும் அழுகின்றாய்;
இறக்கும் போதும் அழுகின்றாய்;
ஒருநாளேனும் கவலை இல்லாமல்
சிரிக்க மறந்தாய் மானிடனே!

நாற்பது ஆண்டுகளுக்கு முன்னால் பட்டிதொட்டியெங்கும் பிரபலமாக ஒலித்த தத்துவப் பாடல் இது. திரைப்படப் பாடல்தான் என்றாலும் சித்தர்களின் தத்துவங்களை உள்ளடக்கிய அற்புதமான பாடல்.

ஒரு குழந்தை பிறக்கிறது. அந்த நேரத்தில் அதைச் சுற்றியுள்ள அனைவரும் சிரிக்கிறார்கள். ஆனால் அதுவோ வீல், வீல் என்று கத்தி அழுகிறது. ஆக, அந்தக் குழந்தை தன்னுடைய வாழ்க்கையை அழுகையிலிருந்துதான் தொடங்குகிறது.

ஒரு மனிதன் இறக்கிறான். உடனே அவனுடைய உடலைச் சுற்றியுள்ள அனைவரும் பெருங்குரலெடுத்து அழுகிறார்கள். ஆனால் அவனிடத்திலிருந்து எந்தவொரு சப்தமும் வரவில்லை. ஆக, மனிதனின் வாழ்க்கை முடியும்போதும் அழுகையில்தான் முடிகிறது.

பிறக்கும்போது மையப்புள்ளியான அவனிடமிருந்து வெளிப்பட்ட அழுகை, அவனே இறக்கும்போது, மையமாக அவனை வைத்து அவனைச் சுற்றியுள்ள எல்லா இடங்களிலும் அழுகையாக வெளிப்படுகிறது.

அழுகையோடு இந்த உலகுக்குள் அடியெடுத்து வைத்த அவன். அதே அழுகையோடு இங்கிருந்து விடைபெற்றுக் கொள்கிறான் என்பதுதான் அதற்குப் பொருளா? அல்லது தான் கொண்டு வந்த அழுகையை இங்கேயே அவன் விட்டுவிட்டுச் செல்ல, அந்த அழுகை இதற்கு முன்பு இவ்வுலகை விட்டுச் சென்றவர்கள் விட்டுச்சென்ற அழுகைகளோடு இணைந்து பேரழுகையாக உருமாறி, அவனை வழியனுப்புகிறது என்று இதற்குப் பொருளா?

▼

துறவி ஒருவர் மிகுந்த சிந்தனைவயப்பட்டவராகக் காணப்பட்டார். சீடர்கள் அவரது சிந்தனையைக் கலைக்க விரும்பவில்லை, அதனால் அவரிடம் எதுவும் கேட்காமல் அவரையே பார்த்தபடி இருந்தனர். சற்று நேரம் பொறுத்துத் துறவி பேசத் தொடங்கினார்.

'சீடர்களே! நான் ஒரு கனவு கண்டேன். அதில் நான் ஒரு வண்ணத்துப் பூச்சியாக மாறி, மலர்கள் தோறும் பறந்து சென்று அமர்ந்து, தேனைக் குடித்துக் கொண்டிருந்த வேளையில், எனக்குச் சட்டென்று விழிப்பு வந்துவிட்டது.'

இதைச் சொல்லிவிட்டுத் தனது சீடர்களைப் பார்த்தார்.

'இது நல்ல கனவுதான் குருவே. மலர்கள், வண்ணத்துப் பூச்சி கள் போன்றவை கனவில் வந்தது கெட்ட சகுனங்கள் அல்ல. இவை எல்லாமே நல்ல சகுனங்கள்தான்' என்றான் ஒரு சீடன்.

'வண்ணத்துப் பூச்சி பறந்து, பறந்துசென்று மலர்களில் உள்ள தேனைத் தேடுவதைப்போல நீங்களும் வாழ்வின் 'மூலம்' என்கிற ஞானத்தை விடாமல் தேடுகிறீர்கள். வண்ணத்துப் பூச்சியானது பூவுக்கு வலிக்காமல் தேனை உறிஞ் சுவதுபோல், நீங்கள் யாருக்கும் எவ்விதமான பாதிப்புமின்றி, உங்களுடைய ஞானத்தேடலைத் தொடர்கிறீர்கள்' என்றான் மற்றொரு சீடன்.

'அது மட்டுமல்ல' என்று ஆரம்பித்து, அந்த விஷயத்துக்கு வேறொரு விளக்கம் தர ஆரம்பித்தான் இன்னொரு சீடன்.

'நந்தவனத்தில் பலவகையான மலர்கள் இருந்தாலும், வண்ணத்துப் பூச்சி முதலில் எந்த மலரில் அமர்கிறதோ, அதே இனத்தைச் சேர்ந்த மற்றொரு மலரில்தான் அதற்குப் பிறகும் தொடர்ச்சியாக அமரும். ஒரு முல்லைப் பூவிலுள்ள

தேனை உறிஞ்சிய வண்ணத்துப் பூச்சி, அதேபோன்ற இன்னொரு முல்லைப் பூவைத்தான் தேடிச் செல்லுமே தவிர மற்றொரு இனத்துப் பூவை நாடாது. அதுபோல் உங்கள் மனமானது தேடலில்கூட பூமியுடன் ஒட்டாத உயரிய சத்வ (சாத்விக) வகையில்தான் செல்கிறதே தவிர இதர வழிகளை நாடவில்லை.'

எல்லாவற்றையும் கேட்டுக்கொண்ட துறவி, நிதானமாகச் சொன்னார்.

'நான் என் கனவின் பலன்களைப் பற்றி உங்களிடம் கேட்கவில்லை.'

இப்போது சீடர்கள் மத்தியில் பலத்த அமைதி. பிறகு துறவியே பேசத் தொடங்கினார்.

'இப்போது எனக்கு முன் உள்ள பிரச்னை என்னவென்றால், எது கனவு? என்பதுதான். துறவியாகிய நான் என் கனவில் வண்ணத்துப் பூச்சியாக ஆனேனா? அல்லது வண்ணத்துப்பூச்சி தன்னுடைய கனவில் தன்னைத் துறவியாகக் காண்கிறதா? அது கனவா? அல்லது இது கனவா? இந்தக் கனவிலிருந்து நான் விழித்துக் கொண்டதும் நான் துறவியாக இருப்பதை உணர்ந்தேன். அதுபோல், நான் வாழும் இந்தத் துறவு வாழ்க்கை முடியும்போது, ஒருவேளை வண்ணத்துப் பூச்சியாக நான் விழித்து, இவையெல்லாம் கனவு என உணர்வேனா? வண்ணத்துப் பூச்சியாக இருப்பதாக நான் கண்ட கனவு, நான் விழித்தெழும்வரையில், இப்போது இருப்பதைவிட மிகவும் தத்ரூபமானதாக நம்பக் கூடியதாக, உண்மையைப் போலவே இருந்தது.'

துறவிக்கு வந்தது நியாயமான சந்தேகம்தானே. நம்மில் பலரும் கனவுகளை உணர்வதில்லை. அல்லது, நம்முடைய அன்றாடக் கவலைகளின் சுமையால் அதைப் பொருட்படுத்துவதில்லை. கண்ட கனவுகளை எல்லாம் படுக்கையோடு விட்டுவிட்டு, அடுத்தடுத்த வேலைகளில் கவனம் செலுத்தத் தொடங்கிவிடுகிறோம்.

கனவுகள் கண்ட பலரும், மனமானது அந்தச் சில விநாடிகளில் பல உலகங்களைச் சுலபமாகப் படைத்து விடுவதை உணர்கின்றனர். அத்தகைய மனத்தை அடக்குவதே ஞானம் என்றும் பலர் கருதுகின்றனர்.

மனித உடல் மரணமடையும்போது அதனுடன் தொடர்புடைய மனமானது அழிவதில்லை என்றும், அப்போது உடலிலிருந்து வெளியேறிய மனமே தனது தொடர் இச்சைகளின் அடிப்படையில்

மறுபிறவி எடுக்கிறது என்றும் தத்துவவாதிகள் கருதுகின்றனர். உடலின் மரணம் என்பது உண்மையான மரணம் அல்ல, மனம் மரணமடைவதே மெய்யான மரணம் என்று அவர்கள் விளக்கம் தருகின்றனர்.

'மனம் அழியாதவரை இச்சைகளும் அழியாது. இச்சைகள் உள்ளவரைக்கும் பிறவிகள் எடுப்பதும் தொடர்கதையாகவே இருக்கும். எனவே, மனத்தை உதறுங்கள்' என்கின்றனர் ஞானிகள். மனத்தை உதற தியானம், தவம் ஆகியவற்றில் ஈடுபடுவது மட்டுமே ஒரே மார்க்கம் என்பது அவர்கள் கருத்து. தியானத்தால் உடல் அடங்கினாலும், மனம் நிற்காமல் பேயாட்டம் ஆடும். அதனை மெல்ல, மெல்ல ஒரே சீராக லயப்படுத்தி, வயப்படுத்தினால் படிப்படியாக அது ஒரு கட்டுப்பாட்டுக்குள் வந்து, இறுதியில், ஒரு புள்ளியில் முழுமையாக ஒடுங்கிவிடும். இதனையே சமாதி நிலை என்கின்றனர்.

இதில் குறிப்பிடத்தக்கது ஒரே ஓர் அம்சம்தான். என்னதான் சொன்னாலும் இங்கே மனம்தான் ராஜா. உடல் என்பது ஒரு சேவகன்கூட அல்ல, ஓர் இயந்திரம். அவ்வளவே.

மனம் இல்லாமல் உடலால் தனியாக ஒன்றுமே செய்ய இயலாது. மனிதன் உறங்கும்போது மனம் அவனது உடலை விட்டுவிட்டுத் தனியே இயங்குகிறது. குழந்தையைத் தூளியில் தூங்க வைத்துவிட்டு, வீட்டுக் காரியங்களைத் தாய் கவனிப்பதுபோல்.

தூங்கிக்கொண்டிருக்கும்போது நம்முடைய தலைமாட்டில் ஒருவர் வந்து நின்றாலும் அதை உடல் உணர்வதில்லை. ஆனால், விழித்திருக்கும்போதோ உடல் முழுவதும் மனத்தின் கட்டுப்பாட்டில் இருக்கிறது. தொலைவில் உள்ள ஒருவன் நம்மைப் பார்த்துவிட்டுப் பக்கவாட்டில் மறைந்தாலும், 'அதோ ஒருவன் நம்மைப் பார்த்ததும் ஒளிந்து கொள்கிறான். கடன் வாங்கிவிட்டு, கண்ணில் படாமல் திரிபவன் அவன்' என்று நம்முடைய மனம் நமக்கு உணரச்செய்து விடுகிறது.

கீழ்த்தரமான இச்சைகள் ஒருவருக்கு ஏற்படுகின்றனவா? அதற்குக் காரணமாக இருப்பதும் மனம்தான். இந்த இச்சைகள் கீழ்த்தரமானவை என அவருக்கு உணர்த்துவதும் அந்த மனமேதான். ஒருவரிடத்தில் உயர்வான எண்ணங்களைத் தோற்றுவிப்பதும் மனம்தான். அவை உயர்ந்தவை என அவனுக்கு உணர்த்துவதும் இதே மனம்தான்.

இதையெல்லாம் தாண்டி, 'மனம் அற்றுப்போனால்தான் முக்திபெறலாம்' என்று ஒருவர் கூறும்போது, அப்படி அவரைக் கூற வைப்பதும் மனம்தான். அவ்வாறு உண்மையில் மனம் அற்ற

நிலையை ஒருவன் அடைய வேண்டும் என்றால், அந்த நிலையை மனத்தினால்தான் அவனால் அடைய முடியும்.

விளக்கின் ஒளியின் உதவியால் அந்த விளக்கின் சுடரைப் பார்ப்பதுபோல், மனத்தின் மூலமாகவே அதன் உதவியுடன் தான் மனத்தையும் கட்டுப்படுத்த வேண்டும்; கட்டுப்படுத்தவும் முடியும்.

ஒருபுறம் மனம், மரணத்தைக் கண்டு அஞ்சுகிறது. மறுபுறம், அதுவே மரணத்தை விரும்பவும் செய்கிறது. மரணமே இல்லாமல் வெறுமனே உண்டு, உறங்கி, விழித்து எவ்வளவு காலம்தான் இவ்வுலகில் வாழ்ந்து கொண்டே இருக்க முடியும் என்ற சந்தேகமும், சலிப்புமே மரணத்தின் மீது விருப்பம் ஏற்படுவதற்கான அடிப்படைக் காரணமாகிவிடுகிறது.

அதேசமயம், மனம் மரணத்தை வெறுக்கிறது. இவ்வளவு காலம் கஷ்டப்பட்டு உருவாக்கப்பட்ட 'நான்' என்ற கட்டமைப்பு மரணத்தின் மூலம் முற்றிலும் இல்லாமல் போய்விடுகிறது. சூறாவளியானது வீட்டையே தூக்கி வீசிவிடுவதைப்போல் மரணமானது எத்தனையோ ஆண்டுகளாக ஒருவன் பெற்ற எண்ணங்கள், அனுபவங்கள், வெற்றி தோல்விகள், சாதனை, வேதனை, ஆக்கியவை, பெற்றவை, சேர்ந்தவை என எல்லாவற்றையும் ஒரே வினாடியில் அவனிடமிருந்து விலக்கிவிடுகிறது.

புயல் வீசி வீட்டைச் சிதறடித்தாலும் அந்த வீடு முற்றிலும் மறைந்து விடுவதில்லை. அதன் இடிபாடுகளும் சிதிலங்களுமாவது அந்த இடத்தில் மிஞ்சும். ஆனால், மரணத்துக்குப் பிறகு அதுநாள் வரைக்கும் அவனிடமிருந்த எதுவுமே அதற்குப் பிறகு அவனுக்கென்று இருக்காது.

அதனால்தான் மனம் மரணத்தைக் கண்டு அஞ்சுகிறது. அதை வெறுக்கிறது, எதிர்க்கிறது. முரண்டு பிடிக்கிறது. ஆனால் என்ன

செய்தாலும் மரணத்தைத் தவிர்க்கவே முடியாது என்று மனத்துக்கு நன்றாகவே தெரியும்.

இத்தனைக் குழப்பங்களுக்கும், வேதனைகளுக்கும் என்ன காரணம்? மரணத்துக்குப்பின் தன் நிலை என்ன என்பதுபற்றி மனத்துக்குத் தெரியாது. அதனால்தான் மனம் மரணத்துக்கு அஞ்சுகிறது. புதிதாகப் பள்ளிக்கூடத்தில் சேர்க்கப்படும் குழந்தை பள்ளிக்குச் செல்லப் பயந்து அடம் பிடிக்கும். அழும். ஏனெனில், பழகிய பெற்றோரைவிட்டுப் பழக்கமில்லாத புது இடத்தில் இனிமேல் அது இருந்தாகவேண்டும். அந்த இடம், ஆசிரியர், மாணவர்கள் உள்ளிட்ட எல்லாமே குழந்தைக்குப் புதியவை. அதனால்தான் குழந்தை மிரள்கிறது. சிலநாள் பழகிவிட்டால் போதும், அதற்குப் பிறகு குழந்தை பள்ளிக்கு ஆர்வத்துடன் செல்ல ஆரம்பித்துவிடும்.

மனத்துக்கு மரணம் புதியது. வாழ்வில் அதுவரை அது சந்தித்திராதது. அதைச் சந்தித்த எவரும் திரும்ப உயிருடன் வந்ததில்லை. எனவே மரணத்தை நினைத்தாலே மனம் நடுங்குகிறது. கொடிய மலைப்பாம்பு வாயைத் திறந்து விழுங்குவதுபோல் தன்னை மரணம் விழுங்கிவிடுமோ என்று மனம் அஞ்சுகிறது.

இந்த அச்சம் அகல்வதற்கு என்ன வழி? மரணத்தைப் பற்றிய ஒரு தெளிவு அதற்கு வேண்டும். மரணம் என்றால் என்ன? அது ஒரு தேவதையா? மின்சாரம் போன்றதொரு சக்தியா? மழை, வெயில், பனி போன்று அது ஒரு பருவ காலமா? எழுதிக்கொண்டிருக்கும் பேனாவிலிருந்த மை தீர்ந்ததும் எழுதும் வேலை நின்று விடுவதுபோல், உடலில் மறைந்திருக்கும் ஏதோ ஓர் ஆற்றலின் இருப்பு தீர்ந்ததும் உடலின் செயல்பாடும் நின்று விடுகிறதா?

இந்த முடிவில்லாத கேள்விகளுக்கெல்லாம் பதில் தெரிய வேண்டும். அந்தப் பதில் ஒரு ஊகமாகவோ, அனுமானமாகவோ இருக்கலாம். இதுதான் மரணம் என்பதற்கு ஓர் உருவகம் கிடைத்துவிட்டால் போதும், இந்த விஷயத்தைப் பொருத்தவரை மனம் ஓரளவுக்கு நிம்மதி அடைந்துவிடும்.

அந்தத் தெளிவை எப்படிப் பெறலாம்?

அதற்கு ஒரே வழி மதங்களைச் சரணடைவதுதான். உண்மையோ, பொய்யோ, மத ஸ்தாபகர்கள், மகான்கள் பற்றி வழங்கப்படும் கதைகளில் அவர்கள் மரணத்தைக் கடந்தவர்கள் என்று பல இடங்களில் கூறப்பட்டுள்ளது.

ஸ்ரீகிருஷ்ணர் மரணத்தைப் பல முறை தாண்டினார் என்கிறது புராணம். அர்ஜுனனுக்கு ஆன்மா அழிவற்றது என்ற உண்மையைப் போதிக்கிறார் ஸ்ரீகிருஷ்ணர். அகண்ட விஸ்வரூபம் எடுத்து நின்று எல்லா உயிர்களும் தன்னுடைய உடலில் இருந்தே பிறப்பதையும், கடைசியில் எல்லா ஜீவன்களும் தன்னிடமே திரும்பவந்து இணைவதையும் காட்டுகிறார்.

தான் மறித்த மூன்றாம்நாள் இயேசு உயிர்த்தெழுந்தார் என்கிறது பைபிள். அதேபோல் இறந்து மூன்று நாள் ஆன லாசரஸ் என்பவனின் கல்லறை முன்பு நின்று, 'லாசரஸே! வா!' என்று அவர் அழைக்கவும், குகை வாயிலை மூடியிருந்த பாறை நகர்ந்துகொள்ள, லாசரஸ், உடலை மூடிச் சுற்றப்பட்ட வெள்ளைத் துணியுடன் எழுந்து வந்தானாம்.

பாம்பு தீண்டி உயிரிழந்த அப்பூதி அடிகளாரின் மகனைப் பதிகம் பாடி உயிர்த்தெழ வைத்தார் திருநாவுக்கரசர். தேவலோகத்திலிருந்து பாரிஜாத மலரைக் கொண்டு வருவதற்காகக் கிளியின் உடலுக்குள் கூடுவிட்டுக் கூடு பாய்ந்தார் அருணகிரி நாதர்.

ஆதி சங்கரரிடம் வாதப் போரில் ஈடுபட்ட மண்டன மிசிரரின் மனைவி சரசவாணி, அவருடன் இல்லறம் பற்றி வாதம் செய்யப் போவதாகக் கூறினார். அதனால் ஆதிசங்கரர் தனது உடலை ஒரு குகையில் வைத்துவிட்டு, இறந்துபோன அமருகன் என்ற மன்னனின் உடலில் கூடுவிட்டுக் கூடு பாய்ந்து சிறிது காலம் வசித்தார்.

இந்தத் தகவல்களை எல்லாம் உண்மை என்று நம்புவதா, அல்லது வெறும் கதை என்று ஒதுக்குவதா என்பது அவரவர் மனத்தைப் பொறுத்து அவர்கள் முடிவுசெய்ய வேண்டிய விஷயம். ஆனால் இவற்றை யார் படித்தாலும் அவர்கள் மனத்தில் பெரும் பிரமிப்பு ஏற்படுவது என்னவோ உண்மை.

மரண பயம் உள்ள மனிதர்களுக்கு மரணத்தைத் தன் கையில் உள்ள பந்துபோல் உருட்டி விளையாடிய இந்த மகான்களின் வரலாறுகளைப்

படிக்கும்போது மனத்துக்குள் அபாரமான தன்னம்பிக்கையும் துணிவும் ஏற்படும்.

துரோணரின் சிலையை எதிரில் வைத்துக்கொண்டு, சுயமாகப் பயிற்சி எடுத்தே, எல்லா அஸ்திர வித்தைகளையும் கற்ற ஏகலைவனைப்போல் இந்த மகான்களை மனத்தில் இருத்தி, இரவும் பகலும் போற்றிப் பூஜித்தால் மரணத்தைக் கடக்க முடியாவிட்டாலும், அதனைத் தள்ளிப் போடவாவது முடியாதா என்று ஏங்குபவர்கள் ஏராளம்.

இதற்கேற்ப, 'அதிஷ்டானக் கோயில்கள் எனப்படும் மகான்கள் மற்றும் சித்தர்கள் அடக்கமான கோயில்களுக்குச் சென்று வழிபட்டால் எம பயம் நீங்கும்; ஆயுளும், ஆரோக்கியமும் கூடும்' என்று சிலர் கூறுவதைப் பார்க்கலாம்.

புராணக் கதைகளையும், பெரியோர்களின் வரலாறுகளையும் மக்கள் விழுந்து, விழுந்து ஆர்வத்துடன் படிப்பதன் காரணமே தங்களிடம் இல்லாத எந்தச் சிறப்பு அவர்களிடம் இருந்தது? எப்படி அவர்களால் இப்படி ஆக முடிந்தது? என்பதைக் கண்டறிவதற்காகத்தான்.

புத்தர் அமர்ந்த போதிமரத்தின் கீழ் நாமும் போய் அமர்ந்துவிட்டால் மட்டுமே நம்மால் புத்தனாகி விட முடியாது. ஆனால் அந்த இடத்தின்மீது நமக்கு இருக்கும் ஈர்ப்பானது அதுபற்றிய நமது உள்ளுணர்வைத் தூண்டி, கண நேரமாவது புத்தர் அடைந்த அனுபவத்தில் பல்லாயிரத்தில் ஒரு பங்கையாவது நாம் அடைந்துவிட முடியாதா என்ற எண்ணத்தை நமக்குள் ஏற்படுத்தும். அதுவே நாம் அந்த இடத்தை நாடுவதற்கான காரணம்.

இதேபோல் எண்ணற்ற மகான்களின் வாழ்வில் திருப்பம் ஏற்பட்ட இடங்களுக்கு நேரில் சென்று பார்க்கும்போது, ஆங்காங்கே நமக்குள் ஏற்படும் சிறுசிறு கிளர்வுகள் ஒன்றுகூடுவதால், காலப்போக்கில் அவையே நமக்குள் ஏற்படப்போகும் மகத்தான மலர்வுக்குக் காரணமாக அமையலாமல்லவா?

இதனால்தான் புனிதஸ்தலங்கள் என்று இவற்றை வகைப்படுத்தி, இவற்றுக்கான பயணத்தைப் புனித யாத்திரைகள் என்று குறிப்பிட்டனர் பெரியோர்கள்.

கண்ணில் படாதது எதுவுமே மனத்தில் பதியாது என்று ஒரு பழமொழி உண்டு. அதாவது, நேரில் இல்லாத ஒருபொருளை நாம் என்னதான் கற்பனை செய்து பார்க்க முயன்றாலும், அது சாத்தியப்படாது. அப்படியே கற்பனையில் ஒரு பொருளை நாம் நம் கண் முன் உதிக்க வைத்துவிட்டாலும் மனத்தில் அது நிரந்தரமாகப் பதியாது. திரும்ப யோசித்துப் பார்த்தாலும் அதன்

தோற்றம் மீண்டும் நம் கண்முன் வந்து நிற்காது. ஆனால் ஒரு பொருள் ஏறக்குறைய இப்படி இருக்கலாம் என நாம் தீர்மானமாக அனுமானித்து அதைத் தீவிரமாக நம்பவும் செய்தால் அதன் உத்தேச வரைபடத்தை மனமானது எப்பாடுபட்டாவது தயாரித்து நம் கண் முன்னால் நீட்டிவிடும்.

கண்ணால் காணமுடியாத இறைவனுக்கு ஓர் உருவத்தைக் கொடுத்து விக்கிரக வழிபாடு என்ற ஒன்றை ஏற்படுத்தியதன் நோக்கமே இதுதான்.

> **இறைவன் எல்லாவற்றையும்விட உயர்ந்தவன் என்பதை உணர்த்துவதற்காக அவனை உயரமானவனாகவும், அரசர்க்கெல்லாம் அரசன் என்பதைக் குறிப்பதற்காக கிரீடத்துடனும், அளவற்ற ஆற்றல் படைத்தவன் என்பதை நிறுவுவதற்காக அபயமுத்திரை காட்டிய நிலையிலும் வடித்தனர்.**

கருணையில் தாயைப் போன்றவன் என்பதற்காக அம்மன் வடிவம், குழந்தை உள்ளம் கொண்டவன் என்பதற்காகப் பாலகன் வடிவம், காப்பவன் என்பதற்காகத் தந்தை வடிவம் என்று தன் கற்பனைக்கேற்ப பல்வேறு வடிவங்கள் கொண்டவனாக அவனைப் படைத்தனர்.

இந்த வடிவங்களை மனத்தில் இருத்தித் தியானிக்கும்போது மனத்தால் எளிதாக அதில் ஒன்றிப்போக முடிகிறது. பெரிய பெரிய மகான்கள்கூட உருவ வழிபாட்டின் மூலமே உருவமற்ற நிலை நோக்கி நகர்ந்தார்கள்.

அருணகிரி நாதருக்கு மனம் ஒன்றுவதற்கு முருகனின் வடிவம் தேவைப்பட்டது. ஆண்டாளின மனம் ஒன்றுவதற்கு கிருஷ்ணரின் வடிவம் துணை செய்தது. ராமகிருஷ்ணருக்கோ தட்சினேஷ்வர் காளி. நந்தனாருக்குத் தில்லை நடராஜர்.

இங்கே ஒரு முக்கியமான விஷயத்தைக் கவனிக்க வேண்டும். இதுதான் மகான்களுக்கும், சராசரி மக்களுக்கும் இடையே உள்ள வேறுபாடு.

மகான்களும் கடவுளை வழிபட்டனர். சராசரி மனிதர்களும் கடவுளை வணங்கினர். மகான்களின் வழிபாட்டில் உலகத் தேவைகள் பற்றிய வேண்டுதல்கள், கோரிக்கைகள் இடம் பெற்றிருக்கவில்லை. மரண பயத்திற்கு அங்கே இடமில்லை. அதனால் மரணத்திலிருந்து தங்களைக் காப்பாற்ற வேண்டி அவர்கள் வழிபடவில்லை. உலக இன்பங்களான பொன், பொருள், வீடு, நிலம், உணவு, துணி மணி, புகழ், ஆரோக்கியம் என்று எதையும் கேட்டு அவர்கள் வேண்டவில்லை. மரணம் பற்றியும் கேட்கவில்லை. இறைவனை அறிதல், இறைவனுடன் இரண்டறக் கலத்தல், அதாவது ஞானம், மோட்சம் என்ற இரண்டை அடைதல் என்பவை மட்டுமே அவர்களுடைய நோக்கங்களாக இருந்தன.

சராசரி மனிதர்களின் வேண்டுதல்களில் தப்பித்தவறிக் கூட ஞானம் என்ற சொல் இடம் பெற்றிருக்காது. அவர்களுக்குத் தேவைப்படாத சொல் அது. மோட்சம் என்னும் முக்தியின் நிலையும் அதுதான். மோட்சம் என்பது இறப்புக்குப் பின்னர் அடைய வேண்டிய ஒரு நிலை அல்ல. இறக்கவே விரும்பாத ஒருவர் எப்படி இறந்ததற்குப் பிந்தைய நிலை பற்றியெல்லாம் கேட்க முடியும்? அதை அடைவதற்கான வழிபாடுகளில் ஈடுபட முடியும்.

எனவே, சராசரி மனிதர்கள் ஆயுள் கொடு, ஆரோக்கியம் கொடு, சொத்து, சுகங்களைக் கொடு என்றுதான் வேண்டுவார்கள்.

என்னதான் நீண்ட ஆயுளைப் பெற்றாலும், ஆரோக்கியத்தைப் பெற்றாலும், சொத்து, சுகங்களைப் பெற்றாலும், எல்லாவற்றுக்கும் ஒரு நாள் முடிவு வந்துதானே தீர வேண்டும்? வயது ஏற ஏற, உடல் தளரத்தளர, கண், காது, வாய் போன்ற புலன்கள் மங்க ஆரம்பிக்கின்றன. அப்போது மனம் தமக்கான அஸ்தமனம் நெருங்குவதை உணர்ந்து கொள்கிறது.

அவ்வளவு காலமும் மரணம் பற்றி வராத பயம் அப்போது மனிதனின் மனத்தைப் பற்றிக்கொள்கிறது. பதுங்கி இருக்கும் திருடன் எந்த ஓசையைக் கேட்டாலும் தன்னைப் பிடிக்கக் காவலர்கள் வந்துவிட்டார்களோ என்று நினைத்துப் பதைபதைப்பதுபோல், வயிற்றில் சிறு வலி வந்தாலும், வாயுத் தொல்லையால் மார்பில் லேசாகக் குத்து வலி வந்தாலும், பித்த நீரால் தலை சுற்றிக் கண் இருட்டினாலும், ஒருவேளை மரணம் தன்னை நெருங்கி வந்துவிட்டதோ என்று அவனது மனம் பதறுகிறது.

இங்குதான் மகான்களின் வரலாறுகள் அவர்களுக்குக் கை கொடுக்கின்றன.

அருள் தருபவன் கடவுள். அருளைப் பெறுபவர்கள் மக்கள். அந்த மக்கள் இரண்டு வகைப்படுவர்.

ஒன்று மகான்கள். மற்றொன்று சராசரி மனிதர்கள். இந்தப் பிரிவை இப்படியும் சொல்லலாம். மகாத்மாக்கள் மற்றும் அற்ப ஆத்மாக்கள்.

அற்ப ஆத்மாக்கள் பொன், பொருள், மனைவி, மக்கள் குறித்து வேண்டியபோது, மகாத்மாக்கள் பூவுலக இச்சைக்கு அப்பாற்பட்ட நிலையை, முக்தியை வேண்டினார்கள்.

அவர்கள் முக்தி பெற்றார்கள் என்றால் இறைவனில் கலந்துவிட்டார்கள் என்று பொருள். இறைவனில் அவர்கள் கலந்தனர் என்றால் அதன் பலனாக இறைவனை அவர்கள் நிச்சயம் கண்டிருப்பார்கள். அப்படியானால் அவர்கள் மரணத்தையும் நேரில் சந்தித்திருப்பார்கள்.

சராசரி மனிதர்களின் மீது மரணம், பதுங்கி இருந்து கெரில்லாத் தாக்குதல் நடத்தும் வீரன்போல் திடீரெனத் தாக்குகிறது. அதாவது, மரணத்திற்கு முன்னால் அவர்கள் நினைவிழந்து விடுகின்றனர். பிறக்கும்போது எப்படிப் பிறக்கிறோம் என்பது எப்படி அவர்களுக்குத் தெரிவதில்லையோ, அதேபோல் இறக்கும்போதும் தங்களுடைய உயிர் பிரிவதைப் பற்றி அவர்கள் உணர்வதில்லை.

மரணத்துக்குப் பின்னும், பிறபபுக்கு முன்னும் ஒரு மாயச்சுவர் அவர்களைச் சூழ்ந்திருக்கிறது. அதை அவர்களும் தெளிவாக உணர்ந்தே உள்ளனர்.

குறுகிய நேரமே ஏற்படும் அனுபவமான உறக்கத்தின்போதுகூடத் தாங்கள் உறங்குகிறோம் என்பதை அவர்கள் உணர்வதில்லை. விழித்தபின்பு மட்டுமே தாங்கள் அடித்துப் போட்டாற்போல் உறங்கிவிட்டதை அவர்கள் உணர்கின்றனர்.

உலக இன்பங்களை நாடுவோர் உடல் தேவைகளுக்கே அதிக முக்கியத்துவம் அளிப்பதால் இயற்கையாகவே அவர்களுடைய மனமும் உடல் சார்ந்தே இயங்குகிறது.

உடல் உறங்கும் நேரத்தில் அவர்களுக்கு உணர்வுகள் இருப்பதில்லை. ஆனால் உடல் துடிக்கும்போது அதுவே அவர்களுக்கு முதன்மைப் பிரச்னையாக-முக்கியமான பிரச்சனையாகத் தெரிகிறது. அதனால் உடல் இறக்கும்போது கூடவே எல்லாமும் முடிந்து விட்டது என்பது போன்ற பிரமை அவர்களுக்குள் அழுத்தமாக நிலை கொண்டுவிடுகிறது.

உலகியல் தேவைகளை உதறியவர்கள் உடல் என்ற முதல் தளத்தைத் தாண்டி இரண்டாம் தளத்தில் இருந்துகொண்டு இயங்குகின்றனர். இவர்களுக்குப் பசி, தாகம், உடை, இருப்பு மற்றும் காம, குரோதாதிகள் இவை அனைத்துமே உடல் சார்ந்தவை - அதன் இருப்பிற்கான அவசியத் தேவைகள் என்று தெளிவாகத் தெரிவதால் இவர்கள் அவற்றைப் பொருட்படுத்துவதில்லை.

படிப்படியாகத் தன் உடல் உணர்வுகளைக் கட்டுப்படுத்தி, அதன்மூலம் உள்ளே அலைகடல்போல் குமுறும் மனத்தின் இயக்கத்தை, செயல்பாட்டை அவர்கள் கண்காணிக்கின்றனர், அதைத் தெளிவாக உணரவும் செய்கின்றனர். அதனையும் தன் போக்கில் ஓடவிட்டு, இருந்த நிலையிலேயே உடலை அசைக்காமல் படிப்படியாக மனத்தையும் அடக்கிப் பேருணர்வின் மகத்துவத்தை அறிகின்றனர்.

இறப்பின்போது தன்னிலிருந்து வெளியேறுவது எது என்பதைத் தெளிவாக அறிய முடிந்த இவர்களால், அது வெளியேறாதபடி தடுக்க முடியாதா என்ன? அல்லது அதை இறப்பிற்கு முன்னதாகவே அதை உடலிலிருந்து வெளியேற்ற முடியாதா? அல்லது முன்னரே உடலிலிருந்து வெளியேறி பின்னர் மீண்டும் உடலின் உள்ளே வர முடியாது? அல்லது இந்த உடலிலிருந்து வெளியேறி ஏன் இன்னொரு உடலில் புகமுடியாது?

உலகைப் படைத்தது பரம்பொருள். அதில் அதனால் படைக்கப்பட்டவர்கள் மனிதர்கள். படைத்தவனுக்கும் மனிதனுக்கும் இடைநிலையில் நிற்பவர்கள்தான் இத்தகைய மகான்கள்.

அதனால் அவர்களை இடைநிலையாகக் கொண்டு நாமும் அத்தகைய இறைநிலையை எட்ட முடியாதா?

ஐரோப்பாவுக்குச் செல்லாத ஒருவன், ஏற்கெனவே ஐரோப்பா சென்று வந்தவன் எழுதிய பயணக் கட்டுரையைப் படிக்கிறான். சென்று வந்தவவர்களின் உணவு, தங்குமிடம், செலவு, அனுபவங்கள் ஆளுக்கு ஆள் மாறுபட்டாலும் நாடு, நகரம், சுற்றுலாத் தலம் உள்ளிட்ட அடிப்படையான களங்கள் ஒன்றுதானே! அதனைப் படிப்பதன்மூலம், தான் ஐரோப்பா செல்லும்போது எங்கெங்கு செல்லலாம், எவற்றையெல்லாம் பார்க்கலாம், அதற்கு என்னென்ன பூர்வாங்க ஏற்பாடுகளைச் செய்யவேண்டும் என்று ஒரு மாதிரி வரைவு திட்டத்தை வகுத்துக் கொள்ள அவனால் முடியும்தானே?

உடல் சார்ந்த உலக வாழ்வு என்பதைத் தாண்டி அடுத்த தளத்தில் உள்ள அனுபவங்களையும் அனுபவித்து உணர்ந்தவர்கள் மகான்கள். அவர்கள் கூறிய சொற்கள், பாடிய பாடல்கள் போன்றவற்றை ஆழ்ந்து நோக்கினால், அவர்கள் அடைந்த அந்த ‘அநுபூதி நிலை’ எனப்படும் அதீத அனுபவங்களை ஓரளவுக்காவது நாமும் உணரலாம்.

குறிப்பாக, மரணம்தான் மனித குலத்தின் நிதர்சனமான முடிவாக இருக்கிறது என்னுபோது இந்த முடிவை எட்டும் நிலையில் அவர்கள் என்ன சொன்னார்கள்? அதாவது கடைசியாக அவர்கள் சொன்ன சொற்கள் என்ன? இவற்றை ஆழ்ந்து ஆராய்ந்தால், மரணம் பற்றி ஓரளவுக்கு நம்மால் அனுமானிக்க முடியும்.

சராசரி மனிதர்கள் நோய்ப்படுக்கையில் வீழ்ந்து தங்கள் உடல் வலு குன்றத் தொடங்கும்போதே அழுதும் அரற்றியும் ஒப்பாரி வைத்தும் சக்தி முழுவதையும் செலவிட்டுவிட்டுக் கடைசியில் மௌனத்திலும், அதன் பின் மயக்கத்திலும் ஆழ்ந்து விடுகின்றனர். மரணம் பற்றி அவர்களே அறிய முடியாத நிலையில் மற்றவர்களுக்கு எப்படி அவர்களால் அதைப்பற்றிக் கூறமுடியும்?

> **மாடியிலிருந்து தெருவை வேடிக்கை பார்த்துக் கொண்டிருக்கும் ஒரு மனிதனைப்போல் தனது மரணத்தை மிகவும் விளையாட்டாக எடுத்துக்கொண்டு அதிலிருந்து விலகி நின்று வேடிக்கை பார்த்துக் கொண்டிருந்தவர்களும் உண்டு. தனது மரணத்தை முன்கூட்டியே கண்டறிந்து சொன்னவர்களும் உண்டு.**

இதனால் இப்படிப்பட்ட மகான்களிலிடமிருந்து வெளிப்பட்ட அறிவுரைகளைவிட மரணத்தின்போது அவர்கள் சொன்ன, கடைசிச் சொற்கள் மிகுந்த முக்கியத்துவம் பெறுகின்றன. அதனால் ஞானிகள் முதல் மேதைகள், மாவீரர்கள்வரைப் பலரும் மரணத்தின்போது என்ன சொன்னார்கள் என்பதைப் பற்றிப் பார்ப்போம்.

2. மரணத்துக்குப் பல முகங்கள்

ஒரு மனிதனை முழுமையாக எப்படி அறிந்துகொள்வது?

'அவன் மரணமடையும் விதத்தைக் கொண்டு' என்கிறார்கள் சிலர். குறிப்பாக, கிராமப்புறப் பாமர மக்களிடம் இத்தகைய நம்பிக்கைகள் அதிகம். ஒரு மனிதனின் பிறப்பை அவன் நிர்ணயிப்பதில்லை. ஆனால் தான் செய்யும் செயல்கள், வாழும் விதம் ஆகியவற்றின் மூலம் தன்னுடைய மரணத்தை அவனால் நிர்ணயிக்க முடியும் என்கிறார்கள் அவர்கள். அநியாயமாகவோ, வரம்பு மீறியோ செயல்படுபவனைப் பற்றி விமரிசிக்கும்போது, 'அவனுக்கு நல்ல சாவே வராது' என்பார்கள். ஆக, தான் எப்படி மரணமடைய வேண்டும் என்பதை மனிதன் தானேதான் நிர்ணயித்துக் கொள்கிறான்.

ஆனால் இந்த வாதத்தைப் புராணங்களேகூட ஏற்பதில்லை. நிஜ வாழ்க்கையில் தீயவர்களில் எத்தனையோ பேர் நீண்ட

காலம் ஆரோக்கியத்துடன் வாழ்கின்றனர். எத்தனையோ நல்லவர்கள் துர்மரணமும், அகால மரணமும் அடைகின்றனர். இதையெல்லாம் பார்க்கும்போது எல்லா வகையிலும் மரணம் என்பது ஊகங்களுக்கெல்லாம் அப்பாற்பட்டதாகத்தான் உள்ளது.

ராமாயணத்தின் நாயகன் ராமனுடைய தந்தை தசரதர் மிகப் பெரிய புண்ணிய சீலர். நெறிதவறாமல் ஆட்சி செய்தவர். எண்ணற்ற யாகங்கள் செய்தவர். சம்பராசுரனை எதிர்த்து நடைபெற்ற போரில் தேவர்களுக்கே பெரும் உதவிகளைச் செய்தவர். அவ்வளவு தூரம் போவானேன்? மகா விஷ்ணுவே மகனாக வந்து அவதரிக்கும் பாக்கியம் பெற்றவர்.

அப்பேர்ப்பட்டவரின் மரணம் புத்திர சோகத்தால் ஏற்பட்டது. கைகேயி, ராமனை வனவாசம் அனுப்பியதால் மனம் உடைந்து போன அவர் அந்தப் பரிதவிப்பினால்தான் மரணத்தைத் தழுவினார்.

இங்கே ஒரு சுவையான கதையைச் சொல்ல வேண்டும்.

ராமாயணம் படித்த பலரும் அதில்வரும் சில பாத்திரங்களை மிகவும் நேசிப்பார்கள். சில பாத்திரங்களை மிகவும் தூற்றுவார்கள். இந்தத் தூற்றுதல் விவகாரத்தில் கூனி என்கிற மந்தரை, கைகேயி, சூர்ப்பனகை ஆகிய மூவருக்கும் முக்கிய இடம் உண்டு. நிறைய விழாக்களில், 'தீமையில் மிக்கார் யார்? கைகேயியா? கூனியா? சூர்ப்பனகையா?' என்ற தலைப்பில் பட்டிமன்றங்கள் நடைபெறுவதுண்டு.

பாசன் என்ற புகழ் பெற்ற மராட்டியக் கவிஞர் 'பிரதீமா நாடகம்' என்ற காவியத்தை இயற்றினார். ராமாயணத்தில் வரும் ராவணன், சூர்ப்பனகை போன்று மக்களால் வெறுக்கப்பட்ட பாத்திரங்களை மையப்படுத்தி, அவர்கள் ஏன் அப்படிச் செய்தார்கள் என்று விளக்கி, அவர்களது நிலைப்பாட்டை நியாயப்படுத்தும் வகையில் எழுதப்பட்ட காவியம் அது.

சம்பரன் என்ற அசுரனை எதிர்த்து இந்திரன் போர் செய்தபோது, அவனுக்குத் துணையாகத் தசரதனும் கலந்து கொண்டான். அந்தப் போரில் கைகேயியும் கலந்துகொண்டாள். கைகேயி, கிருஷ்ணரின் தங்கை சுபத்ரா போன்ற புராண காலத்துப் பெண்கள் போர்ப்பயிற்சி பெற்ற வீரமங்கையர்களாக இருந்தார்கள். போரின்போது தசரதனின் தேர்ச்சக்கரத்தின் கடையாணி கழன்று விடுகிறது. ஆபத்தான அந்த நிலையில் சட்டெனத் தனது விரலையே கடையாணியாகச் செருகித் தசரதனைக் காப்பாற்றுகிறாள் கைகேயி. போர் முடிந்தபின் கைகேயியைப் பாராட்டிய தசரதன், தன் உயிரைக் காப்பாற்றியதற்காக அவளுக்கு இரண்டு வரங்கள் தர முன்வருகிறான். அதைச் சமயம் வரும்போது, தேவைப்படும்போது பயன்படுத்திக் கொள்வதற்காகப் பாதுகாத்து வைக்கிறாள் அவள்.

▶

அந்த வாய்ப்பை ராமன் பட்டாபிஷேம் செய்துகொள்வதற்கு முதல் நாள் இரவு பயன்படுத்திக்கொள்ளும் கைகேயி, பரதன் முடி சூடவேண்டும், ராமன் 14 வருடம் வனவாசம் செல்லவேண்டும் என்ற இரண்டு வரங்களை தசரதனிடம் இருந்து கேட்டுப் பெறுகிறாள். கொடுத்த வாக்கை மீறக் கூடாது என்பதற்காகக் கைகேயி கேட்ட வரங்களைத் தந்த தசரதன், பின்னர் புத்திர சோகத்தால் உயிர் துறக்கிறான்.

வெளியூர் சென்றிருந்த பரதன், கைகேயியின் அழைப்பால் நாடு திரும்புகிறான். அப்போது அரண்மனை வாயிலில் மறைந்த ரகுவம்ச முன்னோர்களின் சிலைகள் வரிசையாக நிறுத்திவைக்கப்பட்டிருக்கின்றன. அதில் கடைசியாக, தந்தை தசரதன் சிலையும் இருப்பது கண்டு அதிர்ந்து போகிறான். அப்போது கோசலையும் சுமத்திரையும் விதவைக் கோலத்தில் வெள்ளை உடையுடன் அங்கு வருவது கண்டு நிலைகுலைகிறான். நடந்த விஷயங்களை அறிந்தபின் அவனுக்குத் தாய் கைகேயி மீது சினமும் வெறுப்பும் ஏற்படுகிறது.

உள்ளே சென்றவன் கைகேயியைக் கடுமையாக ஏசுகிறான். கைகேயி அவனைத் தனி இடத்துக்கு அழைத்துச் சென்று கூறுகிறாள்.

'மகனே பரதா! உன் தந்தை ஒரு முறை காட்டில் வேட்டையாடிக் கொண்டிருந்தபோது தொலைவில் டமடமவென்று ஓர் ஓசை கேட்டது. யானைதான் நீர் அருந்துவதாக எண்ணிய அவர், சப்தத்தைக் கொண்டே அதுவந்த இடத்தைச் சென்று தாக்கும் 'சப்தவேதி' என்ற அஸ்திரத்தைச் செலுத்தினார். உண்மையில் ஒரு சிறுவன் குடத்தில் நீர் மொள்ளும் போது ஏற்பட்ட ஓசை அது. தசரதர் விட்ட பாணம் அந்தச் சிறுவனைக் கொன்றுவிட்டது.

அவன் ஒரு முனிவரின் மகன். தங்கள் மகன் இறந்த துயர் தாளாமல் ரிஷியும், அவர் மனைவியும் உயிரைப் போக்கிக் கொண்டனர்.

அதற்குமுன் முனிவர், 'எங்களைப் போலவே நீயும் புத்திர சோகத்தால் துடிதுடித்து உயிரை விடுவாய்' என்று சாபம் அளித்துவிட்டார். உன் தந்தைக்கு ராமன்மீது பாசம் அதிகம். ராமனைப் பிரிந்து அவரால் உயிர் வாழமுடியாது. முனிவரின் சாபம் கண்டிப்பாகப் பலித்தே தீரும் என்பதை நான் அறிவேன். அதனால் ராமனுக்கு ஏதாவது நேர்ந்து, உன் தந்தை அந்த சோகத்தால் உயிர் இழப்பதைவிட, அவனை 14 வருடம் வனவாசம் அனுப்பிவிட்டால் என் கண்மணி ராமனும் உயிர் தப்பி விடுவான். குழந்தை சீதையின் மாங்கல்யமும் காப்பாற்றப்படும் என்று எண்ணினேன். அதனால்தான் எனக்குப் பெரும் அபகீர்த்தி ஏற்படும் என்று தெரிந்தே முனிவரின் சாபத்திலிருந்து ராமனைக் காப்பாற்ற இந்தச் செயலைச் செய்தேன்.'

பிரதீமா நாடகத்தில் வரும் சுவையான கட்டம் இது. சுயநலக்காரியாக வெறுக்கப்பட்ட கைகேயியை உத்தமியாக, தியாகியாகக் காட்டும் பாசன் என்ற கவிஞரின் இந்தக் கற்பனைத்திறன் பலரையும் வியந்து பாராட்டச் செய்தது.

இங்கு கவனிக்க வேண்டியது என்னவென்றால், மகனை இழந்த வயோதிக முனிவர், 'புத்திர சோகத்தால் உயிரிழப்பாய்' என்று தசரதனைச் சபிக்கிறார். அதன்மூலம் தசரதன் தனக்கு எப்படிப்பட்ட முடிவு ஏற்படும் என்பதை முன்கூட்டியே தெரிந்துகொள்கிறான்.

மகாபாரதத்தில் கர்ணனின் தேரில் சிக்கி ஒரு கன்று உயிரிழக்கிறது. பசுவின் உரிமையாளரான அந்தணர், 'கர்ணா! போர்க்களத்தில் உன் தேர்ச்சக்கரம் மண்ணில் புதையும். அப்போது நீ உயிரிழப்பாய்' என்று சபிக்கிறார்.

இங்கும் தன்னுடைய முடிவு எப்படி இருக்கும் என்று கர்ணன் முன்கூட்டியே தெரிந்து கொள்கிறான்.

புராணப் பாத்திரங்களில் சிலரும், மிகப்பெரிய மகான்களில் சிலரும் தங்களது முடிவைப் பல நேரங்களில் முன்கூட்டியே அறிந்திருந்திருக்கின்றனர். அதுபற்றி அவர்கள் சற்றும் கவலைப்பட்டதில்லை. பகலைத் தொடர்ந்து இரவு வருவதுபோல் இது ஓர் இயல்பான நிகழ்வு என்ற தெளிவுடன் அவர்கள் இருந்தனர். அதனால் அவர்கள் மரணத்தை இன்முகத்துடன் வரவேற்கத் தயாராக இருந்தனர்.

ஆனால் சாமானிய மனிதர்களின் நிலை அதுவல்ல. எப்போது மரணம் வரும் என்பது அவர்களுக்குத் தெரியாது. அதை எதிர்கொள்ள, அதுபற்றிச் சிந்திக்கக்கூட அவர்கள் தயாராக இல்லை. அவர்களைப் பொறுத்தவரை உடலுடன் பூமியில் வாழும் இந்த வாழ்க்கைதான் உண்மையானது.

ரயிலிலோ, பேருந்திலோ செல்லும்போது கூட்ட நெரிசலில் சட்டைப் பையில் இருக்கும் பணத்தை ஓசையின்றித் திருடர்கள் களவாடுவதுபோல், மரணமானது உயிர் எனும் அரிய பொக்கிஷத்தைக் களவாடி விடுகிறது. எனவே உயிர் போகாமல் பாதுகாத்துக்கொள்ள வேண்டும். எவ்வளவு கூடுதலாக முடியுமோ அவ்வளவு கூடுதலாக இந்த உலகத்தில் வாழ்ந்து விடவேண்டும்.

அவர்களின் ஆன்மிகம், விஞ்ஞானம், பக்தி, படிப்பு, பயிற்சி என்று எல்லாவற்றின் நோக்கமும் இதைச் சுற்றியே சுழல்கிறது. அவர்களுக்குக் கடவுள் என்றால் சாகாவரம் கொடுப்பவர் எவரோ அவர்தான். மரணத்திலிருந்து எது தங்களை மீட்கிறதோ அதுவே அவர்களைப் பொறுத்தவரை மருந்து. எவர் செத்தவனைப் பிழைக்க வைக்கிறாரோ அவரே மகான்.

பணத்தைப் பிரதானமாகக் கொண்டு செயல்படும் சாமியார்களின் உபதேசங்களும் இதே பாதையில் அணிவகுத்துச் செல்வதைக் காணலாம். அவர்களின் மந்திர உபதேசங்களில்கூட 'அகால மரணத்தை வெல்ல', 'துர்மரணங்களைத் தவிர்க்க,' 'நீண்ட ஆயுள் பெற', 'நீடித்த ஆரோக்கியம் அடைய', 'குன்றா இளமையுடன் திகழ' என்ற தலைப்புகளில் அன்றாடம் உச்சரிக்க வேண்டிய மந்திரங்களின் பட்டியல்கள் இடம் பெற்றிருக்கும்.

மரணத்தைத் தவிர்க்க நினைப்பது மட்டுமல்ல, மரணம் என்ற எண்ணம் மனத்தில் எழுவதைக்கூடப் பலரும் தவிர்க்கின்றனர். வாழ்க்கையில் எதுவுமே நிச்சயமில்லை என்ற நிலையில் சர்வ நிச்சயமானது என்று ஒன்று உண்டென்றால் அது மரணம்தான். ஆனால் அதைப்பற்றி சிந்திக்கக்கூடப் பலரும் மறுக்கின்றனர்.

இத்தனைக்கும் மரணம் 'வயதானவர்களிடம் மட்டும்தான் நான் வருவேன்' என்று கூறுவதில்லை. 90 வயதுக் கிழவன் திடமாக இருக்கும்போது அவனது 20 வயதுக் கொள்ளுப் பேரன்

அவன் கண் முன்னே மடிகிறான். 'நோயாளிகளை மட்டுமே கொண்டு போவேன்' என்றும் மரணம் சொல்வதில்லை. உடலில் நூற்றுக்கணக்கான வியாதிகளை வைத்துக் கொண்டு படுக்கையே கதியென்று கிடக்கும் ஒருவர் பல ஆண்டுகளாக இழுத்துப் பறித்துக் கொண்டு கிடக்கிறார். ஆனால் திடமான வாலிபனை மாரடைப்பு என்ற எளிய பேரைச் சொல்லி மரணம் அலட்சியமாக நொடியில் கொண்டுபோய் விடுகிறது.

ஒருவன் எவ்வாறு மரணமடைகிறான்? அதாவது, மரணத்துடனான அவனது சந்திப்பு எவ்வாறு இருந்தது? இதுதான் அவனைப் பற்றிய அறிமுகம் என்கின்றனர் தத்துவ ஞானிகள். மகான்கள், ஞானிகள் தவிர மற்றவர்களால் மரணம் பற்றி அறிய முடிவதில்லை.

இதற்கு விதிவிலக்குகளும் உண்டு. படுபாதகக் குற்றங்கள் புரிந்து சமுதாயத்தால் மரண தண்டனை விதிக்கப்பட்டு அது நிறைவேற்றப்படும் நாளை எதிர்பார்த்துக் காத்திருப்பவர்கள், புற்றுநோய் போன்ற கொடிய நோய்களால் தாக்கப்பட்டு நோய் முற்றிய நிலையில் மருத்துவர்களாலேயே கைவிடப்பட்டு மரணத்தை எதிர்நோக்கி இருப்பவர்கள் என்று இவர்களைப் போன்றவர்கள்தான் ஓரளவுக்குத் தங்களது மரணம் குறித்து முன்னதாக அறிய முடியும்.

ஆனால் அவர்கள் மீது மரணம் திணிக்கப்பட்டது.

எதிரியின் படையெடுப்புக்கு ஆளான நகரம் போல் மரணம் பற்றிய பீதி மட்டுமே அவர்களிடம் இருக்கும். 'இன்னும் இரண்டு தினங்களில் உனக்குத் தூக்குதண்டனை நிறைவேற்றப்படும்' என்று அறிவிக்கப்பட்ட கைதியின் மனநிலை எப்படி இருக்கும்? பலத்த அடி விழுந்தால் கையோ, காலோ உணர்வற்று மரத்துப்போய்விடுவதுபோல் அவனுடைய மனம் மரத்து, உறைநிலைக்குச் சென்றுவிடும். பெரும்பாலானவர்கள் வெறித்த பார்வையுடன் ஒரு மூலையில் போய் உட்கார்ந்து விடுவார்கள்.

முற்றிப்போன நோயால் பாதிக்கப்பட்டவனிடம் போய் யாரும், 'நீ இந்தத் தேதியில் இறப்பாய்' என்று கூறுவதில்லை. ஆனால் அவர்கள் அதை ஓரளவுக்கு உணர்ந்திருப்பார்கள். மருத்துவர்கள் நோயாளியிடம் கூறாவிட்டாலும் அவர்களுக்கு வேண்டியவர்களிடம், 'இனி மிஞ்சிப்போனால் ஒரு வாரமோ, பத்து நாளோதான்' என்று கூறிவிடுவார்கள். அதன்பின் தன்னைக் காணவருபவர்களின் எண்ணிக்கை அதிகரிப்பு, அவர்கள் தன்னிடம் காட்டும் அதீத பரிவு, கூடவே தான் அனுபவிக்கும் உடல் உபாதைகள் ஆகியவற்றால் நோயாளிக்கு ஓரளவு உண்மை புலப்பட்டுவிடும்.

அவர்களும்கூட மலைப்பாம்பால் சுற்றப்பட்ட சிறிய விலங்கின் நிலையில்தான் இருப்பார்கள். பாம்பின் கனம் பிராணியை இறுக்கி மூச்சுத் திணற வைப்பதுபோல், நோயின் உபாதையும், செயலற்ற உடலும் அவர்களை, 'எப்படியாவது இந்த நாடகம் முடிவுக்கு வந்தால்போதும்' என்ற நிலைக்குத் தள்ளிவிடும்.

தூக்குத் தண்டனைக் கைதியின் உடல் ஆரோக்கியமாக இருக்கும். ஆனால் மரணத்திலிருந்து தப்ப வழியில்லை என்பதால் அவன் மனம் சிதறிவிட்டிருக்கும். தீராத நோய்க்கு ஆட்பட்டவனின் மனம் சீராகத்தான் இருக்கும். ஆனால் அவனுடைய உடல் இயக்கம்தான் நொறுங்கிவிட்டிருக்கும்.

அவனுக்கு மனம் ஒரு சுமை. இவனுக்கு உடல் ஒரு சுமை. அவ்வளவுதான்.

உடல், மனம் இரண்டும் ஆரோக்கியமான, முழுமையான இயக்கத்தில் இருக்கும் ஒருவனுக்கு மரணத்தைப் பற்றிய நினைவே வராது. மரணம் என்பது எப்போது வேண்டுமானாலும் வரும்; எப்படி வேண்டுமானாலும் வரும் என்ற உண்மை அவனது ஆழ்மனத்துக்கு நன்றாகவே தெரியும். ஆனாலும்கூட திடமாயிருக்கும்வரை மரணம் பற்றிய எண்ணமே அவனுக்கு வராது.

நெருங்கிய நண்பர்களோ, உறவினர்களோ எதிர்பாராமல் மரண மடையும்போது, அந்த ஒரு சந்தர்ப்பத்தில் மட்டும் அவன் மனம் அதிரும். அவர்கள் எங்கு போனார்கள் என்ற கேள்வி அவனுக்குள் எழும். நமக்கும் இந்த நிலை ஒருநாள் ஏற்படும் என்ற பயமும், அதைத் தொடர்ந்து விரக்தியும் வரும்.

இது ஒரு தாற்காலிகமான பற்றற்ற நிலை. அதனாலேயே இதற்கு 'மயான வைராக்கியம்' என்ற சிறப்புப் பெயரே உண்டு.

பெற்ற தாயோ, தந்தையோ அல்லது உற்ற வாழ்க்கைத்துணையோ மறைந்தால் ஏற்படும் துயரம் சில நாட்களில் மெல்ல மெல்லக் குறைந்து கடைசியில் மறைந்தும்விடும். பின்னர் 'அட, அதற்குள் இவர் இறந்து இவ்வளவு காலம் ஆகிவிட்டதே!' என வியப்போம்.

'செத்தவனுக்கு நாளும், பெற்ற கடனுக்கு வட்டியும் கூடுவது தெரியாமல் கூடும்' என்பது கிராமியச் சொல்.

'உப்பும் உறைப்பும் உடலில் ஊற, ஊற எல்லாமே மறக்கும்' என்பார்கள். அதன்படியே தந்தையை இழந்த மகனாகட்டும், கணவனை இழந்த மனைவியாகட்டும், காலப்போக்கில் அப்படி ஒருவர் இருந்ததையே மறந்து இயல்பாக வாழ ஆரம்பித்து விடுவார்கள்.

அதனால்தான் யட்சனிடம் தருமபுத்திரன் கூறுகிறான், 'தினமும் தங்கள் கண் எதிரே இவ்வளவு பேர் சாகும்போதும், தான் மட்டும் நீண்ட காலம் வாழப்போவதாக மனிதர்கள் நம்பிக்கொண்டிருக்கிறார்களே, அதுதான் பெரிய வியப்பு' என்று.

ஆழ்ந்து யோசித்துப் பாருங்கள். எத்தனை பேர் மரணத்துக்குத் தயாராக உள்ளனர்? உலகில் எதுவுமே நிச்சயமில்லை. சர்வ நிச்சயமானது மரணம்தான். ஒருவனைப் பார்த்து 'இவன் வருங்காலத்தில் அமைச்சராவான் என்றோ, கோடீஸ்வரத் தொழிலதிபர் ஆவான் என்றோ, அல்லது காய்கறி மண்டியில் மூட்டை இறக்கும் கூலியாளாக இருப்பான் என்றோ யாராலும் உறுதியாகச் சொல்லமுடியாது. ஆனால் யாரைப் பார்த்து வேண்டுமானாலும் 'இவன் வருங்காலத்தில் நிச்சயம் மரணம் அடைவான்' என்று தைரியமாகக் கூறலாம்.

சர்வ நிச்சயமாக உறுதி செய்யப்பட்ட ஒரு முடிவைப் பற்றி வாழும்போது ஒரு நொடிகூட எவருமே சிந்திக்க விரும்புவதில்லை. அறிவியல், ஆன்மீகம், பகுத்தறிவு, மூட நம்பிக்கை என எல்லாவற்றின் நோக்கமும், முடிந்தால் மரணத்தை வெல்வது, அல்லது தள்ளிப்போடவாவது முயல்வது என்பதாகவே உள்ளன.

ஒரு மனிதனுக்குக் குறிப்பிட்ட தேதியில் மரணம் வரும் என்பது தெரிந்துவிட்டதாக வைத்துக் கொள்வோம். அவன் கொஞ்சம் முயன்றால் ஓரிரு தினங்கள் அதனைத் தள்ளிப் போடமுடியும். அந்த நிலையில் அவன் செய்வது என்னவாக இருக்கும்?

'எப்படியும் மரணம் வந்துவிட்டது. இந்த ஓரிரு நாட்கள் கூடுதலாகக் கிடைத்து என்ன ஆகப் போகிறது? நாளை இறப்பதை இன்றே இறக்கலாம்' என்று எத்தனை பேர் கூறுவார்கள். ஒரு நாள், ஒரு மணி நேரம், ஏன் ஒரே ஒரு நிமிடம் என்றால்கூட அந்த ஒரு நிமிடம் கூடுதலாக வாழவே பெரும்பாலானவர்கள் விரும்புவார்கள்.

ஒருவன் வெல்லம் போட்டுப் பிசைந்த விளாம்பழத்தை அள்ளிச் சுவைக்கிறான். பழம் தீர்ந்து போகிறது. பழத்துணுக்குகள் ஓட்டில் ஒட்டிக் கொண்டிருக்கின்றன. அதைத் தன்னுடைய விரலால் வழித்துச் சாப்பிடுகிறான். அதற்குப் பிறகும் அந்த விளாம்பழ ஓட்டை விடுவதற்கு அவனுக்கு மனமில்லை. நாவினால் நக்குகிறான்.

பற்களால் சுரண்டுகிறான். அதில் ஒட்டிக் கொண்டிருக்கும் கடைசிச் சொட்டு இனிப்பு தீரும்வரை சுவைத்தபடி இருக்கிறான். ஓட்டைத் தூக்கி எறியவே மனமின்றி நக்கியபடியே இருக்கிறான்.

உயிர் மீதான ஆசையை இந்த நிலையுடன் ஒப்பிட்டுப் பாடுகிறார் ஒரு சித்தர், 'விட்டுதடி உன் ஆசை விளாம்பழத்து ஓட்டோடு' என்று.

இதில் உள்ள ஒரு முக்கிய அம்சம் என்னவென்றால், படிக்காத பாமரர்கள் மட்டுமல்ல, பெரிய பெரிய ஞானிகளும் இந்த ரகத்தைச் சேர்ந்தவர்கள்தான். மேடைகளில் ஆன்மிகச் சொற்பொழிவாற்றி, உலகம் நிலையற்றது, வாழ்க்கை ஒரு கனா, எல்லாமே வெறும் மாயை என்றெல்லாம் பாடலும், தத்துவமுமாக முழங்கிய மத போதகர்கள் பலரும், அவர்களை மரணம் நெருங்கியபோது அழுது, அரற்றி அமளி செய்ததைப் பலரும் கண்டுள்ளனர்.

வாழ்வின் மீதுள்ள ஆசை மட்டுமே இதற்குக் காரணம் என்று கூறிவிட முடியாது. மரணத்தின் மீதுள்ள அச்சமும் ஒரு காரணம். வாழ்க்கைப் பற்றி நமக்குத் தெரியும். நாம்தானே அதை வாழ்ந்து கொண்டிருக்கிறோம். பசி, தாகம், தூக்கம், நோய், முதுமை, வறுமை, மல ஜல உபாதைகள், வியர்வை, சளி, துரோகம், பகை, அற்பத்தனம் என்று எல்லாமே நமக்குத் தெரிந்த விஷயங்கள்தான். ஆனால் மரணத்துக்குப் பின் என்ன என்பது பற்றி யோசித்துப் பார்த்தால் அது ஒரு வெறும் இருள் குகைக்குள் என்ன இருக்கிறது என்பதை அறிய முடியாமலிருப்பது போன்றதொரு நிலைதான்.

எனவே, 'தெரியாத தேவதையைவிடத் தெரிந்த பிசாசே மேல்' என்பதுபோல் வாழ்வைக் கட்டிக்கொண்டு மாரடிக்கிறோம். கண் மங்கி, காது அடைத்து, வாய் குழறும் 90 வயதுக் கிழவன்கூட மரணத்தின் பின் என்ன ஆகுமோ என்ற அச்சத்தாலேயே சாவதைத் தள்ளிப் போட்டவாறு தட்டுத்தடுமாறியாவது தொடர்ந்து ஜீவிக்கத் துடிக்கிறான்.

ஒரு மனிதன் எவ்வளவு காலம் வாழலாம்? 60 வயது...? 75...? 90...? 150...? இதற்குச் சரியான விடையை யார் கூறமுடியும்? சரி, ஒரு மனிதன் எப்போது சாகலாம்? இதற்கும் பதில் கூறுவது கடினம்? வாழ்வதன் நோக்கம் என்ன என்பது பற்றிக் கொஞ்சமாவது புரிந்தால்தானே அதன் அளவு பற்றி ஏதாவது கூறமுடியும்? வாழ்தலின் நோக்கமே புரியாத நிலையில் சாதல் பற்றிய கேள்விக்கு என்ன பதில் கூற முடியும்?

ஒரு சராசரி மனிதனிடம், 'நீ எதற்காக வாழ்கிறாய்?' என்று கேட்டால் அதற்கு அவனது பதில் என்னவாக இருக்கும்? 'என் குடும்பத்தினருக்காக' என்றால் அது ஓரளவுக்குப் பொருத்தமான பதிலாக இருக்கும். நியாயமான பதிலும்கூட. 'என் தேசத்துக்காக; மனித சமுதாயத்துக்காக' என்றெல்லாம் கூறினால் அதிலும் கொஞ்சம் உண்மை இருக்கலாம். ஆனால் அதில் பெருமளவு செயற்கைத்தனம்தான் இருக்கும்.

குடும்பத்தினருக்காக வாழும் ஒருவன் தனது மனைவிக்கு வீடு, எதிர்காலப் பாதுகாப்புக்காகச் சொத்து, மகன்கள் மற்றும் மகள்களுக்கு நல்ல உத்தியோகம், நல்ல இடத்தில் திருமணம், பேரன், பேத்திகளைப் பார்த்தல் என்று குடும்பக் கடமைகள் அனைத்தையும் செய்து முடித்துவிட்டான் என்று வைத்துக்கொள்வோம். 'என் எல்லாக் கடமைகளையும் முடித்து விட்டேன். இனி மரணமே நீ வரலாம். உன்னுடன் வருவதற்கு நான் தயார்' என்று கூறுவானா?

விஞ்ஞானக் கண்டுபிடிப்பு, இலக்கியம் படைத்தல், கலை, விளையாட்டுகளில் சாதனை படைப்பது என்று ஒரு இலக்குடன் வாழும் ஒருவனை எடுத்துக் கொள்வோம். 'நோபெல் பரிசு பெற்றுவிட்டேன். என் இலக்கு எட்டப்பட்டுவிட்டது' என்று கூறித் தன் வாழ்வை அத்துடன் அவன் முடித்துக் கொள்வானா? ஒலிம்பிக்கில் தங்கப் பதக்கம், நடிப்பில் உலக விருது, இயக்கத்தில் இமாலய சாதனை நிகழ்த்தியவர்கள் என்று இவர்களில் எவராக இருந்தாலும், தாங்கள் இந்த பூமிக்கு வந்த நோக்கம் ஈடேறிவிட்டது என்று கூறி மரணத்தை மகிழ்ச்சியுடன் எதிர்கொள்வார்களா?

ஒரு சாதனையைப் படைத்தவன் அதன் எல்லையை இன்னும் சிறிது விரிவுபடுத்தி அடுத்து ஒரு பெரிய சாதனையைச் செய்வதற்குத் தயாராகிறான். பேரனைப் பெற்றவன் கொள்ளுப் பேரனையும் காணவேண்டும் என்கிறான். அதாவது, தாங்கள் வாழ வேண்டுவதற்கான காரணங்களை வலுக்கட்டாயமாக இவர்கள் கற்பித்துக் கொள்கின்றனர்.

ஆக, வாழ்க்கைக்கு என்று எந்த நோக்கமும் கிடையாது. வாழ்க்கை நமக்குக் கொடுக்கப்பட்டுவிட்டது. நமக்கென்று சில நோக்கங்களை நாம்தான் உண்டாக்கிக் கொள்கிறோம். அதேபோல,

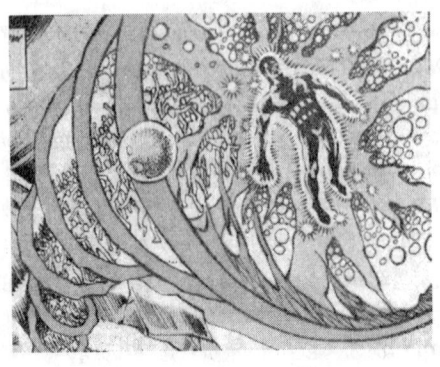

மரணத்துக்கும் எந்த நோக்கமும் கிடையாது. அது வந்தபின்பே அதற்கான காரணங்களை நாம் கண்டுபிடிக்கிறோம்.

ஒருவன் மரணமடைகிறான். அவன் உடலைப் பரிசோதித்த டாக்டர் அவனுக்கு மாரடைப்பு என்கிறார். இதைவிடக் கடுமையான மாரடைப்பு ஏற்பட்ட பலர் உயிர் பிழைத்திருப்பார்கள்.

ஒருவன்மீது வண்டி மோதுகிறது. சம்பவ இடத்திலேயே அவன் உயிரிழக்கிறான். இதைவிடப் பெரிய விபத்துகளில், வாகனம் ஏறி உடலே நசுங்கிய பலரும் பிழைத்திருப்பார்கள்.

ஆக, இதெல்லாம் நாம் சொல்லும் காரணங்கள் மட்டுமே. ‘வாழைப்பழத்தோல் வழுக்கி விழுந்துச் செத்தவனும் உண்டு. மலையிலிருந்து விழுந்து உயிர் பிழைத்தவனும் உண்டு’ என்று பழமொழியே உண்டு.

மரணம் பல முகங்கள் கொண்டதாக இருக்கிறது. அது ஒவ்வொருவனை ஒவ்வொரு விதமாக அணுகுகிறது. ஒருவனை நோயாக அணுகுகிறது. ஒருவனை விபத்தாக அணுகுகிறது. ஒருவனைத் தகராறில், கொலை என்ற ரூபத்தில் அணுகுகிறது. ஒருவனை மனமுடையும்படி செய்து தற்கொலை செய்யத் தூண்டும் உருவில் அணுகுகிறது. ஒருவன் இரவு தூங்கச் சென்றவன் மறுநாள் பிணமாக இருக்கிறான். அவன் இறந்ததற்கான காரணம் தெரிவதில்லை.

இவை எல்லாவற்றிலும் உள்ள ஒரே ஒரு ஒற்றுமை, இவர்களெல்லாம் இறந்து விட்டவர்கள் என்பது. வேற்றுமை எப்படி இறந்தார்கள் என்பது.

மனிதர்கள் அடையும் மரணம் என்பது ஒரு போரில் அவர்களை எதிர்த்து நிற்கும் எதிரி மாதிரி. அந்நியன் படையெடுத்து வரும்போது ஊரே திரண்டு நின்று அவனை எதிர்ப்பதுபோல் இவர்களின் மனமும் உடலும், உடலின் ஒவ்வொரு அங்குலமும் மரணத்தை எதிர்க்கின்றன. வலிமை வாய்ந்த எதிரி எதிர்ப்புகளை எல்லாம் முறியடித்து, வெட்டி வீழ்த்தி, கோட்டையைத் தகர்த்து உள்ளே நுழைவதுபோல் மரணம் இவர்களின் உடலையும், மனத்தையும் வீழ்த்தி முறியடித்துக் கைப்பற்றுகிறது. போர் பூமியில் கேட்கும் புலம்பலைப் போல் இவர்களிடமிருந்து ஓலமும், ஒப்பாரியும்,

செயலற்ற மௌனக் கண்ணீரும்தான் வெளிப்படுமே தவிர, மரணம் பற்றிய எந்தத் தகவலும் அங்கே கிடைக்காது.

மகான்களின் மரணம் ஓர் இனிய சந்திப்பு நிகழ்வதைப் போன்றது. யாத்ரீகர் ஒருவர் சாலையில் வருவதைப் பார்த்த அந்த கணமே வீட்டின் உள்ளிருந்து வருபவர் அவரை மலர்ந்த முகத்துடன் விருந்துக்கு அழைப்பார். அவரைக் கூடத்தில் அமர்த்தி முகம், கை, கால் கழுவச் செய்து உணவு பரிமாறுவார். சாப்பிடும்போதே அவர் யார்? எங்கிருந்து வருகிறார்? என்ன தொழில்? பயணத்தின் நோக்கம் என்ன? என்பதையெல்லாம் விசாரிப்பார்.

உண்டு முடிப்பதற்குள் இருவருக்குமே பரஸ்பரம் நன்கு பரிச்சயம் ஏற்பட்டு விடும்.

மகான்களுக்கு மரணம் ஒரு விருந்தினர் போல. மனத்தை வென்றவர்கள் என்பதால் அவர்களிடம் அச்சம் இருக்காது. தன் உடலை ஒரு பார்வையாளன் போல விலகி நின்று பார்ப்பவர்கள் என்பதால் உடல் உபாதைகள் அவர்களைப் பெரிதாகக் கவலைப்பட வைப்பதில்லை.

மரணம் நிச்சயமான முடிவு என்பதால் அதை எதிர் கொள்ளத் தயாராயிருப்பார்கள்.

போராட்டம், அழுகை, ஒப்பாரி எதுவும் இன்றி, படித்தவர்கள் இருவர் தங்களுக்குள் பேசிக் கொள்வதுபோல் மரணத்தை நட்பு முறையில் வரவேற்று, அதனுடன் புறப்படுவார்கள்.

சாதாரண நபர்கள் போலீசார் தங்களைத் தேடுகின்றனர் என்றால் தலைமறைவாக ஓடி ஒளிவார்கள். காந்தி, நேரு, படேல் போன்ற தலைவர்கள் போலீசார் தங்களைத் தேடிவரக் கூடும் என்று தெரிந்தால் தாங்களே, காவல் நிலையம் சென்று, 'தாராளமாகத் தங்களைக் கைது செய்யலாம்' என்பார்கள். தங்களைத் தேடி வரும் சிரமத்தைக்கூடக் காவலருக்கு வைக்கமாட்டார்கள்.

அந்தக் காவலர்களும் இவர்களை மிகவும் கௌரவமாக நடத்துவார்கள். அவர்களைக் கைதுசெய்வதற்காக வருந்துவார்கள். எனினும், தங்களுக்கிடப்பட்ட கடமையை நிறைவேற்றுவதற்காகக் கைது செய்வார்கள். மற்றபடி இவர்களுடன் இயல்பாகப் பேசுவார்கள். தேவைப்படும் தகவல்களைச் சொல்வார்கள்.

ஓடுபவனைத் துரத்திப் பிடிக்கும் போலீஸ்காரனைப் போல் சராசரி மக்களைப் பலவந்தமாகப் போய் ஆக்கிரமிக்கும் மரணம், மகான்களிடம் செல்லும்போது, பெருந்தலைவர்களைக் கைது செய்யும் போலீஸ்காரர்போல் நடந்து கொள்ளும்.

அதனால்தான் மற்றவர்களின் மரணத்தைவிட மாமனிதர்களின் மரணம் மிகுந்த முக்கியத்துவம் பெறுகிறது.

மரணத்தின் கடைசித் தருணங்களில் அவர்கள் என்ன சொன்னார்கள்? என்ன செய்தார்கள்? என்பதை வரலாற்றின் ஏடுகளில் இருந்து புரட்டிப் பார்த்தால் மரணத்துடனான அவர்களுடைய தொடர்பை ஓரளவுக்கு நம்மால் அனுமானிக்க முடியும்.

இதில் நாம் வெறும் இறைநேசர்களை மட்டும் பார்த்தால் போதாது. புகழ்பெற்ற கவிஞர்கள், மேதைகள், தத்துவ ஞானிகள், ஏன் ஔரங்கசீப் போன்ற கொடுங்கோல் மன்னர்களைக்கூட விட்டுவிடக்கூடாது. நாத்திகர்கள், ஆத்திகர்கள், குறிப்பாக, சிந்தனையாளர்கள் என்ற வட்டத்துக்குள் வரக்கூடிய அனைவரையும் பற்றி ஆராய வேண்டும். மதம், இனம், மொழி போன்ற எந்த வரம்புக்குள்ளும் சிக்கிக் கொள்ளாமல், பெரு மதங்களை நிறுவிய புத்தர், ஏசு, நபி, குருநானக் போன்றவர்கள், கிருஷ்ணர் உள்ளிட்ட புராணப் பாத்திரங்கள், ஷேக்ஸ்பியர், பைரன் போன்ற கவிகள் என்று பல மனிதர்களைப் பற்றியும் ஆராய்வோம். கடைசியாக அவர்கள் சொன்ன சொற்கள் மூலம் அவர்கள் சந்தித்த மரண அனுபவத்தை விளங்கிக் கொள்ள முயற்சிப்போம்.

இந்த வித்தியாசமான பயணத்தில் நாம் முதலில் பார்க்கப்போவது ஸ்ரீகிருஷ்ணரின் வரலாற்றை.

3

சம்பவாமி யுகே யுகே

'அர்ஜுனா! நீயும் சரி, நானும் சரி, இதற்கு முன்னர் எத்தனையோ பிறவிகளை எடுத்துவிட்டோம். உன்னுடைய மனம் யோக மாயையில் மூழ்கி இருப்பதால் உன்னால் அவற்றையெல்லாம் உணர முடியவில்லை. இந்தப் பிறவி மட்டுமே உன் கண்களுக்குத் தெரிகிறது. ஆனால் நான் மாயையிலிருந்து விலகி நிற்பதால் என்னுடைய எல்லாப் பிறவிகளையும் நான் நன்கு அறிவேன்.'

குரு ஷேத்திரப் போர்க்களத்தில் அர்ஜுனனுக்குக் கீதையை உபதேசித்த கிருஷ்ணர், 'முன்பு நான் இதனை சூரியனுக்குச் சொன்னேன். அவன் அதனை மனுவுக்குச் சொன்னான்.

அவன் அதை மாந்தாதாவுக்குச் சொன்னான். அவன் அதனை இஷ்வாகுவுக்குச் சொன்னான். அப்பேர்ப்பட்ட அந்த ரகசியத்தை இப்போது நான் உனக்குச் சொல்கிறேன்.'

இதைக்கேட்ட அர்ஜுனன் குழம்பிப்போய், 'மனு, மாந்தாதா, இஷ்வாகு போன்றவர்கள் மறைந்து நெடுங்காலம் ஆகிவிட்டதே! அப்படியிருக்கையில் அவர்களுக்கு இதைச் சொல்லியதாகச் சொல்கிறீர்களே! அது எப்படிச் சாத்தியமாகும்? இப்போது என்னுடன் எப்படி உங்களால் பேசிக் கொண்டிருப்பது சாத்தியமாகிறது. ஒருவேளை நீங்கள் என் காலத்தில் இருப்பவரானால் அவர்களுடன் எப்படி உங்களால் பேசியிருக்க முடியும்?' என்று கேட்டான். அதற்குக் கிருஷ்ணன் கொடுத்த விடைதான் இந்த அத்தியாயத்தின் முதல் பத்தியில் இருப்பது.

என்றும் அழிவற்ற, நிலைத்த உண்மையை உணர்த்தும் பொருள் கொண்ட சொற்களை 'ஆப்த வாக்கியம்' என்பார்கள். அந்த வகையில் கீதையில் கிருஷ்ணர் கூறும் மேற்கண்ட வாக்கியம் மற்றும் 'கடமையைச் செய்; பலனில் கருத்தை வைக்காதே', 'எப்போதெல்லாம் தர்மம் அழிந்து அதர்மம் தலையெடுக்கிறதோ, அப்போதெல்லாம் அதர்மத்தை அழித்து, தர்மத்தை நிலைநாட்ட யுகங்கள் தோறும் நான் தோன்றிக்கொண்டே இருப்பேன்' போன்ற வாக்கியங்கள் மிக மிக முக்கியமான ஆப்த வாக்கியங்களாகக் கருதப்படுகின்றன.

> **இந்து மதம் பலவிதமான கடவுள் வழிபாட்டுமுறைகளைக் கொண்டது. அதில் ஏராளமான கடவுள்கள் உண்டு. ஆனால் அந்தக் கடவுளர்களின் அத்தனை அவதாரங்களையும் எடுத்துக் கொண்டால் கிருஷ்ணரை மிஞ்சிய கடவுள் எவருமே கிடையாது எனலாம். கோடானு கோடி மக்களை ஈர்த்த பெருமை அவருக்கு மட்டுமே உண்டு.**

அமெரிக்காவையே ஆட்டிப் படைக்கும் வல்லமை வாய்ந்த ஹெராயின் எனப்படும் போதை மருந்து பற்றி ஒரு போதை மருந்துக் கடத்தல்காரன் கூறுகையில், 'இந்தியர்களுக்குப் போதை தருபவர் கிருஷ்ணர். அமெரிக்கர்களுக்குப் போதை தரும் பொருள் ஹெராயின். கடவுளை நம்பாததொரு கலாசாரத்தைப் பின்பற்றுபவர்கள் கடைசியில் போய் சேரும் இடம் இதுதான். இன்னும் 30 ஆண்டுகளில் ஒட்டுமொத்த அமெரிக்காவையும் இது கொன்று போடும்' என்றானாம்.

எல்லோரையும், எல்லா வகையிலும் ஈர்த்தவர் என்ற பெருமை கிருஷ்ணருக்கு மட்டுமே உண்டு. ஞானிகள், மேதைகள், படித்தவர், படிக்காதவர், ஆண், பெண், குழந்தைகள் என ஒவ்வொருவரையும், ஒவ்வொரு வகையில் ஈர்த்தவர். எளியவர்களுக்கு ஏற்பக் காட்சியளிப்பவர்; மிக மிக எளிமையானவர். பக்தனின் கூப்பிட்ட

குரலுக்கு செவிசாய்த்துத் தன் நிலையிலிருந்து இறங்கி வருபவர் அவர்.

முழுமை படைத்த ஒரு மனிதனிடம் இருக்க வேண்டிய அத்தனை காவிய குணங்களும் அவரிடத்தில் உண்டு. அதனால்தான் அவரைப் 'புருஷோத்தமன்' என்றும் 'பூர்ணாவதாரம்' என்றும் கூறுகின்றனர்.

மகாபாரதம், ஸ்ரீமத் பாகவதம் போன்றவற்றைப் படித்த அனைவருக்கும் கிருஷ்ணரின் வரலாறு நன்றாகவே தெரியும். எனவே அதுபற்றி எதையும் இங்கு குறிப்பிடப் போவதில்லை. கிருஷ்ணன் தேவகியின் மகனாகச் சிறையில் அவதரித்து, கோகுலத்தில் வளர்ந்து, கம்சன் உள்ளிட்ட எண்ணற்ற அசுரர்களை வதம் செய்து, 'நிஷ்ட நிக்ரக சிஷ்ட பரிபாலனம்' மூலம் தீயவர்களை அழித்து, நல்லவர்களை வாழ வைத்த கதையைப் பாகவதம் கூறுகிறது. பாரதப் போரில் பாண்டவர் பக்கம் இருந்து கௌரவர்களை அழித்து, தர்மராஜ்யம் அமைத்ததை மகாபாரதம் கூறுகிறது.

இரு காவியங்களிலும் கிருஷ்ணர் செய்ததாகக் கூறப்படும் லீலைகள் ஏராளம். படித்தாலும் கேட்டாலும் பேசினாலும் மக்களைப் பரவசத்துக்கு உள்ளாக்கும் சிறப்பு பெற்றவை அவை. இன்னும்கூடக் கிராமத்துக் கோயில்களில் மகாபாரதச் சொற்பொழிவு, பாகவத மேளா போன்றவை ஆண்டுதோறும் நடைபெறுகின்றன.

இங்கு நாம் எடுத்துக்கொண்டிருப்பது மாமனிதர்களின் இறுதி முடிவு பற்றிய நிகழ்ச்சிகளைப் பற்றிப் பார்ப்பது மட்டுமே. அந்த வகையில் தெய்வமே மனிதனாக அவதரித்து நடத்திய அற்புதங்களைப் பற்றிப் பார்க்கப் போகிறோம். அந்த வகையில் முதலிடத்தில் இருப்பவர் கிருஷ்ணர். எனவே மரணம் பற்றிய அவரது கருத்து, அவரது மரணம் இந்த இரண்டைப் பற்றி மட்டும் இப்போது இங்கே பார்ப்போம்.

வேதங்கள், உபநிடதங்கள், புராணங்கள் மூன்றையும் தொகுத்தவர் வியாசர். அதனாலேயே வேதவியாசர் என்று பெயர் பெற்றவர். வேதங்களையெல்லாம் தொகுத்த வியாசர், அவற்றின் உட்கருத்தைப் பெரிய பண்டிதர்களால் மட்டுமே உணர முடியும், பாமரர்களால் அதைப் புரிந்துகொள்ள இயலாது என்பதை உணர்ந்தார். ஆகவே, வேதங்களின் கருத்துகளை உள்ளடக்கியதாகவும், தர்மார்த்தங்களை அனைவருக்கும் எளிய முறையில் உபதேசிக்கும் வகையிலும் இருக்கும் வகையில் மகாபாரதம் என்ற நூலை இயற்றினார்.

4 வேதங்கள், 18 புராணங்கள், 108 உபநிடதங்கள் என்று தொகுத்தபிறகும் வியாசருக்கு மனநிறைவு ஏற்படவில்லை. அதனால் அனைத்தையும் படைத்த, எங்கும் பரவியுள்ள

சூட்சுமமான ஒன்றைப் பற்றி விளக்கும் எண்ணத்துடன் பிரம்ம சூத்திரம் என்ற நூலை இயற்றினார்.

பின்னாளில் ஆதி சங்கரர் முதற்கொண்டு மகான்கள், மகா பண்டிதர்கள் எனப் பலரும் இந்த பிரம்ம சூத்திரத்துக்கு அவரவர் வழியில் விளக்கவுரை எழுதினார்கள். அதற்குப் பிரம்ம சூத்ர பாஷ்யம் என்றே பெயர். அதற்குப் பின்னர் ஆசார்யர் என்றாலே அவர் கண்டிப்பாகப் பாஷ்யம் எழுதியிருக்க வேண்டும் என்பது எழுதப்படாத விதியாக ஆனது.

தர்மத்தை உபதேசிக்கும் மகாபாரதம், பிரம்மத்தை உபதேசிக்கும் பிரம்ம சூத்திரம் என்ற இந்த இரண்டையும் இயற்றிய பிறகும் வியாசரின் மனத்தில் நிறைவு ஏற்படவில்லை. தன் உள்ளத்தில் ஏதோ ஒரு வெறுமை, முழுமையின்மை இருப்பதை உணர்ந்தார். பற்றுக்களைத் துறந்த முனிவரான தன்னுடைய மனமே அலைபுரள்வதையும் அதற்கான காரணம் புரியாததையும் நினைத்துக் குழம்பினார்.

அப்போது அவரிடம் வந்த நாரதர், 'முனிவரே! இதுவரைக்கும் நீங்கள் மனிதர்களுக்குக் கடவுளைப் பற்றி விளக்க முயற்சி செய்தீர்கள். சொல்பவராலும் எளிதில் விளக்க முடியாத, கேட்பவராலும் சீக்கிரத்தில் விளங்கிக் கொள்ள இயலாத காரியம் இது. அதைவிடக் கடவுளின் லீலைகளைப் போற்றி எழுதுங்கள். அதை எல்லோராலும் விளங்கிக் கொள்ள இயலும். ஏனெனில் மனிதன், மனித மனம், மனித வாழ்வு, உலகம் என எல்லாமே கடவுளரது லீலைகளின் ஒரு பகுதிதானே!' என்றார்.

அதைக் கேட்டு மனம் மகிழ்ந்த வியாசர் இயற்றிய நூல்தான் பாகவதம். பகவத் பெருமையைக் கூறும் நூல் என்ற பொருளில் இது பாகவதம் எனப்பட்டது.

பாகவதம் ஸ்ரீகிருஷ்ணரின் பெருமைகளைக் கூறும் நூல். இறைவன் எண்ணற்ற அவதாரங்களை எடுத்த போதிலும், அவற்றில் இரண்டே இரண்டு மட்டுமே பாரத மக்களைப் பெரிதும் கவர்ந்தவை. அதில் ஒன்று, ராமாவதாரம். மற்றொன்று, கிருஷ்ணாவதாரம்.

ராமர் எதற்கும் வளைந்து கொடுக்காத சித்தாந்தங்களைப் பின்பற்றி மக்களின் தொழுகைக்கு உரியவரானார். கிருஷ்ணர் தர்மம் என்ற இலக்கில் உறுதியாக இருக்க வேண்டும் என்பதற்காக வழிமுறைகளில் வளைந்து கொடுத்து நடந்து கொள்பவர். அதன்மூலம் மக்களின் நெருக்கத்துக்கும் நேசத்துக்கும் உரியவராக இருந்தவர்.

18000 சுலோகங்கள் கொண்டது பாகவதம். இது 12 பாகங்களாகப் பிரிக்கப்பட்டது. அர்ஜுனனின் பேரனும் அபிமன்யுவின்

மகனுமான பரீட்சித்து மன்னன் ஒரு வாரத்தில் மரணமடைவான் என முனிவரால் சாபமிடப்பட்டான். அவனுக்கு வியாசரின் மகனான சுகமுனிவர் பாகவதத்தை 7 நாள்களுக்கு விளக்கிக் கூற, ஏழாம் நாள் அவன் ஞானம் பெற்றான். இதனால்தான் பாகவதத்தை 7 நாள்களில் படிக்கும் வழக்கம் ஏற்பட்டது.

ஒவ்வொரு நாளும் எந்த சுலோகத்தில் தொடங்கி எந்த சுலோகத்தில் அதை முடிக்க வேண்டும், மறுநாள் எதில் தொடங்கி, எதில் முடிக்க வேண்டும் என்றெல்லாம் நியதிகள் உண்டு. இவ்வாறு ஏழு நாட்கள் நடைபெறும் பாகவதப் பாராயணத்துக்கு 'சப்தாகம்' என்ற பெயரே உண்டு.

ஏழு நாட்கள் பாகவதத்தைப் பாராயணம் செய்பவர்கள் ஏழு பிறப்பையும் தாண்டி, இறப்புக்குப் பிறகான 7 உலகங்களையும் தாண்டி, திரும்புதல் என்பதே இல்லாத நித்ய உலகை அடைவார்கள் என்கிறார் சுகப் பிரம்ம ரிஷி.

ஸ்ரீமத் பாகவதத்தில் கிருஷ்ணரின் லீலைகள் விளக்கப்படுகின்றன. அதில் கிருஷ்ணரின் பிறப்புக்கு முன்பும், பிறப்பின் போதும், பிறந்த பின்னும் அவரது தெய்வீக ஆற்றல்கள் ஒளிர்கின்றன. அசுரனான கம்சன் தன் தங்கை தேவகியையும் அவளுடைய கணவன் வசுதேவரையும் ரதத்தில் அமர வைத்து ஓட்டிச் செல்லும்போது, 'உன் தங்கை தேவகியின் வயிற்றில் பிறக்கும் எட்டாவது குழந்தை உன் முடிவுக்குக் காரணமாக அமையும்' என்று அசரீரி ஒலிக்கிறது.

இதன்மூலம் கிருஷ்ணரின் பிறப்புக்கு முன்பே அவரது தெய்வீகத் தன்மை பற்றிக் கட்டியம் கூறப்பட்டுவிட்டது.

தேவகி, வசுதேவர் ஆகிய இருவரையும் சிறையில் அடைத்து வைக்கும் கம்சன், அவர்களுக்கு ஒவ்வொரு தடவை குழந்தை பிறக்கும்போதும், அதைக் கொன்றுவிடுகிறான்.

எட்டாவது குழந்தையான கிருஷ்ணர் பிறந்ததும், தானே சங்கிலிகள் அவிழ, சிறைக்கதவுகள் திறந்து வழிகாட்ட, காவலர்கள் ஆழ் துயிலில் கிடக்க, யமுனை நதி பிரிந்து வழிவிடுகிறது. அதன் வழியே வசுதேவர் யமுனையைக் கடந்து மறுகரை சென்று நந்தகோபாலனிடம் குழந்தையைக் கொடுத்துவிட்டு, அவருக்குப் பிறந்த குழந்தையை மாற்றி எடுத்து வருகிறார். இங்கும் கிருஷ்ணரின் பிறப்பின்போதே எண்திசையிலும் அவரது தெய்வீக ஆற்றல் புலப்படுத்தப்படுகிறது.

பிறந்த பிறகும் கோகுலத்தில் குழந்தை கிருஷ்ணர் செய்யும் பல லீலைகள் அவரது தெய்வத் தன்மையை வெளிப்படுத்துவனவாக இருக்கின்றன. மண்ணைத் தின்றுவிட்டு வாயைத் திறந்து காட்டி அதில் அண்டசராசரங்களையும் காட்டியது, மடுவில் குதித்து விஷம் மிக்க காளிங்க நாகத்தை அடக்கி, அதன்மீது ஏறி நின்று நர்த்தனம் ஆடியது, கோவர்த்தன மலையையே தூக்கிக் குடையாக அதைப் பிடித்தது என்று அவரது லீலைகள் அனைத்துமே அவருடைய தெய்வீகத் தன்மைக்குச் சாட்சியங்களாக விளங்குகின்றன.

பாகவதத்தைப் பரவசத்துடன் படிப்பவர்கள் அதன் ஒவ்வொரு வரியைப் படிக்கும்போதும் பக்திப் பரவசத்தில் தோய்வார்கள். அந்த அளவுக்குப் பாகவதம் கவித்துவம், பக்தி லயம், காவிய நயம் என எல்லாம் ஒன்றாகக் கலந்த ஓர் அற்புதக் கலவையாக விளங்குகிறது.

மகாபாரதத்தைப் பொறுத்தவரை கிருஷ்ணர் ஒரு யாதவ மன்னர். துவாரகையின் அதிபதி. மற்றபடி தெய்வீக ஆற்றல்கள் எதையும் அவர் அதிகம் வெளிப்படுத்தவில்லை. ஆனால் ராஜதந்திர சாணக்கியத்தனங்களின் சிகரமாக, அவர் சித்தரிக்கப்படுகிறார். சிறிய சுத்தியைக் கொண்டு பெரும் பாறையை உடைப்பதுபோல், தனது சூட்சுமத்தாலேயே மாபெரும் படைகளையெல்லாம் தகர்ப்பவராக விளங்குகிறார்.

பாரதப்போரில் பாண்டவர்களுக்குப் பக்கபலமாக அவர்களுடன் சேர்ந்து, அசைக்க முடியாத கௌரவப் பெரும்படையை முற்றிலுமாகத் துவம்சம் செய்து காட்டுகிறார். லட்சோப லட்சம் மாவீரர்களுடன் களம் இறங்கிய ஹஸ்தினாபுரப் படையில் பீஷ்மர், துரோணர், கர்ணன், சல்லியன், துரியோதனன், துச்சாதனன் என்று எல்லோரும் கொல்லப்பட்ட பிறகு அவர்கள் தரப்பில் 3 பேர் மட்டுமே எஞ்சியிருக்கின்றனர்.

மாபெரும் சூழ்ச்சிகளையெல்லாம் தந்திரமாக முறியடித்து, பாண்டவர்களைக் காப்பாற்றியதுடன், வெற்றிச் சிகரத்துக்கும் அவர்களை இட்டுச் சென்ற கிருஷ்ணர், அந்த சமயங்களில் சில இடங்களில் மட்டுமே தனது தெய்வீக ஆற்றலைக் காட்டுகிறார்.

திரௌபதியைச் துச்சாதனன் துகிலுரித்தபோது இழுக்க, இழுக்க நீளமாகச் சேலை வந்து கொண்டே இருக்கச் செய்தது, கர்ணன் ராஜாஸ்திரத்தை ஏவியபோது அர்ஜுனனின் தேரைப் பூமியில் 6 அங்குலம் புதையும்படி அழுத்தியது, கௌரவர் சபையில் துரியோதனனின் வீரர்கள் கிருஷ்ணரைக் கைது செய்ய வந்தபோது விஸ்வரூபம் எடுத்து நின்றது, 'ஜெயத்ரதனை சூரியன் அஸ்தமிப்பதற்குள் கொல்வேன்' என அர்ஜுனன் சபதம் செய்தபோது அவன் சபதம் நிறைவேறுவதற்காகவே சூரியனைச் செயற்கையாக அஸ்தமித்ததுபோல் மாயையாகக் காட்டியது என்பன போன்ற இடங்களில் மட்டும் கிருஷ்ணர் மனித ஆற்றலை மீறிய தெய்வீக சக்தியை வெளிப்படுத்துகிறார்.

சரி. மரணம் பற்றிய கிருஷ்ணரின் கருத்து என்ன? கிருஷ்ணரின் மரணம் வெளிப்படுத்தும் செய்தி என்ன?

> **மரணம் பற்றி கிருஷ்ணர் சொல்லும் செய்தி சாதாரணமானது அல்ல. ஒரு வகையில், இதற்கு முன்பாக எவருமே கூறியதில்லை என்று அடித்துச் சொல்லும் அளவுக்கு, 'ஆத்மா' என்ற கோட்பாட்டை முதன்முதலாக அவர்தான் கூறுகிறார்.**

அதற்கு முந்தைய ரிஷிகளின் உபதேசங்கள், புராணங்கள் எல்லாவற்றிலும் 'உயிர்' என்ற சொல் உண்டு. உடலில் உயிர் இருந்தால் அது 'ஜீவன்'. (ஜீவிப்பதால் ஜீவன். ஜீவிதம் என்றாலே வாழ்தல் என்றுதான் பொருள்.) உடலைவிட்டு வெளியேறினால் ஆவி.

உயிர், ஆவி என்ற இரண்டு சொற்கள் மட்டுமே வழக்கில் இருந்த நிலையில் அதையும் தாண்டி 'ஆத்மா' என்ற சொல் கிருஷ்ணரால் கீதையில் உபதேசிக்கப்படுகிறது. இதையொட்டியே ஆதிசங்கரரின் அத்வைதம், ராமானுஜரின் வசிஷ்டாத்வைதம், மத்வரின் துவைதம், எல்லாவற்றுக்கும் மூலமான ஜீவாத்மா பரமாத்மா கோட்பாடு ஆகியனவெல்லாம் உதயமாகின்றன.

மரணத்தைப் பற்றிக் கிருஷ்ணர் கீதையில் என்ன கூறுகிறார்?

'அர்ஜுனா! நீ யாருக்காக வருந்துகிறாய்? அவர்களுடைய உடல்களுக்காகவா? அல்லது உயிர்களுக்காகவா? உடலுக்காக வருந்துகிறாய் எனில், உடல் என்றைக்கிருந்தாலும் அழியக் கூடியது. உடல் காற்றுபட்டால் உலரும் தன்மையுடையது. நீரால் நனையும் இயல்புடையது. அது நெருப்பால் எரிக்கப்படும். காலத்தால் நைந்துபோகும். உயிருக்காக வருந்துகிறாய் என்றால் அது ▶

தேவையில்லை. உயிர் அழிவற்றது. அதனைக் காற்றால் உலர்த்த முடியாது. நீரால் நனைக்க முடியாது. நெருப்பால் எரிக்க முடியாது.'

மற்றோரிடத்தில் கிருஷ்ணர் கூறுகிறார், 'நைந்து போன ஆடைகளை எறிந்துவிட்டு, ஒருவன் புதிய உடைகளை அணிவதுபோல் ஆன்மாவானது நைந்துபோன உடல்களை உதறிவிட்டு புதிய பிறவி எடுக்கிறது.'

மரணம் என்பது ஒதுக்கவோ, வெறுக்கவோ கூடிய ஒன்றல்ல. புரிந்து கொள்ளக்கூடியதோர் இயல்பான நடப்பு. இதை விளக்குவதிலும், பிறப்பு இறப்பு என்பது முடிவற்றுச் சுழலும் ஒரு சக்கரம்; சரியான செயல்பாட்டின் மூலம் அந்தச் சுழற்சியிலிருந்து எப்படி ஒருவன் விடுபடலாம் என்று விளக்குவதிலும்தான் கீதையின் தனித்தன்மை அடங்கி இருக்கிறது.

கடவுளாக அறியப்பட்ட கிருஷ்ணரே பாரதப் போர் முடிந்த நிலையில் சாபத்துக்கு ஆளாகிறார். திருதராஷ்டிரனின் மனைவியும், துரியோதனன் உள்ளிட்ட நூறு குமாரர்களின் தாயாருமான காந்தாரி போரின் முடிவில் தனது நூறு மகன்களையும் இழந்து ஆறாத துயரத்துக்கு ஆளாகிறார். மகா பதிவிரதையும், சிவ பக்தையுமான காந்தாரி மனம் கொதித்துப்போய், 'ஹே கிருஷ்ணா! இந்தப் பேரழிவுக்கு நீயே காரணம். நீ மட்டும் மனம் வைத்திருந்தால் நிச்சயம் இந்தப் பேரழிவைத் தடுத்திருக்க முடியும். என் கண்முன்னால் என் வம்சமே காணாமல் போனது போல் உன் யாதவ குலமும் உன் கண்முன்னால் நிர்மூலமாகட்டும்' என்று சாபமிடுகிறார்.

இதற்குப் பலரும் பல வகையில் விளக்கங்கள் சொல்கின்றனர். அதில், பூமியின் பாரத்தைக் குறைப்பதற்காக அவதாரம் எடுத்தவர் கிருஷ்ணர். அவர் தமது நோக்கம் ஈடேறிய பின்னர் தாம் வைகுண்டம் திரும்ப வேண்டும் என்பதற்காகவே இப்படிப்பட்ட ஒரு நிலையை உருவாக்கினார் என்பது ஒரு விளக்கம். தர்மத்தை நிலைநாட்டுவதற்காகப் பல இடங்களில் அதர்மங்களைச் செய்ய வேண்டிய நிர்பந்தம் கிருஷ்ணருக்கு வருகிறது. பீஷ்மரை வீழ்த்துவதற்கான சூழ்ச்சியாகச் சிகண்டியை முன்னால் நிறுத்தியது, கர்ணன் நிராயுதபாணியாகத் தேரைத் தூக்க முயலும்போது அவனைக் கொன்றது, துரியோதனனை இடுப்புக்குக் கீழே தொடையில் அடித்தது என்று பல தர்ம மீறல்கள் அவருடைய தூண்டுதலால்தான் நிகழ்ந்தன. ஒவ்வொரு விளைவுக்கும் ஓர் எதிர் விளைவு உண்டு என்னும் வகையில், தான் செய்த அதர்மமான காரியங்களால் ஏற்பட்ட விளைவுகளின் எதிர்விளைவாக இந்தச் சாபத்தை அவர் மனமுவந்து ஏற்றுக்கொண்டார் என்பது இன்னொரு விளக்கம்.

காந்தாரி குடும்பப்பெண். கற்புக்கரசி. ஆகவே, அவள் இரு மகத்தான ஆற்றல்களைப் பெற்றிருந்தாள். அவளை திருதராஷ்டிரனுக்கு மணம் செய்ய பெற்றோர் முடிவு செய்கின்றனர். திருதராஷ்டிரன் பிறவிக் குருடன் என்பதால், அவனுடன் திருமணமான அந்த விநாடியிலிருந்து, 'என் கணவரால் காண முடியாத உலகத்தை நானும் காண விரும்பவில்லை' என்று கூறி, தன் கண்களின் மீது கறுப்புத் துணியைக் கட்டிக்கொண்டவள்.

நூறு குழந்தைகளைப் பெற்ற அவள் தனக்குப் பிறந்த ஒரு குழந்தையைக் கூடப் பார்த்ததில்லை. அப்படிப்பட்ட காந்தாரி பாரதப் போரின் 17ஆம் நாள் இரவு துரியோதனனை வரச் சொல்லி, 'போய் கங்கையில் நீராடிவிட்டு, என் முன்னால் பிறந்தமேனியனாக வா' என்கிறாள். துரியோதனன் தன் தாயின் சொற்படியே நீராடிவிட்டு நிர்வாணமாக வரும்போது வேண்டுமென்றே கிருஷ்ணர் அவன் எதிரே வருகிறார். சட்டென்று துரியோதனன் அங்கிருந்த ஒரு வாழை இலையை எடுத்து இடுப்பில் சுற்றிக் கொள்கிறான்.

அந்த நிலையிலேயே காந்தாரியின் எதிரே அவன் வந்து நின்ற நேரத்தில், காந்தாரி அத்தனை ஆண்டுகளாகத் தன் கண்களை மூடியிருந்த கட்டை அவிழ்க்கிறாள். தனது அத்தனை ஆண்டுகால சிவ பூஜையின் பலன்களைத் தாரை வார்க்கும் வகையில் தன் கண்களால் துரியோதனனைத் தலை முதல் கால் வரை ஒருமுறை பார்த்துவிட்டு கண்களை மூடிக்கொண்டு, பழையபடி துணியால் கட்டிக்கொள்கிறாள்.

அவளது பார்வைபட்ட அந்த ஒரு கணத்துக்குள்ளாகவே துரியோதனின் உடல் முழுவதும் வஜ்ரம்போல் ஆகிவிடுகிறது. ஆனால் வாழையிலையால் மறைக்கப்பட்ட, அவள் பார்வை படாத இடுப்பும் தொடையும் மட்டும் சாதாரண நிலையிலேயே இருக்கின்றன. மறுநாள் 'ஒற்றைக்கு ஒற்றை'யாக நடந்த கதாயுதப் போரில் எத்தனை மூர்க்கமாக அடித்தும் துரியோதனனைத் தன்னால் அசைக்க முடியாதது கண்டு பீமன் திகைக்கிறான். அந்தச் சமயத்தில் கிருஷ்ணர் தன்னுடைய தொடையைத் தட்டிக் காட்டி பீமனுக்குச் சமிக்ஞை கொடுக்க, அதைப் புரிந்துகொண்டு துரியோதனனின் தொடையில் அடித்து அவனை வீழ்த்துகிறான் பீமன்.

> **காந்தாரி தனது சிவபக்தி என்ற சக்தியை அஸ்திரமாகப் பயன்படுத்தி துரியோதனனைக் காக்க நினைத்தாள். கிருஷ்ணரின் தந்திரம் அதை முறியடித்துவிட்டது. எஞ்சியிருந்த தனது பதிவிரதா சக்தியை அஸ்திரமாக்கி கிருஷ்ணர் மீது அதை வீசினாள். இம்முறை அதன் குறி தப்பவில்லை.**

பாரதப் போருக்குப் பிறகு தருமர் பட்டம் சூடி 36 ஆண்டுகள் கழிந்திருந்தன. அந்தச் சமயத்தில் தர்ம புத்திரன் பல கெட்ட சகுனங்களைக் காண ஆரம்பித்தார். வானில் மேகங்கள் இல்லாத நேரத்திலேயே இடி இடிப்பது போல வானம் குமுறுவது, பட்டப்பகலிலேயே நரிகள் ஊளையிடுவது, காட்டு விலங்குகள் கூட்டம், கூட்டமாக ஊருக்குள் நுழைவது, வானம் அடிக்கடி ரத்தச் சிவப்பாகக் காணப்படுவது என்று பல்வேறு விதமான சகுனங்களைக் கொண்ட ஒரு பெரிய பட்டியலையே போடுகிறது மகாபாரதம்.

அந்த அறிகுறிகளைக் கொண்டு காந்தாரியின் சாபம் பலிக்கப்போகும் காலம் நெருங்குவதை கிருஷ்ணர் உணர்கிறார். உடனே யாதவர்களை அழைத்து, 'அடக்கமாயிருங்கள். பெரியோர்களிடமும் சாதுக்களிடமும் மரியாதையோடு இருங்கள். முனிவர்களை நன்கு உபசரித்து அவர்களின் ஆசியைப் பெறுங்கள்' என்கிறார்.

ஆனால் வெற்றி அலையின் மயக்கத்திலும், படாடோப வாழ்வு தந்த போதையிலும் ஊறிப் பழகிய அவர்கள் கிருஷ்ணரின் ஆலோசனைகளைச் சட்டை செய்யவில்லை. உச்சகட்டமாக, ஒரு நாள் துவாரகைக்கு விஸ்வாமித்திரர், கண்வர், நாரதர் போன்ற முனிவர்கள் வந்தபோது, அவர்களிடம் அவமரியாதையாக நடந்து கொள்ளவும் செய்கின்றனர்.

யாதவர்களிலேயே அழகிய வடிவமுடையவனாயிருந்த இளைஞனான சம்பா என்பவனுக்குக் கர்ப்பிணிபோல் வேடம்

போட்டு, அவனை முனிவர்களிடம் அழைத்துச் சென்றனர். (இவனை சாம்பன் என்றும் கூறுவர்)

'திரிகால ஞானிகளே! இவளுக்கு ரொம்ப நாளாகக் குழந்தையே இல்லை. உங்களது ஞானக்கண்ணால் பார்த்து, இவளுக்கு என்ன குழந்தை பிறக்கும் என்று கூறுங்கள்' என்கின்றனர்.

கண்களை மூடிய முனிவர்களின் மனக்கண்களில் இவர்களது விஷமத்தனம் தெரிந்தது. அதனால் கடும் சினங்கொண்ட அவர்கள், 'இவளுக்கு உலக்கை பிறக்கும். அது உங்கள் வம்சத்துக்கே எமனாகும்' என்று சபித்தனர்.

விளையாட்டு வினையானது கண்டு மிரண்டுபோன யாதவர்கள் அச்சத்துடன் வீடு திரும்பினர். சாம்பன் இப்போது உண்மையிலேயே பெண்ணாக மாறியிருந்தான். அவன் வயிறும் கர்ப்பிணியின் வயிறுபோல் பெரிதாக இருந்தது. முனிவர்கள் சொன்னபடி அவனுக்கு இரும்பு உலக்கை பிறந்தது.

கிருஷ்ணரின் பாட்டனும், துவாரகை மன்னருமான உக்கிர சேனரிடம் சென்று அவர்கள் நடந்தவற்றைக் கூறினர். அவர் சொன்னபடி அவர்கள் அந்த இரும்பு உலக்கையை அடித்துத் தூள் தூளாக, பொடிப் பொடியாக ஆக்கினர். அப்போது அதன் கூர்முனை மட்டும் உடையாது ஒரு சிறிய துண்டாகத் தனித்து நின்றது. எல்லாவற்றையும் மொத்தமாகக் கொண்டுபோய்க் கடலில் எறிந்தனர்.

அந்த இரும்புத் துண்டை மட்டும் ஒரு மீன் விழுங்கியது. அந்த மீன் ஒரு வேடனின் வலையில் சிக்கியது. வேடன் மீனை எடுத்துச் சென்று அரிந்தான். அதன் வயிற்றில் இருந்த இரும்புத் துண்டின் உறுதியையும் கூர்மையையும் கண்டு வேடன் தனது வில்லின் நுனியில் அதனைப் பொருத்திக் கொண்டான்.

கடலில் கொட்டப்பட்ட மற்ற இரும்புத் தூள்கள் அலைகளால் கடற்கரைக்கு அடித்து வரப்பட்டன. (இரும்பு உலக்கையை எரித்து சாம்பலாக்கி, அந்தச் சாம்பலைக் கொண்டுபோய்க் கடற்கரையில் தூவி விட்டதாகவும் ஒரு கதை உண்டு). பின்னர் அங்கு கோரைப்புற்கள் முளைத்தன. மூங்கில் போல நீண்டு வளர்ந்த அவை கடப்பாரைபோல் உறுதியுடன் காணப்பட்டன.

முனிவர்களின் சாபம், தீய சகுனங்கள் போன்ற தங்கள் குலத்துக்குத் தீமை செய்யும் அறிகுறிகள் தொடர்வதை அறிந்த கிருஷ்ணர், 'இனி யாரும் மறந்து போயும் மது அருந்தாதீர்கள்' என்று எச்சரித்தார்.

சிறிதுகாலத்துக்குப் பின் யாதவர்கள் அனைவரும் கூட்டமாகச் சுற்றுப் பயணம் செய்ய விரும்பினர். உல்லாசப் பயணம்போல்

பிரபாஸ தீர்த்தம் என்னும் கடற்கரைக்கு சென்று விருந்துண்டு, கடல் நீராடித் திரும்பலாம் என்பது அவர்களுடைய திட்டம்.

கெட்ட சகுனங்கள் தோன்றினால் ஏதாவது ஒரு நீர்க்கரைக்குச் சென்று தேவர்களுக்குப் படையலிட்டு வழிபாடு செய்து, தானங்கள் வழங்கி, பின்னர் அனைவரும் ஒன்றாகச் சேர்ந்து உணவு உண்டு ஊர் திரும்புவது அவர்களுடைய வழக்கம். அதன்படி இப்போதும் அவர்கள் அனைவரும் புறப்பட்டனர். ஆண்கள் பிரபாஸ பகுதிக்கும், பெண்கள் 'ஸாங்கியதாம்' என்ற இடத்துக்கும் பயணம் மேற்கொண்டனர்.

பிரபாஸத் துறையில் அனைவரும் நீராடிப் பூஜைகளை முடித்தனர். பின்னர் விளையாட ஆரம்பித்தனர். விருந்துண்ட பிறகு பெரும்பாலானோர் மதுபானம் அருந்தவும் செய்தனர். அதன் போதை தலைக்கேறவும் ஒருவரை ஒருவர் கேலியும் கிண்டலும் செய்துகொள்ள ஆரம்பித்தனர்.

நேரம் ஆக, ஆக மது வேகமாகத் தன்னுடைய வேலையைச் செய்ய ஆரம்பித்தது. அதனால் அவர்கள் பழைய கதைகளைப் பேசி ஒருவரை ஒருவர் குறைகூறிக் கொள்ள ஆரம்பித்தனர்.

பாரதப் போரில் கிருஷ்ணர் பாண்டவர்களின் பக்கம் இருந்தார். ஆனால் அவரது யாதவ சேனை துரியோதனன் பக்கம் இருந்தது. கிருஷ்ணரின் உறவினனான கிருதவர்மா கௌரவர்கள் பக்கம் நின்று போராடினான்.

விவாதம் இப்போது போரின் பக்கம் திரும்பியது. கிருதவர்மா சாத்யகியிடம், 'போயும், போயும் இடுப்புக்குக் கீழே யாராவது அடிப்பார்களா? நீங்கள் கோழைத்தனமாகச் செய்த ஒரு செயல் யாதவ வம்சத்தையே களங்கப்படுத்திவிட்டது' என்றான்.

இதைக் கேட்ட சாத்யகி கோபத்துடன், 'சிறுவன் அபிமன்யுவைப் பலபேர் சேர்ந்து கொன்றீர்களே, அது மட்டும் முறையான செயலா?' என்றான்.

'அம்புகளைப் பரப்பி, கண்மூடி தியானத்தில் இருந்த பூரிசிரவசை நீ கொன்றாயே, அதை விடவா இது கேவலமான செயல்?' என்று கேட்டான் கிருதவர்மா பதிலுக்கு.

'இரவில் தூங்கிக் கொண்டிருப்பவர்களை யாராவது கொல்வார்களா? உம்மால் யாதவ இனத்துக்கே அவமானம்' என்றான் சாத்யகி.

சிறிது நேரத்தில் வார்த்தைகள் தடித்தன. வாக்குவாதம் கைகலப்பாக மாறியது. திடீரென வாளை உருவிய சாத்யகி, 'தூங்கியவர்களைக் கொன்ற பாதகன் இதோ ஒழிந்தான்' என்று கூறி கிருதவர்மா மீது பாய்ந்து வெட்ட, கிருதவர்மா பிணமாகி விழுந்தான்.

இதனால் ஆவேசமான பலர் சாத்யகியைச் சூழ்ந்துகொண்டு மதுக்கலயங்களாலும், கையில் கிடைத்த பொருள்களாலும் சரமாரியாகத் தாக்கினார்கள். இதைக் கண்டு கிருஷ்ணரின் மகன் பிரத்யும்னன் அவர்களைத் தாக்க, அவனையும் ஒரு கூட்டம் சூழ்ந்துகொண்டு தாக்கியது. இதில் சாத்யகி, பிரத்யும்னன் இருவருமே உயிரிழந்தனர்.

தன்னுடைய மகனும் கொல்லப்பட்டதால் கோபம் கொண்ட கிருஷ்ணர் கடற்கரையில் வளர்ந்திருந்த கோரைகளைப் பிடுங்கி அவர்களை அடித்தார். அதைத் தொடர்ந்து எல்லோரும் அவரவர் கைக்கு எட்டிய கோரைப்புல்லைப் பிடுங்கினர். உலக்கைபோல் உறுதியாக இருந்த அவற்றால் ஒருவரை ஒருவர் அடித்துக் கொண்டு அனைவரும் அழிந்தனர்.

(கடற்கரையில் கோரைப்புற்கள் ஓங்கி வளர்ந்திருந்தன. யாதவர்கள் பிடுங்கியதுமே அவை உலக்கைகளாக மாறின என்றும் ஒரு கதை உண்டு.)

தன் கண் முன்னால் யாதவ வம்சமே அழிந்தது கண்டு கனத்த மனத்துடன் கிருஷ்ணர், பலராமர், வப்ரூ ஆகியோர் அந்த இடத்தை விட்டு அகன்றனர். பலராமர் தனியான இடத்துக்குப் போய் யோக நிலையில் அமர்ந்தார். கிருஷ்ணர் பார்க்கும்போதே அவர் வாயிலிருந்து பாம்பு வடிவில் ஒரு வெண்மையான ஜோதி புறப்பட்டு கடலில் பாய்ந்து மறைந்தது.

கிருஷ்ணர் இப்போது தனியாக இருந்தார். அவருடைய மனம் தனக்கான நேரம் நெருங்கிவிட்டதை உணர்ந்தது. சற்று நேரம் ▶

இலக்கின்றி அலைந்தார். பின்னர் கானகத்தில் ஒரு மரத்தின் அடியில் தரையில் படுத்து, சிறப்பான ஒரு யோகத்தில் ஆழ்ந்தார்.

அப்போது ஒரு வேட்டைக்காரன் அங்கு வந்தான். அவன் பெயர் ஜரன். இவன்தான் மீன் பிடித்துக்கொண்டிருந்தபோது மீனின் வயிற்றில் இருந்த இரும்புத் துண்டை எடுத்துத் தன்னுடைய அம்பில் பொருத்திக் கொண்டவன். அவனுக்குத் தொலைவில் இருந்து பார்த்தபோது கிருஷ்ணரின் கால் விரல் அசைவது ஏதோ ஒரு மிருகம் புதர் மறைவில் இருப்பதைப் போன்ற எண்ணத்தை ஏற்படுத்தவே, அவன் வில்லில் அம்பைப் பூட்டி நாணை இழுத்தான்.

வேடன் தொடுத்த அம்பு கிருஷ்ணரின் குதிகாலைத் துளைத்துக் கொண்டு உள்ளே பாய்ந்தது. அந்த இடத்துக்கு விரைந்து வந்த வேடன் மானுக்குப் பதில் மகோன்னதப் புகழைப் பெற்ற மனிதன் அங்கு படுத்துக்கொண்டு இருப்பது கண்டு பதறினான். அச்சத்துடன் அவரது பாதங்களைத் தொட்டு வணங்கி மன்னிப்பு வேண்டினான்.

கிருஷ்ணர் அவனைச் சமாதானப்படுத்தி, 'இதில் உம் தவறு ஏதுமில்லை. விரும்பியதே நிகழும். உமக்கு நன்றி' என்று அவனுக்கு நன்றி கூறுகிறார்.

பின்னர் கிருஷ்ணர் காந்தாரியின் சாபத்தை நிறைவேற்றும் வகையில் ஆகாயமும், பூமியும், எண் திசைகளும் ஒளி வெள்ளமாகப் பிரகாசிக்க, மேலுலகம் சென்றார் கிருஷ்ணர்.

பின்னாளில் அவர் புகழ்பாடும் எண்ணற்ற கவிதைகளும் கதைகளும் பெருகப் பெருக ஈடிணையற்ற பரம்பொருளாக, முதல், முடிவு எல்லாமே அவராக இருக்கிறார் என்று நினைக்கும் அளவுக்கு அவர் உயர்த்தப்பட்டுவிட்டார்.

அவரது மரணத்தின் மூலம் அவர் இந்த உலகுக்குத் தரும் செய்தி என்ன? முதலில் புராணங்களின் வழியாகவே பார்ப்போம்.

1. **மகா சிவபக்தையும், பதிவிரதையுமான காந்தாரி தன் வம்சமே அழிந்து போனதால் வெகுண்டு கிருஷ்ணரைச் சபித்தாள். ஒவ்வொரு செயலுக்கும் எதிர்ச்செயல் உண்டு என்ற வகையில் தமது செயல்களின் எதிர் விளைவு இது என்று நினைத்த கிருஷ்ணர் மனமுவந்து அதை ஏற்றார்.**
2. **பூமியின் பாரத்தைத் தீர்க்க அவதரித்த கிருஷ்ணரால் மகாபாரதப் போர்மூண்டு, அதனால் பேரழிவு ஏற்பட்டது. எல்லா இனங்களுமே பெரும் நாசத்தைச் சந்தித்துக் கொண்டிருந்த நிலையில் கிருஷ்ணரின் விருஷ்ணி குலமான யாதவ இனம் மட்டும் பெருகியபடி இருந்தது. இதனையும் முடிவுக்குக் கொண்டு வந்து, அதன்பின் தமது முடிவையும் அடைய அவரது அந்தராத்மா விரும்பியது.**

முனிவர்களின் சாபத்தால் பிறந்த சாம்பனின் உலக்கை உடைத்து நொறுக்கப்பட்டாலும், அப்போது உடையாது எஞ்சிய கூர் நுனி ஒரு மீனால் விழுங்கப்பட்டு, ஜரன் என்ற வேடனிடம் சிக்கியது. இந்த வேடனே முற்பிறவியில் வாலியாகப் பிறந்தவன். வாலியை ராமர் மறைந்து நின்று அம்பெய்து கொன்றார். அதன் எதிர் விளைவாக வாலி மறுபிறவியில் வேடனாகப் பிறந்து ராமரின் மறு அவதாரமான கிருஷ்ணரை மறைவாக நின்று அம்பெய்து கொல்கிறான்.

> ‘செயல் என்பது உன் கையில். அதைச் செய்வதும், செய்யாமலிருப்பதும் உன் விருப்பம். அப்படி ஒரு செயலை நீ செய்தால் அதற்கான எதிர் விளைவு நிச்சயம் ஏற்படத்தான் செய்யும். ஒரு காரியத்தைச் செய்வதில் லாபம் உண்டெனில் அதில் நஷ்டம் ஏற்படவும் வாய்ப்புண்டு. அதில் நன்மை உண்டெனில் தீமையும் இருக்க வாய்ப்பு உண்டு. இரண்டையும் ஏற்கத் தயாராக இரு.’

இதுவே கீதையின் தத்துவம். ‘கடமையைச் செய். பலனில் பற்று வையாதே.’

அர்ஜுனன் வில்லாளி. அம்பு எய்வது அவன் கடமை. அதை எய்கின்ற வரைக்கும்தான் அது அவன் கட்டுப்பாட்டில் இருக்கும்.

அவன் அம்பு எய்யலாம். எய்யாமலும் போகலாம். ஆனால் எய்தபின் அதன்மீது அவனுக்குள்ள கட்டுப்பாடு அகன்று விடும். சீறிப் பாய்ந்த அம்பின் மீது அதற்குப்பின் அவன் ஆதிக்கம் செலுத்த இயலாது.

அந்த அம்பு இலக்கைத் துல்லியமாகத் துளைக்கலாம். சில சமயம் முன்னதாகவே விழுந்தும் விடலாம். இலக்கைத் தாண்டியும் சென்றுவிடலாம். வேறொரு அம்பு அதனை இடையில் புகுந்து துண்டிக்கவும் செய்யலாம். எனவே நீ செய்யும் காரியத்துக்கான பலனில் பற்று வைக்காமல், கடமையைச் செய்.

ஒவ்வொரு விளைவுக்கும் எதிர்விளைவு உண்டு. அந்த வகையில் பிறப்பு என்பது ஒரு செயல். அதன் எதிர்ச் செயல் மரணம் என்பதைத் தவிர வேறு எதுவாக இருக்க முடியும்? அதனை எதிர்ப்பதிலோ, மறுப்பதிலோ என்ன பொருள் இருக்க முடியும்?

பிறப்பு நம் இச்சையால் நிகழ்ந்தது என்றால் மரணமும் அதன் எதிர்விளைவாக வந்ததாகத்தானே இருக்கமுடியும். அதனை நம் ஆசைகளை உருவாக்கும் 'ஆசாமனம்' ஏற்காவிடினும், நடுநிலையான, அனைத்துக்கும் அப்பாற்பட்ட ஆழ்மனம் உணர்ந்தே இருக்கும்.

வாலியை மறைந்து நின்று கொன்றவர் ராமர். தெரிந்தே அவர் அதைச் செய்கிறார். கொல்லப்பட்ட வாலிக்கு அம்பு பாய்ந்த பின்னரே அந்தச் செயலுக்குக் காரணமானவர் ராமர் என்று தெரியவருகிறது.

அதன் எதிர் விளைவாக, ஜரன் மறைந்திருந்து கிருஷ்ணர்மீது அம்பு செலுத்துகிறான். எய்த பின்பே அது கிருஷ்ணர் மீது பாய்ந்தது என்று அவனுக்குத் தெரிகிறது.

ராமர் வாலியைக் கொன்றபோதும் சரி, கிருஷ்ணர் ஜரனால் கொல்லப்பட்டபோதும் சரி, விருப்பு, வெறுப்பின்றி அவர்கள் அந்தச் செயல்களை ஏற்கின்றனர். ஜரனிடம் கிருஷ்ணர், 'இது உன் தவறு அல்ல' என்கிறார். அவன் வேடன். தனக்கான இரை அது என்று நம்பியே அவன் கிருஷ்ணன் மீது அம்பு எய்தான்.

அதற்காக கிருஷ்ணர் அவனுக்கு நன்றியும் கூறுகிறார். எது நடக்க வேண்டுமோ, அது சரிவர நடைபெற அவன் தனது பங்கை ஆற்றியிருக்கிறான்.

காலமெல்லாம் கிருஷ்ணர் உணர்த்தும் தத்துவம் இதுதான்.

இந்த உலகை நாம் படைக்கவில்லை. இது நமக்கு முன்னாலும் இருந்தது. நமக்குப் பின்பும் இருக்கப்போகிறது. நாம் இதில் வந்து போகிறவர்கள் மட்டுமே. எதற்காக வந்தோமோ அந்தக் கடமையைச் சரிவரச் செய்தால் அதுவே நமது வாழ்வுக்கும், வாழ்வுக்குப் பிறகான நமது முக்திக்கும் காரணமாக அமையும்.

ஓர் உடலில் வயிறு, இதயம், கண், கை, எலும்பு, நரம்பு என்று எல்லா உறுப்புகளும் தன் கடமையைச் சரிவரச் செய்தால் அந்த உடலும், அதற்குரியவனும் ஆரோக்கியமாக இருப்பான். ஒரு பிரம்மாண்டமான இயந்திரத்தில் உள்ள திருகாணி, கம்பி, நட்டு என்ற ஒவ்வொன்றுக்கும் தனித்தனியாக ஒவ்வொரு பணி உண்டு. அந்தப் பணியை அந்த ஒவ்வொரு பாகமும் சரிவரச் செய்தால்தான் இயந்திரம் சீராக இயங்கும்.

பிரபஞ்சம் ஒரு மாபெரும் முழுமை. நம் ஒவ்வொருவருக்கும் அதில் ஒரு பங்கு உண்டு. இன்னோரு வகையில் சொல்ல வேண்டுமென்றால் அதன் ஒரு பகுதி நாம். ஒவ்வொரு புழு, பூச்சிக்கும் அதற்குரிய பங்கு என்பது உண்டு. தனித்தனிக் கடமைகள் உண்டு. ஒவ்வோரு உயிரும் தத்தமது கடமையைச் செவ்வனே செய்யும்போது தான் பிரபஞ்சமானது சீராக இயங்கும்.

தன் வாழ்க்கை, வாக்கு, மரணம் மூன்றிலும் கிருஷ்ணர் கூறுவது இதுதான்.

'எதை நீ எடுத்து வந்தாய்?
எதை நீ எடுத்துச் செல்லப்போகிறாய்?
எது உன்னுடையது?
இன்று உன்னுடையது என நீ எண்ணுவது
நேற்று வேறொருவடையதாயிருந்தது.
அதுவே நாளை வேறொருவருடையதாகப் போகிறது.
பலனில் பற்று வைக்காமல்
கடமையை செய்ய மட்டுமே
உனக்கு உரிமை உண்டு.'

மிக நீண்ட, முடிவற்ற, பிறப்பு, இறப்பு, மீண்டும் பிறப்பு என்ற மாபெரும் சங்கிலியில், கடமையைச் சரிவரத் திருத்தமாகச் செய்தல் என்னும் கர்மயோகமே மரணத்தை எதிர்கொள்ளவும், அதிலிருந்து விடுபடவும் ஒரே வழி என்பதுதான் கிருஷ்ணர் கூறும் எளிய அறிவுரை.

4. ராம கீதையும்- ராம யோகமும்

எத்தனைக் கோணங்களிலிருந்து சொன்னாலும் எப்படிக் கிருஷ்ணரைப் பற்றி யாராலும் முழுமையாக விளக்கிச் சொல்லிவிட முடியாதோ, அப்படியே எத்தனை விதமாகச் சொன்னாலும் ராமரைப் பற்றியும் யாரும் பூரணமாக விளக்கங்கள் கொடுத்துவிட முடியாது என்கிறார்கள் சமய - இலக்கியவாதிகள்.

ஒருவகையில் சொல்லப்போனால் இந்தப் பாரத நாட்டில் இன்றுவரை நீடித்து நிலவும் மகத்தான பாரம்பரியத்துக்கு ராமர்தான் முழுமுதற் காரணமாக இருக்கிறார். மனிதன் என்றால் எப்படி இருக்கவேண்டும்? ஒரு மன்னனுடைய ஆட்சி எப்படி இருக்கவேண்டும்? இந்த இரண்டுக்கும் உதாரணமாக வாழ்ந்து காட்டியவர் ராமர்.

பிதுர் வாக்கிய பரிபாலனம் என்னும் பெற்றோர் சொல்லை மதித்து நடத்தல், வாக்குத் தவறாமை, வீரத்துடன் இழைந்து வரும் கருணை, ஏகபத்தினி விரதம், தர்ம பரிபாலனம், தியாகம் என்று ராமரின் குணாதிசயப் பட்டியல் நீண்டுகொண்டே போகிறது. இந்தக் குணங்களே அவரைப் படிப்படியாகக் கடவுளின் அவதாரமாக ஆக்கிவிட்டன என்று சொல்வோரும் உண்டு.

எத்தனையோ மகான்களும் கவிகளும் இருவரையும் விதவிதமாகப் போற்றிப் பாடியுள்ளனர். ஆனால் கிருஷ்ணரைப் பற்றிப் புகழ்ந்து இயற்றப்பட்ட நூல்களைவிட ராமரைப் போற்றிப் பாடப்பட்ட பாடல்கள் அடங்கிய நூல்களே அதிகம்.

ராமரின் வரலாற்றைக்கூறும் ராமாயணத்திலேயே பலவகையான ராமாயணங்கள் உண்டு அல்லவா. அப்படி எத்தனையோ ராமாயணங்கள் இருந்தாலும் அவை அனைத்துக்கும் மேலானது, முதன்மையானது என்று கருதப்படுவது வால்மீகி ராமாயணம் மட்டுமே. ஆதி ராமாயணமும் அதுதான்.

வேட்டுவன் என்கிற வேடனாக இருந்த கௌசிகன் பின்னர் வால்மீகி முனிவராகி இயற்றிய ராமாயணம்தான் உலகின் ஆதி காவியம். (ஐரோப்பியர்கள் கிரேக்க மகாகவி ஹோமரின் இலியட், ஒடிஸி ஆகியவற்றையே உலகின் முதல் காவியம் என்று நினைத்தனர். பின்னர் அதற்கும் முந்தையது என்று 'கில்காமெஷ்' என்றனர். ஆனால் அதற்கும் பல ஆயிரம் ஆண்டுகள் முந்தியது வால்மீகி இயற்றிய ராம காவியம்.)

மொத்தம் 7 காண்டங்கள், 500 சருக்கங்கள், 24 ஆயிரம் ஸ்லோகங்கள் கொண்டது இது. காண்டம் என்பது பாகம். சருக்கம் என்பது உட்பிரிவுகள். உபன்யாசம் செய்பவர்கள் ராமருடைய பட்டாபிஷேகத்துடன் ராமாயணக் கதையை முடித்துக் கொள்கின்றனர். உத்தர காண்டம் வால்மீகி இயற்றியதே அல்ல என்பது பலர் கருத்து. சீதையை ராமர் ஒரு வண்ணானின் பேச்சைக் கேட்டுக் காட்டுக்கு அனுப்புவது, லவகுசர்களின் பிறப்பு, சீதை பூமிக்குள் மறைவது போன்ற சம்பவங்கள் பற்றிய பாடல்கள் எல்லாம் பின்னர் இயற்றப்பட்டுச் சேர்க்கப்பட்டன என்று அவர்கள் கூறுகின்றனர்.

இதற்கு உதாரணமாக அவர்கள் வால்மீகி தமது ராமாயணத்தில், ஓரிடத்தில் இது 24000 ஸ்லோகங்கள் கொண்டது என்று குறிப்பிடுவதையும், ஆனால் தற்போது அதில் 500க்கு பதில் 647 சருக்கங்களும், 24253 ஸ்லோகங்களும் இடம் பெற்றிருப்பதையும் சுட்டிக்காட்டுகின்றனர்.

இதை மறுப்பவர்கள் 253 ஸ்லோகங்கள் கூடுதலாயிருப்பதால் மட்டுமே ஒரு காண்டமே கூடுதலாகச் சேர்ந்துவிடாது என்கின்றனர்.

வால்மீகி தோராயமாக இப்படிக் கூறியிருக்கலாம் அல்லது பின்னால் வந்த புலவர்கள் தங்கள் ஆர்வத்தால் ஆங்காங்கே ஒன்றிரண்டு பாடல்களைச் சேர்த்ததில் அவற்றின் எண்ணிக்கை கூடியிருக்கலாம். ஆனால், உத்தர காண்டம் இன்றி ராமாயணம் முழுமை பெறாது என்கின்றனர்.

பின்னாளில் இந்தச் சர்ச்சைக்கு முடிவு கட்டும் வகையில் ராம பட்டாபிஷேகத்துடன் ராமாயணத்தை முடித்துக் கொண்டு, உத்தர காண்டத்தையே உத்தர ராமாயணம் என்று தனியாகப் பிரித்துவிட்டனர்.

வால்மீகியைப் பொறுத்தவரை அவர் அதை ராமாயணம் என்று கூறாமல், 'சீதையின் மகத்தான சரித்திரம்' என்றே கூறுகிறார்.

வால்மீகி ராமாயணம் அழியாப் புகழுடன் நிலைத்துவிட்டது. அதனைத் தொடர்ந்து கம்பர் எழுதிய ராமாயணம் பெரும்

புகழைப் பெற்றது. காவியச்சுவை சொட்டச்சொட்ட அவர் எழுதிய அந்த அமர இலக்கியத்துக்கு 'ராமாவதாரம்' என்றுதான் அவர் பெயரிட்டார். ஆனால் 'கம்பராமாயணம்' என்றே அது பெயர் பெற்றுவிட்டது.

கம்பர் காலத்தில் வாழ்ந்த கவி ஒட்டக்கூத்தர் தன் பார்வையிலிருந்து ஒரு ராமாயணத்தை எழுதியிருக்கிறார். ஆனால் கம்பரின் ராமாயணத்தில் கவித்துவமும், இலக்கிய ரசனையும் மிகுந்திருந்ததால் அது அனைவரின் பாராட்டையும் பெறவே, ஒட்டக்கூத்தர் தனது ராமாயணச் சுவடிகளைக் கிழித்து அடுப்பிலிட்டு எரித்துவிட்டாராம்.

துளசிதாஸர் எழுதிய ராமாயணம் வடமாநிலங்களில் பெரும்புகழ் பெற்றது. 'ராம சரித மானஸ்' என்ற பெயரில் இயற்றப்பட்ட அந்த ராமாயணம் துளசி ராமாயணம் என்றே பெயர் பெற்றது. காந்தி முதல் முன்னாள் பிரதமர் மொரார்ஜி தேசாய் வரை பலரும் துளசி ராமாயணத்தின் தீவிர பக்தர்கள்.

இவைதவிர இன்னும் பல ராமாயணங்கள் உள்ளன. ஆனால் அவை பண்டிதர்களை மட்டுமே எட்டின. பாமர மக்களிடையே பிரபலம் ஆகவில்லை.

அக்னிவேசர் என்ற முனிவர் 100 ஸ்லோகங்களைக் கொண்ட 'சதஸ்லோகி ராமாயணம்' என்ற நூலை எழுதினார்.

சிவ தனுசை முறித்தபோது ராமருக்கு 15 வயது. சீதைக்கு 6 வயது. பட்டாபிஷேகத்தின்போது ராமருக்கு 27 வயது. சீதைக்கு 18 வயது என்பன போன்ற அரிய விவரங்கள் அதில் உண்டு.

வசிஷ்டோத்ர ராமாயணம் என்று ஒன்று உண்டு. அதை அற்புத ராமாயணம் என்றும் கூறுவார்கள். அது வால்மீகியால் அவரது சீடர் பாரத்வாஜருக்கு உபதேசிக்கப்பட்டது. நாரதரும் பார்வதரும் கொடுத்த சாபத்தினால்தான் விஷ்ணு ராமனாகப் பூமியில் பிறந்தார் என்பது இந்த ராமாயணத்தில் கூறப்படும் தகவல்.

படகோட்டிகள் துடுப்பு போடும்போது, 'ஏலேலோ, ஐலஸா..' என்றெல்லாம் பாடிக்கொண்டே செல்வார்கள். இதனை ஏலேலோப் பாட்டு அல்லது ஓடப்பாட்டு என்பார்கள். பிறவி என்ற மாபெரும் கடலைக் கடக்க உதவும் ஓடம் என்பதால் ராமாயணத்தை ஓடப்பாட்டு வடிவிலும் இயற்றியுள்ளனர். அந்யாத்ம ராமாயணம் என்று அதற்குப் பெயர். அந்யாத்மம் என்றால் ஞானம் என்று பொருள்.

பல்லாயிரக்கணக்கான ஸ்லோகங்களில் எழுதப்பட்ட ராமாயணத்தை ஒரே ஒரு ஸ்லோகத்தில் இயற்றியுள்ளார் ஒரு புலவர். இதற்கு 'ஏக ஸ்லோகி ராமாயணம்' என்றே பெயர். (ஏகம் என்றால் ஒன்று என்று பொருள். அதனையே இந்தியில் ஏக் என்பார்கள்.) ராமாயணத்தை முழுமையாகப் பாராயணம் செய்ய இயலாதவர்கள் இந்த ஸ்லோகத்தைப் பாராயணம் செய்தால் பலன் உண்டு என்பார்கள்.

காசிபர், அத்ரி, பரத்வாஜர், விஸ்வாமித்ரர், ஜமதக்னி, கௌதமர், வசிஷ்டர் ஆகிய 7 முனிவர்களைச் சப்த ரிஷிகள் என்பார்கள். இவர்கள் எழுதிய ராமாயணத்துக்கு சப்தரிஷி ராமாயணம் என்று பெயர்.

பிற்காலத்தில் எழுதப்பட்ட ராமாயணங்களில் அருணாசலக் கவிராயர் எழுதிய ராம நாடகக் கீர்த்தனை பிரசித்தி பெற்றது. ராமாயணத்துக்கு உரை எழுதியவர்களில் கோவிந்தராஜர், மகேஸ்வர தீர்த்தர், சகதயோகேந்திரர், நகோதி பட்டர், கந்தாடை ராமனுஜர், வரதராஜர், திரியம்பக ராஜ கவி போன்றோர் குறிப்பிடத்தக்கவர்கள்.

மேலும், ஆனந்த ராமாயணம், உத்தர ராம சரிதம், மஹாவீர சரிதம், ராமாயண மஞ்சரி, உதாத்த ராகவம், உன்மத்த ராகவம், பால ராமாயணம், ராமாயண சம்பூ என்று எண்ணற்ற நூல்கள் உள்ளன.

சிறந்த ராம பக்தரான அனுமன் ஒரு ராமாயணம் எழுதினாராம். அதனை அனுமன் நாடகம், மஹா நாடகம் என்ற பெயர்களால் குறிப்பிடுகின்றனர்.

உஜ்ஜயினியை ஆண்ட மன்னர்களில் சிறந்தவனான போஜராஜன் தனது அரசவைப் பண்டிதர்களில் ஒருவரான தாமோதர மிசிரரை அழைத்து அனுமன் நாடகத்தைத் தேடிப் பிடித்துத் தொகுக்கச் செய்தான்.

அனுமன் மஹா நாடகத்தை மது சூதன மிசிரர் என்பவரும் தொகுத்தளித்துள்ளார். விஜய நகர மன்னர்களில் ஒருவரான இம்மடி தேவராயர் என்னும் இரண்டாம் தேவராயர், அனுமன் நாடகத்தைப் பின்பற்றி 'மஹா நாடக சூக்தசதா நிதி' என்ற முழு நாடகத்தை இயற்றியுள்ளார்.

ராவணன், சீதையை அவள் இருந்த பர்ணசாலையுடன் அப்படியே பெயர்த்து எடுத்துச் சென்றதாகக் கம்பர் எழுதியுள்ளார். அனுமன் எழுதிய மஹா நாடகத்திலும் இதுபோன்றே கூறப்பட்டுள்ளது.

மாரீசன் தங்க மான் வடிவில் வர, சீதை கேட்டுக் கொண்டபடி ராமர் அதனைப் பிடித்து வரச் செல்கிறார். அப்போது ராவணன் சீதையைக் கவர்ந்து செல்கிறான் என்பது பொதுவான ராமாயணக் கதை.

பிரதீமா நாடகம் நூலில் ராவணன் துறவிவேடத்தில் பர்ணசாலைக்கு வர, ராமன் அவனை வரவேற்று உபசரிக்கிறான். அப்போது, மரணம் அடைந்த தன் தந்தை தசரதனுடைய நினைவு தினத்தை எப்படிச் சிறப்பிக்கலாம் என்று ராமன் அவனிடம் கேட்கிறான். அதற்கு, 'இமயமலைச் சாரலில் அபூர்வமாகத்

தென்படும் தங்கமானை உணவாகப் படைத்தால் பல தலைமுறை முன்னோர்களின் ஆசியும் நற்கதியும் கிடைக்கும் என்று கூறுகிறான் ராவணன்.

அப்போது மாரீசன் தொலைவில் தங்கமான் வடிவில் தென்படவே, ராமன் அதனைப் பிடித்து வரப் புறப்பட்டுச் செல்கிறான்.

உலகில் ராம கதை எங்கெல்லாம் பரவி இருந்தது? அவற்றில் என்னென்ன மாறுபாடுகள், ஒற்றுமை வேற்றுமைகள் உள்ளன? இவற்றையெல்லாம் நுணுக்கமாக ஆராய்ந்து 'கிரேட்டர் ராமாயணா' என்ற நூலை வே. ராகவன் என்பவர் எழுதியுள்ளார்.

ராமருக்கும் கிருஷ்ணருக்கும் இடையிலான ஒற்றுமைகள் குறித்து ஏராளமான நூல்கள் வந்துவிட்டன. வேற்றுமைகள் குறித்தும் எண்ணற்ற நூல்கள் வெளிவந்துள்ளன. ஆனால் அவர்களுக்கு இடையேயுள்ள வேற்றுமையில் ஒற்றுமை குறித்து ஒரு சில நூல்கள் மட்டுமே வந்துள்ளன.

ராமர் பகலில் அவதரித்தவர். கிருஷ்ணர் இரவில் தோன்றியவர். ராமர் அரண்மனையில் பிறந்தவர். கிருஷ்ணர் சிறையில் பிறந்தவர்.

ராமர் ஏகபத்தினி விரதனாக இருந்தவர். கிருஷ்ணர் எண்ணற்ற கோபிகைகளுடன் ஆடிப்பாடி மகிழ்ந்தவர்.

ராமர் தன்னுடைய அவதார நோக்கத்தைக் கடைசியில்தான் நிறைவேற்றினார். கிருஷ்ணர் தான் எந்த நோக்கத்தை நிறைவேற்றுவதற்காக அவதாரம் எடுத்தாரோ அதற்கான வேலைகளை முதலிலேயே தொடங்கிவிட்டார். ஆரவாரம் இன்றி மனிதனாகப் பிறந்த ராமர் கடவுளாக மதிக்கப்பட்டார். அற்புதங்கள் பலவற்றை நிகழ்த்தியதால் கடவுள் என்று பிறர் துதிக்கும் சூழ்நிலையில் பிறந்த கிருஷ்ணர் பிற்காலத்தில் மனிதனாக மதிக்கப்பட்டார்.

கிருஷ்ணருக்கு உறவினனும் (சிசுபாலன்) எதிரியானான். இராமருக்குப் பகைவனும் (விபீஷணன்) நண்பனானான்.

ராமர் தனக்காக அங்கதனைத் தூதனுப்பினார். கிருஷ்ணர் மற்றவருக்காகத் தாமே தூது சென்றார்.

தர்மத்தை நிலைநாட்ட ராமருக்குச் சுக்ரீவன், அனுமன் என்று

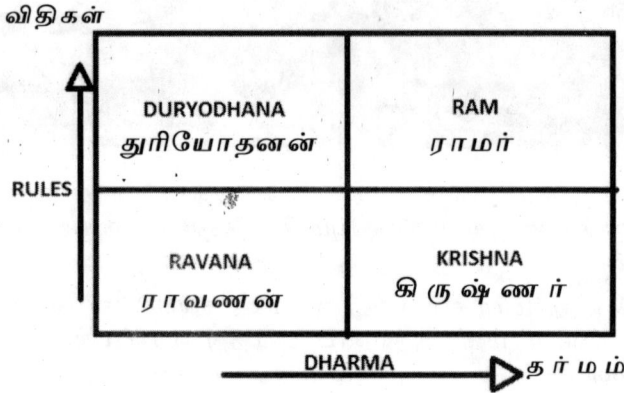

பலர் துணை நின்றனர். தர்மத்தை நிலைநாட்டப் பாண்டவர்களுக்கு கிருஷ்ணர் துணை நின்றார்.

இப்படித்தான் வாழ வேண்டும் என்று மக்களுக்கு எடுத்துக்காட்டாக விளங்குவதற்காகக் காட்டில் உலவியவர் ராமர். அதே காரணத்திற்காக நாட்டில் உலவியவர் கிருஷ்ணர்.

பிறப்புக்கு முன் தொடங்கி, இறப்புக்குப் பின்வரை எல்லாவற்றையும் ராமருக்கு வசிஷ்டர் போதிக்கிறார். இதுவே யோக வாசிஷ்டம் எனப்படுகிறது. பிறப்பின் காரணம் முதல் முக்திவரை அர்ஜுனனுக்கு கிருஷ்ணர் போதிக்கிறார். இதுவே பகவத்கீதை எனப்படுகிறது.

ராமர் பிறந்தது நவமியில். கிருஷ்ணர் பிறந்தது அஷ்டமியில். ராமர் வாழ்ந்தது திரேதா யுகத்தில். கிருஷ்ணர் வாழ்ந்தது துவாபர யுகத்தில்.

நாம் வாழும் இந்தக் கலியுகத்தைப் பொருத்தவரை நமக்கு இரண்டு மார்க்கங்களுமே தேவை. அன்றாட வாழ்க்கையில் ராமராகவும், சிக்கலான தருணங்களில் கிருஷ்ணராகவும் செயல்படும் முறையையே 'ராம கிருஷ்ண மார்க்கம்' என்கின்றன அறநூல்கள்.

இனி மரணம் தொடர்பான விஷயங்களில் ராமரின் வாழ்க்கையில் நடந்த சம்பவங்களைப் பற்றிப் பார்ப்போம். ராமாயணக் கதை

நாடறிந்த கதை என்பதால் மரணம் என்ற ஒன்றைப் பற்றி அது என்ன சொல்கிறது என்பதைப் பற்றி மட்டும் இங்கே விவாதத்துக்கு எடுத்துக் கொள்வோம்.

நீண்ட நெடிய தவத்துக்குப் பிறகு தசரதனின் மகனாக அவதரித்த ராமன், தன் தோற்றத்தாலும் குணங்களாலும் அயோத்தி மாந்தர் அனைவருடைய பேரன்புக்குப் பாத்திரமானவனாக இருந்தான்.

பல புண்ணிய தீர்த்தங்களுக்குச் சிறு வயதிலேயே சென்று நீராடிய ராமர், தீர்த்த யாத்திரை முடிந்து திரும்பிய பின்பு எவருடனும் பேசாமல் தனிமையில் காலம் கழிக்கத் தொடங்கினார். அப்போதுதான் விசுவாமித்திரர் தனது யாக சாலையைக் காவல்காக்க ராம, லட்சுமணர்களை அழைத்துச் செல்ல தசரதனின் அரண்மனைக்கு வந்தார்.

ராமர் யாருடனும் பேசாமல், சரிவர உண்ணாமல், ஒழுங்காக உறங்காமல், ஏதோ ஒருவித உன்மத்த நிலையில் இருப்பதாகப் பலரும் கூறினர். உடனே விசுவாமித்திரர் ராமரை அவைக்கு அழைத்து வரச் செய்தார். உனது மனத்தை உளையச் செய்யும் கவலைகள் ஏதாவது இருந்தால் அனைத்தையும் என்னிடம் சொல் என்று கோரினார்.

வயதில் சிறியவரான ராமர் நடுச்சபையில் நின்றபடி கூறுகிறார். 'நிலையற்ற இந்த இன்பங்களால் என்ன பயன்? இறப்பதற்கென்றே பிறக்கும் மனிதர்கள் மீண்டும் மீண்டும் பிறந்து மடிகின்றனர். எல்லாப் பொருட்களுமே அழிகின்றன. பொதி சுமக்கும் கழுதையைப்போல நாம் இந்த உடலைச் சுமந்து கொண்டு திரிகிறோம். உடலின் உள்ளே இருக்கும் கிருமிகள் உடலை நாசம் செய்கின்றன. முதுமை, பிணி, கவலை, ஆசை என்று பலவற்றாலும் சிதிலமாகும் இந்த வாழ்வை நிலையென்று நம்ப வைப்பது 'நான்' என்ற அகங்காரம்தான். தெருத்தெருவாகத் திரியும் நாய் போல் அலைகிறது மனம். கற்றறிந்த ஞானிகளும் அறிவு என்ற வாளால்கூட அந்தப் பிணைப்பை அறுக்க முடியாமல் திணறுகின்றனர்.

நாம் பார்க்கும் அனைத்தும் மாறக் கூடியவையே. காலம் கொடியது. அது எவரையும் விட்டு வைக்காது. எலி மீது நொடியில் பாய்ந்து கவ்வும் பூனைபோல் விதியானது மனிதன்மீது எந்த நிலையிலும் பாய்ந்து விழுங்கிவிடும். இந்த நிலையற்ற உலகில் மகிழ்ச்சியாக வாழ அறியாமையுடன் இருப்பதைத் தவிர வேறு என்ன வழி? தெளிவுபெற்ற அமைதியைக் காண இயலாத நிலையில், உணவும் நீரும் எடுத்துக் கொள்ளாமல், இந்தச் சரீரத்தைக் கைவிடுவது தவிர எனக்கு வேறு வழி இல்லை. இந்த உடல் என்னுடையதல்ல. எதுவுமே என்னுடையது அல்ல. எல்லாமே விடத்தக்கவையே.'

(ராமர் விரிவாகப் பேசியதன் சுருக்கம்தான் இது. அவருடைய பேச்சு பல அத்தியாயங்களுக்கு நீள்கிறது. பேசி முடித்தபோது வானத்திலிருந்து ராமர்மீது மலர் மாரி பொழிந்தது.)

ராமரின் மனத்தில் எழுந்த சந்தேகங்களுக்காக அவரைப் பாராட்டிய விசுவாமித்திரர், குலகுரு வசிஷ்டரிடம் அவற்றுக்கான விளக்கங்களைக் கூறுமாறு கேட்டுக்கொண்டார். அதன்படி, வசிஷ்டரும் ராமருக்குப் பிறப்பு, வாழ்வு, மரணம் ஆகியவற்றின் தாத்பர்யங்கள் பற்றி விளக்கமாக எடுத்துச்சொல்கிறார்.

'ராமா! இறந்தவர்கள், இறந்து கொண்டிருப்பவர்கள், இனி இறக்கப் போகிறவர்கள் என்று எல்லோருமே, அவர்கள் வாழ்ந்தபோது அவர்களுக்கிருந்த எண்ணங்களுக்கேற்ப அடுத்தடுத்த பிறவிகளை எடுக்கத்தான் போகிறார்கள். உலகம் என்பதே நமது எண்ணங்கள், ஆசைகளின் பிரதிபலிப்புதான். முறையான செயல்பாடுகளால் உலகில் உள்ள அனைத்தையுமே அடைய முடியும். மனம், சரீரம் ஆகியவற்றின் துணையுடன் நாம் எடுக்கும் முயற்சிகளின் விளைவு என்ன என்பதை நாம் இப்போது காண்கிறோம். நமது செயல்கள் இருவகைப்படும். முற்பிறவிச் செயல்கள், இப்பிறவிச் செயல்கள். இந்த இரண்டில் நமது முயற்சியின் மூலமாக இப்பிறவிச் செயல்களை மேலோங்கச் செய்யலாம். அறிவுடன் கூடிய விடா முயற்சியால் முற்பிறவிச் செயல்களின் தாக்கத்தைப் பெரிதும் தணித்துவிடலாம்.

தான் செய்யும் காரியங்களுக்கான பலன்களின் மீது மனிதன் வைக்கின்ற பற்றுதான் அவனை மறுபிறவிகளுடன் பிணைக்கிறது. உலக இன்பங்களில் நாட்டமின்றி, பற்றற்று ஒரு மனிதனால் செய்யப்படும் காரியங்கள் அவனை மேம்படுத்துகின்றன. அவ்வாறு மேன்மையில் திளைப்பவன் இப்பிறவியிலேயே மறு பிறப்பிலிருந்து விடுதலை பெற்றுவிடுகிறான்.

பொருட்களில் காணும் நிறங்கள் எல்லாம் ஒளியின் பிரதிபலிப்புகள்தான். அதேபோல் செயல்கள் என்று நாம் காண்பவை அனைத்துமே நம் மனத்தின் தீர்மானங்களைத் தவிர வேறொன்றுமில்லை. இரு ஆடுகள் மோதுவதுபோல் முற்பிறவிப் பயன்களும், இப்பிறவிச் செயல்களும் பரஸ்பரம்

மோதிக்கொள்கின்றன. அதில் பலமுள்ள ஆடு வெல்வதுபோல் முற்பிறவிப் பயன், இப்பிறவி முயற்சி என்ற இரண்டில் எது வலுவானதோ அது மற்றதை வீழ்த்துகிறது.

நம்முடைய நேற்றைய தவறுகளை இன்று நாம் முயன்று திருத்திக்கொள்ள முடிவதுபோல், முற்பிறவியில் நாம் செய்த செயல்களின் விளைவுகளை இப்பிறவியில் அனுபவிக்கவும் திருத்திக்கொள்ளவும் முடியும். அதை விட்டுவிட்டு 'இதெல்லாம் என் கர்மவினை.. நான் என்னதான் செய்வது?' என்று மனத்தை நொந்து கொண்டு, செயலற்று சோம்பி இருத்தல் தகாது.

(இங்கு வசிஷ்டர், விதியால் தோல்வி கிட்டினாலும், மனிதன் விடாது முயலவேண்டும் என்றே வலியுறுத்துகிறார்.)

சாஸ்திரங்களை அறிவதாக இருந்தாலும் சரி, குருவைத் தேடிக் கண்டடைந்து, அவரிடமிருந்து அறிவைப் பெறுவதாக இருந்தாலும் சரி, எல்லாமே முயற்சி செய்தால்தான் சாத்தியமாகும். முயற்சியை எப்போதும் கைவிடக்கூடாது. நடப்பது, உண்பது, ஒரு பொருளை எடுப்பது என்று எதுவுமே முயற்சி இன்றி நடைபெறாது. மனத்தின் விருப்பமே செயலாகிறது. செயலே விளைவாகிறது. மனிதன் முற்பிறவியில் தீவிரமாக விரும்பிச் செய்ய முயன்ற செயல்களால் ஏற்பட்ட நன்மை தீமைகளின் பலனை அவன் இப்பிறவியில் அனுபவிக்க வேண்டியிருக்கிறது. அதாவது அதுதான் அவனது விதி எனப்படுகிறது.

'விதி என்னும் முற்பிறவி பயன் ஒருவனைக் கட்டுப்படுத்தும் போது அதிலிருந்து விடுபட அவன் என்ன செய்யவேண்டும்?'

'முற்பிறவிப் பயன் என்பது முற்பிறவியில் நமக்கிருந்த விருப்பங்களால் அந்த விருப்பங்களை நிறைவேற்றிக்கொள்ள நாம் செய்யும் செயல்களால் வருவது. அதில் இருவகை உண்டு. முற்பிறவியில் ஒருவருக்கு இருந்த தூய எண்ணங்கள் அவரை இப்பிறவியில் நல்வழிக்கும், முற்பிறவியின் அவருக்கிருந்த தீய எண்ணங்கள் அவரை இப்பிறவியில் தவறான பாதைக்கும் அழைத்துச் செல்லும். முற்பிறவியில் நமக்கு இருந்த தூய எண்ணங்களுடன் இப்பிறவியில் நாம் செய்யும் முயற்சிகளும் சேரும்போது நமக்கு மேன்மை எளிதாக உண்டாகும். மாறாக, முற்பிறவியின் தீய எண்ணங்கள் இப்பிறவியில் நம்மைத் தவறான பாதையில் இட்டுச் செல்லும்போது, தீவிர முயற்சியின் மூலம் அதனைத் தவிர்க்கும் வழிகளை நாடவேண்டும். இங்குதான் சாஸ்திரங்களும், குருவின் வழிகாட்டல் போன்றவையும் நாம் நல்வழியில் செல்வதற்கு உதவுகின்றன.

அவ்வாறு தீய கர்ம வினைகளைக் கட்டுப்படுத்திய பிறகு, பரம்பொருளைப் பற்றி அறிவதில் மனத்தைச் செலுத்த

வேண்டும். யாகம் போன்ற கர்மங்களில் மூழ்கி ஞானத்தை நாடும் மனப்பக்குவத்தை வளர்த்துக் கொள்ள வேண்டும். அவ்வாறில்லாமல் இருப்பது சுழலில் சிக்கிய நிலையை ஏற்படுத்தும்.'

இவ்வாறு தொடங்கி படைப்பு, ஆன்ம உணர்வு, உலகம் எனும் மாயை, மனத்தின் தன்மை, கனவுகளின் இயல்பு, முக்தி போன்ற எண்ணற்ற விஷயங்களைப் பற்றிப் பலவித உதாரணக் கதைகளின் உதவியுடன் வசிஷ்டர் ராமனுக்கு விளக்குகிறார். இதனாலேயே யோக வாசிஷ்டம் என்பது கருட புராணம், பகவத் கீதை என்ற இரண்டின் கலவை என்று கருதப்படுகிறது.

மோட்சம் பற்றி ராமருக்கு வசிஷ்டர் கூறுகிறார்.

'ராமா! தன்னிடமுள்ள அறியாமையை அகற்றி தன் தேடுதல் முயற்சியின் இறுதியில் உண்மை என்ன என்பதை அறிய முனைந்து விட்டவனுக்குத்தான் உலக வாழ்க்கை என்பது எளிதானதொரு பயணமாக இருக்கும். இன்ப, துன்பங்கள் இரண்டையுமே சமமாகக் கருதி, அவற்றில் மனத்தைச் செலுத்தாதவன், அதைப் பற்றிய ஆராய்ச்சியில் நேரத்தை வீணாக்காதவனே மேன்மையானவன். அவன்தான், எந்த இடத்தை எட்டினால் மீண்டும் பிறத்தல் என்பது இல்லையோ, அந்த நிலையை அடைகிறான். இத்தகைய ஒரு நிலை கிடையாது (அதாவது மோட்சம் என்பதே இல்லை) என்றே வைத்துக்கொள்வோம். இந்த நிலை உண்டென்ற எண்ணத்தை உள்ளடக்கியதாகவே நமது செயல்பாடுகள் இருக்க வேண்டும். அந்த நிலையில் மறு பிறவி இல்லை என்ற நிலையை நாம் அடைவதால் நமக்கு எந்த நஷ்டமும் இல்லை.

ஞானத்தை அடைய முற்படுபவன் ஏழு நிலைகளை எட்டவேண்டும்.

முதல் நிலை,

தூய எண்ணங்கள், சாஸ்திரம், தத்துவ அறிஞர் சேர்க்கை மூலம் வருவது இது.

இரண்டாவது நிலை,

நல்லது கெட்டது இரண்டையும் பாகுபடுத்திப் பார்த்து அதில் எது விலக்கத்தக்கது, எது ஏற்கத்தக்கது என அறிந்து அதை நாடுவது.

மூன்றாவது நிலை,

மனத்தூய்மை பெறுதல் (ஐம்புலன்கள் வாயிலாகத் துய்க்கும் இன்பங்களிலிருந்து மெல்ல விலகுதல்.)

நான்காம் நிலை,

தன் நிலை அறிதல் (இது இறைவனே எல்லாம் என்ற நிலை. உள்முகப் பயணத்தின் தொடக்க நிலை.)

ஐந்தாவது நிலை,

உலக நடப்புகளில் விருப்பு வெறுப்பற்றிருத்தல். (உலக நிகழ்வுகளிலிருந்து ஒதுங்கி, தன்னுள் தானே லயித்திருத்தல்)

ஆறாவது நிலை,

சாரத்தைக் கிரகித்தல் (ஒவ்வொன்றின் மூலத்தையும் உணர்ந்து, உண்மையான அறிவை நோக்கி நகர்தல்)

ஏழாம் நிலை,

அனைத்தையும் ஒருமுகப்படுத்தல் (இது எல்லாம் ஒன்றே என்றுணரும் இறுதி நிலை.)

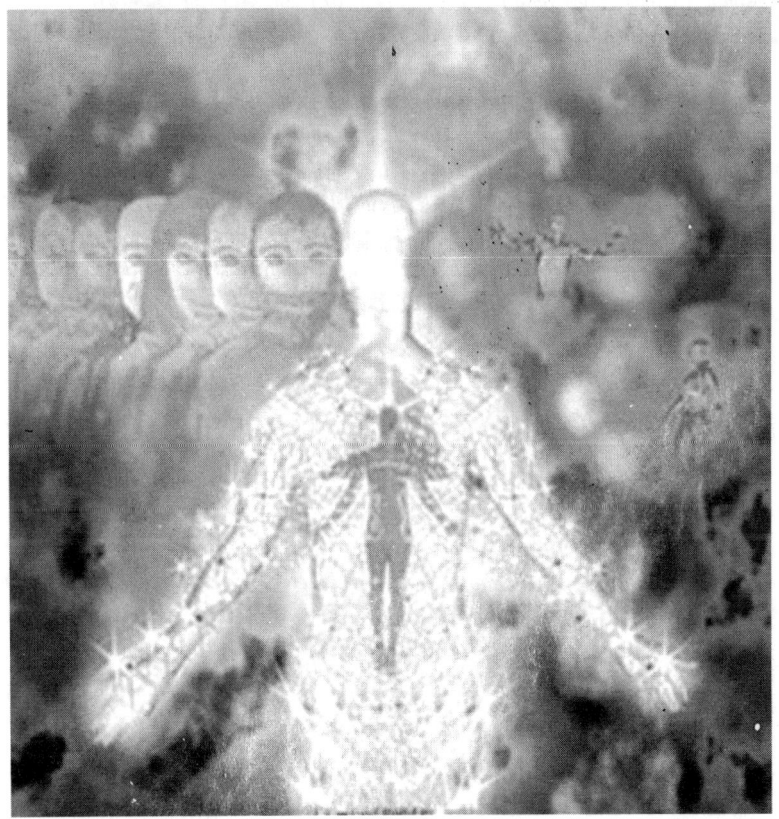

"இந்த இறுதி நிலையை எட்டியவர்கள்தான் இந்த உலக வாழ்விலிருந்து விடுதலை (மோட்சம்) எய்துகின்றனர். இவற்றில் ஒருசில நிலைகளை எட்டியவர்களால்கூட தங்கள் முயற்சிகள் வீண்போகாத வகையில் நற்பிறப்பு (மறுபடியும்) அடைந்து மீண்டும் தங்கள் முயற்சிகளைத் தொடரமுடியும்."

மோட்சம் பற்றி வசிஷ்டர் இவ்வாறு கூறவும் ராமர் மரணம் பற்றிய சில விளக்கங்களை அவரிடம் கேட்கிறார்.

‘மூச்சு நின்றபிறகு மனிதனுக்கு என்ன நேரிடுகிறது? மரணத்துக்குப் பிறகு மனிதன் எப்படி மீண்டும் பிறவி எடுக்கிறான்?’

ராமரின் கேள்விக்கு வசிஷ்டர் இவ்வாறு பதில் கூறுகிறார்.

‘மூச்சு நின்றவுடன் இயல்பாகவே உடலின் இயக்கமும் நின்றுவிடுகிறது. இதுவே மரணம் எனப்படுகிறது. உடல் மரணமடையும் அந்தச் சமயத்தில் ஜீவாத்மா அழிவதில்லை. தான் உயிரோடு இருந்தபோது ஆசைகள் பலவற்றுக்கு இடமளித்த அந்த ஜீவன், அதற்குப் பிறகு தான் வாழும்போது கொண்டிருந்த எண்ணங்களுக்கேற்ப வெவ்வேறு நிலைகளை அடையும். இந்நிலையில் அது பிரேதம் எனப்படும். உடலை விட்டுப் பிரிந்த அந்த நிலையிலும்கூட ஜீவன் தனது உலக வாழ்வின்போது தனக்குக் கிடைத்த அனுபவங்களை மறப்பதில்லை. அந்த எண்ணங்களைச் சுமந்தபடியே அது மற்றொரு சரீரத்தை அடையும். அதற்கு முன்பு, வாழும்போது தான் செய்த பாவங்களுக்கு ஏற்ப நரக வாழ்வை அனுபவிக்கும். அதன் பின்னரே அடுத்த பிறவி எடுக்கும். பாவ வாழ்க்கை நடத்துபவர்களுக்கு இந்தப் பிறவிச் சக்கரம் மீண்டும், மீண்டும் ஏற்பட்டுக்கொண்டே இருக்கும்.

‘பாவ காரியங்களைச் செய்யாதவர்கள்கூட, தாங்கள் வாழும் காலத்தில் கொண்டிருந்த ஆசைகளை நிறைவேற்றிக் கொள்வதற்காக மீண்டும் பிறப்பெடுப்பர். அவர்கள் அதற்கு முன்பு சில காலம் சொர்க்க வாசம் செய்துவிட்டு, மறுபடியும் பிறப்பார்கள். இவ்வாறு ஒவ்வொரு பிறவியிலும் அவர்கள் வாழும் வகைக்கேற்ப வெவ்வேறு நிலைகளை எட்டி, மீண்டும் மீண்டும் பிறவிகளை எடுப்பார்கள். எல்லா ஜீவராசிகளிலும் உறையும் பரமாத்மா மட்டுமே இதற்கெல்லாம் சாட்சி. அந்தப் பரமாத்மா வெறும் சாட்சிதானே தவிர, அவற்றை அவர் அனுபவிப்பதும் இல்லை. அவற்றால் சலனப்படுவதும் இல்லை.’

‘அப்படியானால் இறந்தவனுக்கு அவனுடைய சந்ததியினர் செய்யும் சிரார்த்தங்களால் என்ன பயன்?’

‘ராமா! ஒருவன் மரணமடைந்தபின் அவனுக்குச் செய்யப்படும் சிரார்த்தம் போன்றவைகளின் பலன் - அந்த ஜீவன் ஜீவித்திருந்தபோது செய்த நல்ல செயல்களின் பலன் அதனைச் சென்றடைவது போலவே அதனையே சென்று சேர்கின்றன. அதனால் அந்த ஜீவன் அடுத்த பிறவி என்பது பற்றி நம்பிக்கைகொண்டு, தன்னுள்ளே நல்லெண்ணங்களை வளர்த்துக் கொள்ளும். ஜீவனின் பெயரால் அந்த ஜீவனுக்காகப் பிறரால் செய்யப்படும் நற்செயல்கள் எல்லாமே முன்பு அந்த ஜீவனால் செய்யப்பட்ட தூய்மையற்ற செயல்களால் எற்பட இருக்கின்ற தீமைகளின் பாதிப்பை அகற்றும். அதனாலேயே சாஸ்திரங்களில் சிரார்த்தம்

போன்றவற்றை செய்ய வேண்டும் என்பது வலியுறுத்தப்படுகின்றது. ஆத்மாவின் செயல்பாடுகளே இவை. அனைத்துக்கும் காரணம் என்று அறியாதவரை மனிதன் மீண்டும் மீண்டும் பிறவி எடுத்துக் கொண்டே இருக்க வேண்டியதுதான்.'

இவ்வாறு கூறிய வசிஷ்டர், உலக விஷயங்களில் முறையாக ஈடுபட்டபடியே, மனத்தால் அவற்றிலிருந்து எப்படி விலகி இருப்பது, அதற்கு உதவும் குணங்கள் என்னென்ன, யோக முறைகள் எவை எவை என்பது பற்றியும் வலியுறுத்துகிறார். ஞானம் என்பதே தன்னுள் இருக்கும் ஆத்மாவை உணர்தல் என்பதுதான் என்றும், மற்றவை எல்லாம் அதற்கான சாதனங்களே என்றும் விளக்குகிறார்.

தான், தனது என்பன போன்ற உணர்வுகள் அற்று இருத்தல், விருப்பு, வெறுப்பின்றிக் கடமை புரிதல், உடலில் உயிர் தரிக்க, உடல் செயல்படத் தேவையான அளவு மட்டும் உணவு, நீர் இவற்றை எடுத்தல், இயன்றபோதெல்லாம் இடைவிடாது பரம்பொருளை அறிய முற்படல் போன்றவற்றால் மனிதன் வாழும் நிலையிலிருந்தே நேராக முக்தி நிலையை எய்த முடியும் என்கிறார் வசிஷ்டர்.

மரணம், மறுபிறவி, கர்ம வினைகளின் பாதிப்பு, உடலே நான் என்ற உணர்வு என்று எண்ணற்ற விஷயங்களைப் பற்றி வசிஷ்டர் விளக்குகிறார். இது யோக வாசிஷ்டம் என்ற தனி நூலாக உள்ளது.

இவ்வாறு வசிஷ்டரிடம் உபதேசம் பெற்ற ராமர், தமது வாழ்வே பிறருக்கான உபதேசம் என்னும் வகையில் வாழ்ந்து காட்டுகிறார். அப்படியிருந்தும் அவரும் இரு சந்தர்ப்பங்களில் உபதேசம் புரிந்ததாகக் கூறப்படுகிறது.

14 வருட வனவாசம் முடிந்து, மீண்டும் அயோத்திக்கு வந்த ராமர் மன்னனாக மகுடம் சூடுகிறார். அவரது பட்டாபிஷேகம் முடிந்தபின் ஆஞ்சநேயர் முன்னிலையில் ராமர் செய்த உபதேசம் புகழ்பெற்றது. "வைதேகி சரிதம்..." என்று தொடங்கும் இந்த உபதேசத்தை ராமரின் கீதையாகவே பக்தர்கள் பாவிக்கின்றனர்.

(ஆஞ்சநேயர் குழந்தையாக இருந்தபோது வானில் சிவப்பாகத் தோன்றிய சூரியனைப் பழம் என எண்ணி அதைப் பிடிக்கத் தாவி, இந்திரனின் வஜ்ராயுதத்தால் அடிபட்டார். பின்னர் அதற்காக வருந்திய எல்லா தேவர்களும் அனுமனுக்கு வரங்களை வாரி வழங்குகின்றனர். அப்போது சூரியனின் குழந்தையான அனுமனுக்குத் தானே குருவாக இருந்து 4 வேதங்களையும், சகல சாஸ்திரங்களையும் கற்பிக்கிறார். பின்னர் பட்டாபிஷேகத்தின்போது ராமர் உபதேசம் செய்ய, அதை அனுமன் கேட்கிறார்.

துவாபரயுகத்தில் வாயு புத்ரனான பீமன் போரில் தங்கள் பக்கம் நின்று உதவுமாறு, அனுமனிடம் கேட்கிறான். அதற்குப்

பதிலளித்த அனுமன், "நான் சென்ற யுகத்தைச் சேர்ந்தவன். இது வேறு யுகம். இதில் நான் நேரிடையாக வந்து கலந்துகொள்ள முடியாது. அர்ஜுனனின் கொடியில் நான் இருப்பேன். போரில் நீ கர்ஜனை செய்யும்போது என் முழக்கமும் அதனுடன் சேர்ந்து எதிரிகளை நடுநடுங்கச் செய்யும்" என்றார்.

அதன்படி அர்ஜுனனின் கொடியில் அனுமன் இருக்கிறான். அப்போது அர்ஜுனனுக்குக் கீதையை உபதேசிக்கிறார் கிருஷ்ணர். இப்படியாக மூன்று மகத்தான உபதேசங்களை மூன்று மிக முக்கியமானதும் மிகச் சிறந்ததுமான இடங்களில் கேட்டதால் அனுமனுக்கு வேதங்கள் 'சர்வ வியாகரண பண்டிதன்' என்று பெயர் சூட்டியுள்ளன.

பொதுவில் கீதை என்றால் அது அர்ஜுனனுக்கு கிருஷ்ணர் உபதேசித்ததுதான் என்று பலரும் நினைக்கின்றனர். ஆனால் அதைத்தவிர எண்ணற்ற கீதைகள் உள்ளன.

கிருஷ்ணரே உத்தவருக்கு உபதேசித்தது உத்தவ கீதை எனப்படும். (இதனை ஹம்ஸ கீதை என்றும் கூறுவர்.) கிருஷ்ணருக்கு முன்பே பல கீதைகள் இருந்து வந்துள்ளன.

வேதங்களைப் பொறுத்த வரை முதன்முதலில் தோன்றிய கீதை மோட்ச கீதை தான். பிறவி என்னும் பெருங்கடலைக் கடக்க வழிகாட்டும் விளக்கங்கள் நிரம்பிய இதனை பிட்சு கீதை என்றும் கூறுகின்றனர்.

சிவ பெருமானின் மகிமைகள் குறித்தும், பாசுபத விரதம் பற்றியும் ராமருக்கு அகத்தியர் விரிவாக உபதேசித்தார். இது சிவ கீதை எனப்படும்.

ஸ்கந்த புராணத்தில் உமா மகேஸ்வரருக்கு பாலமுருகன் பிரணவத்தின் உட்பொருள் குறித்து விளக்கினார். இதனை குருகீதை என்கின்றனர்.

முற்கால புராணத்தில் சந்திய தத்துவம் குறித்து விநாயகர் செய்த உபதேசம் கணபதி கீதை எனப்படுகிறது.

பராசக்தியே தனக்கு மகளாக அவதரிக்க வேண்டும் என்று வேண்டிய பர்வதராஜனுக்கு பார்வதி செய்த உபதேசத்துக்கு தேவி கீதை என்று பெயர்.

சீதையின் தந்தையான ஜனக மன்னருக்கு அஷ்டா வக்ரர் அளித்த உபதேசம் அஷ்டா வக்ர கீதை எனப்படும்.

பார்க்கும் எல்லாம் பிரம்மமே, நாம் எல்லோரும் அதன் தோற்றமே என்று பிரம்மாவின் புத்திரரான ரிபு என்பவர் பக்தர் நீதாகாருக்கு விவரித்துக் கூறிய உபதேசமே ரிபு கீதை எனப்படும்.

யயாதியின் மூத்த மகன் யதுவுக்கு தத்தாத்திரேயர் செய்த உபதேசமே நந்த கீதை எனப்படும். கடோபநிஷத்தில் நசிகேதனுக்கு யமன் கூறும் உபதேசங்கள் யம கீதை எனப்படும்.

ராமர் சித்ரகூட பர்வதத்தில் தங்கியிருந்தபோது பரதன் அவரைத் தேடிவந்து ஆட்சிப் பொறுப்பை ஏற்குமாறு வேண்டுகிறான். அப்போது ராமர் செய்த உபதேசங்கள் ராம கீதை எனப்படுகின்றன.

கிருஷ்ணரின் பகவத்கீதைக்கு அடுத்தபடியாகப் பிரசித்தி பெற்றது இந்த ராம கீதைதான்.

'சூரிய கிரணங்கள் நீரை உறிஞ்சுவதுபோல் இரவும் பகலும் நமது ஆயுளைக் கொஞ்சம் கொஞ்சமாக உறிஞ்சிக் கொண்டே வருகின்றன. நமது ஆயுள் இன்னும் எத்தனை நாளைக்கு இருக்கிறது என்று தெரியாத நிலையில் நாம் மகிழ்வதும் துக்கிப்பதும் எதனால்?

பழுத்துவிட்டால் மரத்துடனான தங்கள் தொடர்பை அறுத்துக் கொண்டு பழங்கள் மண்ணில் விழுகின்றன. இங்கே தொடர்பைத் துண்டித்துக் கொண்டது பழமா அல்லது மரமா என்று ஆராய்வதைவிட பழுத்ததன் பலனாகவே தொடர்பை அறுக்கும் பக்குவம் ஏற்பட்டது என்பதை உணர வேண்டும். அதுபோல் மனம் பழுத்துக் கனிந்து நிற்கும் நிலையில், மரணமோ, பிரிவோ ஒருவருக்கு ஒரு துன்பத்தையும் தராது.

கடலில் சில கட்டைகள் மிதந்து வருகின்றன. நீரின் ஓட்டத்தில் அவை ஒரு கட்டத்தில் ஒன்றோடொன்று உரசிக்கொண்டே இணைந்த நிலையிலேயே பயணிக்கின்றன. பிறகு மீண்டும் பிரிகின்றன. வாழ்க்கை எனும் நீரோட்டத்தில் நாம் ஒருவரை ஒருவர் சந்திக்கும் நிலை ஏற்படும்போதே என்றாவது ஒருநாள் நமக்குப் பிரிவும் ஏற்படும் என்பதை உணர்ந்து கொண்டால் மனத்தில் துக்கம் என்பதே ஏற்படாது.

உண்மை என்பது சுகமானது. சத்தியமானது, இன்பத்தைத் தரவல்லது. இதை உணர்ந்து கொண்டால் மனம் துயரின்றித் தெளிவுடன் இருக்கும். உள்ளதைக் கொண்டு திருப்தி அடையவேண்டும். அப்போது நமக்கான உலகம் சுகமானதாக மாறும்.

யமுனை நதி கடலை நோக்கிச் செல்கிறது. கடலில் கலந்த பிறகு அது மீண்டும் யமுனையாகத் திரும்ப மாறாது. அங்கு அதற்குச்

▶

சாத்தியமேயில்லை. அதேபோல், பரம்பொருளில் கலந்த பின்னர் மீண்டும் திரும்புதல் என்ற பேச்சுக்கே இடமில்லை.

எது நடந்தாலும் அது நல்லதற்கே என்று அதை ஏற்கப் பழக வேண்டும். ஓர் இரவு முடிந்த நிலையில் பகலானது உதிக்கிறது. அதன்பின் வேறொரு புதிய இரவுதான் வருமே தவிர, போன இரவே திரும்பவும் வராது.

உறவு என்று வந்தால் பிரிவு என்பதும் வரத்தான் செய்யும். உறவை மட்டும் மகிழ்வுடன் ஏற்றுக்கொள்பவர்கள் பிரிவுக்காக வருந்துவது என்பது அறிவார்ந்த செயல் ஆகாது.

உயர்வு வரும்போது கர்வம் கொள்ளாதவன் தாழ்வு வரும்போது பாதிக்கப்படமாட்டான். இரு நிலைகளையும் சமமாகப் பாவிப்பவனே பக்குவம் அடைந்தவனாவான்.

ஈசன் பூரண உரிமை படைத்தவன். அவன் விருப்பமின்றி உலகில் எதுவுமே இயங்குவதில்லை. மனிதனின் எண்ணமோ,

விருப்பமோ இவ்வுலகில் எதையுமே சாதிப்பதில்லை. இதையும் நாம் அனைவரும் இறைவனின் கைப்பாவைதான் என்பதையும் உணர்ந்தவனே உண்மையான மனிதன்.'

ராமரின் உபதேசங்களின் சாரம்தான் மேலே சொல்லப் பட்டுள்ளவை. கிருஷ்ணரின் கீதையில் காணப்படும் கருத்துகளைப் போலவே இவையும் இருப்பதை உங்களால் உணர முடியும்.

ராமரின் ஆட்சி, வண்ணான் ஒருவனின் அபவாதப் பேச்சைக் கேட்டு சீதையைக் காட்டுக்கு அனுப்பியது, காட்டில் லவகுசர்களின் பிறப்பு, அஸ்திரப் பயிற்சி பெற்ற லவகுசர்கள் ராமரின் பட்டாபிஷேகக் குதிரையைக் கட்டிப் போடுவது, இரண்டு சிறுவர்களின் அஸ்திரங்களுக்கு ஈடுகொடுக்க இயலாமல் அயோத்திப் படைகள் தோற்று ஓடுவது, இதைப் பற்றியெல்லாம் கேள்விப்பட்டுத் தானே நேரில் போர்க்களம் வந்த ராமர், அங்கே லவனும் குசனும் தன் மக்களே என அறிவது, ராமரைக் கண்ட சீதை மனத்துக்குள் தாயை வேண்ட, சீதையின் தாயான பூமாதேவி தோன்றிச் சீதையுடன் பூமிக்குள் மறைவது போன்றவற்றைப் பற்றி உத்தர ராமாயணம் விவரிக்கிறது.

பூமியே இரண்டாகப் பிளந்துகொள்ள, அதன் உள்ளிருந்து பூமாதேவி தோன்றுகிறாள். 'அம்மா' என்று கூவியபடி சீதை ஓடிச்சென்று அவள் மடியில் அடைக்கலம் புகுகிறாள். பூமாதேவி மீண்டும் பூமிக்குள் செல்ல, பிளந்த பூமி மூடிக் கொள்கிறது. ராமர் தரையில் முகம் புதைத்து சீதா, சீதா என அரற்றுகிறார்.

(துளசி ராமாயணத்தில் லவ, குசர்கள் ராமரின் அஸ்வமேத யாக குதிரையைக் கட்டிப்போட, ராமர் படைகளூடன் போர் நடத்துவதும், பிறகு ராமர்-சீதை சந்திப்பு நடப்பதும் விவரிக்கப்படுகிறது. ஆனால் வால்மீகி ராமாயணத்திலே லவ, குசர்கள் கையில் வீணையை, அல்லது நாரதரின் தம்புரா போன்ற இசைக் கருவியை மீட்டியபடி ராம கதையைத் தெருத்தெருவாகப் பாடியபடியே பவனி வருகின்றனர். அவர்களைக் கண்ட ராமர், அவர்கள் தன் பிள்ளைகளே என உணர்கிறார். சீதை மீண்டும் ஒரு முறை அனைவரது முன்னிலையிலும் தன் புனிதத்தை நிரூபிக்க வேண்டும் என்று கூறுகிறார் ராமர்.

காட்டிலிருந்து அழைத்துவரப்பட்ட சீதை அனைவர் முன்னிலையிலும், 'நான் பரிசுத்தமானவள் என்பது உண்மையானால் பூமி என்னை ஏற்றுக்கொள்ளட்டும்' என்று கூற, பூமி இரண்டாகப் பிளக்கிறது. அப்போது ஒளிவீசும் சிம்மாசனத்தில் அமர்ந்த நிலையில் பூமாதேவி தோன்றி சீதையை ஏற்றுக்கொண்டு பூமிக்குள் மறைகிறாள்.)

சீதையை நிரந்தரமாகப் பிரிந்த பின்னர் ராமரின் மனத்தில் துயரம் நிரந்தரமாகக் குடியேறியது. அவர் சீதையைப் போன்றே ஒரு தங்கச் சிலையை வடித்து, அதையே பட்ட மகிஷியாகப் பாவித்து எண்ணற்ற யாகங்களை செய்தார். அதற்குப் பிறகு ராமரின் ஆட்சி பல காலம் சிறப்பாக நடைபெற்றது.

ஒருநாள் மரணமானது முனிவரின் வடிவில் ராமரிடம் வந்தது. ராமர் அவரை வரவேற்று, 'உங்கள் வரவு நல்வரவு ஆகட்டும். நீங்கள் யாரால் அனுப்பப்பட்டீர்களோ, அவர் கூறிய செய்தியைச் சொல்லுங்கள்' என்றார்.

'நான் தாங்கி வந்துள்ள செய்தி தங்கள் காதுகளுக்கு மட்டுமே உரியது. வேறொருவன் நாம் பேசுவதைப் பார்த்தாலோ, நான் கூறும் செய்தியைக் கேட்டாலோ அவன் உங்களால் கொல்லப்படத்தக்கவன் ஆவான்' என்றார் முனிவர்.

ராமர், 'லஷ்மணா! நீ சென்று கதவுக்கு வெளியே காவல் இரு. நாங்கள் இருவரும் பேசும்போது யார் பார்த்தாலும் கேட்டாலும் அவன் கொல்லப்படுவான்' என்றார்.

லஷ்மணன் போன பின்பு முனிவர், 'நான் பிரம்ம தேவனால் அனுப்பப்பட்டவன். அவர் கூறிய செய்தியை இப்போது நான் உங்களிடம் அப்படியே கூறுகிறேன்' என்று கூறத் தொடங்குகிறார்.

'பிரம்ம தேவனாகிய நான் படைப்பு தொடங்கிய காலத்தில் உங்கள் மகனாக இருந்தேன். உலகத்தைக் காக்க அவதரித்த நீங்களே இப்போது அதன் முடிவுக்கான காலத்தையும் நிர்ணயித்தீர்கள். அந்த முடிவுகாலம் வந்துவிட்டது. ராவணனின் பிறவியை முடித்துவைக்க மனித உடலெடுத்த நீங்கள், உங்களுக்கென நிர்ணயித்திருந்த வாழ்நாள் முடிந்துவிட்டது. தங்கள் முடிவு நெருங்கிவிட்டது. ஆகையால், மரணத்தை உங்களிடம் அனுப்பியிருக்கிறேன். மனிதர்களிடையே மேலும் சில காலம் வாழ்ந்து அவர்களுக்குப் பாதுகாப்பு அளிப்பது அவசியம் என்று நீங்கள் கருதினால் அப்படியே செய்யுங்கள். மாறாக, முன்பே நிர்ணயித்தபடி மேல் உலகம் திரும்பி, மற்ற தேவர்களையெல்லாம் மகிழ்விக்க வேண்டும் என்று நீங்கள் முடிவெடுத்தாலும் சரியே!'

இவ்வாறு பிரம்ம தேவன் கூறியதாக முனிவர் கூறவும், 'இந்தச் செய்தி எனக்கு மகிழ்ச்சி தருகிறது. நான் இங்கு வந்ததற்கான காரியம் நிறைவேறிவிட்டது. ஆகையால் இது குறித்து யோசிப்பதற்கு ஏதுமில்லை. நான் எங்கிருந்து வந்தேனோ அங்கேயே திரும்புகிறேன்' என்றார் ராமர்.

அப்போது ராமரை அவசரமாகப் பார்ப்பதற்காகத் துர்வாசர் வந்தார். ராமன் சொற்படி லட்சுமணன் அவரைத் தடுத்தார்.

அதனால் சினம் கொண்ட துர்வாசர், 'சுமித்ரையின் மைந்தனே! உடனே சென்று ராமனிடம் என் வருகையைத் தெரிவி, நான் உள்ளே செல்வதைத் தடுத்தால் உன்னையும், உன் சகோதரர்களையும், அத்தோடு சேர்த்து இந்த நாட்டையும் சபித்துவிடுவேன்' என்றார்.

துர்வாசரின் தவ வலிமையை நன்கு அறிந்திருந்த லட்சுமணன், நாடே சபிக்கப்படுவதைக் காட்டிலும் தான் மரணமடைவது மேல் என்று கருதி, ராமருக்கு முன்னால் போய் நின்று துர்வாசரின் வருகைச் செய்தியைத் தெரிவித்தான்.

ராமர் வந்து துர்வாசரை வரவேற்றார். 'நீண்ட காலம் ஒரு விரதம் இருந்தேன். அது இப்போது முடியப் போகிறது. அப்படி அந்த விரதம் முடிந்தபின் முதல் உணவை உன் கையால் பெறத் தீர்மானித்து வந்துள்ளேன்' என்றார் துர்வாசர்.

மகிழ்ச்சியுடன் ராமர் உணவு படைக்க, துர்வாசர் உண்டபின் அனைவரையும் ஆசீர்வதித்து விடைபெற்றார்.

முனிவர் வடிவில் வந்த மரணம் விதித்த நிபந்தனை ராமரைத் துயரில் ஆழ்த்தியது. இது குறித்து வசிஷ்டர் உள்ளிட்ட பெரியோர்களிடம் ஆலோசனை கேட்டார். அதிர்ச்சி அடைந்த அவர்கள் யாரும் பேசவில்லை. வசிஷ்டர் கடைசியாகக் கூறினார்.

'ராமா! உன் காலத்தின் முடிவு நெருங்கிவிட்டது புரிகிறது. லஷ்மணனை நீ பிரிந்தாக வேண்டும். எக்காலத்திலும் நீ வாக்கு தவறலாகாது. வார்த்தை தவறுவது என்ற அதர்மம் கடைப்பிடிக்கப்பட்டால், மூவுலகங்களுக்கும் அழிவைத் தவிர வேறு எதுவும் கிட்டாது. காலம் சக்தி வாய்ந்தது. நீ லட்சுமணனைக் கைவிடுவதே முறை.'

உடனே லட்சுமணன், 'சொன்ன சொல் தவறுபவர்களுக்கு நரகமே கிட்டும். என்னைக் கைவிடுங்கள். இது காலம் வகுத்த சட்டம்' என்றான்.

பின்னர் ராமர், 'உற்றவனைக் கைவிடுவது அவனைக் கொல்வதற்குச் சமம் என்று தர்ம சாஸ்திரம் கூறுகிறது. எனவே நான் உன்னைக் கைவிடமாட்டேன்' என்றார்.

கண்கள் குளமாக அந்த இடத்தைவிட்டு அகன்ற லட்சுமணன், சரயூ நதிக்கரைக்குச் சென்று வேத நெறிப்படி சில நியமங்களைச் செய்து பின் மூச்சை அடக்கி அமர்ந்தான். இந்திரன், ரிஷிகள், தேவ கன்னியர் எல்லோரும் தோன்றி லட்சுமணனைப் பிறர் கண்களுக்குப் புலப்படாமல் தேவலோகத்துக்கு அழைத்துச் சென்றனர்.

லட்சுமணனின் பிரிவால் வருந்திய ராமர், துயரம் தாங்காமல் ஒருநாள் சபையில், பரதனுக்கு முடிசூட்டிவிட்டு லட்சுமணன் வழியில் தாமும் செல்லப்போவதாகத் தெரிவித்தார். ராமர் இல்லாத உலகத்தில் தாங்களும் இருக்க விரும்பாத அவையோர், தாங்களும் உடன் வருவதாக உறுதியுடன் கூறினர். வடபகுதிக்கு லவனையும், தென் பகுதிக்குக் குசனையும் மன்னர்களாக்கி முடி சூட்டிவிடும்படியும், தாங்களும் உடன் வருவதாகவும் பரதனும், சத்ருக்கனனும் தீர்மானமாகக் கூறிவிட்டனர்.

ரிஷிகளும் கந்தர்வர்களும் வந்தனர். சுக்ரீவன் தலைமையில் வானரர்களும் அங்கு வந்து சேர்ந்தனர். அதே முடிவுடன் விபீஷணனும் வந்து சேர்ந்தான்.

ராமர் விபீஷணனிடம், 'மக்களைப் பாதுகாப்பது உன் கடமை. ஆகவே பூமியிலேயே இருந்து இலங்கையைப் பரிபாலிப்பாயாக. இதற்கு மறுவார்த்தை பேசவேண்டாம்' என்று கட்டளையிட, வருத்தத்துடன் கரம் கூப்பி அதை ஏற்றான் விபீஷணன். அனுமனிடம் பேசிய ராமர், "என்னுடைய சரித்திரம் மக்களால் பேசப்படும்வரை நீ பூமியிலேயே வாழ்வாயாக' என்றார்.

மறுநாள் வசிஷ்டர் சாஸ்திரங்களின்படி பல நியமங்களைச் செய்தார். பின் பரதன், சத்ருக்கனன், கோசல மாந்தர் என எண்ணற்றவர் உடன் வர, ராமர் சரயூ நதிக்கரைக்குச் சென்றார். அங்கே பிரம்மாவும் தேவர்களும் முனிவர்களும் கூடியிருந்தனர்.

வானம் அற்புத ஒளியுடன் திகழ, நறுமணத்துடன் மாருதம் வீச, பூமாரி பொழிய, தேவ வாத்தியங்கள் முழங்க, ராமர் சரயூ நதியில் இறங்கினார்.

பிரம்மா கூறினார், 'விஷ்ணுவே வருக. எல்லோருக்கும் நலமே உண்டாகட்டும். உன் சகோதரர்களுடன் சேர்ந்து மீண்டும் உன் இயல்பை அடைவாயாக. உன்னைப் பற்றி அறிந்தவர் எவரும் இல்லை. நீ அறியத்தகாதவன். அழிவற்றவன்.'

இதைத் தொடர்ந்து ராமர் விஷ்ணு நிலையை அடைந்தார். கந்தர்வர், அப்சரர், நாகர், யஷர், தேவர், அசுரர், இந்திரன், அக்னி, வருணன் அனைவரும் மகிழ்வுடன், 'எல்லாம் நலமே. எல்லாம் நலமே' என்று வாழ்த்தினர்.

ராமரைப் பின்பற்றி சரயூ நதியில் இறங்கிய அனைவரும் நற்கதி பெற்றனர். வானரர்கள் அனைவரும் மீண்டும் தேவர்களின் அம்சம் பெற்றனர். சுக்ரீவன் சூரியனின் அம்சத்தில் இணைந்தான்.

அன்று சரயூ நதியில் நீராடிய அனைவரும்கூட நல்வாழ்க்கை நடத்திப் பின்னர் நற்கதி பெற்றனர்.

மூவுலகங்களிலும் உள்ள அசையும் பொருட்கள், அசையாப் பொருட்கள் அனைத்திலும் வியாபித்திருக்கும் மகாவிஷ்ணு மீண்டும் தன் நிலையை எய்தினார்.

இவ்வாறு வால்மீகி தமது உத்தர ராமாயணத்தின் இறுதியில் விவரிக்கிறார்.

ராமரைப் பொறுத்தவரை அவர் தன் ஆயுட்காலம் முழுவதும் தான் சொன்னதையே கடைப்பிடிக்கிறார். தான் பின்பற்றும் வாழ்க்கை முறையை மற்றவர்களும் பின்பற்றச் சொல்லி உபதேசிக்கிறார்.

சிறுவனான ராமருக்கு வசிஷ்டர் உபதேசித்த யோக வாசிஷ்டத்திலும் சரி, வனவாசத்தின் தொடக்கத்தில் பரதனுக்கு ராமர் உபதேசித்த ராம கீதையிலும் சரி, பட்டாபிஷேகத்தின்போது அனுமனுக்கு ராமர் செய்த உபதேசத்திலும் சரி, ஒரே விதமான பொருளில்தான் அறிவுரைகள் வழங்கப்பட்டன.

எனவே, ராமரின் சொற்களில் முதற்சொல்லே கடைசிச் சொல்லாகவும், கடைசி வரையிலான சொல்லாகவும் இருப்பதால் ராமகீதையின் கருத்து எதுவோ அதுவே மரணத்தைப் பற்றிய அவரது பார்வை என்று கருதலாம்.

'கனி பழுத்துவிட்டால் அது தானாகவே மரத்துடனான தன் தொடர்பை அறுத்துக் கொண்டு விடுகிறது. கனி மரத்தை உதறியதா, மரம் கனியைப் புறக்கணித்ததா என்று ஆராய்வதைவிட, பழுத்ததன் பலனாகவே தொடர்பைத் துண்டித்துக் கொள்ளும் பக்குவம் அதற்கு ஏற்பட்டது என்பதை உணர வேண்டும்.'

இந்த இடத்தில் கிருஷ்ண கீதையை மிஞ்சுகிறது ராம கீதை.

மனம் பழுத்துவிட்டால் உடல் வாழ்க்கையைத் தானாகவே அது உதறிவிடும். உடலுக்கு இந்தப் பூலோக வாழ்க்கை போதும் என்ற சலிப்பு வந்துவிட்டதா? அல்லது உலக வாழ்க்கை இந்த உடலைப் புறக்கணித்து விட்டதா? என்பது போன்ற கேள்விகளுக்கே இடமில்லை என்பதே ராமரின் பார்வை.

கங்கையில் அடித்து வரப்படும் கட்டைகள் ஒன்றோடு ஒன்று உரசிக் கொண்டே பயணிக்கின்றன. பிறகு விலகுகின்றன. உரசுவதும் அதன் விருப்பப்படி நடப்பது இல்லை. விலகுவதும் அவற்றின் இஷ்டப்படி நடப்பது இல்லை. ஆற்றின் போக்கு அவற்றை மோதவும் விலகவும் வைக்கிறது. அந்த ஆறுகூட இந்தக் கட்டை இதனுடன் சேரட்டும் என்றோ, விலகட்டும் என்றோ கூறவில்லை. வெள்ளத்தின் போக்கில் இந்தச் செயல்கள் தாமாகவே நடைபெறுகின்றன.

படைப்பு என்ற ஆற்றில் காலம் என்ற வெள்ளம் சுழித்து, பொங்கிக்கொண்டு ஓடுகிறது. அதில் பல தரப்பட்ட மனிதர்கள் அடித்து வரப்படுகின்றனர். அவர்கள் ஒருவரோடொருவர் இணைகின்றனர். பிரிகின்றனர். யாருக்கு யாருடன் என்ன உறவு ஏற்படப் போகிறது என்பதை முடிவு செய்வது அவர்களுடைய கைகளில் இல்லை. எதிர்பாராத திடீர்ப் பிரிவும், மறைவும் அவர்களுடைய கட்டுப்பாட்டில் இல்லை. அடித்துக்கொண்டு வரும் கால வெள்ளமும் இவருடன் இவர் சேரட்டும் என்றோ, பிரியட்டும் என்றோ கூறுவதில்லை. கால வெள்ளத்தின் ஓட்டத்தில் அவை மிக இயல்பாக நிகழ்கின்றன.

அதனால்...

உறவுக்கு மகிழ்தல், பிரிவுக்கு வருந்துதல், வெற்றிக்கு மகிழ்தல், தோல்விக்காகத் துயரப்படுதல் போன்றவை இன்றி, நிலையான மனம் கொண்டவனே இந்தப் பிறவிக் கடலைக் கடக்க முடியும்.

இந்தத் தத்துவங்கள்தான் ராமர் வாழ்வின், உபதேசத்தின், சொற்களின் பொருளாகக் கடைசிவரை உள்ளன. எதிலும் மூழ்காமல், எல்லாவற்றையும் சமமாகக் கருதுபவனை 'ஸ்திதப் பிரக்ஞன்' என்கிறார் கிருஷ்ணர். இதையேதான் ராமரும் கூறுகிறார். பராசர கீதை, அஷ்டா வக்ர கீதை போன்றவையும் இதனையே வலியுறுத்துகின்றன.

மனம் சொல்வது ஒன்று, உடல் செய்வது வேறொன்று என்னும் நிலையில் மனிதன் தன்னுள் இரண்டாகப் பிரிக்கப்பட்டு விடுகிறான். அதன்பின் கடைசிவரை அவன் இரட்டை வாழ்க்கையே வாழ்கிறான். இதனால் ஆத்ம வஞ்சனையே மிஞ்சுகிறது.

எதை உறுதியாக நம்புகிறோமோ அதையே பின்பற்றுவது, எதைப் பின்பற்றுகிறோமோ அதையே சொல்வது என்று எண்ணம், சொல், செயல் எல்லாம் ஒன்றாக இருக்கும்போதுதான் மனிதனுள் ஒளிவு மறைவற்ற தன்மை, இரண்டல்லாத நிலை ஏற்படுகிறது. இதே நிலை தொடர்ந்தால், 'எதிலும் ஒன்றுமே இல்லை, எல்லாமே. நிரந்தரமற்றவை, அழியக்கூடியவை' என்பதை மனம் படிப்படியாக உணர்ந்து கொள்ளும். அதிலேயே மனம் ஒன்றிப்போகும் நிலைக்கு மனிதனை அது உயர்த்தும். அதுவே வேதங்களும் சமயங்களும் இறுதி இலக்காகக் கருதும் வீடுபேறு நிலை என்பதே ராமரின் வாக்கு.

5

தர்மம் சரணம் கச்சாமி

இறப்புக்கு அப்பால் என்ன நடக்கிறது? இதுதான் மனித குலத்தை அதிகமாக ஆட்டிப் படைத்துக் கொண்டிருக்கும் முக்கியமான கேள்வி. இதற்கு விடை காண முற்பட்டபோது உண்டானவைதான் உலகிலுள்ள எல்லா மதங்களும். இதற்கு விடை கிடைத்துவிட்டாலோ அல்லது இந்தக் கேள்வியே எழாவிட்டாலோ, மதங்களுக்கு இந்த உலகில் வேலை என்பதே இல்லாமல் போய்விடும்.

உடலும், உடல் சார் தேவைகளும் மட்டும்தான் முக்கியம் என்று கருதும் உலகாயதக் கொள்கையை மேலை நாடுகள் முன்னிறுத்தியபோது மாயாவாதத் தத்துவத்தை முன்வைத்தது பாரதம்.

பாரத நாட்டுத் தத்துவங்கள், மகான்கள், அவதார புருஷர்கள் என்று வரும்போது, அதில் முதலிடம் பகவத் கீதைக்கும்,

அடுத்த இடம் ராம கீதைக்கும் கொடுக்கப்பட்டது. அதே சமயம் மகான்கள் அவதார புருஷர்கள் என்று வரும்போது, அதில் முதல் இடம் ராமருக்கும், அடுத்த இடம் கிருஷ்ணருக்கும் கொடுக்கப்பட்டது. பாரத மக்களைப் பல நூற்றாண்டுகளாகப் பெரிதும் பாதித்தவர்களும் இந்த இருவர் மட்டுமே.

ராமர், கிருஷ்ணர் போன்றோர் கடவுளின் அவதாரங்கள் என்று போற்றி அவர்களை வழிபடுபவர்கள் பலர். இவர்கள் வெறும் புராண, கற்பனைப் பாத்திரங்கள்தான் என்று சொல்வோரும் உண்டு. தவிர, இவர்களின் மீது கட்டமைக்கப்பட்டிருக்கும் அதீதமான தெய்வத்தன்மை இவர்களுடைய சொற்களுக்கெல்லாம் வேதவாக்கியங்களுக்குரிய வணக்க வழிபாட்டுத் தன்மையைக் கொடுத்துவிடுகிறது. அதன் காரணமாக, அவை விவாதத்துக்கோ, ஆய்வுக்கோ உரிய உபதேசங்களாகக் கருதப்படுவதில்லை. அவற்றுக்கெல்லாம் மேலானதாகவே பார்க்கப்படுகிறது.

இவர்களுக்கு அடுத்தபடியாக நாடு முழுவதும் பெரும் தாக்கத்தை ஏற்படுத்தியவர்கள் பலர் இருக்கிறார்கள். புத்தர், மகாவீரர், ஆதிசங்கரர் என வரிசையாக நீளும் இந்தப் பெரும் பட்டியலில் முதலிடத்தில் இருப்பவர் புத்தர்.

ஆன்மீகத் தத்துவங்களை அளித்தவர்கள் என்ற வகையில் இந்தக் கருத்து கூறப்படவில்லை. இவர்களது கருத்துகள் மக்களிடம் ஏற்படுத்திய தாக்கத்தின் அடிப்படையிலேயே இது கூறப்படுகிறது.

ஒரு வகையில் பார்த்தால், புத்தர், மகாவீரர் என்ற இருவரது கருத்துகளும் ஒன்றே எனலாம். இருவரும் அரச குடும்பத்தைச் சேர்ந்தவர்கள். இருவரும் ஞானத் தேடல் கொண்டு மணிமுடியை உதறிவிட்டுத் தவம் செய்யச் சென்றவர்கள். இருவருமே 'நிர்வாணா' எனப்படும் 'பேரின்பநிலை' அல்லது 'பேருண்மை' கண்டவர்கள்.

எனினும், உலகில் மகாவீரரைவிட புத்தரின் தாக்கம் பெரிய அளவில் இருந்தது. புத்தரின் போதனைகள் பல நாடுகளிலும் பரவியது. அவரது மார்க்கம் 25 நூற்றாண்டுகளைத் தாண்டி இன்னமும் நீடிக்கிறது.

இந்தியாவில் பிறந்த ஒரு மகானின் மார்க்கம், இந்தியாவைத் தாண்டி இலங்கை, பர்மா, தாய்லாந்து, சீனா, திபெத், இந்தோனேஷியா, கம்போடியா, வியட்னாம் என்று பல நாடுகளில் பரவியது. இந்தச் சாதனையைப் புத்தர் ஒருவரால் மட்டுமே செய்ய முடிந்தது.

அதனாலேயே ராமருக்கும் கிருஷ்ணருக்கும் அடுத்தபடி நாம் புத்தரை எடுத்துக்கொண்டாக வேண்டியுள்ளது. ராமர் கிருஷ்ணர் இருவருக்கும் உள்ள கடவுள் என்ற முகமூடி புத்தரிடம் கிடையாது.

இன்னும் ஒருபடி மேலே சென்று, கடவுள் மறுப்புக் கொள்கையான நாத்திகவாதம் பேசியவர் புத்தர் என்பவர்களும் உண்டு.

நம்மைப் போல் ஒரு மனிதர். ஆனால் நம்மால் எட்ட முடியாத உயரத்தை எட்டிக் காட்டியவர். இதுதான் புத்தரைப் பற்றி நிலவும் பொதுவான கருத்து. அப்படி அவர் எதை எட்டினார் என்பதைப் பற்றிய வாதப் பிரதிவாதங்கள் நிறைய உள்ளன.

பின்னாளில் பௌத்தம் இரண்டாகப் பிரிந்து ஹீனயானா, மஹாயானா என்றானபோது மஹாயான மார்க்கம் புத்தரையே கடவுளாகப் பாவித்து, சிலைகளை வைத்து வணங்கத் தொடங்கியது. அவர்களைப் பொறுத்தவரை புத்தர் என்பவர் தனி மனிதர் அல்ல. உச்ச நிலையை அடைந்த ஒருவர் அந்த நிலையை 'புத்த நிலை' என்று குறிப்பிடலாம். அந்த நிலையை எட்டியதாலேயே அவர் புத்தரானார். பௌத்தத்தை இடைவிடாமலும் உறுதியுடனும் பின்பற்றும் எவரும் புத்தராகலாம். (ஆனால் புத்தருக்கு முன்பும் சரி, பின்பும் சரி, இதுவரை எவரும் அந்த நிலையை எட்டவில்லை என்கிறது அது.) புத்த நிலை என்பது மனித சாத்தியங்களுக்கு அப்பாற்பட்ட மூல நிலை. அனைத்தின் சாரமும் உள்ளடங்கிய உயர்நிலை அது.

ஏறக்குறைய எல்லோருக்கும் தெரிந்த கதைதான் புத்தருடையது. கி.மு. 563ல், கபிலவஸ்துவில் சுத்தோதனன் என்ற மன்னனின்

மகனாகப் பிறந்தவர் புத்தர். பெற்றோர் வைத்த பெயர், சித்தார்த்தன். தன் மகனுடைய பார்வைக்கு வாழ்வின் எந்தவொரு அவலமும் தென்பட்டுவிடக்கூடாது என்பதற்காக தன் மகனை, அரண்மனையில் மிகுந்த கட்டுக்கோப்புடன் வளர்த்தான் மன்னன். மங்கியவை, கிழிந்தவை, குப்பை என்று எதுவும் இளவரசன் சித்தார்த்தன் கண்ணில் பட்டுவிடக்கூடாது. அழுகிய பழங்கள், வாடிய மலர்கள், காய்ந்த இலைகள் உள்ளிட்ட எதுவும் அவன் கண்களில் தென்பட்டுவிடக் கூடாது. வயதான கிழவனையோ, கிழவியையோ, நோயுற்றவர்களையோ அவன் பார்த்துவிடக்கூடாது. மாறாக, அவன் பார்க்கும் இடத்திலெல்லாம் ரம்மியமும் அழகும் இளமையும் மட்டுமே தென்படவேண்டும் என்பதுதான் சுத்தோதனரின் விருப்பம்.

ஒருநாள் மன்னன் இல்லாதபோது சித்தார்த்தன் ரதத்தில் நகர்வலம் வருகிறான். தலை நரைத்தவர், தோல் சுருங்கியவர், உடல் தளர்ந்து முதுகு கூனல் ஆனவர், நோயாளி, மரணமடைந்தவர் என்று அதுவரை அவனது பார்வையில் படாமல் தடுக்கப்பட்டிருந்தவர்களை அவன் காண்கிறான். வாழ்வின் கோரமான மறுபக்கத்தை அப்போது தான் அவன் காண்கிறான்.

எல்லோருக்குமே முதுமை, பிணி, மரணம் இவை எல்லாம் உண்டு என்பதையும், உலகின் மாறாத உண்மை அதுவே என்பதையும் சித்தார்த்தன் அப்போதுதான் உணர்ந்தான். மனித குலத்தைப் பீடித்த இந்த அவலங்களிலிருந்து விடுபடுவதற்குப் பொருத்தமான மார்க்கம் தேடி, மனைவியையும், கைக்குழந்தையையும் விட்டுவிட்டு, இரவோடு இரவாக அரண்மனையிலிருந்து வெளியேறினான்.

அந்தக்காலத்தில் எங்கு பார்த்தாலும் யாகங்களும் சடங்குகளும் நடந்து கொண்டிருந்தன. வேதங்கள், உபநிடதங்கள் என முக்தியைப் போதிக்கும் நூல்கள் நிரம்பக் கிடைத்தன. அவற்றில் சொல்லப்பட்டிருந்தவற்றைத் தீவிரமாகப் பின்பற்றினார் சித்தார்த்தர். கடுமையான விரதங்களால் உடலை வருத்திக் கொண்டார். உணவும் இல்லாமல், பல சமயங்களில் குடிநீரும் அருந்தாமல், நாள் கணக்கில் தவமிருந்தார். சுமார் 6 ஆண்டுகளுக்கு இந்த நிலை நீடித்தது.

ஒரு கட்டத்தில் உடல் மெலிந்து, நடக்கவும் திறன் இன்றி, தவழ்ந்து செல்ல வேண்டிய நிலை அவருக்கு ஏற்பட்டது. அதன் பின்னரே இவற்றால் பலன் இல்லை என்று தெரிந்து கொண்டு விரத நியமங்களை உதறினார்.

தன் 29ஆம் வயதில் வீட்டைவிட்டு வெளியேறிய சித்தார்த்தர், 40ஆம் வயதில் போதி மரத்தடியில் 'உள் ஒளி' கண்டார். இதனை 'ஞானம் பெற்றார்' என்றும், 'பேருண்மை அறிந்தார்' என்றும், 'அந்தராத்மாவை அறிந்தார்' என்றும் பல வகைகளில் கூறுகின்றனர்.

அதன்பின் 40 ஆண்டுகள் நாடு முழுவதும் சுற்றி, தமது கருத்துகளை மக்களுக்கு விளக்கினார் புத்தர்.

அவருடைய காலத்தில் இருந்த வேதங்கள், உபநிடதங்கள் போன்றவை எண்ணற்ற கோட்பாடுகள் நிரம்பியவையாக இருந்தன. அவற்றில் பலவற்றை அவர் நிராகரித்தார். அவை ஒன்றோடொன்று முரண்பாடான கருத்துகள் கொண்டவையாக இருந்தன. குழப்பமான, யூகங்கள் பல நிறைந்த நடைமுறைகள் அப்போது வழக்கத்தில் இருந்தன. 'பிரம்மஜால சுந்தா'வில் கடவுளின் இயற்கை பற்றி 62 கருத்துகள் இருந்தன.

புத்தரைப் பற்றியோ, பௌத்த மதம் பற்றியோ விவரிக்க வேண்டுமானால் ஒரே புத்தகத்தின் துணையுடன் அதை செய்துவிட முடியாது. ஆனால் அவர் தன் காலத்தில் மன்னர்கள் முதற்கொண்டு பாமரர்வரை அனைவரையும் ஈர்த்தார். (இதற்கு முக்கியமான காரணம், எல்லோருமே 'ராஜாமாதிரி வாழ வேண்டும்' என்றுதான் ஆசைப்படுவார்கள். ஆனால் ராஜாவாகவே பிறந்த ஒருவர் அந்த வசதிகளை எல்லாம் உதறி எறிந்துவிட்டு, ஆண்டியாகத் திரிவது அனைவரையும் வியப்பில் ஆழ்த்தியது. அதன்மூலம் அவர் என்ன சாதித்திருக்கக் கூடும் என்று அறிந்து கொள்ளும் பேரார்வம் இயல்பாகவே அவர்களிடம் எழுந்தது.)

ஒருமுறை புத்தர் ஒரு மரத்தடியில் அமர்ந்திருந்தார். அவரது நிறம், முகத்தோற்றம், அதில் திகழ்ந்த தெய்வீகக்களை ஆகியவற்றால் ஈர்க்கப்பட்ட ஒருவன் அவரிடம், 'ஐயா! தாங்கள் யார்? தேவரா? மனிதரா? மனித உருவில் வந்த தேவதையா? மந்திர சக்திகள் நிரம்பிய முனிவரா?' என்று மெய் மறந்து, வார்த்தைகள் குழறியபடியே கேட்டான்.

அதற்குப் புத்தர், 'இல்லை. நான் 'பிரக்ஞை'. வேறு எதுவும் இல்லை' என்றார்.

பிரக்ஞை என்றால் அதை உள்ளுணர்வின் விழிப்பு எனலாம். சிலர் இதனைச் சுடர் விடும் அந்தராத்மா என்கின்றனர். ▶

குண்டலினியை நெற்றிக்கு உயர்த்துதல் என்கின்றனர் யோக மரபினர்.

சிவவாக்கியர் பாடல் இப்படிக் கூறுகிறது.

'உருத்தரித்த நாழியில் ஒடுங்குகின்ற வாயுவை
கருத்தினில் இருத்தியே கபாலம் ஏற்ற வல்லீரேல்
விருத்தமும் பாலராவர், மேனியும் சிவந்திடும்
அருள் தரித்த நாதர் பாதம் அம்மை பாதம் உண்மையே.'

இதில் கூறப்படும் 'மேனியும் சிவந்திடும்' என்பது சாதாரணமாக நாம் காணும் வட இந்தியர்கள், காஷ்மீரிகள், பார்ஸி ஆகியோரின் சிவப்பு அல்ல. விவரணைக்கு அப்பாற்பட்ட அபாரச் சிவப்பு. யோகத்தின் உச்சம் கண்டதால் புத்தர், சங்கரர் போன்றவர்களின் உடலில் காணப்பட்ட செந்நிறம் பார்க்கும்போதே பலரையும் ஈர்த்துப் பணிவு கொள்ளச் செய்தது.

புத்தர் வாழ்வில் எந்த இடத்திலும் அவர் இயல்பை மீறிய 'அற்புதங்கள்' எதையும் செய்ததாகக் கூறப்படவில்லை. ஒரு சமயம்

பாம்பு தீண்டியதால் உயிரிழந்த தன்மகனை உயிர்ப்பித்துத் தருமாறு சுஜாதா என்ற பெண் அவரிடம் வருகிறாள். அவளிடம் அவர், "சாவே நிகழாத வீட்டிலிருந்து கொஞ்சம் கடுகு விதைகள் வாங்கி வா, உன் மகனை நான் உயிர்ப்பிக்கிறேன்" என்கிறார்.

நகர் முழுவதும் அலைந்து திரிந்த சுஜாதா, சாவே விழாத குடும்பம் என்று எதுவும் இல்லை என்று உணர்கிறாள். புத்தர் உணர்த்த முன்வந்த பேருண்மை அவளுக்குப் புரிய வர, மகனின் உடலை அடக்கம் செய்துவிட்டுப் புத்த மார்க்கத்தில் இணைகிறாள்.

கடவுள் மறுப்பாளர்கள் பலரும் புத்தரை ஒரு நாத்திகவாதியாகக் காட்ட முயன்றனர். பௌத்த மதம் புத்தரையே கடவுள் நிலைக்கு உயர்த்தித் தொழ முற்பட்ட செயல் அவர்களுடைய வாதத்தைப் பலவீனமாக்கிவிட்டது.

முக்கியமான கதை ஒன்று உண்டு.

புத்தர் மரணமடைந்து விட்டார். அவரது உடலிலிருந்து அவரது புனித ஆன்மா வெளியே வருகிறது. வெளியே வந்த புத்தர், தன்னை அழைத்துச் செல்வதற்குத் தேவர்கள் புஷ்பக விமானத்துடன் வந்து பணிவுடன் காத்திருப்பதைக் கண்டார்.

புஷ்பக விமானத்தில் ஏறி அமர்கிறார். வானுலகின் வாசலுக்குப் புஷ்பக விமானம் செல்கிறது. புத்தர் அதிலிருந்து இறங்குகிறார். சொர்க்கத்தின் கதவுகள் கண, கணவென்ற ஒலியுடன் திறக்கின்றன. உள்ளே வருமாறு இன்முகத்துடன் அங்கிருந்த தேவாதி தேவன் வரவேற்கிறான்.

'உலகம் படைக்கப்பட்ட நாள் முதல் இதுநாள்வரை இந்தச் சொர்க்கத்தின் கதவு திறக்கப்பட்டதே இல்லை. இப்போதுதான் முதன்முறையாக உங்களுக்காக இந்தக் கதவு திறக்கப்பட்டிருக்கிறது. சீக்கிரம் உள்ளே வாருங்கள்.'

இதைக் கேட்ட புத்தர் அப்படியே நின்றுவிட்டார். 'இதுவரை சொர்க்கத்தின் கதவுகள் திறக்கப்பட்டதில்லை. இப்போது எனக்காகத் திறக்கப்பட்டுள்ளது. நான் உள்ளே சென்றுவிட்டால் மீண்டும் இது மூடப்பட்டுவிடும். பிறகு மீண்டும் இதைத் திறக்க எத்தனை யுகங்கள் ஆகுமோ?'

இவ்வாறு எண்ணிய புத்தர் உள்ளே நுழையாமல் சொர்க்கத்தின் வாசலிலேயே நின்றுவிட்டார். பூமியிலிருக்கும் கடைசி மனிதன் சொர்க்கத்துக்குள் நுழையும்வரை அவர் அப்படி வாசலிலேயே காத்திருப்பாராம். எல்லோரும் சொர்க்கத்துக்குள் நுழைந்தபின், கடைசி ஆளாகத்தான் அவர் நுழைவாராம்.

இதை நினைவூட்டுவதற்காகவே, புத்தரின் பிரம்மாண்டமான சிலைகள் பலவும் நின்ற கோலத்தில் வடிக்கப்பட்டிருப்பதைக் காணலாம்.

'புத்தர் ஆசைகளைத் துறக்கும்படி கூறினார். எல்லோரும் ஆசைகளை விட்டுவிட வேண்டும் என்பதே 'அவரது ஆசையாக இருந்தது' என்று பகுத்தறிவாளர்கள் பலரும் இடக்காகப் பேசுவதைக் கேட்கலாம். புத்தரின் போதனைகளைத் தவறாகப் புரிந்துகொண்டதன் விளைவு இது.

அனாத பிண்டிகா என்பவருடனான விவாதத்தில் புத்தர் இவ்வாறு கூறுகிறார்:

'இறைவனால்தான் இந்த உலகம் செய்யப்பட்டது என்றால், இங்கு மாற்றமோ, அழிவோ இருக்கவே முடியாது. துயரமோ, ஆபத்தோ இங்கே இருக்கவே கூடாது. நல்லது, கெட்டது என்பவையும் இங்கே இருக்கமுடியாது. துயரம், வெறுப்பு, அன்பு,

மகிழ்ச்சி போன்ற உணர்ச்சிகள் எல்லா உயிர்களிடத்திலும் இருக்கின்றன. அப்படியானால் இறைவனும் எல்லா உணர்வுகளும் உடையவராகத்தான் இருந்திருக்கவேண்டும். அப்படியானால் அவரை மேம்பட்டவர், குறை அற்றவர் என்று கூற இயலாது. உலகினருக்கு ஏற்படும் துன்ப, துயரங்களுக்குக் கடவுள் பொறுப்பில்லை என்றால் கடவுள் காரணமாக இல்லாத வேறு ஏதோவொரு விஷயமும் இருக்கக் கூடும். அப்போது, இருக்கின்ற எல்லாமே ஏன் காரணமில்லாமல் இருக்கக்கூடாது? இறைவன் சர்வ சக்தி படைத்தவராயிருந்து, எல்லாமே மௌனமாக அவருக்கு அடிபணிவதாயிருந்தால், நல்லொழுக்கத்தைப் பின்பற்றுவதில் என்ன நோக்கம் இருக்க முடியும்? இறைவன் உலகத்தை ஒரு நோக்கத்துடன் படைத்தார் என்றால், அவர் ஆசையினால் கரைபட்டவர் ஆகிறார். நோக்கத்தைப் பூர்த்தி செய்வதே ஆசைப்படல், நிறைவேற்றல் என்பதில் அடங்கும். நோக்கமில்லாமல் செயல்பட்டார் என்றால் அதுவும் குறைபாடுடைய செயல்தான். எந்தக் கடவுளுமே தனி நபர்களை நேர்மையற்ற செயலைச் செய்யும்படி தூண்டமாட்டார். அதேசமயம், நேர்மையானவர்களுக்கு மட்டுமே அவர் பிரதிநிதி என்றால் அதுவும் குறைபாடுடைய செயல்தான்.'

புத்தர் ஓரிடத்தில் பிரசங்கம் புரியும்போது கூறினார். 'நான் உங்களுக்குத் தர்மத்தை போதிக்கிறேன். 'அது' இருப்பதால் 'இது' ஆகிறது. 'அதிலிருந்து' கிளம்புவதால் 'இது' கிளம்புகிறது. 'அது' இல்லாததால் 'இது' ஆவதில்லை. 'அது' நீக்கப்படுவதால் 'இது' நீக்கப்படுகிறது.'

வாழ்க்கையில் இடைவிடாத வெளியேற்றம் நடைபெற்றபடியும் மாற்றம் நடந்தபடியும் உள்ளது. மரணம் என்பது வாழ்வின்

முடிவல்ல. மற்றொரு வாழ்வின் ஆரம்பமாகவே அது உள்ளது. இதனால் மனம் தளர வேண்டியதில்லை. ஒற்றை வாழ்க்கையில் 'நிர்வாணா'வை அடையமுடியாது. ஆனால் அது இயலக் கூடிய ஒன்றுதான். 'கர்மா'வுக்காக மனிதன் தண்டிக்கப்படுவதில்லை. ஆனால் கர்மாவே அவனுக்குத் தண்டனையாகிறது. வாழ்வின் இயற்கையை, அதன் உண்மைத் தன்மையை ஒருவன் எந்த அளவுக்குப் புரிந்து கொள்கிறானோ அந்த அளவுக்கு அவனுக்கு வாழ்விலிருந்து விடுபடும் வாய்ப்புகள் கூடுகின்றன.

'அவித்யா' என்று புத்தர் கூறும் அறியாமைதான் இதற்கெல்லாம் மூலகாரணம். அறியாமை மீது முன்வினைப் பயன் (கர்மா) சார்ந்துள்ளது. அறியாமை மீது கர்மாவும், கர்மா மீது தன்னுணர்வும், தன்னுணர்வு மீது பெயர் வடிவமும், பெயர் வடிவத்தின் மீது உணர்வின் 6 அவயங்களும், இந்த 6 அவயங்களின் மீது தொடர்பும், தொடர்பின் மீது உணர்வு நிலையும், உணர்வு நிலை மீது ஆசையும், ஆசை மீது பந்தமும், பந்தத்தின் மீது வாழ்க்கையும், வாழ்க்கை மீது பிறப்பும் சார்ந்துள்ளன.

புத்தர் கொள்கைப்படி அறியாமை நீங்கினால் கர்மாவும் நீங்கும். கர்மா நீங்கினால் தன்னுணர்வும், அதைத் தொடர்ந்த பெயர் வடிவமும், 6 அவயங்களும், தொடர்பும், உணர்வு நிலையும், ஆசையும், பந்தமும், வாழ்க்கையும், கடைசியாகப் பிறப்பும் நீங்கும்.

ஊன்றிக் கவனித்தால் சங்கரரின் அத்வைதம், ராமானுஜரின் விசிஷ்டாத்வைதம் உள்ளிட்ட அனைத்து இந்தியத் தத்துவங்களும் இந்தக் கோட்பாட்டில் அடங்கியிருப்பதைக் காணலாம்.

இரண்டாகப் பிரிந்துதான் உலகமே இயங்குகிறது. இரண்டல்லாத நிலையே பிரம்ம நிலை. அதுவே அத்வைத நிலை என்பது சங்கரர் கோட்பாடு.

செயல் ஒன்று செய்தால் அதற்கு விளைவு என்பது ஒன்று உண்டு. அதற்கு எதிர் விளைவும் உண்டு. எனவே செயலை நிறுத்த வேண்டும். அதற்கு முதலில் செயல்புரிவதற்கு ஏற்படும் உந்துதலை, (அது ஆசையாலோ, கோபத்தாலோ ஏற்பட்டிருக்கலாம்) நீக்கவேண்டும். உந்துதல், உணர்வுகள் போன்றவை 'நான்' என்ற தன் உணர்விலிருந்து வந்தவை. இந்த 'நான்' என்பது அற்றுப்போகும்போது எல்லாம் பிரம்மமே என்பது புலப்படும்.

(உண்மையில் சங்கரரின் அத்வைதம், புத்தரின் நிர்வாணா போன்றவை பல தொகுதிகளாக எழுதும் அளவுக்குக் கோட்பாடுகளும் விளக்கங்களும் நிரம்பக் கொண்டவை. அதிலிருந்து ஓரிரு வரிகள் மட்டுமே இங்கு கூறப்படுகிறது.)

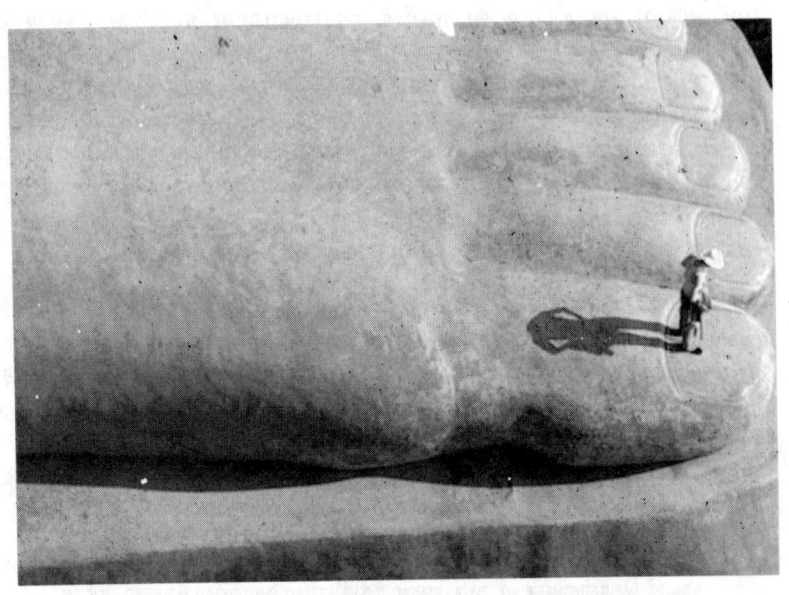

புத்தர் பல சித்தாந்தங்களை உபதேசித்தபோதும் சில கேள்விகளுக்கு அவர் விடை கூறவில்லை. அவை பதில் இல்லாக் கேள்விகள் என்பதாலா, வீண் விவாதங்களைத் தவிர்க்க விரும்பியதாலா, எதிரே இருப்பவரால் விளங்கிக் கொள்ள இயலாது என்று நினைத்ததாலா என்று தெளிவாகத் தெரியவில்லை. 14 கேள்விகளுக்கு அவரிடம் பதில் இல்லை என்கிறது வரலாறு.

இந்த 14 கேள்விகளை 4 பிரிவுகளில் அடக்கிவிடலாம்.

1. **உலகம் நித்தியமானதா? அநித்தியமானதா? இரண்டுமேவா? அல்லது இரண்டுமே இல்லையா?**
2. **உலகத்துக்கு எல்லை உண்டா? இல்லையா? அல்லது இரண்டுமேவா? அல்லது இரண்டுமே இல்லையா?**
3. **மரணத்துக்குப்பின் உயிர் உண்டா? இல்லையா? அல்லது இரண்டுமேவா? அல்லது இரண்டுமே இல்லையா?**
4. **உடலும் உயிரும் ஒன்றா? அல்லது வெவ்வேறா?**

உண்மையில் அவரிடம் கேட்கப்பட்ட மிக முக்கியமான கேள்விகள் இவைதான். இவற்றுக்குப் பதில் தராமல் புத்தர் மௌனமாக இருந்ததால், அவரது மௌனத்தைப் பயன்படுத்திப் பின்னாளில் பலர் பலவிதத் தத்துவங்களை உருவாக்கினர். இந்தியாவில் பௌத்தம் கலகலத்துப்போக அது முக்கியக் காரணமானது. 'புத்தர் மறைந்தால் புத்தம் பலவாகப் பிறக்கும்' என்ற பழமொழியே அதனால்தான் ஏற்பட்டது.

மரணத்தைப் பற்றிய புத்தரின் பார்வை என்ன?

இதற்குமுன் மகனின் பிணத்துடன் வந்த பெண்ணிடம் அவர் கூறியதைப் பற்றிப் பார்த்தோம். மரணம் என்பது நிச்சயமான ஒன்று. அதாவது, 'இது என்ற ஒன்று இருப்பதால்தான் அது என்ற ஒன்று இருக்கிறது'. இதன் விளக்கம், 'பிறப்பு என்ற ஒன்று இருப்பதால்தான் மரணம் என்ற ஒன்றும் இருக்கிறது' என்று கருதலாம். 'இது இல்லையேல் அது இல்லை.' அதாவது 'பிறப்பு இல்லையேல் மரணமும் இல்லை.'

அப்படிப் பார்த்தால் நாம் பிறந்துவிட்டோம். நமக்குப் பிறப்பு ஏற்பட்டுவிட்டது. ஆகவே நமக்கு மரணமும் ஒருநாள் நிச்சயம் ஏற்படும். ஆனால் அதன் பின்னர் மீண்டும் பிறப்பதை நாம் தடுக்கலாம். அதாவது, பிறந்துவிட்ட நாம் ஒரு நாள் இறக்கத்தான் போகிறோம். ஆனால் அந்த மரணம் ஏற்படுவதற்கு முன் நமது வாழ்நாளில் செய்யும் நல்ல செயல்கள் மூலம் மரணத்துக்குப்பின் மீண்டும் பிறப்பு எடுப்பதைத் தடுக்கலாம்.

இனி புத்தரின் இறுதி நாட்களைப் பார்ப்போம்.

தனது 80ஆம் வயதில் புத்தர் கிராமம், கிராமமாகச் சென்றார். ஊருக்கு வெளியே சோலைகளில் தங்கினார். அவருடைய அணுக்கச்சீடர்கள் பலரும் அவரைப் பின்தொடர்ந்தனர். அவர் செல்லும் இடங்களில் எல்லாம் உள்ள மக்கள் அவரைப் பார்ப்பதற்காக வந்து கூடினர்.

அம்பாலி தோட்டம் என்ற இடத்தில் சற்றே அதிக காலம் தங்கினார் புத்தர். (அம்பாலி என்பவள் பிம்பிசாரன், அஜாத சத்ரு மன்னர்களின் காலத்தில் வாழ்ந்த ஒரு புகழ்பெற்ற கணிகை. மன்னன் பிரசேனஜித்தனின் ஆசை நாயகியாக இருந்தவள் என்கிறது ஒரு வரலாறு.) பின்னர் வைசாலி நகரின் அருகே பெலுவா என்ற இடத்தில் தங்கியபோது புத்தரின் உடல் நலம் கடுமையாகப் பாதிக்கப்பட்டது. அதிலிருந்து குணமடைந்தாலும் தன் முடிவு நெருங்குவதை அவருடைய மனம் உணர்ந்தது.

தனது சீடர் ஆனந்தரிடம் அவர் கூறினார்: 'ஓ, ஆனந்தா! நான் வருடங்களால் நிரப்பப்பட்டுள்ளேன். நகர இயலாத நான் இப்போது தேய்ந்துபோன வண்டிபோல் ஆகிவிட்டேன். உங்களுக்குள்ளாகவே நீங்கள் விளக்குகளாக இருங்கள். உண்மையை உறுதியாகப் பற்றிக் கொள்ளுங்கள்.'

(இங்கு உங்களுக்கு நீங்களே விளக்காயிருங்கள் என்பதற்கு யாரையும் கண்மூடித்தனமாகப் பின்பற்றாமல், உங்கள் உள்ளுணர்வால் உண்மையைக் கண்டறியுங்கள் என்று சிலர் பொருள் கூறுகின்றனர். இன்னும் சிலர், உங்கள் உள்ளே இருக்கும்

சுடரை வெளிக் கொண்டுவர முயலுங்கள் என்பதாக அர்த்தம் கூறுகின்றனர். உண்மையைக் கெட்டியாகப் பிடித்துக்கொள்ளும்படி புத்தர் கூறுவது, எது என்றைக்கும் அழியாத பேருண்மையோ அதனைச் சார்ந்திருங்கள் என்று கூறுவதாகவும் பொருள் கொள்ளப்படுகிறது.)

புத்தர் கேட்டுக்கொண்டபடி வைசாலி பகுதிகளிலிருந்த அவரது ஆதரவாளர்கள் அனைவரும் கூட்டப்பட்டனர். அங்கு ஒரு பிரசங்கம் நிகழ்ந்தது. அப்போது தமது முடிவு நெருங்குவதைச் சூசகமாகக் கூறிய புத்தர், கடைசியாகக் கூறினார்.

'ஓ சகோதரர்களே! எல்லா உட்பகுதிப் பொருட்களும் வயதாகும்வரை வளர்ந்து மீண்டும் கரையப்பட வேண்டும் என்பதை நான் உங்களுக்கு வலியுறுத்துகிறேன். நிரந்தரமாக இருப்பதை

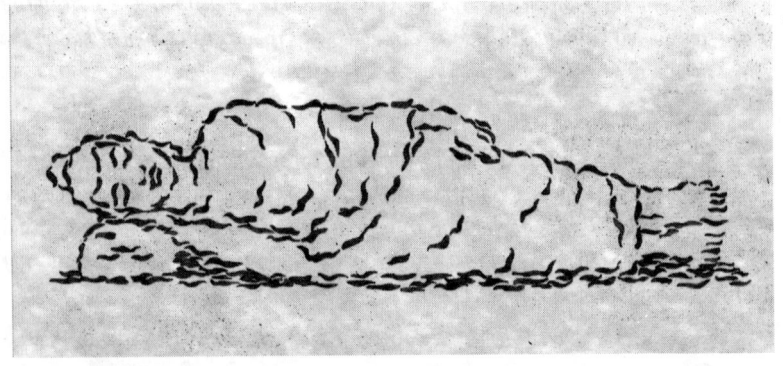

நாடுங்கள். உங்கள் பாவங்களில் இருந்து காக்கப்படுவதற்காகத் தளராமல் பாடுபடுங்கள்.'

(இங்கும் அவர், எது நிரந்தமோ அதை நாடுமாறு கூறுகிறார். யாரும், யாரையும் எதிலிருந்தும் மீட்க முடியாது என்பதால் அவரவரும் தமது பாவங்களிலிருந்து விடுபட அவர்களேதான் முயற்சிக்க வேண்டும் என்கிறார். உடல் என்பது இறுதிக்காலம்வரை உள் உறுப்புகள் வளர்வதும், தேய்வதும் நிகழ்ந்து கொண்டே இருக்கும் இடம். எனவே உடல், அது சார்ந்த வாழ்வு என்ற இரண்டும் நிரந்தரமானதல்ல எனக் குறிப்பால் உணர்த்தி, அழிவற்ற நிரந்தரத்தைப் பற்றிக்கொள்ளுமாறு கூறுகிறார்.)

வைசாலியிலிருந்து பாவாவுக்குச் சென்ற புத்தருக்கு மீண்டும் உடல் நலம் குன்றியது. அங்கு கண்டா என்கிற கொல்லருக்குச் சொந்தமான மாந்தோப்பில் தங்கினார். அந்தக் கொல்லர் புத்தருக்கு அரிசியில் தயாரித்த ரொட்டிகள் மற்றும் காய்ந்த பன்றி மாமிசத்தை அளித்தார். அதுவே புத்தரின் கடைசி உணவு.

அங்கிருந்து குசினா நகருக்குப் புத்தர் புறப்பட்டார். வழியில் அவருக்குத் தாகம் அதிகரித்தது. அந்த வழியில் பாதையோரம் காணப்பட்ட குட்டையில் தேங்கியிருந்த நீரைக் குடிக்கக் கொண்டுவருமாறு அனந்தரிடம் கூறினார். கலங்கிய அந்த நீர் புத்தர் கை பட்டதும் பளிங்குபோல் ஆனது.

(சிலர் புத்தருக்கு கண்டா கொடுத்த அரிசி ரொட்டியில் பூஞ்சை பூத்திருந்தது என்றும் அதனால் புத்தரின் உணவு நச்சு ஆகி விட்டதால் அவருக்கு மரணம் ஏற்பட்டது என்றும் கூறுகின்றனர். சிலர் கெட்டுப்போன பன்றி மாமிசத்தால் உடல் பாதிப்பு ஏற்பட்டு இறுதி நேர்ந்தது என்கின்றனர். குட்டை நீர் புத்தர் கைபட்டு பளிங்கு நீர் ஆனது என்பதெல்லாம் பின்னாளில் மதவாதிகள் எழுப்பிய கதை. இன்னும் சிலரோ, நாவறட்சி காரணமாக, கலங்கிய குட்டை நீரைக் குடித்ததால் வயிற்றுப்போக்கு ஏற்பட்டு புத்தர் மரணமடைந்தார் என்கின்றனர்.)

பின்னர் புத்தர் குசினாரா அருகே ஹிரண்யவதி நதிக்கரையின் உள்ள மல்லாஸ் எனும் தோட்டத்துக்குச் சென்றார். அங்கு இரட்டைச்சால ஆச்சா மரங்களின் நடுவே, தலை வடக்குப் பக்கம் இருக்கும்படி ஒரு படுக்கையைத் தயார் செய்யுமாறு அனந்தரிடம் கூறினார். அனந்தர் அதற்கான காரணத்தைப் புரிந்துகொண்டு அழுதார்.

அவரிடம் புத்தர் கூறினார்:

‘அறிவற்ற முட்டாள் மட்டுமே ‘தான்’ என்ற எண்ணம் கொள்கிறான். அறிவாளியோ ‘தான்’ என்பதைக் கட்டி எழுப்பத் தரையோ, தளமோ ஏதும் கிடையாது என்பதை உணர்கிறார்.’

தொடர்ந்து அவர் சொன்னார்:

‘நீண்ட காலம் என்மீது அன்புடனும், எனக்குப் பிரியமான செய்கைகளைச் செய்து கொண்டும் என் அருகே இருந்துள்ளாய். உன் முயற்சியில் ஊக்கமாக இரு. எல்லாத் தீமைகள், புலன் வேட்கைகள், தன்னலம், மாயை, அறியாமை என்ற அனைத்திலிருந்தும் விரைவில் நீ விடுதலை பெறுவாய்.’

‘நீங்கள் போனபின் எங்களுக்கு யார் போதிப்பார்கள்?’

அனந்தரின் வேதனைக்குப் பதிலளித்த புத்தர், ‘பிரபஞ்சத்தை அறிந்தவரும், அழிவற்ற உண்மைகளை வெளிப்படுத்துபவருமான பல புத்தர்கள் தோன்றுவார்கள்’ என்றார். அப்போது சிலர் தங்களுடைய குடும்பத்துடன் ஆசி பெற வந்தனர். அவர்களிடம் அவர் கூறினார்.

'இடைவிடாத முயற்சியோடும், கடின உழைப்போடும் நீங்கள் வழியை நாடுங்கள். என்னைப் பார்ப்பது மட்டும் போதாது.'

புத்தரின் உபதேசம் தொடர்ந்தது.

'நான் உங்களுக்குக் கூறியபடி உறுதியான குறிக்கோளுடன், நான் காட்டிய பாதையில் செல்லுங்கள். துயர்களின் சிக்கலிலிருந்து உங்களை நீங்களே விடுவித்துக் கொள்ளுங்கள். தர்மத்தைப் பின்பற்றுவோர் பேரின்பத்தை அனுபவிப்பார்கள்.'

பின்னர் மருத்துவர் சுபூதி புத்தரின் சீடராக ஏற்கப்பட்டார். அதன்பின் கூடியிருந்தவர்களிடம், 'உங்கள் சந்தேகங்களைக் கேட்டுத் தெளிவடையுங்கள்' என்றார். தான் உபதேசித்தவற்றில் எவருக்கும் எந்த ஐயமும் இல்லை என்றான பின்பு புத்தரின் இறுதியான சொற்கள் வெளியாயின.

'நான் உங்களிடம் இதனை வலியுறுத்துகிறேன். சகோதரர்களே! உள்பகுதிகளைக் கொண்ட எல்லாப் பகுதிகளும் அழிகின்றன. ஆனால் உண்மை எப்போதும் இருக்கும். உங்கள் பாவங்களிலிருந்து உங்களைக் காத்துக்கொள்வதற்காக அயராத முயற்சியில் ஈடுபடுங்கள்.'

இதுதான் புத்தரின் கடைசிச் சொற்கள். அதன்பின் அவர் ஆழ்ந்த தியானத்தில் மூழ்கினார். நான்கு 'ஜனா'ங்களை கடந்து நிர்வாணத்தை அடைந்தார். புத்தர் 'நிர்வாணா'வை அடைந்தபோது ஆகாயத்தில் இடி முழங்கியது. மிகப் பெரிய நில நடுக்கம் ஏற்பட்டது என்கின்றன பௌத்த நூல்கள்.

கூடியிருந்தவர்கள், 'ஆசீர்வதிக்கப்பட்டவர் மறைந்துவிட்டார். உலகின் வெளிச்சம் விரைவாக மறைந்துவிட்டது' என்று கூச்சலிட்டனர்.

புத்தரின் கடைசிச் சொற்கள் புலப்படுத்துவது ஒன்றே ஒன்றைத்தான். அனைவரும் அவரவர் சுயமுயற்சியால்தான் தத்தம் பாவங்களில் இருந்து விடுபட வேண்டும்.

செயல் என்று வரும்போதுதான் பாவம், புண்ணியம் என்பவை ஏற்படுகின்றன. புண்ணியம் சந்தோஷத்தைத் தருகிறது. பாவம் துன்பங்களைத் தருகிறது. புண்ணியத்தின் பலனான சந்தோஷம் அதிகமாயிருக்கும்போது, அதுவே ஆணவம், ஆளுமை, அடக்குமுறை ஆகியவற்றுக்குக் காரணமாகி, பாவங்களைச் செய்யத் தூண்டுகிறது.

பாவம் என்பது நேரிடையாகத் துன்பத்தைத் தருகிறது. புண்ணியமோ சுற்றிவளைத்துப் பாவத்தில் கொண்டு சேர்க்கிறது. ஆக, புண்ணியம், பாவம் இரண்டும் ஒரே நாணயத்தின் இரு பக்கங்களே. இரண்டுமே செயல் என்பதால் உண்டானவையே. செயல் என்பது ஒருவரின் விருப்பத்தைச் சார்ந்து நடைபெறுகிறது.

விருப்பம் என்னும் ஆசை ஒவ்வொருவர் மனத்திலும் உறைந்திருக்கிறது. இதனை அடுத்தவர் வரையறுக்க முடியாது. 'என் நோயைக் குணமாக்குங்கள்' என ஒரு மருத்துவரிடம் கூறுவதுபோல், 'என்னை ஆசையில் இருந்து விடுவியுங்கள்' என்று யாரிடமும் சொல்ல முடியாது. அவரவரும் தானாக முனைந்துதான் தமது ஆசைகளில் இருந்து விடுபடவேண்டும்.

ஆசையிலிருந்து எப்படி விடுபடுவது?

ஒரு பொருளை மனம் அடையத் துடிக்கும். அதாவது, ஒரு பொருள் மீது நமக்கு அதிக ஈடுபாடு ஏற்படும். அப்போது மனத்திடமே கேள்வி எழுப்ப வேண்டும்.

'இதனை ஏன் விரும்புகிறாய்? இதில் அப்படி என்ன சிறப்பு? இது கிடைத்துவிட்டால் உனக்கு என்ன சிறப்பு ஏற்படும்? இது இல்லாவிட்டால் உனக்கு என்ன குறைவு ஏற்படும்?'

இப்படி ஒவ்வொன்றிலும் நம்மை நாமே விலக்கிக்கொண்டு, அவற்றைப் பார்த்துக் கேள்விகள் கேட்கும்போது, எதன் மீது பற்று ஏற்பட்டதோ, அந்தப் பொருளின் மீதான ஆசை மெல்ல வடிவதை உணர முடியும்.

ஒருவன் மீது கோபம் வரும்போது அவனைக் கண்டபடி திட்டுவதற்குத் துடிப்போம். ஆனால் அப்படிக் கோபம் ஏற்படும்போது அந்த இடத்தைவிட்டு நாம் நகர்ந்துவிட்டால் கோபம் மெல்ல வடிந்துவிடும். பிறகு மீண்டும் அதே நபரைப் பார்த்தாலும், 'உன்மீது அப்போது எனக்கு எவ்வளவு கோபம் வந்தது தெரியுமா?' என்று அதுபற்றி ஒரு தகவலாகத்தான் கூறுவோமே தவிர, பழைய கோபம் அப்போதைக்கு இருக்காது.

உணர்ச்சிகளை வெல்ல முடியாது. ஆனால் விலக்க முடியும். 'நான் உணர்ச்சிகளை வெறுக்கிறேன்' என்று கூறுவதே தவறு. அந்தக் கருத்தே தவறு. வெறுப்பு என்பதும் ஒருவகை உணர்ச்சிதான். சொல்லப் போனால், விருப்பம் என்ற உணர்ச்சியானது விரும்பியதை அடைந்துவிட்டால் தணிந்துவிடும். வெறுப்பு என்ற உணர்ச்சி மனத்தில் குடியேறிவிட்டால் அது தணியவே தணியாது.

அரச பதவியை ஒருவன் விரும்புகிறான். அவன் அதை அடைவது கடினமானதொரு காரியம் என்று அவனுக்குத் தெரிந்திருக்கிறது. ஆனால் அதற்கு ஆசைப்படுகிறான். அப்படிப்பட்டவனுக்கு, அதை அடைந்தபின் அதன் மீதான விருப்பம் தீர்ந்துவிடுகிறது. 'நினைத்ததை அடைந்துவிட்டேன்' என்ற பெருமிதம் அவனுக்கு வரலாம். 'போயும் போயும் இதற்கா இவ்வளவு மல்லுக் கட்டினோம்'

என்ற சலிப்பும் வரலாம். ஆனால் அதற்குப் பிறகு அந்த விருப்பம் மீதான தீவிரம் போய்விடும்.

அதே அரசப் பதவியை ஒருவன் வெறுத்தால், அந்தப் பதவியை இழக்கும்வரை அதன் மீதான அவனது வெறுப்பு தீராது. அதாவது, அரச பதவி, அதன் அடிக்கல்லான சமூகம், நாடு என அனைத்தையும் அவன் வெறுப்பவனாக, அழிவு சக்தியாக உள்ளவனாக குறைந்தபட்சம் வக்கிரம், குரூரம் ஆகியவற்றைக் கொண்டவனாக அவன் இருப்பான்.

எந்த ஒன்றின்மீதும் தனிப்பட்ட விருப்பம் இல்லாதிருத்தலே விலகும் முறை. எங்கே விருப்பம் என்பது இல்லையோ, அங்கே வெறுப்பு என்பதும் இருக்காது. இரண்டும் இல்லாத இடத்தில் 'நான்' என்ற முனைப்புடன் கூடிய செயல்கள் இருக்காது.

செயல் இல்லையெனில், அதன் விளைவான பாவம், புண்ணியம் என்ற கர்ம வினைகளும் இருக்காது. அவை இல்லாதபோது எதிர் விளைவான மறுபிறவி என்பதும் இருக்கப் போவதில்லை.

புத்தனின் இறுதிச் சொல் மற்றொன்றையும் நமக்கு உணர்த்துகிறது. போலி ஆன்மீகவாதிகள், 'என்னிடம் வா. நான் எல்லாவற்றையும் பார்த்துக்கொள்கிறேன்' என்று சொல்வது அபத்தமானது. யாரும், யாரையும் மீட்கவோ, கரை சேர்க்கவோ முடியாது. எவ்வளவுதான் இறையருள் பெற்றவராக இருந்தாலும், அவரும் கர்ம வினைகளுக்கு உட்பட்டவரே. மற்றவரால் செய்ய முடியாத சாதனைகளை அவர்கள் செய்து காட்டலாமே தவிர, பிறவித் துயரில் இருந்து எவரும், எவரையும் மீட்க இயலாது.

தாய்கூட குழந்தைக்குச் சோறூட்டலாம். ஆனால் குழந்தைக்குப் பதில் அவளே சாப்பிட முடியாது. எனவே, அவரவர் கர்ம வினையை அவரவர்தான் முனைந்து தீர்க்கவேண்டும்.

'நீங்களே முயன்று உங்களை விடுவித்துக்கொள்ளுங்கள்' என்பதுதான் புத்தர் போதித்த கொள்கை. அவர் அப்படித் தாமாக முயன்று விடுபட்டவர். அதனால்தான் அவருக்கு ததாகதர் என்ற சிறப்புப் பெயர் ஏற்பட்டது.

பலரும் புத்தரை டாட்ட கட்டா, டாட்ட கேட்டா, டட்டா நட்டா என்றெல்லாம் பல வகைகளில் எழுதுகின்றனர்.

தத், கத் போன்ற சொற்கள் திரிந்து வந்த சொல்தான் ததாகதர் என்பது. ததா கதர் என்றால் விலகுவது தெரியாமல் விலகியவர் என்று பொருள்.

பொதுவாக மனமாற்றம் கண்ட பலரின் பின்னணியில் ஒரு 'எதிர் மறை வலி' இருக்கும். அருணகிரி நாதர் தாசி வீடே கதி எனக் கிடந்து, உடல் அழுகிய பின்னரே மனம்மாறி முருக பக்தரானார். கலிங்கப் போரில் பல்லாயிரம் பேரைக் கொன்று குவித்த அசோகன், போரின் பேரழிவை, மரண ஓலத்தை, கொடுமைகளைக் கண்டு மனம் கரைந்து மாறினான். காந்தியை ஒரு நிறவெறி அதிகாரி ரயில் பெட்டியில் இருந்து இழுத்துக் கீழே பிளாட்பாரத்தில் தள்ளினான். அது காந்தியைச் சத்யாக்கிரகி ஆக்கியது.

புத்தருக்கு இதுபோன்ற எந்தக் காரணமும் இல்லை. எந்த அவசியமும் அவருக்கு இல்லை. இருந்தாலும், அவர் தாமாகவே முன்வந்து தேடல் மேற்கொண்டவர். அவருக்கு எந்தக் குருவும் இல்லை. அவருடைய விலகலால் சமூகத்திலும் எந்தப் பாதிப்பும் ஏற்படவில்லை.

உலகம் தொடர் இயக்கங்கள் உள்ளது. சுழலும் ஒரு சங்கிலியில் உள்ள ஒரு வளையம் அறுந்தால் அந்தச் சங்கிலி துண்டாகிவிடும். ஆனால் ஒரு வளையம், தனக்கு முன், பின் உள்ள வளையங்களை

இணைத்துவிட்டு இயக்கம் அறாமல், தான் மட்டும் இயக்கத்திலிருந்து விலகுவதுபோல், உலகியலுக்குப் பாதிப்பின்றி, ஞான இயலில் பிரவேசித்தவர் புத்தர். அதனாலேயே அவர் ததாகதர் ஆனார்.

'நான் சாப்பிட்டால் உன் பசி அடங்காது. நீ சாப்பிடுவது ஒன்றே உனது பசி தீருவதற்கான வழி' என்கிறார் புத்தர். மதங்களின் ஸ்தாபகர்கள் எல்லோரும் தன் பசிக்குத் தானே இரை தேடி உண்டவர்கள்தான். நாமோ, நம் பசிக்கு இரை தேட முயற்சிக்காமல், இரைதேடியவர்களை 'அவதூதர்'களாக்கி, அவர்களைப் புகழ்ந்து, அவர்களின் பெயரால் ஒருவரோடொருவர் மோதிக் கொண்டிருக்கிறோம்.

புத்தர் ஒருவர்தான் என்றாலும் புத்தநிலை பொது என்ற ஒரு நிலை உள்ளது. எல்லோரும் அதை அடைய முயலவேண்டும். நாம் எப்படி இருந்தாலும் புத்தர் வந்து நம்மை ரட்சிப்பார் என்று காத்திராமல் ஒவ்வொருவருமே புத்த நிலையை எட்ட முயல வேண்டும்.

மரணத்தைப் பற்றிய புத்தரின் பார்வையும், மரணத்தின்போது புத்தர் சொன்னதும் இதுதான். அது ஒவ்வொருவரும் தனக்குத்தானே வெளிச்சமாக இருக்கவேண்டும் என்பதே.

6

'ஏலோய், ஏலோய், லமா ச பக்தானி'

அடித்துச் சொல்லலாம், வேறு யாராலும் இப்படி ஒரு பாதிப்பை ஏற்படுத்தியிருக்க முடியாது என்று. அந்த அளவுக்குத் தனது சிலுவை மரணத்தால் உலக மக்களையே மனம் கரையச் செய்தவர் இயேசு கிறிஸ்து.

வேறு எந்த மகான்களையும்விட உலகம் முழுவதும் பரவியதிலிருந்தும், 20 நூற்றாண்டுகளாக நிலைத்த புகழோடு இருப்பதிலிருந்துமே, அவரது சாதனையின் மகத்தான வீச்சை நாம் நன்கு உணரலாம்.

இருளில் இருக்கும் ஒன்றைக்கூடத் தேடிக் கண்டுபிடித்துவிட முடியும். ஆனால் கண்கூசும் வெளிச்சத்தில் எதையும் பார்க்கக்கூட முடியாது. புத்தர், சங்கரர், ஏசு, நபி, மகாவீரர் போன்றவர்களிடம் உள்ள ஒரு பெரிய சங்கடம் என்னவென்றால், இவர்கள் இந்த

ஒட்டுமொத்த சமுதாயத்திலுள்ள எவரும் சாதிக்க முடியாத மாபெரும் சாதனைகளைச் செய்தவர்கள். அதனால் இவர்களுக்கு ஒரு தெய்வீக அந்தஸ்து கொடுக்கப்பட்டுவிட்டது.

புமாக சங்கரரை ஒரு கதாநாயகனைப்போல வரைகிறார்கள்.

புத்தர் 6 ஆண்டுகள் கடினமான உண்ணாநோன்பைக் கடைப்பிடித்ததால், நடக்க முடியாத அளவுக்கு மெலிந்து போனவர். ஆனால் அவரது தோற்றம் சிற்பமானாலும், சித்திரமானாலும் அதில் விரிந்த மார்பும், பருத்த தோள்களும் கொண்ட ஒரு பலவானுடையதைப்போல் காணப்படுகிறது.

ஏசு சுருண்ட குழல்களும், கவலை தேங்கிய முகமுமுடையவராக ஓர் அழகிய இளவரசனின் தோற்றமுடையவரைப்போல் வரையப்படுகிறார். ஆனால் உண்மையில், அதாவது, பைபிளில் விவரித்துள்ளபடியேகூட அவர் நான்கரை அடி உயரமே கொண்ட குள்ளமான உருவமுள்ளவர்தான். சற்றுக் கூனலான முதுகுடையவரும்கூட. பரட்டைத் தலையுடன் காணப்பட்டவர்.

ஆன்மீகவாதிகள் என்றால், அவர்களது ஆன்மாதான் மிக அழகானதாக, இருக்க வேண்டும். அதைவிட்டு அவர்களுடைய உடல் அழகாக இருக்கவேண்டும் என்று எந்தக் கட்டாயமும் இல்லை. அவர்களுடைய புறத்தோற்றம் கவர்ச்சிகரமாக இருக்கவேண்டிய அவசியம் இல்லை. நாம்தான் உன்னத அழகுடன் உள்ளவர்களாக அவர்களைக் கற்பனை செய்து கொள்கிறோம்.

> **ஒவ்வொரு மனிதனுக்கும் மூன்று வடிவங்கள் உண்டு என்கின்றனர் உளவியல் அறிஞர்கள். முதலாவது, உங்களைப்பற்றி நீங்கள் நினைத்துக் கொண்டிருப்பது; இரண்டாவது உங்களைப்பற்றி மற்றவர்கள் நினைப்பது; மூன்றாவது இந்த இரண்டும் அல்லாத உண்மையான நீங்கள்.**

பெரும்பாலும் இந்த மூன்றாவது வடிவத்தைப் பற்றி யாரும் அறிந்துகொள்ள முயல்வதே இல்லை. என்னைப்பற்றி நான் நினைப்பது, என்னைப் பற்றி மற்றவர்கள் என்ன நினைக்கிறார்கள் என்பதைப் பற்றி அறிந்துகொள்ள முயல்வது என்று இந்த இரண்டைச் சுற்றிலுமே ஒருவரது வாழ்க்கை ஓடிவிடுகிறது.

என்னைப்பற்றி நான் தன்னிகரற்ற மாமனிதன் என்று நான் எண்ணிக் கொண்டு இருப்பேன். ஆனால், மற்றவர்களோ என்னை ஒரு தற்பெருமைக்காரன் என்று, மிகையான கற்பனைகளுடன் வாழ்பவன், யதார்த்தத்தை உணராத முட்டாள் என்று எண்ணிக் கொண்டிருக்கக் கூடும்.

ஊடகங்களைச் சரிவரப் பயன்படுத்தி விளம்பரங்கள் தேடிக்கொள்வதன் மூலம் என்னைப் பற்றி நான் விரும்பும்

வடிவத்தையே மற்றவர்கள் மனதிலும் உருவாக்கிவிட என்னால் முடியலாம். சராசரி மனிதனைவிட சாதாரணமான தோற்றமுடைய கதாநாயக நடிகர்கள், திரைப்படங்கள் மூலம் தங்களை ஒரு தன்னிகரற்ற காவிய நாயகனைப் போன்று எண்ணக்கூடிய வகையிலான ஒரு பிம்பத்தை உண்டாக்கி விடுவது இந்த வகையில்தான்.

மகான்களைப் பற்றிய பிம்பங்களும் இப்படி நம்மால் மனத்தளவில் உருவாக்கப்பட்டவையே. மோசஸ், ஏசு, புத்தர், சங்கரர் என்று இவர்கள் யாராயினும் அவர்களை நம்மைப்போன்ற ஒரு சராசரி மனிதனாக, வியர்வை, சளி, சீழ், மலம், சிறுநீர் அடங்கிய உடலுடன் கூடியவராக நினைத்துப் பார்ப்பதற்கு நம்முடைய மனம் ஒப்புவதில்லை. அவர்கள் சொன்னால் உடனே மழை கொட்டும்; அவர்கள் நிமிர்ந்து பார்த்தால் புயலே நின்றுவிடும் என்பதுதான் நம் மனத்தில் அவர்களைப் பற்றி இருக்கும் பிம்பமாக இருக்கிறது.

இவை உண்மையா, பொய்யா என்பது பற்றிய நாத்திக, ஆத்திக விவாதங்களை ஒதுக்கி வைத்துவிட்டுப் பார்க்கும்போது இவர்களின் தாக்கத்தையும், அதை எதன்மூலம் அவர்கள் சாதித்தார்கள் என்பதையும் நம்மால் உணர முடியும்.

ஏசு மறைந்த காலத்தில் அவருக்கு இருந்த மக்கள் ஆதரவு மிகவும் சொற்பமானதுதான். அவர் மறைந்து மூன்று நூற்றாண்டுகள்வரை அவரது வழியைப் பின்பற்றியோர் ஒரு சிறு குழுவினராகத்தான் இருந்தனர். கி.பி. மூன்றாம் நூற்றாண்டுக்குப் பின்னரே, குறிப்பாக, ரோமாபுரி மன்னன் கான்ஸ்டன்டைன் என்பவர் கிறிஸ்தவராக மதம் மாறிய பிறகே கிறிஸ்தவம் தனி மதமாக வளரத் தொடங்கியது.

வெறும் கடவுள் வழிபாடு என்பதைத் தாண்டி, கிறிஸ்தவம் சக மனிதன்மீது அன்பு காட்டச் சொல்லி, அவனுக்குச் சேவை செய்யச் சொல்லி வலியுறுத்தியது மக்கள் மனங்களில் குறிப்பிடத்தக்க மாற்றத்தை ஏற்படுத்தியது. குறிப்பாக, கிறிஸ்தவம் நோயாளிகளுக்கு ஆற்றிய சேவை முதன்மையானது.

'பிறர் உனக்கு என்ன செய்ய வேண்டும் என நினைக்கிறாயோ அதையே நீ பிறருக்குச் செய்',

'ஒரு கன்னத்தில் அடித்தால் மறு கன்னத்தைக் காட்டு',

'தன்னைப்போல் பிறரையும் நேசி'

'பட்டயத்தை எடுத்தவன் பட்டயத்தால் சாவான்'

ஏசுவின் சொற்கள் மந்திரங்களையும் மீறிய மகா மந்திரங்களாக மக்களால் பின்பற்றபட்டன. பெரும்பாலும் மந்திரம் என்பது கடவுளைத் துதிப்பதாகத்தான் இருக்கும். ஆனால், இவையோ மனிதன் வாழவேண்டிய நெறியைப் போதிப்பவையாக இருந்தன.

மக்தலீன் நகரைச் சேர்ந்த மரியாள் என்ற விலைமாதுவைக் கல்லால் அடிக்கத் துரத்தி வந்தவர்களிடம், உங்களில் யார் பாவமே செய்யாதவர்களோ, அவர்கள் இவள்மீது முதல் கல்லை எறியுங்கள்' என்று ஏசு சொன்ன வார்த்தைகள் இன்றும் காலம் கடந்து நிற்பதைப் பார்க்கிறோம்.

உலகை மிகவும் பாதித்த சம்பவம் ஏசுவின் சிலுவை மரணம். கழுவில் ஏற்றுதல், தூக்கில் இடுதல், சிரச்சேதம் செய்தல்,

நாற்சந்தியில் நிற்க வைத்துக் கற்களால் அடித்துக் கொல்லுதல் என்பன கொடிய குற்றவாளிகளுக்கு ரோமாபுரியில் விதிக்கப்படும் தண்டனைகள். கொலை, கொள்ளை, கற்பழிப்பு என்பன போன்ற கொடிய குற்றங்களைச் செய்தவர்களுக்குத் தருகின்ற சிலுவையில் அறையும் தண்டனையை ஏசுவுக்கு விதித்தனர். அதன் விளைவு, அதுவரையிலும் பாவிகளின் குறியீடாக விளங்கிய சிலுவை, புனிதச் சின்னமாக மாறியது. பாவ மீட்பின், ரட்சிப்பின் குறியீடாக மாறியது.

ஏசுவைப் பற்றி உலகுக்குப் பதிவேடாக எழுதி அளித்தவர்கள் அவரது 4 சீடர்களான மத்தேயு, மார்கு, லூக்கா, யோவான் ஆகியோரே. அவரது சிலுவை மரணமும் இவர்களது எழுத்துகள் மூலமாகவே விவரிக்கப்படுகிறது.

ரோமாபுரி ஆட்சியாளர்கள் ஏசுவைத் தங்கள் அல்லது, தங்களது அரசாங்கத்துக்கு ஏற்பட்ட ஓர் எதிரி என்றோ, சவாலாக இருப்பவர் என்றோ எண்ணவில்லை. மாறாக, மதகுருமார்களும், கோயில் அதிகாரிகளும், பெரிய மனிதர்களாக வலம் வந்தவர்களும்தான் அவரை எதிர்த்தனர். அவர்கள், ஏற்கெனவே இருந்துவரும் நியதிகளுக்கு எதிரான ஒரு கலகக்காரராகவே ஏசுவைப் பார்த்தனர். இவர்கள் அவரைப் பிடித்து ஒரு காவல் அறையில் அடைத்து வைத்தனர்.

அங்கிருந்து பிரெட்டோரியம் என்னும் விசாரணைக் கூடத்துக்கு அழைத்துச் சென்றனர். ரோமாபுரி கவர்னர் பாண்டியஸ் பைலேட் ஏசுவை விசாரித்தான். ஆனால் அவனால் ஏசுவிடம் எந்தவொரு குற்றத்தையும் காண முடியவில்லை.

மதக் கோட்பாடுகளுக்கு எதிரானவர் ஏசு என்று எல்லோரையும் நம்பவைக்க, முன்கூட்டியே சில முயற்சிகளை எடுத்தனர் மதகுருமார்கள்.

‘நீ கிறிஸ்து என்றால் எங்களுக்குச் சொல்’ என்றனர்.

‘நான் சொன்னால் நீங்கள் நம்ப மாட்டீர்கள். நான் கேட்டால் நீங்கள் சொல்ல மாட்டீர்கள். ஆனால் இப்போதிருந்து ‘மனிதனின் மகன்’ கடவுளின் சக்திக்கு வலது பக்கத்தில் அமர்வான்’ என்றார் ஏசு.

இங்கு ஏசு சொன்ன பதில் மிக ஆழமானது. ஓஷோ போன்றவர்களால்தான் இதற்கான பொருள் என்னவென்று தெளிவாக விவரிக்க முடியும்.

‘நான் சொன்னால் நீங்கள் நம்ப மாட்டீர்கள்’ என்பது முழுமையான உண்மை. இதற்கு ஒரு உதாரணத்தைச் சொன்னால் தான் எல்லோருக்கும் அது புரியும். நாம் எல்லோரும் ஒரு ▶

செய்தியைப் படிக்கும்போதே அல்லது கேட்கும்போதே அதற்கு ஆதரவாக, அல்லது எதிர்ப்பாக மனதுக்குள் ஒரு முடிவுக்கு வந்துவிடுகிறோம். நம் எண்ணத்துக்கு இசைவானவற்றை மட்டுமே எப்போதும் நாம் நம்புவோம். ஏற்போம். ஆனால், ஒரு குழந்தையால் மட்டுமே மனத்தில் எந்தவிதப் படங்கள், பிம்பங்கள், சலனங்கள் இன்றி எதையும் பார்க்கவும் ஏற்கவும் முடியும்.

'இப்போதிருந்து 'மனிதனின் மகன்' கடவுளின் சக்திக்கு வலப்புறம் அமர்வான்' என்பது மிகவும் ஆழமான ஒரு சொல். அதாவது, அவர்கள் ஏசு யார் என்பதை விசாரிப்பதற்காக வரவில்லை. முன்கூட்டியே அவரை என்ன செய்வது என்பது பற்றிய ஒரு முடிவுடன் வந்திருந்தனர். அவரும் அதனை எதிர்க்காமல் இன்முகத்துடன் ஏற்கத் தயாராகிறார்.

'அப்போது கடவுளின் மகன் நீயா?' என்கின்றனர் குருமார்கள்.

'நான் கடவுளின் மகன் என்று நீங்கள்தான் கூறுகிறீர்கள்' என்கிறார் ஏசு.

அவர்கள் ஏசுவின் போதனைகளை ஒருமுறை சொல்லுமாறு கோரினர். ஆனால், அவற்றைத் திரும்பச் சொல்ல ஏசு விரும்பவில்லை.

'உலகத்தின் முன்பாக நான் தெளிவாகக் கூறிவிட்டேன். கோயில்களிலும், வழிபாட்டுத் தலங்களிலும், யூதர்கள் எங்கெல்லாம் கூடுகிறார்களோ, அங்கெல்லாம் அதைக் கூறியுள்ளேன். நான் எதையும் ரகசியமாகச் சொல்லவில்லை. நீங்கள் ஏன் என்னைக் கேட்கிறீர்கள்? என் பேச்சைக் கேட்டவர்களிடம், நான் என்ன சொன்னேன் என்று கேளுங்கள். அது அவர்களுக்குத் தெரியும்.'

அவர் அப்படிச் சொன்னதும் கோயில் அதிகாரிகளில் ஒருவன் எழுந்து வந்து ஏசுவை அடித்தான்.

'தலைமை மதகுருவிடம் நீ எப்படி இவ்வாறு பேசலாம்?'

'நான் தவறாகப் பேசியிருந்தால் அதற்கு நான் சாட்சியாக இருக்கிறேன். ஆனால் நான் சரியாகப் பேசி இருந்தால், நீ ஏன் என்னை அடிக்கிறாய்?'

ஏசுவின் இந்தப் பதிலால், 'அவர் சாதாரண மனிதரல்ல' என்று கண்டுகொண்டனர். அதன்பிறகே அவர்கள் அவரை பைலேட்டிடம் கொண்டு சென்றனர்.

வெளியே வந்த பைலேட், 'இந்த மனிதன்மீது என்ன குற்றத்தைச் சுமத்துகிறீர்கள்?' என்று கேட்க, 'இவன் தீங்கு செய்பவனாக இல்லாவிட்டால் நாங்கள் இவனை இங்கு கொண்டு வந்திருக்க மாட்டோம்' என்கின்றனர்.

'நீங்கள் இவனைக் கொண்டு சென்று உங்கள் சட்டப்படி விசாரணை செய்யுங்கள்.'

'சட்டப்படி எந்த மனிதனுக்கும் தாங்கள் மரண தண்டனை விதிக்க இயலாது. அரசனோ, அரசனால் அதிகாரம் தரப்பட்ட பிரதிநிதியோதான் மரணதண்டனை விதிக்க முடியும்.'

பைலேட் ஏசுவிடம் கேட்கிறான். 'நீங்கள் யூதர்களின் ராஜாவா?'

'இதை நீங்களாகவே கேட்கிறீர்களா? அல்லது மற்றவர்கள் இவ்வாறு கூறினார்களா?'

உடனே பைலேட், 'உங்கள் சொந்த நாட்டவரும், மதத் தலைவர்களும் உங்களை என்னிடம் ஒப்புவித்துள்ளனர். அவர்கள் அப்படிச் செய்யும் வகையில் நீங்கள் என்ன தவறு செய்தீர்கள்?' என்று கேட்டான்.

ஏசு கூறினார், 'எனது ராஜ்யம் இந்த உலகைச் சார்ந்ததல்ல. எனது பணியாளர்கள் என்னை யூதர்களிடம் ஒப்படைக்கக் கூடாது எனச் சண்டையிடுவார்கள். ஆனால் எனது அரசாட்சி என்பது இந்த உலகத்தில் இருந்தது இல்லை.'

கொஞ்சம் வேடிக்கையாகக் கேட்டான் பைலேட். 'அப்படியானால் நீங்கள் ஓர் அரசரா?'

'நான் ஓர் அரசர் என நீங்கள் சொல்கிறீர்கள். இதற்காக நான் பிறந்தேன். உண்மைக்குச் சாட்சியாக இருப்பதற்காக நான் இந்த உலகுக்கு வந்துள்ளேன். உண்மையைச் சார்ந்திருக்கும் ஒவ்வொருவரும் எனது குரலைக் கேட்கிறார்.'

அப்போது பைலட் கேட்டான், 'உண்மை என்பது என்ன?'

(பிரசித்தி பெற்ற உரையாடல் இது. மேலைநாட்டு அறிஞர்கள் முதல், தமிழகத்து எழுத்தாளர் லா.ச. ராமாமிர்தம் வரைப் பலரும் இதனைத் தங்கள் கோணத்திலிருந்து விமர்சிக்க முயன்றுள்ளனர்.)

லா.ச.ரா ஒரு கட்டுரையில் பின்வருமாறு விளக்குகிறார்:

விசாரணையில் பைலேட் இயேசுவிடம் கேட்கிறான்.

'நீ யூதர்களின் ராஜாவா?'

அதற்கு இயேசுவின் பதில்: 'நான் சொல்லவில்லை. நீ சொல்கிறாய்?'

இந்தக் கூற்றின் உள்ளர்த்தத்தை நான் இப்படித் தீர்மானிக்கிறேன்.

அவரவர் எப்படி நினைக்கிறார்களோ அப்படித்தான் உண்மை இருக்கும்.

அவரவர் யூகத்துக்குத் தக்கபடி.

பைலேட் கேட்கிறான் இயேசுவிடம், 'What is Truth?'

கவிஞர் கீட்ஸ் கூறுகிறார். 'Truth is Beauty?'

அப்படியானால் What is Beauty?

இதை நிர்ணயிக்க முடியுமோ?

செயலில் அழகு; நடை, உடை, பாவனைகளில் அழகு.

உண்மையை அளப்பதற்கு என்ன கஜக்கோல் இருக்கிறது?

வாழ்க்கையின் இக, பரங்கள் இன்னும் இயங்கிக்கொண்டிருப்பதற்கு மூன்று காரணிகள் உண்டு என்று எனக்குப் படுகிறது.

1. உண்மை:

இது குன்றின் மேலிட்ட தீபமாகவோ அல்லது குகையில் ஒரு பாறையில் அகலோ, திரியோ இன்றி அழியாச் சுடராகவோ இருந்து, உலகைக் காலம் கடந்த சக்தியாக நடத்திக்கொண்டிருக்கிறது. இதைத்தவிர இதன் உண்மைத்தன்மை எப்போதும் புரியப் போவதே இல்லை. இதில் தேவர்களிலிருந்து தாவரம், சலனம், அசலனம், தவம், தரிசனம், உண்டு, இல்லை என்னும் எதிர்மறைகள் எல்லாம் அடங்கிவிட்டன. அவ்வளவுதான் எனக்குத் தெரியும்.

2. லட்சியம்:

இதில் மனிதனின் ஆசைகள், உயர்ந்தவை, எட்டக்கூடியவை, முடியாதவை, லோகாயதமானவை, ஆத்மீகமானவை என எல்லாமே அடக்கம். மனிதன் லட்சியத்தைத் தன்னுடைய சக்திக்கேற்றவாறு வகுத்துக் கொண்டு, அதைச் செயலில் சாதிக்க விரும்புகிறான். லட்சியம் சில சமயங்களில் முழுக்கவே கூடலாம். அல்லது ஒரு பகுதியே நிறைவேறலாம். அல்லது துருவ நட்சத்திரமாகவே நின்றுவிடலாம். இருந்தாலும், லட்சியத்துக்கு ஒரு வேகம் உண்டு. முயற்சியைத் தூண்டிவிடும் சக்தி அது.

3. யதார்த்தம்:

நடப்பதென்ன? இருப்பதென்ன? முயற்சியின் விளைவு என்ன? செயல்பாட்டின் விளைவு என்ன? எண்ணியபடி செயல் விளைகிறதா? இந்தக் கேள்விகளுக்கெல்லாம் கிடைக்கும் பதில், அதிலிருந்து கிடைக்கும் தெளிவு, இவை எல்லாம் யதார்த்தம் என்ற வகையைச் சேர்ந்ததுதான். மூன்று வினைகளும் குறை காணாத சமுத்திரங்கள்.

இது லா.ச.ராவின் பார்வை. இதையே ஓஷோ வேறொரு கோணத்தில் விளக்க முயல்கிறார்.

இனி விட்ட இடத்துக்கு வருவோம்.

பைலேட் ஏசுவைத் தன்னைப் போன்ற மற்றொரு ஆளுநர் ஹெரோட் என்பவனிடம் அனுப்புகிறான். ஹெரோட் ஏசுவை மாயாஜாலங்கள் நிகழ்த்துபவன் என்று கருதினான். அதனால், அவர் அற்புதம் நிகழ்த்துவதைக் காண விரும்பினான். ஏசு மௌனமாக இருக்கவே பைலேட்டிடமே அவரைத் திருப்பி அனுப்பிவிட்டான்.

பைலேட் மதகுருக்களையும், மற்றவர்களையும் அழைத்து, 'மக்களைத் தவறான வழியில் தூண்டுவதாக இவர்மீது குற்றம் சாட்டி இந்த மனிதரை என்னிடம் கொண்டு வந்தீர்கள். உங்கள் முன்பாக இவரைப் பரீட்சை செய்ததில், நீங்கள் சொல்கிறபடி எந்தக் குற்றமும் இவர் செய்ததாக நான் கருதவில்லை. அதனால்தான் ஹெரோட்டும் இவரை நம்மிடமே அனுப்பிவிட்டார். மரண தண்டனைக்குரிய குற்றம் எதையும் இவர் செய்யாததால் இவரை நான் என் மனதுக்குட்பட்ட விதத்தில் தண்டித்து, விடுதலை செய்கிறேன்' என்றான்.

ஏசுவுக்குக் கடுமையான சவுக்கடி கொடுக்கும்படி பைலேட் உத்தரவிட, ரோமானிய வீரர்கள் ஏசுவின் அங்கியைக் கழற்றிவிட்டு, அவரைச் சவுக்கால் அடித்தனர். சவுக்கின் தோல் துண்டுகளில் உலோகம் அல்லது எலும்பின் கூரிய முனைகள் சேர்க்கப்பட்டிருந்ததால் ஏசுவின் காயங்களில் இருந்து ரத்தம் வழிந்தது.

பிறகு காவலர்கள் ஏசுவைப் பிரடோரியத்துக்குக் கொண்டு சென்று கருஞ்சிவப்பு அங்கியை அணிவித்து, தலையில் முள்ளால் ஆன கிரீடத்தை வைத்துக் கேலியாக வணங்கி, 'யூதர்களின் ராஜாவைப் பாருங்கள்' என்றனர். ஒரு நாணல் செடியால் ஏசுவின் தலைமீது அடித்து, துப்பி, மண்டியிட்டு வணங்கினர். பின்னர் அங்கியை நீக்கி, அவரது பழைய கிழிந்த உடைகளுடன் வெளியே கொண்டுவந்தனர்.

பைலேட் ஏசுவைக் காப்பாற்றவே பெரு முயற்சி செய்தான். அன்று யூதர்களின் புனித தினம். அன்று சிறைக்கைதிகளில் ஒருவனை ஆளுநர் விடுவிப்பது வழக்கம். கொடிய குற்றங்கள் செய்த பாரபாஸ் என்பவன் அந்த சமயத்தில் சிறையில் இருந்தான். அவன் அல்லது ஏசு இருவரில் யாராவது ஒருவரை விடுவிக்கும் உரிமையைப் பைலேட் அவர்களுக்குத் தந்தான். குருமார்களால் தூண்டப்பட்ட கூட்டம், 'பாரபாஸை விடுதலை செய்யுங்கள். இந்த மனிதரை அல்ல' என்று கத்தியது.

சோர்ந்துபோன பைலேட், 'கிறிஸ்து என்று அழைக்கப்படும் ஏசுவை நான் என்ன செய்யவேண்டும்' என்றான். 'அவரைச் சிலுவையில் அறையுங்கள்' என்றது கூட்டம்.

உடனே ஏசுவை அவர்கள் முன்பு கொண்டு வந்து நிறுத்திய பைலேட், 'பாருங்கள். உங்களிடம் நான் அவரைக் கொண்டு வந்திருக்கிறேன். இவரிடம் நான் எந்தக் குற்றத்தையும் காணவில்லை' என்றான்.

'அவரைச் சிலுவையில் அறையுங்கள்' என்ற கூக்குரல் தொடர்ந்தது.

'நீங்களே அதைச் செய்யுங்கள். ஏனெனில் அவரிடம் நான் எந்தக் குற்றத்தையும் காணவில்லை' என்றான் பைலேட்.

'நாம் ஒரு சட்டம் வைத்திருக்கிறோம். அந்தச் சட்டத்தின்படி அவர் இறக்கவேண்டும். ஏனெனில் அவர் தன்னைக் கடவுளின் மகனாகச் செய்து கொண்டுவிட்டார்.'

உடனே பைலேட் ஏசுவின் பக்கம் திரும்பி, 'நீங்கள் எங்கிருந்து வருகிறீர்கள்?' என்றான்.

100

குருதி வழிய நின்ற ஏசு அதற்குப் பதில் சொல்லவில்லை.

'எனில், நீங்கள் என்னுடன் பேசமாட்டீர்கள். உங்களை விடுதலை செய்யவும், சிலுவையில் அறையவும் எனக்கு அதிகாரம் இருக்கிறது என்பதை நீங்கள் அறியவில்லையா?' என்று கேட்டான் பைலேட்.

'மேலிருந்து உங்களுக்கு அதிகாரம் கொடுக்கப்பட்டால் தவிர என்மீது உங்களுக்கு எந்த அதிகாரமும் கிடையாது. அதனால் என்னை யார் உங்களிடம் ஒப்படைத்தாரோ அவர் அதிக பாவத்தைப் பெறுகிறார்' என்றார் ஏசு.

குற்றமற்ற ஒருவரைச் சிலுவையில் அறைவதில் பைலேட்டுக்கு இஷ்டமில்லை.

'இந்த மனிதனை விடுதலை செய்தால் நீங்கள் சீசரின் நண்பர் அல்ல. யார் ஒருவர் தன்னை அரசன் என்று கூறிக்கொள்கிறாரோ அவர் சீசரின் எதிரி ஆகிறார்' என்றனர் மதகுருமார்கள்.

இவர்களைச் சமாதானப்படுத்த முடியாது என்பதை உணர்ந்துகொண்ட பைலேட், அவர்கள் முன்பாகத் தன் கைகளை நீரால் கழுவிக்கொண்டு, 'இந்த மனிதரின் ரத்தத்துக்கு நான் பொறுப்பாளி அல்ல. இவரை நீங்களே பார்த்துக் கொள்ளுங்கள்.' நீங்கள் என்ன செய்ய விரும்புகிறீர்களோ அதைச் செய்யுங்கள்' என்றான்.

'எங்கள் மீதும், எங்கள் குழந்தைகள் மீதும் அவருடைய ரத்தம் இருக்கட்டும்' என்றனர் அவர்கள்.

விசாரணை முடிந்தது. பாரபாஸ் விடுவிக்கப்பட்டான். அந்நாளில் குற்றம் சாட்டப்பட்டவர் தன் சிலுவையைத் தானே சுமக்கவேண்டும்.

ஏசு பலவீனமாக இருந்ததால் காவலாளிகள் அவ்வழியே சென்ற சைரீன் என்ற இடத்தைச் சேர்ந்த சைமன் என்பவனைச் சிலுவையைச் சுமக்கச் சொல்லிக் கட்டாயப்படுத்தினர்.

ஜெருசல வீதிகளின் வழியாகச் சென்ற சிலுவை ஊர்வலம் கொல்காதா மலையை அடைந்தது. அங்கு ஏசுவின் ரத்தம் தோய்ந்த ஆடை அகற்றப்பட்டது. காவலர்கள் தங்களுக்குள் சீட்டு குலுக்கிப் போட்டு அந்த ஆடையைப் பிரித்துக்கொண்டனர். பின்னர் ஏசுவைச் சிலுவையில் வைத்து கை, கால்களில் ஆணிகளை அறைந்தனர்.

அப்போது ஏசுவின் உதடுகள் அசைந்தன.

'பிதாவே! இவர்களை மன்னித்து விடுங்கள். தாங்கள் என்ன செய்கிறோம் என்பதையே இவர்கள் அறியவில்லை.'

சிலுவை தூக்கி நிறுத்தப்பட்டு அதற்கென இருந்த குழியில் நடப்பட்டது. ஏசுவின் இருபுறமும் இரு திருடர்கள் சிலுவையில் அறையப்பட்டனர். ஏசுவுக்கான சிலுவையின் மேற்புறம், 'யூதர்களின் அரசர்' என்று பொறிக்கப்பட்டது.

அப்போது அங்கே கூடியிருந்தவர்களில் சிலர் கேலி பேசினர். 'மற்றவர்களை இவர் காப்பாற்றினார். ஆனால் இவரால் தன்னையே காப்பாற்றிக் கொள்ள முடியவில்லை. இஸ்ரேலின் ராஜா கிறிஸ்து இப்போது சிலுவையிலிருந்து இறங்கிவரட்டும். அதைப் பார்த்து இவர் மீட்பர் என்பதை நாம் நம்பலாம்' என்றார் ஒரு மதகுரு.

ஏசுவின் இருபுறமும் அறையப்பட்ட திருடர்களில் ஒருவன், 'நீங்கள் மீட்பவர் எனில், உங்களையும் காத்துக்கொண்டு எங்களையும் காப்பாற்றுங்கள்' என்றான்.

மற்றொருவன் அவனிடம், 'நீயும் அதே தீர்ப்புக்கு உள்ளாகி இருக்கிறாய். அப்படியிருக்கும்போது கடவுளைப் பற்றிய அச்சம் உனக்கில்லையா? நமது செய்கைகளுக்கான தண்டனையை நாம் அடைந்திருக்கிறோம். ஆனால் இந்த மனிதர் எந்தத் தவறையும் செய்யவில்லை' என்பது உனக்குத் தெரிந்திருந்தும் நீ இப்படிப் பேசலாமா? என்று அவனைக் கண்டித்தான்.

பின்னர் அவன் ஏசுவிடம், 'ஏசுவே! உங்கள் ராஜ்யத்துக்குள் நீங்கள் செல்கிறபோது என்னை நினைவு கொள்ளுங்கள்' என்றான்.

அதற்கு ஏசு, 'உண்மையில் நீ இன்று என்னுடன் சுவர்க்கத்தில் இருப்பாய் என்று உனக்குச் சொல்கிறேன்' என்றார்.

மதியம் தாண்டியது. கூட்டம் கலைய ஆரம்பித்தது. ஏசுவின் சிலுவை அருகே அவரது தாய் மேரி, அந்தத் தாயின் சகோதரியும், குளோபாஸ் என்பவரின் மனைவியுமான மற்றொரு மேரி, மக்தலேன் நகரைச் சேர்ந்த இன்னொரு மேரி ஆகியோர் நின்றிருந்தனர்.

ஏசு தன் தாயிடம் தனது பிரியத்துக்குகந்த சீடரான ஜான் என்பவரைக் காட்டி, 'இதோ உன் மகன்' என்றார். பிறகு ஜானிடம், 'இதோ உன் தாய்' என்று தன் தாயாரைக் காட்டினார்.

ஆறாவது மணி வந்தது. ஒன்பதாவது மணிவரை அங்கு இருள் சூழ்ந்தது. ஒன்பதாவது மணியின்போது ஏசு, 'ஏலோய்! ஏலோய்! லமாஸ பக்தானீ' என்று கூவினார். (இதற்கு 'என் கடவுளே! என் கடவுளே! ஏன் என்னைக் கைவிட்டீர்?' என்று பொருள். பலரும் 'ஏலி, ஏலி, லமா சபக்தானி' என எழுதுகின்றனர். 'ஏலோய்' என்பதே சரியான சொல் என்கின்றன சில நூல்கள்.

ஃபேர் குவிஸ்ட் எழுதிய நோபெல் பரிசு பெற்ற 'பாரபாஸ்' நாவலில் 'ஏலோய், ஏலோய் லமாச பக்தானி' என்றுதான் குறிப்பிடப்பட்டுள்ளது.

அங்கு கூடியிருந்தவர்களில் ஒருவர் சிறிது திராட்சை சாற்றை ஏசுவின் வாயில் புகட்டினார்.

அதைக் குடித்து முடித்தபின் ஏசு சத்தமான குரலில் சொன்னார்.

'பிதாவே! உங்கள் கால்களில் என் ஆத்மாவைச் சமர்ப்பிக்கிறேன்.'

அதன்பின் அவர் இவ்வாறு கூறினார்:

'எல்லாம் முடிந்துவிட்டது.'

ஏசுவின் தலை ஒருபுறமாகத் தொங்கியது. அத்துடன் அவரது துன்பம் முடிவுக்கு வந்தது.

'மனிதன் தான் வேறு, கடவுள் வேறு என எண்ணுகிறான். 'நான்' என்ற தன் முனைப்பு உள்ளவரை நான், நீ, அவன், இவன் என எல்லாமே

▶

மேன்மேலும் உள்ளீடற்றுப் பிரிந்து கொண்டேபோகும். கடவுளையும் கூட அது என் கடவுள், உன் கடவுள் எனப் பிரிக்கும். கடவுளின் விருப்பப்படி தான் இல்லாமல், தன் விருப்பப்படி கடவுளையே வளைக்க முயலும். உலகம் முடிவே இல்லாத துயரங்களால் நிரம்பி வழியக் காரணமே இந்த நான் எனும் உணர்வே.

ஏசு போன்றவர்கள் 'நான்' அற்றுப் போனவர்கள். சிறு குழந்தைகளிடம் நான் என்ற உணர்வு இருப்பதில்லை. ஆனால் அது அறியாமையால் வருவது. அறிந்த பின் 'இவை யாவும் படைக்கப்பட்டவை, நிலையற்றவை' என உணர்ந்து, படைக்கப்பட்ட பொருட்களைத் தேடி ஓடாமல், படைத்தவனைத் தேடுவதன் மூலம், அதே குழந்தைத் தன்மையை மகான்கள் அடைகின்றனர்.'

இது ஓஷோ தரும் விளக்கம். அவர் மேலும் கூறுகிறார்:

'ஏசு கூடியிருந்தவர்களிடம், 'உங்களையெல்லாம் நான் கர்த்தரின் ராஜ்யத்துக்கு அழைத்துச் செல்வேன்' என்கிறார். அதற்கு அவர்கள், 'உங்கள் கர்த்தரின் ராஜ்யம் எப்படி இருக்கும்?" என்று கேட்கின்றனர். அதற்கு அவர், 'அங்கு காலம் என்பதே கிடையாது' என்கிறார். இது எப்பேர்ப்பட்ட சொல்! விஞ்ஞானிகளையே திணற வைத்த மாபெரும் சொல்லை இரண்டாயிரம் ஆண்டுகளுக்கு முன்பு சாதாரணப் பாமர மக்களிடையே சர்வ சாதாரணமாக ஏசு கூறுகிறார்.

இடைக்காலத்தில் விஞ்ஞானிகளிடம் ஒரு கருத்து இருந்தது. எல்லாம் நிலையற்றவை; ஆனால் காலம் மட்டும் நிரந்தரமானது என்று. விண்வெளியில் கோள்கள் இல்லாவிட்டாலும்கூட, காலம் எப்போதும் இருக்கும் என்று அவர்கள் கருதினர்.

ஆல்பர்ட் ஐன்ஸ்டைன் தோன்றி சார்பியல் தத்துவம் என்ற ஒன்றை அவர் கண்டறிந்தபின் காலமும் ஒன்றைச் சார்ந்திருப்பதுதான் என நிரூபிக்கப்பட்டது. காலமும் வேகமும் எதிர்விகிதப் பொருத்தமுடையவை. வேகம் கூடக்கூடக் காலம் குறையும். கற்பனைக்கு எட்டாத ஒளி வேகத்தில் (வினாடிக்கு 3 லட்சம் கி.மீ வேகம்) பயணித்தால் நட்சத்திர மண்டலங்களுக்குச் சில நாட்களிலேயே சென்று வரமுடியும். ஆனால் அதற்குள் பூமியில் பல்லாயிரம் ஆண்டுகள் உருண்டோடி விட்டிருக்கும்.

காலம் கூடவும் முடியும், குறையவும் செய்யும் என்னும்போது காலமே இல்லாத ஒரு நிலையும் இருக்கக்கூடும் அல்லவா. மேலைநாட்டு விஞ் ஞானம்கூடக் கூறாத இந்நிலையை 'காலாதீத நிலை' என்கின்றன நமது புராணங்கள்.

கடவுளின் இருப்பிடம் காலமற்ற நிலையில் உள்ளது. காலம் என்பது சலனத்தால் உண்டாவது. சலனம் என்பது செயலைக்

குறிக்கிறது. ஒரு செயலுக்கும் இன்னொரு செயலுக்கும் இடைப்பட்ட நேரத்தைத்தான் காலம் என்ற அலகீட்டால் குறிக்கிறோம்.

மனிதனின் சலனங்களுக்குக் காரணமாக இருப்பது, மனம். அந்த மனம் அற்ற மனம் இல்லாத, அதாவது சலனமே இல்லாத நிலையே கடவுள் நிலை. குழந்தைகளிடம் மனம் மலரவில்லை. பெரியவர்களிடம் மனம் விரிவடைந்துள்ளது. அந்த மனம் மீண்டும் குழந்தை நிலையை, மனம் என்ற சலனமற்ற நிலையை எட்ட வேண்டும்.

ஏசுவிடம் சிலர், 'உங்கள் கடவுளின் ராஜ்யத்துக்குள் யாரெல்லாம் வர முடியும்?' என்று கேட்கின்றனர். அதற்கு ஏசு குழந்தைகளைக் காட்டி, 'நீங்கள் எல்லோரும் இவர்கள் மாதிரி ஆனால்தான் அதனுள் நுழைய முடியும்' என்கிறார். எழுபது வயதுக் கிழவன் மீண்டும் இரண்டு வயதுக் குழந்தையாக மாற முடியாது. ஆனால் அந்தக் குழந்தையின் மனத்தை அவனால் அடைய முடியும். குழந்தை கள்ளமற்ற மனம் கொண்டது. ஆனால் நாம் கள்ளமற்றவர்கள் அல்ல. ஆனால் அந்தக் கள்ளத்தை, முயன்றால், விரும்பினால், நம்மால் உதறமுடியும். கள்ளம் உதறிய மனமும் கள்ளமற்ற மனத்தின் மறுபக்கமே.'

இதுவும் ஓஷோவின் விளக்கமே. ஆக, ஏசுவின் வாழ்வு காட்டுவது கர்த்தரின் ராஜ்யத்தை அடைவதற்கான மார்க்கத்தை. ஆசையே துன்பத்துக்கெல்லாம் காரணம் என்கிறார் புத்தர். பலன்களில் பற்று வைக்காமல் கடமையைச் செய் என்கிறார் கிருஷ்ணர். குழந்தைகளைப் போல் ஆகுங்கள் என்கிறார் ஏசு.

ஆழ்ந்து நோக்கினால், வெவ்வேறு வகையாகத் தோன்றும் இவை மூன்றும் சுட்டிக்காட்டுவது சலனம் அற்ற, சித்தம் அடங்கிய நிலையையே என அறியலாம். சித்தம் அலைபாயும் தன்மை உடையது. சித்தத்தை அடக்கியவன் சித்தன். அவன் நிகழ்த்துவது சித்து வேலை. அற்புதம். ஆக, சித்தத்தை அடக்கினால்தான் அற்புதங்களை நிகழ்த்தும் மனம் உருவாகும்.

> **வெட்டவெளியிலிருந்துதான் எல்லாமே உண்டாயின. வெட்டவெளி என்பது வெறுமையைக் குறிக்கிறது. நம்முள்ளே ஒரு வெறுமை உண்டு. 'சுபூதி ஒருநாள் வெறுமையை உணர்ந்தார். அவர் மீது தேவர்கள் மலர் மாரி பொழிந்தனர்' என்கிறது தம்ம பதம்.**

இறை நிலையை எட்டிய ஏசு, 'என் கடவுளே, என் கடவுளே, ஏன் என்னைக் கைவிட்டீர்?' என்று கூவியபோது அவர் சராசரி மனிதராகிவிட்டார் என்கிறார் ஓஷோ. அதன் பின்னர் அவர்

நியதியை உணர்ந்து கொண்டு, இறைவனுடைய சித்தப்படி தம்மை அவனிடம் ஒப்புவிக்கிறார். 'அந்த வினாடியில் அங்கே ஏசு மறைந்து கிறிஸ்து தோன்றிவிடுகிறார்' என்கிறார் ஓஷோ.

ஏசுவுக்கே தெரியாமல் அவருக்குள் இருந்த 'நான்' என்பதன் கடைசி மிச்சம் அந்தக் கூவலின்போது வெளியேறுகிறது. அதன்பின் அவருக்குள் மலர்வது கிறிஸ்துதான். 'எல்லாம் முடிந்தது' என்று அவரிடமிருந்து வெளிப்படும் அந்தக் கடைசிச் சொல் அவருக்கு உள்ளேயிருந்த கடைசியையும் வெளியேற்றி, முழுமையாகப் பிரபஞ்ச மனத்துடன் அவர் ஒன்றிய நிலையை உணர்த்துகிறது எனலாம்.

எண்ணற்ற மரணங்களை உலகம் சந்தித்திருக்கிறது. ஆனால் அந்த மரணங்களுக்கு முற்பட்ட, ஒவ்வொரு விநாடியும் வரலாற்றில் பதியப்பட்டு, அப்போது நிகழ்ந்த ஒவ்வொரு சம்பவமும் மக்களிடையே தெய்வீகக் காவியமாகப் போற்றப்பட்டுத் திரும்பத் திரும்ப அது அவர்கள் மனதில் படிந்து அவர்களால் உணரப்பட்டது. அத்தகைய சிறப்பு ஏசுவின் புனிதமான சிலுவை மரணத்திற்கு மட்டுமே உண்டு.

இந்த மரணம், அது நிகழ்த்தப்பட்ட பாங்கு, அப்போது ஏசுவிடமிருந்து வெளிப்பட்ட சொற்கள் எல்லாமே உலகத்தையே மாற்றும் சக்தி வாய்ந்த மகத்தான நிகழ்வுகளாகி விட்டன.

ஏசுவின் பெயரால் கிறிஸ்து என்ற சொல் பிரபலமாகிப் பின்னர் கிறிஸ்தவம் என்ற மதமாக அது உருவாகி உலககெங்கிலுமுள்ள நூற்றுக்கணக்கான நாடுகளைச் சேர்ந்த 300 கோடி மக்களை ஈர்த்துவிட்டது. ஆனால் காலப்போக்கில் அவர் சொன்ன சொற்களுக்கு எண்ணற்ற அர்த்தங்கள் கற்பிக்கப்பட்டன. அவை அவரது தெய்வீகத் தன்மையை மேன்மேலும் வலுப்படுத்துவதற்குக் காரணமாக அமைந்தன.

7 லா இலாஹா இல்லல்லா

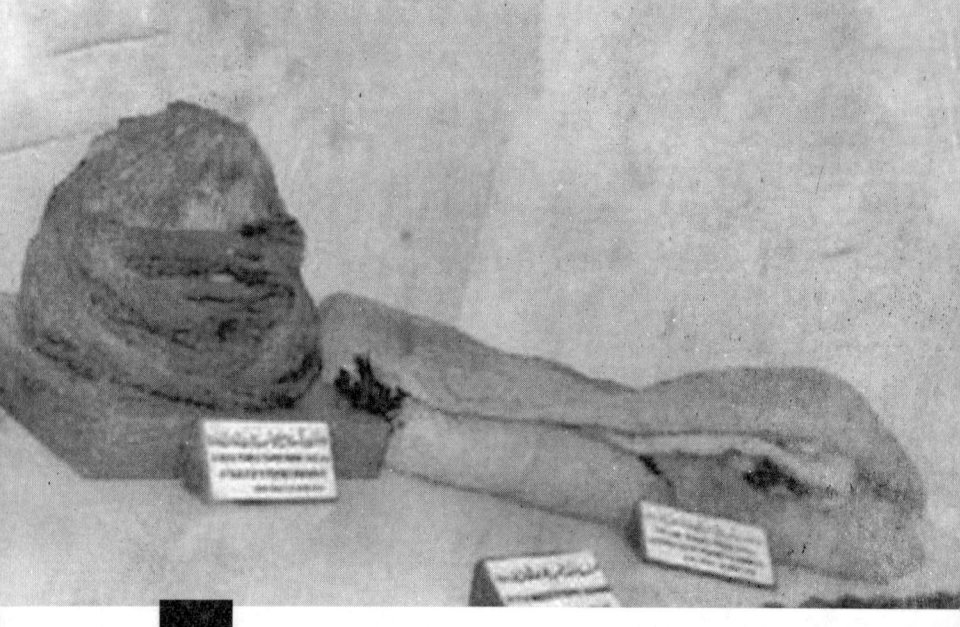

உலக அளவில் பெரிய தாக்கத்தை ஏற்படுத்தியவர்கள் என்று பட்டியலிட்டால் அதில் ஏசுநாதரைப் போலவே முக்கிய இடம் பெற்றவர் முகம்மது நபி.

ஏசுநாதர் அன்புக்கு முதல் இடம் அளித்தார் என்றால், முகம்மது நபி இறையச்சத்துக்கே முதலிடம் அளித்தார் என்பார்கள். இவரது மார்க்கமான இஸ்லாம் கிறிஸ்தவத்தைப் போலவே பல நாடுகளிலும் பரவியுள்ளது.

முஸ்லிம்களைப் பொறுத்தவரை முகம்மதுதான் கடைசித் தூதர். அவர் மூலமாக இறைவனே இறக்கி வைத்த 'திருக் குர்ஆன்'தான் அவர்களுடைய இறுதி வேதம்.

இஸ்லாம் மதம் கூறுகிறபடி எழுதப் படிக்கத் தெரியாத முகம்மதுவின் முன்பு தேவதூதர் ஜிப்ரயீல் தோன்றி 'ஓதுவீராக' என்று கூறி, குர் ஆன் வசனங்களைக் கூறுகிறார். இறைவனை எவ்வாறு தொழுவது என்பது மனித குலத்துக்கு இறைவனாலேயே கற்பிக்கப்படுகிறது.

'செயற்கரிய செய்வர் பெரியோர்' என்ற வகையில் மனித குலத்துக்கு அரும்பெரும் நன்மைகளையும் சாதனைகளையும், சராசரி மனிதர்களால் கற்பனை செய்ய முடியாத பலவற்றையும் செயல்படுத்தி வெளி உலகிற்குக் காட்டியவர்கள் இறையருள், இறையம்சம், இறைத்தன்மை பெற்றவர்களாகக் கருதப்படுகின்றனர். இவர்களுக்குப் பின்னர் வருபவர்கள் அவர்களது அதீத ஆற்றலை வெளி உலகிற்கு எடுத்துச்சொல்லி அவர்களைத் தங்கள் பால் ஈர்க்க முற்படுகிறார்கள். அதற்காக மிகையாக எண்ணற்ற சம்பவங்கள் கற்பனையாகச் சேர்க்கப்படுகின்றன. இவற்றில் எது உண்மை, எது மிகையாகச் சேர்க்கப்பட்ட கற்பனை என எவராலும் பிரித்தறிய முடியாது.

அதுவரைக்கும் கல்லாக இருந்த அகலிகை ராமருடைய காலடி பட்டதுமே உயிர்த்தெழுந்தாள் என்கிறது ராமாயணம். குழந்தை கிருஷ்ணர் மண்ணை அள்ளித் தின்று கொண்டிருக்க, அங்கு வந்த தாய் யசோதை வாயைத் திறந்து காட்டும்படி அவனிடம் கூற, கிருஷ்ணரின் திறந்த வாய்க்குள் அண்ட சராசரமும் தென்பட்டதாகக் கூறுகிறது பாகவதம்.

இறந்துபோய் மூன்று நாட்கள் ஆனவனின் கல்லறை முன்பாக நின்று, ஏசு, 'லாசருவே, வா' என்று அழைக்க, பிணம் சுற்றப்பட்ட துணியுடன் எழுந்து நடந்து வந்தது என்கிறது பைபிள்.

முகமது நபி பற்றியும் இதுபோன்ற கதைகளுக்குப் பஞ்சமில்லை. பைபிளில் வரும் அதே மாந்தர்கள்தான் இஸ்லாம் மதத்திலும் காணப்படுகின்றனர்.

கடவுளால் படைக்கப்பட்ட முதல் மனிதன் ஆதம். அவனுடைய மனைவி ஹவ்வா. ஏதேன் தோட்டத்தில் அவர்கள் வசித்தபோது, சாத்தானின் தூண்டுதலால் இருவரும் நன்மை தீமை அறியும் மரத்தின் கனியைச் சாப்பிட்டு விடுகின்றனர். அதனால் கடவுளின் கோபத்துக்கு ஆளாகி, அங்கிருந்து துரத்தப்படுகின்றனர்.

கிறிஸ்தவம் கர்த்தர் என்று சொல்வதை இஸ்லாம் அல்லா என்கிறது. கிறிஸ்தவத்தில் சாத்தான், இஸ்லாத்தில் சைத்தான். கிறிஸ்தவ மதத்தின்படி, கடவுளின் தூதர்களில் ஒருவன் கர்வம் கொண்டதால், அவன் கடவுளால் விரட்டப்பட்டு சாத்தான் ஆனான். அவனை 'லூசிபர்' என்கிறது கிறிஸ்தவம். 'இப்லீஸ்' என்கிறது இஸ்லாம்.

இஸ்லாம் கூறுகிறது:

ஏதேன் தோட்டத்தில் நன்மை தீமை அறியும் மரத்தின் கனியை, தன் கட்டளையை மீறிப் புசித்ததால் ஆதாம் ஏவாள் மீது கடவுள் கடும் கோபம் கொண்டார். ஆதாம் தன் தவறை உணர்ந்து கண்ணீர் விட்டுக் கதறியும் அவர் மனம் இளகவில்லை.

கடைசியில், தான் படைத்த இருவரையும் அழித்துவிடுவது என்ற முடிவுக்குக் கடவுள் வருகிறார். அந்த முடிவை அறிந்த ஆதாம் கடவுளிடம் மண்டியிட்டு மன்னிப்பு வேண்டி அழுதபடி கூறுகிறான்.

'நீங்கள் யாருக்காக இந்த உலகங்களையெல்லாம் உண்டாக்கினீர்களோ, அந்த முகம்மது நபி வருங்காலத்தில் என் மூலமாகத்தானே தோன்றுவார் என்று கூறினீர்கள். அதற்காகவாவது எங்களை மன்னித்து விட்டு வைக்கக்கூடாதா?'

'உண்மையில் அதற்காகத்தான் உங்கள் இருவரையும் விட்டுவைக்கிறேன். இனி உங்களுக்கு இங்கு இடமில்லை. நீங்கள் பூமிக்குச் சென்று இனி உழைத்துதான் வாழ வேண்டும்.'

இவ்வாறு கூறி அவர்களை ஏதேன் தோட்டத்திலிருந்து விரட்டி விடுகிறார் அல்லா.

இந்தக் கதையின்படி கடவுள் இந்த உலகைப் படைத்ததே முகம்மது நபிக்காகத்தான் என்ற கருத்து தொனிப்பதைக் காணலாம்.

'அல்லாவுக்கும் மனிதனுக்குமிடையே எழுபதாயிரம் திரைகள் உள்ளன. அவற்றை ஒவ்வொன்றாக விலக்கிவிட்டே மனிதன் அவரைக் காணவேண்டும்' என்றாராம் நபி.

ஏழு வானங்கள், ஏழு கடல்கள், ஏழு மலைகள், ஏழு தீவுகள் என்றெல்லாம் சமய மார்க்கங்கள் கூறுவதை ஒரு குறியீடாக எடுத்துக் கொள்வதுபோல் இதுவும் ஒருவகைக் குறியீடு என்கின்றனர் யோக சாதகர்கள்.

உடலுக்குள் உள்ள ஆறு ஆதார சக்கரங்களைக் கடந்து ஏழாம் நிலையை எட்டுவதே முக்தி. இதுவும் அதே நிலையைக் குறிப்பதுதான். உலகிலிருக்கும் பல்வேறு சமயங்களை நிறுவிய பலரும் பல்வேறு முறைகளில் இந்நிலையை எட்டினர். இவர்கள் அனைவரும் தாங்கள் இந்நிலையை அடைய பின்பற்றிய வழிகள் வெவ்வேறாயினும் எட்டிய இடம் ஒன்றே. இவர்கள் காட்டிய வழியைப் பின்பற்றிய மக்கள் அவர்களையே வணங்க ஆரம்பித்து, அவர்கள் பெயரிலேயே புதிய மதங்களை உருவாக்கினார்கள். இதனால் தாங்கள் இருக்கும் நிலையிலிருந்து ஓரடிகூட முன்னேறாமல் இருந்த இடத்திலேயே இருந்து கொண்டிருக்கின்றனர்.

முகம்மது நபி ஐந்து வானங்களைக் கடந்து சென்று அல்லாவைக் கண்டார் என்கிறது ஒரு கதை. சுவர்க்கம், நரகம் என்ற இரண்டையும் பார்த்துவிட்டு வந்தவர் அவர் என்கிறது இன்னொரு கதை. அவருக்கு நரகத்தின் காட்சிகள் மனக் கண்ணில் காட்டப்பட்டன என்கிறது வேறொரு கதை.

நரகத்தில் ஒருவனது வயிற்றில் புற்று வளர்ந்து, அதனுள் பாம்புகள் குடி கொண்டிருந்தனவாம். அவன் பூமியில் வாழ்ந்தபோது ஏழைகளைக் கசக்கிப் பிழிந்து வட்டி வசூலித்து, வட்டித் தொழிலில் கிடைத்த வருமானத்தைக் கொண்டு சுகவாழ்வு வாழ்ந்தவனாம். அதன் விளைவாக இந்தத் தண்டனையை அவன் அடைந்தான் என்று வானவர் ஜிப்ரயீல், நபியிடம் கூறுகிறார்.

இஸ்லாத் மனித வாழ்க்கையில் ஏற்படுத்திய தாக்கங்கள் பல. அவற்றில் இரண்டு அம்சங்கள் குறிப்பிடத்தக்கவை. ஒன்று, இறையச்சம். இரண்டாவது, அனைவரும் சமம் என்று மதிக்கும் சகோதரத்துவம். தொழுகை செய்யாத ஒரு முஸ்லீமைக்கூட நீங்கள் பார்க்க முடியாது. இறைவன் ஒருவரே, அவருக்குப் பெயரோ, உருவமோ கிடையாது, அவர் எங்கும் நீக்கமற நிறைந்தவர் என்ற இஸ்லாமிய கோட்பாடு குறிப்பிடத்தக்க ஒன்றாகக் கருதப்படுகிறது.

ஒரு நாளைக்கு ஐந்து வேளை தொழுகை என்பது இஸ்லாத்தில் முக்கியமாகக் கடைப்பிடிக்கப்படுகிறது. இது பற்றியும் ஒரு கதை உண்டு.

புறக்கணிக்கப்பட்ட மனிதர்கள் மீண்டும் இறைவன் இருக்கும் இடத்தை அடைய எந்த வழியில் பயணிக்க வேண்டும் என்று கேட்டு இறைவனிடம் முகமது நபி இறைஞ்சினாராம். அதற்கு, 'ஒரு

நாளைக்கு 750 முறை தொழ வேண்டும்' என்று பதிலளித்தாராம் இறைவன்.

எண்ணற்ற துயரங்களுக்கிடையே அன்றாடம் போராடிக் கொண்டு, இரை தேடி அலைந்து கொண்டிருக்கும் மனிதனால் எப்படி தினமும் 750 முறை தொழுவதற்கு நேரம் ஒதுக்க முடியும்? அதனால் அவர்களுக்குக் கருணை காட்டும்படி நபிகள் கெஞ்சுகிறார். அதற்கிணங்க தொழுகைகளின் எண்ணிக்கையை இறைவன் கொஞ்சம் குறைத்துக்கொள்கிறார், இருந்தும் மறுபடியும் மன்றாடுகிறார்.

கடைசியாக இறைவன் ஒரு நாளைக்கு 75 முறை தொழவேண்டும் என்று கூறி, அதற்குக் கீழே இறங்க மறுக்கிறார். அப்போது நபிகள் பெருமானார், 'தினமும் 75 முறை ஒருவன் தொழுவானானால், அவனுடைய ஒருநாள் முழுவதும் அதற்கே செலவாகிவிடும். அவனால் தன் குடும்பத்தை அவனால் சரிவரப் பராமரிக்க முடியாது. மற்றவர்கள் சுகமாக இருக்கும் வேளையில், இறைவனைத் தொழுதவன்' குடும்பம் அந்தக் காரணத்தினாலேயே பசியால் வாடிக் கொண்டிருக்கும்படி நேர்ந்தால் அது இறைவனின் பெயருக்கே இழுக்கை ஏற்படுத்துவதாக ஆகிவிடுமே?' என்று நபிகள் வாதாடுகிறார்.

கடைசியாக முகமது நபி ஒரு நாளைக்கு 5 வேளை மனிதன் தொழவேண்டும் என்றும், அவ்வாறு தொழுபவனுக்கு அல்லா அருள் புரிந்து சுவனம் என்னும் சொர்க்கத்தில் இடம் தர வேண்டும் என்றும் கேட்டுக் கோரிக்கை வைக்கிறார், இறைவனும் அதற்குச் சம்மதிக்கிறார்.

அதனால் 5 வேளை தொழுகை என்பது முஸ்லீம்களுக்குக் கண்டிப்பான ஒரு கடமை. இதனைத் தாண்டி 6 வேளை ஒருவன் தொழுவானானால் அவனுக்குச் சொர்க்கம் நிச்சயம்.

எந்த ஒரு செயலையும் இறைவன் பெயரால்தான் நடத்த வேண்டும் என்பது இஸ்லாம் காட்டும் வழி. 'எல்லாப் புகழும் இறைவனுக்கே' என்பதுதான் அவர்களுடைய தத்துவம். அதனால் எதைச் செய்தாலும் 'இன்ஷா அல்லா', 'இறைவனின் பெயரால்' என்று கூறிவிட்டுத்தான் செய்வார்கள். அழகான பொருட்களைக் கண்டு வியக்கும்போது 'சுபானுல்லா' என்பார்கள். துக்கம் வந்தால், 'யா அல்லா' என்பார்கள்.

மக்கா நகரை வெற்றி கொண்ட பின்பும் முகமது நபி படாடோபமாக வாழ்க்கை நடத்தவில்லை. அரச பதவியிலிருந்தாலும் கடைசிவரை எளிமையாகவே வாழ்ந்தவர். 'அரசன் ஒரு பிடி உப்பை இனாமாக வாங்கினான் என்றால், அரசு ஊழியர்கள் அந்த ஊரையே இனாமாக வாங்குவதற்குத் தயங்கமாட்டார்கள்' என்பார். 'உழைப்பாளியின் உடலில் சொட்டும் வியர்வை காய்வதற்கு முன்பாகவே அவனுக்குரிய கூலியைக் கொடுத்துவிடு' என்பது அனைவரும் பின்பற்ற வேண்டிய நபி மொழி.

நபிகளின் வாழ்வும் வாக்கும் அனைவருக்கும் முன்னுதாரணமாக இருப்பவை. தமிழில் முகமது நபியின் வரலாற்றைச் சீறாப் புராணம் என்ற பெயரில் காவியமாக உமறுப் புலவர் வடித்துள்ளார்.

தேன் சொட்டும் தமிழில் விலாதத்து காண்டம், நுபுல்வத்து காண்டம், ஹிஜுரத்து காண்டம் என 3 காண்டங்களாக எழுதப்பட்ட இதனைப் படிக்கப்படிக்கக் காவிய ரசனை விரிந்து கொண்டே செல்வதைக் காணலாம்.

முகமதுவின் தோற்றத்தை இப்படி விவரிக்கிறது இதிலுள்ள ஒரு பாடல்.

'மேனியிற் கதிர்விரி வியப்பும்,
மான்மதம் கமழும் வடிந்த கைகளும்,
தூநிறை மதியன முகமும்,
காநிலந் தோய்தரா காருணீகமும்...'

இந்தப் பாடலைப் படிக்கும்போதே படிப்பவர் மனதில் நபியின் முகப்பொலிவும், தோற்றமும் மனத்தில் படமாக விரியும்.

கொடியவன் ஒருவன் அவரைக் கொல்ல நினைக்கிறான். வீட்டில் பரண்மீது பாறாங்கல்லை வைத்துவிட்டு, முகமதுவை அழைத்து வந்து அதற்குக் கீழே உட்காரவைக்கிறான். பிறகு மெல்ல மேற்புறம் சென்று பாறாங்கல்லை அவர்மேல் தள்ளி விடுகிறான்.

‘தீங் குறுமனத்தன் ஏகி
செறிந்த மேற் பலகை மெல்ல
வாங்கியங் கிருந்த கல்லை
வரைப்புயம் பிதுங்க உன்னி
தாங்கலில் உருட்டிமெல்லத்
தள்ளினன்; தள்ள லோடும்
நீங்கருங் கரத்தைக் கவ்வி
நெறிபட இறுக்கிற் றன்றே’

பாறாங்கல்லைத் தள்ள அவன் எத்தனித்தபோது, அந்தப் பாறை அவனுடைய கைகளைப் பற்றிக் கொண்டு இறுக்கியதாம். அதனால் அவனிடமிருந்து வெளிப்பட்ட கதறலைக் கேட்டு முகமது பரணுக்குச் சென்று அவனை மன்னித்து விடுவிக்கிறார்.

கி.பி. 570ல் முகம்மது பிறந்ததாகக் கருதப்படுகிறது. கதீஜா என்ற பணக்கார விதவையை அவர் மணந்து கொண்டார். தமது 40வது வயதில் புலன்களுக்கு அப்பாற்பட்ட காட்சிகளைக் காணும் ஆற்றல் பெற்றதாகவும், மெக்காவுடன் அவர் போர் புரிந்ததாகவும் வரலாறு கூறுகிறது.

கி.பி. 622ல் மெக்காவை விட்டு அவர் மதீனா நகருக்குச் சென்றார். கி.பி. 630ல் மெக்கா சண்டை இல்லாமலேயே அவரிடம் பணிந்தது.

மெக்காவில் உள்ள கஃபாவுக்குள் (கஃபா என்றால், இறைவனின் இல்லம் என்று பொருள்) சென்று அங்கிருந்த சிலைகளை அகற்றினார் நபி. ‘உண்மை வந்துவிட்டது; தவறு சிதறுகிறது’ என்று அறிவித்த அவர், பிறகு மதீனாவுக்கே திரும்பினார். பின்னர் கி.பி. 632-ல் மதீனாவிலேயே மறைந்தார்.

முகமது நபி மெக்காவிலிருந்து மதீனாவுக்குச் சென்றது முதல் முஸ்லிம்களின் ஆண்டு தொடங்குகிறது. இதனை அவர்கள் ஹிஜிரி சகாப்தம் என்கின்றனர். ஹிஜிரா என்றால் அரபு மொழியில் ஓட்டம் பிடித்தல் என்று பெயர். (கிறிஸ்துவர்களின் கி.பி. கணக்கைவிட முஸ்லிம்களின் ஹிஜிரி ஆண்டு 621 ஆண்டுகள் குறைவானதாக இருக்கும்.)

புதிய மார்க்கத்தைக் கண்டறிந்து, அதைத் தானும் பின்பற்றி, பிறருக்கும் உபதேசித்த முகம்மது கி.பி. 632ல் தமது மார்க்கத்தில் நிரந்தரமாக்கப்பட்ட கடமைகளைச் செய்வதற்காக 30 ஆயிரம் புனித யாத்ரீகர்களுடன் மீண்டும் மெக்காவுக்கு வந்தார்.

(இங்கு ஒரு விஷயத்தை மீண்டும் கூற வேண்டும்.

இந்த நூலில் குறிப்பிடப்படும் அவதாரங்கள், தேவதூதர்கள், மகான்கள், மேதைகள், கவிஞர்கள், புரட்சியாளர்கள், கொடுங்கோலர்கள் என எல்லோருடைய வாழ்விலும் எண்ணற்ற ஆச்சரிய சம்பவங்கள் நடந்தது உண்டு. அவர்களின் வாழ்க்கை வரலாற்று நூல் அல்ல இது. அவர்களின் மரணத்தின் கடைசி நொடிகள் எப்படிப்பட்டவையாக இருந்தன என்பதைப் பற்றி சொல்வதுதான் இந்நூலின் மையப்புள்ளியாக எடுத்துக் கொள்ளப்பட்டிருக்கிறது. அதனால் அவர்களின் ஒட்டுமொத்த வாழ்வைப் பற்றி அந்தந்த அத்தியாயங்களில் சுருக்கமாகவே கூறப்படும்.

முகம்மதுவின் வரலாற்றில் முக்கியமான சம்பவங்கள் நிறைய நடந்ததுண்டு. ஒருமுறை அவர் தப்பி ஓடியபோது ஒரு குகைக்குள் புகுந்தார். ஆனால் அவரைத் துரத்தி வந்தவர்கள் பார்த்தபோது குகைவாசலில் பெரிய சிலந்திவலை காணப்பட்டது. இந்தக் குகைக்குள் நபி போயிருந்தால் அந்த வலை அறுபட்டிருக்கும். எனவே நபி குகைக்குள் சென்றிருக்க வாய்ப்பில்லை என்று கருதி அவர்கள் அதைக் கடந்துச் சென்றனர்.

அனைவரும் மெக்கா இருக்கும் மேற்கு திசை நோக்கித் தொழுகை செய்தபோது, அவர்களுக்குத் தொழுகைப் பற்றி கற்பித்த முகமது தென்திசை நோக்கித் தொழுதாராம். ஏன் என்று கேட்டபோது, 'ஏக இறைவன் (இறைவன் ஒருவனே) என்ற கோட்பாட்டை எனக்கு முன்னால் கூறிய மகான்கள் இந்தத் திசையில்தான் வாழ்ந்தார்கள். அவர்களுக்கு நன்றி கூறும் முகமாக அந்தத்திசையைத் தொழுதேன்' என்றாராம். அது இந்தியா இருக்கும் திசை என்றும், அந்த நிகழ்வுக்கு 'முத்தா முதீன்' என்று பெயர் என்றும் ஒரு கதை உண்டு. முகமதுவின் இறுதிக் கணங்கள் பற்றி விவரிப்பதுதான் இந்த அத்தியாயத்தின் மைய நோக்கம் என்பதால் அதைப்பற்றி மட்டும் பார்ப்போம்.)

முப்பதாயிரம் பேருடன் அங்கு வந்த முகம்மது 'இஹ்ராம்' என்னும் புனித யாத்ரீகரின் எளிய ஆடையை அணிந்துகொண்டு, புனிதமில்லாதது என்ற நிலைக்குள் சென்று, இருவேறு இடங்களில் ஏழுமுறை சுற்றி நடந்து, இப்ராஹீமின் 'கஃபா'வைச் சுற்றி வந்து, 'கறுப்புக்கல்' வணங்கி, ஹாகர், இஸ்மாயில் நினைவாக அல்சாபா, அல்மார்வா ஆகிய இரு மலைகளுக்கு இடையே ஓடி, அராபத் மலை அடியில் நின்று, அராபத் மலைமீது சமய நெறி போதனையைக் கேட்டு, இரவாகும்போது முஜ்தாலிபாவுக்கு வேகமாக இறங்கி 'சைத்தான் மீது கல் எறிதல்' நிகழ்ச்சியை நடத்தினார்.

(பைபிளில் ஆபிரகாம் எனப்படும் இறைநேசர் இஸ்லாத்தில் இப்ராஹீம் எனப்படுகிறார். இவர் மகன் சாமுவேல். இஸ்லாத்தில், இஸ்மாயில். இறைவன் கட்டளைப்படி தந்தை தனது மகனைப் பலி கொடுக்க முற்படும்போது மும்முறை சாத்தான் தடுக்கிறான். மும்முறையும் 7 கற்களை எறிந்து அதனைத் துரத்துகிறார் தந்தை. இதனை நினைவூட்டும் வகையில் 3 தூண்களின்மீதும் தலா 7 வீதம் 21 கற்கள் எறியப்படும்.

பிறகு ஆட்டையும் ஒட்டகத்தையும் பலி கொடுத்து, தலை முடியையும், நகங்களையும் நீக்கி, ஹராம் (புனிதம் அல்லாதது) என்று தடை செய்யப்பட்ட அனைத்தையும் நீக்குதல் உள்ளிட்ட எல்லாச் சடங்குகளையும் செய்து முடித்தார்.

அராபத் மலை மீது முகம்மது தாமே சென்று நீதி போதனை செய்தார். தமது மறைவுக்குப் பிறகு அராபியர்கள் ஒன்றாக இணைந்திருக்கவேண்டும் என்பது அவருடைய விருப்பம். தம்பதிகளின் பரஸ்பர உரிமைகள், கடமைகள், கடவுளிடம் நன்றியோடிருப்பது, அன்புடன் இருத்தல், துணைவியரை மென்மையாக நடத்தல் உள்ளிட்டவை அவரது போதனையில் இடம்பெற்றன. வட்டி வாங்குவது நிறுத்தப்பட வேண்டும், குடும்பச் சண்டைகள் ஒழிக்கப்படவேண்டும் என்றார். சூரியனைச் சாராமல், சந்திரனை அடிப்படையாக கொண்டு கணக்கிட்டு வருடத்துக்கு 12 மாதங்கள் என வகுத்தார்.

'ஓ முஸ்லிம்களே! எல்லா முகமதியர்களும் ஒருவருக்கொருவர் சகோதரர்கள் என்பதை நினைவு கூர்வீர்களாக. நீங்களும் ஒரு சகோதரரே!' என்று அவர் கூறியதை அனைவரும் கவனமாகக் கேட்டுக் கொண்டிருக்க, அவர்களுடன் சேர்ந்திருந்த காலம், அவர்களை அழைத்துச் செல்லும் இறைவனின் பணி என எல்லாவற்றையும் பற்றி அவர்களுக்கு நினைவூட்டிய அவர், கடைசியாக ஆகாயத்தை நோக்கிக் கைகளை உயர்த்தினார்.

'ஓ இறைவனே! என் செய்தியை நான் சொல்லிவிட்டேன். என் குறிக்கோளை நான் பூர்த்தி செய்துவிட்டேன்' என்றார்.

பின்னர் கூடியிருந்தவர்களிடம் சொன்னார்.

'இன்று உங்களது சமயத்தை நான் குறையற்றதாக்கிவிட்டேன். எனது கடமையை உங்கள்மீது நிறைவேற்றிவிட்டேன். உங்கள் நம்பிக்கை இஸ்லாமாக இருப்பதில் நான் மகிழ்ச்சி அடைகிறேன்.'

அப்போது வானில் இருந்து இடி முழங்கியதாகவும், அவருக்கு ஒப்புதல் கூறும் வகையில் பல்லாயிரம் குரல்களில் பதில் வந்ததாகவும் கூறப்படுகிறது.

பின்னர் முகம்மது அவர்களைவிட்டுத் தனியாக கதீஜா புதைக்கப்பட்ட இடுகாட்டுக்குச் சென்றார். கதீஜா தம்மை அழைப்பதுபோலவும், அந்தக் குரல் முன்பைவிட வலிமையுடன் கேட்பதைப் போலவும் உணர்ந்தார். அவரது விசுவாசிகளில் முதல் இடத்தில் இருந்த பெண்மணி அவர்.

தனது நேரம் நெருங்குவதை உணர்ந்த முகமது, கடைசியாக ஒருமுறை கதீஜாவிடம் தமது பிரார்த்தனைகளைச் சொல்ல விரும்பினார். ஒரு பழைய சாம்பல் நிறப் போர்வையைப் போர்த்திக்கொண்டு கதீஜாவின் சமாதி அருகே இரவு முழுவதும் படுத்துக் கிடந்தார்.

மறுநாள் காலையில் யாத்ரீகர்கள் தங்கியிருந்த இடத்திற்குச் சென்று, பிரார்த்தனை செய்து, தம்மை சுத்தப்படுத்திக்கொண்டு மதீனாவுக்குக் கிளம்பினார்.

சிரியாவில் உள்ள ரோமானியர்கள்மீது படையெடுக்க அவர் எண்ணியிருந்தார். தமது வளர்ப்பு மகன் ஜெமித்தின் மகள் ஓசாமா, தம்மைக் குழந்தை முதலே வளர்த்த பராக்கா என்கிற அடிமை ஆகியோரை அதற்குப் பொறுப்பாக நியமித்தார்.

(ரோமப் பேரரசின் தலைவராக இருந்த பைசான்டியம் மீதான படையெடுப்பு இது. வரலாற்றுப் புகழ்பெற்ற இந்தப் பைசான்டியத்தை கிறித்தவர்கள் 'கான்ஸ்டாட்டி நோபிள்' என்பர். முஸ்லிம்கள் இதனை 'இஸ்தான்புல்' என்பர். பல நூற்றாண்டுகள் மாறி, மாறி அவதிப்பட்டது இந்த நகரம். இதன் வழியேதான் ஐரோப்பியர்கள் இந்தியாவுடன் தரை வழி வாணிபம் செய்தனர். போரின் காரணமாக இந்த வாயில் அடைபடவே, இந்தியாவுக்குக் கடல்வழி காண கொலம்பஸ், மெகல்லன், பார்த்தலோமியோடயஸ் என்று பலரும் முயன்றனர். கடைசியாக வாஸ்கோடகாமா இந்தியாவுக்குக் கடல் வழி கண்டார்.)

படைகள் புறப்பட்டுச் சென்றபின் மறுநாள் முகம்மது தான் பெரிதும் நலிவுற்றிருப்பதை உணர்ந்தார். காலைக் கடன் முடித்துப் பிரார்த்தனைகளைச் சொன்னார். மசூதியில் அவர் தடுமாறினார். தகவலறிந்து ஓடிவந்த பாத்திமாவிடம், 'கவலைப்பட வேண்டாம்' என ஆறுதல் கூறினார்.

அவரது அன்புக்குகந்த மற்றொரு மனைவி ஆயிஷாவின் வீட்டுக்குச் சென்றார். அங்கு படுத்திருக்கையில் ஜுரம் அதிகமானது. புருவங்கள் மீது ஈரத்துணிகள் போட்டு, குடிப்பதற்குப் பழரசமும், குளிர்ந்த தண்ணீரும் தந்தனர். அப்போதும் ஜுரம் தணியவில்லை.

நோயுற்ற நான்காம் நாள் மசூதிக்குச் சென்று, பிரார்த்தனை முடித்து, கூடியிருந்தவர்களிடம் மெலிந்த குரலில் பேசினார்.

'இந்த வேலைக்காரனிடம் இறைவன், இந்த வாழ்க்கையையோ அல்லது தனக்கு அருகாமையில் இருப்பதையோ தேர்ந்தெடுக்குமாறு கூறினார். இந்த வேலைக்காரன் இறைவனுக்கு அருகாமையில் இருப்பதையே தேர்ந்தெடுத்துவிட்டான்.'

முகம்மது இப்படிக் கூறியபோது அவரது குரல் அவருக்கு முன்னால் இருந்த சிலருக்கு மட்டுமே கேட்டது. அருகில் இருந்த அபுபக்கர் அதைக்கேட்டுக் கண்ணீர் வடித்தார். அவரை நோக்கிப் புன்னகைத்த முகம்மது, அவரைப் புகழ்ந்துவிட்டு, மக்களை நோக்கிப் பேசிய அவர், 'மறுநாள் அபுபக்கர் பிரார்த்தனைகளை வழி நடத்திச் செல்வார்' என்றார்.

மிகவும் தளர்ந்திருந்த முகம்மது, ஆயிஷாவின் வீட்டுக்கு திரும்பினார். மறுநாள் காலை ஜூன் 8ஆம் தேதி, 63213, 11-ஆம் வருடத்தின் முதல் ராபி மசூதிக்கு வந்து பிரார்த்தனை செய்தார் முகம்மது. ஆனால் பிரார்த்தனையின்போது கூடியிருந்தோரை அபுபக்கர் வழி நடத்தினார். பிறகு முகமது பேசினார். ஆனால் அவரது குரல் எவருக்கும் கேட்காத அளவுக்கு மெலிந்திருந்தது. பின்னர் ஆயிஷாவின் வீட்டுக்குத் திரும்பினார்.

அவரது ஜுரம் அதிகரித்தது. மெல்ல முணுமுணுக்கத் தொடங்கினார். மெல்ல மெல்ல அவரது முகத்தில் ஒரு மெய்மறந்த நிலை ஏற்பட்டது. அவரது உடல் தளர ஆரம்பித்தது. முகத்தில் மென்மையான புன்னகை குடி கொண்டிருந்த நிலையில், எல்லாம் முடிந்துபோனது. கவிஞர்களின் மொழியில் சொல்வதானால் அல்லாவின் குரல் அமைதியாக்கப்பட்டது.

> **முகம்மது நபி போன்றவர்களிடம் ஒரு குறிப்பிடத்தக்க நேர்மை இருந்ததைக் கவனிக்கலாம். இவர்கள் மக்களுக்கு எதைச் செய்தியாக அறிவித்தார்களோ அதுவாகவே அவர்கள் வாழ்ந்தனர். அவர்கள் செய்த போதனையும், அவர்கள் பின்பற்றிய வாழ்க்கை முறையும் ஒன்றாகவே இருந்தன. இதனால் மரணத்தின் மூலம் தனியாக உலகுக்கு எந்த செய்தியையும் அவர்கள் அளிக்கவில்லை. அல்லது, அதற்கான அவசியம் நேரவில்லை.**

எனவே, அவர்களின் மரணம் என்பது பூவுலக வாழ்க்கையில் இருந்து விடுதலை, உடலுடனான பஞ்சபூத, ஐம்புலன் வாழ்க்கையில் இருந்து விடுதலை மட்டுமே அப்படி விடுதலை பெற்றபின் அவர்கள் எங்கே சென்றிருக்கக்கூடும் என்றால், அவர்கள் போதித்த உலகுக்கே என்று கொள்வதுதான் அவர்களுக்குச் செலுத்தும் மரியாதை!

8 மோகன்தாஸ் கரம்சந்த் காந்தி

'என்னை அகிம்ஸாவாதி என்று ஒருபோதும் நான் ஒப்புக்கொள்ளமாட்டேன். என்றாவது ஒருநாள், யாராவது ஒருவர், ஏன், என்னை எதிர்ப்பவரின் குண்டுகள் எதிர்காலத்தில் என் மார்பைத் துளைக்கலாம். அப்போதுகூட அவன்மீது கொஞ்சமும் கோபம் இல்லாமல், இதயத்தில் அவனுக்கான பிரார்த்தனையுடன், உதடுகளில் இறைவனின் நாமத்தை உச்சரித்தபடி நான் மரணமடைவேனேயானால், அப்போதுதான் நான் அகிம்ஸாவாதி என்ற பெயருக்குத் தகுதியுடையவன் ஆவேன்.'

மகாத்மா என்று கோடானுகோடி மக்களால் அன்புடன் அழைக்கப்பட்ட மோகன்தாஸ் கரம்சந்த் காந்தி தமது 'ஹரிஜன்' இதழில், தான் கொல்லப்படுவதற்கு முன்பு எழுதிய கடிதத்தின் முக்கியப்பகுதி இது.

கோட்சே காந்தியைச் சுட்டபோது அவர் வாயிலிருந்து உதிர்ந்த கடைசிச் சொற்கள் 'ஹேராம்' என்பதுதான்.

மேலை நாட்டு உளவியல் ஆய்வாளர்களையே பெரிதும் வியக்க வைத்த பல்வேறு உலக மேதைகளின் வாழ்க்கைக்கும் இவரது வாழ்க்கைக்கும் உள்ள ஓர் ஒற்றுமை ஒன்றை இந்தச் சம்பவத்தில் காணலாம்.

இறைத் தூதர்களுக்கும், மகான்களுக்கும் அடுத்தபடியாக சென்ற இருபதாம் நூற்றாண்டில் உலகத்தையே திரும்பிப் பார்க்க வைத்தவர் காந்தி ஒருவர் மட்டுமே. இவர் அரசியலில் ஈடுபட்ட மகானா? ஆன்மீகத்தில் ஈடுபட்ட அரசியல்வாதியா? அல்லது இரண்டுக்கும் அப்பாற்பட்ட மனோபலம் என்ற மாபெரும் தளத்தில் இயங்கிய அதிசய மனிதரா? என்பதில் யாராலும் ஒரு முடிவுக்கு வரமுடியவில்லை. இவரைப் பற்றி முடிவற்ற விவாதங்கள் இன்று வரையிலும் நிகழ்ந்தபடிதான் உள்ளன.

இந்தியா என்ற ஒரு தேசத்துக்குச் சுதந்தரம் பெற்றுத் தந்தவர் என்பது இங்கே முக்கியமே இல்லை. அப்படிப் பார்த்தால் அமெரிக்காவுக்கு ஜார்ஜ் வாஷிங்டன் விடுதலை பெற்றுத் தந்தார். பொலிவியாவுக்கு சைமன் பொலிவார் விடுதலை பெற்றுத் தந்தார்.

எண்ணற்ற நாடுகள் யார், யாரிடமிருந்தோ சுதந்தரம் பெற்றன. வரலாற்றில்கூட களப்பிரர்களிடமிருந்து பாண்டியன் கடுங்கோன் தென்னாட்டை மீட்டான். பல்லவர்களிடமிருந்து விஜயாலயச் சோழன் தஞ்சையை மீட்டான். மாலிக்காபூரின் படையெடுப்பால் தென்னிந்தியா முழுவதுமே சிதறிய நேரத்தில், விஜய நகரத்து குமார கம்பணர் தென்னாடு முழுவதையும் சுல்தான்களிடமிருந்து மீட்டார்.

ஆனால் அசைக்க முடியாத வலிமை பெற்ற, ஏறக்குறைய உலகம் முழுவதிலும் தன் ஆட்சியை செலுத்தி, 'சூரியன் மறையாத பேரரசு' என்று பெயர் பெற்ற பிரிட்டிஷ் அரசுக்கு எதிராக ஒரு தனிமனிதர் வீறுகொண்டு எழுந்து, எந்தவொரு வன்முறையையும் தூண்டாமல், பல மொழி, பல இனம், பல மதம், பல்வேறு சமூக, கலாசார அமைப்புகள் கொண்ட ஒரு பரந்த தேசத்தையே தன் பின்னால் அணிவகுக்கச் செய்து, படையெடுப்போ, ஆக்கிரமிப்பிற்கான எண்ணமோ இன்றி, அமைதியாக, நட்பு முறையில் வெள்ளையர்கள் கைகுலுக்கி விடைபெற்றுச் செல்லும்படி செய்தார் எனில், அது சாதாரணமான விஷயமா என்ன?

எண்ணற்ற மக்களை ஈர்க்க வேண்டுமெனில், மகான்களைப் போலவே தலைவர்களிடமும் ஆளுமையுடன் கூடிய ஈர்ப்புத் தன்மை இருக்க வேண்டும். இதனை ஆங்கிலத்தில் சேரிஸ்மா அல்லது கரீஸ்மா (Charisma) என்பர்.

சர்ச்சில் போன்றோருடைய பேச்சில் இத்தகைய ஈர்ப்புத்தன்மை இருந்தது. நேதாஜி போன்றோரிடம் கம்பீரமான தோற்றம் இருந்தது. கென்னடி போன்றோரிடம் கவர்ச்சியான தோற்றம் இருந்தது. நேருவின் தோற்றம், பேச்சு இரண்டுமே பெரும் ஈர்ப்புத் திறன் கொண்டவை.

காந்தியிடம் கவர்ச்சியான தோற்றமும் இல்லை. கம்பீரமான, அலங்காரமான பேச்சுத்திறனும் இல்லை. ஆனால் பல் இல்லாத அந்தப் பொக்கை வாய்ச் சிரிப்பு இந்த ஒட்டுமொத்த தேசத்தையும் கவர்ந்திழுத்தது.

சத்தியாகிரகம் என்ற பெயரில் காந்தி கண்டெடுத்த நூதன ஆயுதம்தான் இன்று உலகம் முழுவதும் அரசுகளுக்கு எதிராக மக்கள் தங்கள் எதிர்ப்பை தெரிவிக்கப் பயன்படுத்தும் பேராயுதமாக உள்ளது.

பாரத தேசத்தின் நெடிய வரலாற்றில் தனக்கென ஒரு தனி இடத்தை உருவாக்கியதுடன், தன் வரலாற்றைத் தேச வரலாற்றுடன் பின்னிப் பிணைத்தது காந்தியின் சாதனை. அவர் இன்றி இந்திய வரலாற்றை எவருமே எழுதிவிட இயலாது.

காந்தி அளவுக்கு உலகில் உள்ள வேறெந்த மனிதராவது இந்த அளவுக்குச் சர்ச்சைக்குள்ளாகி இருப்பார்களா என்பது சந்தேகம். அந்தளவுக்குச் சமகாலப் பிரபலங்களால் அவர் கடுமையாக விமர்சிக்கப்பட்டார்.

காந்தியைப் பற்றி எழுதிய ஒரு பிரபல எழுத்தாளர் தனது நூலில் கூறுகிறார்:

‘காந்திஜி முஸ்லிம்களுக்குத் துரோகம் செய்துவிட்டார் என்கிறார் ஜின்னா. தாழ்த்தப்பட்டவர்களுக்குத் துரோகம் செய்துவிட்டார் என்கிறார் அம்பேத்கார். இந்துக்களுக்குத் துரோகம் செய்துவிட்டார் என்கிறார் டாக்டர் முஞ்சே. சீக்கியர்களுக்குத் துரோகம் செய்துவிட்டார் என்கிறது அகாலி அமைப்பு. நேபாளிகளுக்குத் துரோகம் செய்துவிட்டார் என்கிறது கூர்க்கா இயக்கம்.

ஒரு தனிநபர் எப்படி ஒரே சமயத்தில் எல்லாத் தரப்பினருக்கும் துரோகம் செய்துவிட முடியும் என்று நான் இன்னமும் வியந்து கொண்டிருக்கிறேன்.’

நையாண்டியாக இவர் இப்படிக் கூறுவதன் பொருள் என்னவெனில் எல்லாத் தரப்பு மக்களும் காந்தியை நேசித்தனர். எல்லாத் தரப்புத் தலைவர்களும் (காங்கிரஸ் உட்பட) அவரை எதிர்த்தனர். காரணம், அவர்களின் அதிகாரங்களுக்குத்தான் இவர் வேட்டுவைத்துக் கொண்டிருந்தார்.

கோகலேயும் திலகரும் காந்திக்கு எந்த வகையில் குறைந்தவர்கள்? ஆனாலும், அவர்கள் காலத்தில் இல்லாத அளவுக்குக் காங்கிரசை தேசமெங்கும் கிளை பரப்பச்செய்யக் காந்தியால் மட்டும் எப்படி முடிந்தது?

கோகலே, திலகர் போன்றவர்கள் வெள்ளையனை விரட்ட முனைந்தனர். காந்தி வெள்ளையனை விரட்ட முற்படவில்லை. மக்களைத் தட்டி எழுப்ப முனைந்தார். மக்கள் விழிப்படையாதவரை சுதந்திரம் சாத்தியமில்லை என்பதை அவர் உணர்ந்திருந்தார். இந்த வெள்ளையனை விரட்டினால் அந்த இடத்திற்கு இன்னொரு கொள்ளையன் வந்து உட்கார்ந்து கொண்டுவிடுவான் என்பது அவருக்கு நன்றாகவே தெரியும். இவர்க்ள் இந்நாட்டில் காலூன்ற எவை, எவை காரணமாயிருந்தன? அவற்றை முதலில் அப்புறப்படுத்த வேண்டும். இதுவே காந்தியின் நோக்கமாக இருந்தது.

ஓர் இடத்தில் காந்தி இதை வெளிப்படையாகவே அறிவித்தார்.

‘என் நோக்கம் வெள்ளையரை ஆட்சியிலிருந்து விரட்டுவது அல்ல. அதை யார் வேண்டுமானாலும், எப்போது வேண்டுமானாலும் செய்துவிடலாம். அதன்பிறகு என்ன? அதுதான் முக்கியமான கேள்வி. நமது மக்கள் தங்களைத் தாங்களே ஆண்டுகொள்ளும் வகையில் அவர்களைத் தயார்ப்படுத்த வேண்டும். என் நண்பர்களே! ஒன்றை உங்களுக்குத் தெளிவாகக் கூறுகிறேன். டெல்லியிலும் பம்பாயிலும் கல்கத்தாவிலும் இருக்கும் சில நூறு வழக்கறிஞர்கள் மட்டுமல்ல காங்கிரஸ் என்பது. இந்தியா என்பது லட்சக்கணக்கான கிராமங்களைக் கொண்டது. அங்குள்ள மக்களுக்குத் தங்களது

ஊருக்கு அப்பால் உள்ள எதுவுமே தெரியாது. அங்கெல்லாம் காங்கிரஸ் கொண்டு செல்லப்படவேண்டும். அவர்கள் அனைவரையும் கொண்டுவந்து காங்கிரஸுடன் இணைக்க வேண்டும். அவர்கள் இல்லாமல் இது காங்கிரஸ் ஆக முடியாது. இந்தியாவின் ஜீவன் இந்தக் கிராமங்களில்தான் வாழ்கிறது.'

எப்பேர்ப்பட்ட சத்தியம் நிறைந்த சொற்கள்! சொல்லில் மட்டுமின்றி அதனைச் செயலிலும் நடத்திக் காட்டினார் காந்தி. இந்தியாவின் எல்லாக் கிராமங்களிலும் காங்கிரஸ் பேரியக்கம் பரவியது அதனால், ஒரே சமயத்தில் நாடு முழுவதும் திரண்டு எழுந்தது. அதன் விளைவாக ஏற்பட்ட பிரளயத்தை எதிர்த்து நிற்கப் பிரிட்டிஷாரால் இயலவில்லை.

போராட்டக்காரர்களைக் கைது செய்து மாளவில்லை. கைதானவர்களை அடைத்துவைக்க இடம் போதவில்லை. மேலும், மேலும் போராட்டத்தில் ஈடுபட்டு, சிறைக்கு வந்து கொண்டேயிருந்தனர் பொதுமக்கள். நாடே திரண்டு வரும் நிலையில் எவ்வளவு பேரைக் கைது செய்வது? அவர்களை எவ்வளவு காலம், எங்கு கொண்டு போய் வைத்திருப்பது?

ஆழ்ந்த பின்னலுடன் வகுக்கப்பட்ட காந்திய திட்டம் பின்னாளில் பெரும் சமூக ஆராய்ச்சியாளர்களையே வியக்கவைத்தது. அதேசமயம், அந்த ஆராய்ச்சியாளர்கள் பலரும் ஒரு விஷயத்தை ஒப்புக்கொண்டனர். ஒரு 'சராசரி அரசியல்வாதியிடமிருந்து திறனைக் கொண்டு இத்தகைய திட்டத்திற்கான கரு உருவாகியிருக்க முடியாது, அத்துடன் இதுபோன்ற ஒரு திட்டத்தை ஒரு சாமானிய அரசியல்வாதியால் செயல்படுத்திவிடவும் முடியாது என்பதுதான் அது. மறைமுகமாக 'தர்க்கத்துக்கு அப்பாற்பட்ட ஏதோ ஓர் ஆற்றல் அவரிடம் இருந்திருக்க வேண்டும்' என்பதற்கான அவர்களின் ஒப்புதல் வாக்குமூலமே இது.

காந்தியின் ஆன்ம பலம் பற்றிப் பலரும் கூறியிருக்கின்றனர், எழுதியிருக்கின்றனர். பின்னாளில்தான் காந்தியை மகாத்மா என்று உலகத்தவர்கள் புகழ்கின்றனர். ஆனால் 1921ல் மரணமடைந்த பாரதியார், அதற்கு முன்பாகவே காந்தி பற்றிப் பாடும்போது,

'வாழ்க நீ எம்மான்! இந்த
வையத்து நாட்டிலெல்லாம்
தாழ்வுற்று வறுமை மிஞ்சி
விடுதலை தவறிக்கெட்டு
பாழ்பட்டு நின்றதாமோர்
பாரத தேசந்தன்னை

வாழ்விக்க வந்த மகாத்மா! நீ

வாழிய வாழியவே!'

என்கிறார்.

ஆக, தாகூருக்கு முன்பே காந்தியை 'மகாத்மா' என்று கண்டறிந்து பாடிவிட்டார் பாரதி.

இந்தியாவைத் தட்டி எழுப்பிய ஆன்ம பலங்கள் என்று மூன்றைப் பற்றி மட்டுமே பலரும் குறிப்பிடுகின்றனர். முதலாவது, புத்தர். அவரது ஆன்ம பலம் மகத்தானது. அது எத்தகைய வலிமை படைத்தது என்றால் அவரது சேதியைத் (அல்லது சித்தாந்தத்தை) தாங்கியபடி யாரோ ஓரிருவர் ஒரு நாட்டுக்குப் போய் இறங்குவார்கள். அவர்களின் வழியே அந்த நாடு முழுக்க பௌத்தம் பரவிவிடும்.

இப்படித்தான் பர்மா, தாய்லாந்து, ஜப்பான் என்று பல நாடுகளிலும் பௌத்தம் பரவியுள்ளது. ஓர் உதாரணத்துக்குச் சொல்வதானால், இலங்கைக்கு அசோகர் தன் மகன் மகேந்திரனையும், மகள் சங்கமித்ராவையும் அனுப்பினார். இலங்கை முழுவதும் பௌத்தம் பரவியது.

புத்தருக்குப் பிறகு பல நூற்றாண்டுகள் கடந்து பிறந்தவர் விவேகானந்தர். அவரது ஆன்ம பலம் இந்த நாட்டின் ஆன்மாவையே தட்டி எழுப்பியது. 'ஓ வங்க இளைஞனே!' 'ஓ மகாராஷ்டிர வீரனே' என்றெல்லாம் அழைக்கப்பட்டு வந்தவர்களை, 'ஓ இந்திய இளைஞனே!' என்று அழைத்து மிகப்பெரிய குடையின் கீழ் அவர்களைத் திரட்டியவர் விவேகானந்தர்.

▶

‘நீங்கள் யாரும் பாவிகள் அல்ல. மிக மிகப் புனிதமானவர்கள். உங்கள் ஒவ்வொருவருக்குள்ளும் மகத்தான தெய்வீக ஆற்றல் ஒளிந்திருக்கிறது. நம்புங்கள். உங்களால் சாதிக்க முடியும்.’

இவ்வாறு கோடிக்கணக்கான இளைஞர்களைத் தட்டி எழுப்பியதுடன், அமெரிக்காவரை சென்று, சிகாகோ மாநாட்டில் உரை நிகழ்த்தி, உலகையே இந்தியாவை நோக்கித் திரும்பிப் பார்க்க வைத்தவர் விவேகானந்தர்.

விவேகானந்தருக்கு அடுத்தபடியாக மகத்தான ஆன்ம பலம் காந்தியிடம்தான் இருந்தது. இவர்கள் மூவரும் தேச வரலாற்றில் மகத்தான திருப்புமுனையைக் உருவாக்கியவர்கள்.

(யோக மார்க்கம் என்ற ஒன்று உண்டு. மனிதன் வயிற்றுப்பசி, உடற்பசி போன்றவற்றைக் கட்டுப்படுத்தி, மூச்சடக்கும் முறையில் பிரணாயாமம் பயின்றால் அவனது ஆன்ம பலம் கூடும். இனிப்பு, காரம், புளிப்பு போன்றவைகளே கோபம், சந்தோஷம், காமம், துக்கம் போன்ற உணர்ச்சிகளைக் கிளறுபவை. படிப்படியாக இவற்றை நீக்கினால் உடலின் உணர்ச்சிக் கொந்தளிப்பு கட்டுப்படும். பின்னர் யோகப் பயிற்சிகள் மூலம் மனம் அடங்க, ‘ஒரு சக்தி நிலையம்’ போல் அவன் மனம் அபார ஆற்றல் கொண்டு விளங்கும்.

அத்தகையவர் இருக்குமிடத்தைச் சுற்றி அவரது அதிர்வலைகள் பரவி இருக்கும். அவர்கள் நாடு முழுவதும் யாத்திரை செய்தால் அங்கெல்லாம் இந்த அதிர்வலைகள் பரவும். தேனடையில் தேனீக்கள் மொய்ப்பதுபோல் இவர்களை மக்கள் கூட்டம் மொய்க்கும்.

கடல் தன் கரையை உணர்வதுபோல் சலனம் கொண்ட மக்கள் மனம், சலனம் அடங்கிய இவர்களுடைய மனத்தை உணரும். அதனால் இயல்பாகவே இவர்களை நாடிச் சென்று பணியும்.

அந்த வகையில் புத்தரின் அலைகள் சுமார் 100 மைல்கள் வரை பரவி இருக்குமாம். விவேகானந்தரின் அலைகள் 50 மைல்கள் வரை பரவி இருக்குமாம். காந்தியின் அலைகள் 15 மைல்கள் வரை பரவி இருக்குமாம்.

புத்தர் ஆன்மீக மலர்ச்சிக்கும், விவேகானந்தர் சமுதாய மலர்ச்சிக்கும் பயன்படுத்திய மனோபாவத்தை காந்தி அரசியல் மறுமலர்ச்சிக்குப் பயன்படுத்தியதால் இவர்கள் இருவரையும்விட அதிக பிரபலம், அதிக சர்ச்சை, அதிகளவு தாக்கம் ஆகியவற்றை அவரால் உண்டாக்க முடிந்தது.

பத்திரிகை தவிர்த்த வேறு எந்தவிதமான ஊடக வசதிகளும் இல்லாத காலகட்டத்தில், தொடர்புகளே இல்லாத துண்டுத் தீவுகளாகக் கிராமங்கள் இருந்த நிலையில், காந்தியால் எப்படி

இவ்வளவு பேரையும் இணைக்க முடிந்தது? இத்தனைக்கும் அவர் அழகிய, கவர்ச்சியான தோற்றம் உடையவர் அல்லர். நெடிய கம்பீர உருவம் கொண்டவரும் அல்லர். அனல் பறக்கும் பேச்சாளரும் அல்லர். உணர்ச்சிகளைத் தட்டி எழுப்பும் எந்தச் சித்தாந்தத்தையும் அவர் மக்களிடம் முன்வைத்திருக்கவில்லை.

குறிப்பிடத்தக்க அதிகாரம் மிக்க எந்தப் பதவியிலும் இல்லாமல் ஒரு தனிநபர் இத்தனை கோடிபேர் மீதும் இன்றளவும் செலுத்தி வரும் ஆளுமை பகுத்தறிவாளர்கள் உட்பட அனைவரையும் வியப்பில் ஆழ்த்தக் கூடியதாக இருக்கிறது.

அதுவரையில் வரலாற்றில் அடிமைத் தளையை உடைத்தவர்கள் அனைவருமே ஆயுதம் ஏந்திப் போராடியவர்கள் தான். இங்கிலாந்தின் ஆலிவர் கிராம்வெல், அமெரிக்காவின் ஜார்ஜ் வாஷிங்டன் என எல்லோருமே ஆயுதம் ஏந்திப் போராடியவர்கள் தான். லெனின், ஸ்டாலின் போன்றோர் கனல் தெறிக்கும் பேச்சாலும், எழுத்தாலும் புரட்சியைத் தூண்டியவர்கள்.

காந்தியின் பேச்சிலும் சரி, எழுத்திலும் வாய்மையும் அகிம்சையும்தான் வலியுறுத்தப்பட்டதே தவிர, யார் மீதும் யாரையும் ஏவிவிடும் தீவிர எதிர்ப்புப் பிரச்சாரங்கள் இடம் பெறவில்லை. வெள்ளையனிடம் இந்திய நாடு அடிமைப்பட்டதைப் பற்றிக் குறிப்பிடும்போதுகூட அவர், நமது தவறுகளால் ஏற்பட்ட வரலாற்றுப் பிழை அது என்றாரே தவிர அவர்களைக் குறை கூறவில்லை.

ஊசி இடம் தராமல் நூல் நுழைய முடியாது. நாம் பலவீனப்பட்டலேயொழிய மாற்றாரால் நம்மை ஆக்கிரமிக்க இயலாது. நமது பலவீனத்தை உணர்ந்து அவற்றை நாம் சரி செய்து கொண்டால், நம் மீதான ஆக்கிரமிப்பு தானாகவே அகன்றுவிடும் என்றார் காந்தி.

அவர் கையாண்ட சத்யாக்கிரகம் புதுமையானதொரு ஆயுதமாக இருந்தது. காரணம், எந்தவொரு ஆயுதமும் எதிரியின் கைகளில் சிக்கினால், அதற்குப் பிறகு அது அவனுக்குப் பயன் தருவதாக மாறிவிடும். ஆனால் காந்தியின் சத்தியாகிரகத்தை அவர் பிரிட்டிஷார் மீது பிரயோகிக்க முடியும். பதிலுக்கு பிரிட்டிஷார் அதே ஆயுதத்தை இந்தியர்கள்மீது ஏவிவிடமுடியாது.

உண்மையில், காந்தி தன் வாழ்நாள் முழுவதும் எல்லோருடனும் போராடிக்கொண்டே இருக்க வேண்டி இருந்தது. பிரிட்டிஷாரைவிட அதிகமாக அவர் இந்தியர்களுடன் போராடினார். அகிம்சை, சத்தியம், தர்மம் ஆகியவற்றை அவர் தன் ஆயுதமாக ஏற்றிருந்ததன் பயனாக ஒவ்வொருவருடனும் அவர் போராட வேண்டி இருந்தது. ▶

அறிவிலிகளான பாமரர்கள், சுக போகங்களில் மூழ்கிய மேல் தட்டு வர்க்கம், மேலை நாட்டு மேனாமினுக்கி நாகரீகத்தில் மயங்கிய படித்த வர்க்கம், சாதி, மதம், இனம், மொழி என பலவகை வெறிகளில் மூழ்கிக் கிடந்த அரசியல்வாதிகள், வேகம் மட்டுமே எல்லாவற்றையும் தீர்த்து வைக்கும் என்ற எண்ணம் கொண்ட சக தலைவர்கள், முக்கியமாக, தன்னுடைய குடும்பம் உட்பட அனைவருடனும் அவர் தனியே போராடிக் களைத்துப் போனார்.

எப்பேர்ப்பட்ட தலைவனும் ஆரம்பத்தில் கடும் எதிர்ப்புகளைச் சந்தித்தாலும் வெற்றி இலக்கை நெருங்க, நெருங்க அவருக்கான ஆதரவு அலை பெருகும் என்பதுதான் நடைமுறை.

ஆனால், காந்தி மேற்கொண்ட தூய சுடர் போன்ற சித்தாந்த வாழ்க்கை காரணமாக சுதந்தரம் நெருங்க நெருங்க, அவருக்குத் துன்பமும் ஆபத்தும், மன உளைச்சலும்தான் அதிகரித்தன.

தனி பாகிஸ்தான், தனி காலிஸ்தான், தனி கூர்க்காலாந்து, தனி ஹைதராபாத், தனி திருவாங்கூர் என்று வகுப்புவாத, மதவாத சக்திகள் நாட்டையே கூறுபோடத் துடித்தபடி பேயாட்டம் ஆட ஆரம்பித்தன. மக்களிடையே மதவெறி கொழுந்துவிட்டு எரிந்தது.

படாதபாடுபட்டு, ஆயுள் முழுவதும் தானே ஒரு முன்னுதாரணமாக வாழ்ந்து காட்டி, எவை, எவற்றையெல்லாம் காந்தி வளர்க்க விரும்பினாரோ அந்தக் கொள்கைகள் எல்லாம் அவர் கண் முன்பே, அவர் நேசித்த மக்களாலேயே சிதறடிக்கப்படத் தொடங்கின.

பாகிஸ்தான் பிரிவினை நாட்டில் ஓர் ஆறாத ரணத்தை ஏற்படுத்தியது. ஹிந்து முஸ்லிம் கலவரம் பல மாநிலங்களிலும் ரத்த ஆறு பாயச் செய்தது. சுதந்தரமானது நாடு முழுவதிலும் உத்வேகத்தை ஊட்டியது. நடக்கவே முடியாத அற்புதத்தைச் சாதித்த மகாபுருஷராக காந்தி உயர்ந்தார். அதேசமயம், ஒரு பெரும் நிலப்பரப்பு, குறிப்பாக வேதங்கள் தழைத்த சிந்து நதிக் கரை பாகிஸ்தான் என்ற பெயரில் பிரிக்கப்பட்டது கடும் கொந்தளிப்பை ஏற்படுத்தியது.

'முஸ்லிம்கள் நமது சகோதரர்கள், அவர்களைத் துவேஷிக்கக் கூடாது' என்ற காந்தியின் பேச்சு ஒரு சாரரிடையே அவர்மீது கசப்பு கொள்ளச் செய்தது.

டெல்லியில காந்தியின் பிரார்த்தனைக் கூட்டம் எப்போதும் மக்கள் தலைகளால் நிரம்பியிருக்கும். இவற்றில் சில சமயங்களில் ஒலித்த 'காந்தி ஒழிக' என்ற கோஷம் அவரது ஆதரவாளர்களை மட்டுமின்றி, நடுநிலையாளர்களையும் அச்சம் கொள்ள வைத்தது. ஏனெனில், காந்தியின் முடிவை அவர்களால் கற்பனை செய்துகூடப் பார்க்க இயலவில்லை.

1948 ஆம் ஆண்டு ஜனவரி மாதத்தின் இறுதி நாட்கள். பலரும் அஞ்சியதுபோல் பிர்லா மாளிகையில் ஒரு பிரார்த்தனைக் கூட்டத்தில் காந்தி பேசிக் கொண்டிருந்தபோது ஒரு குண்டு வெடித்தது. அனுபவம் இல்லாத 'அமெச்சூர்' முயற்சி அது என்பதால் பாதிப்பு எதுவும் ஏற்படவில்லை.

காந்தியின் சகோதரரின் பேத்தி மனுபென் அலறிக் கொண்டு காந்தியின் காலில் விழுந்து அவரது கால்களைக் கட்டிக்கொண்டார். குண்டு வீசிய மதன்லால் பாவர் என்பவன் பிடிபட்டான். காந்தியைக் கொல்ல ஒரு கூட்டம் சதி செய்வதை இந்தச்சம்பவம் தெளிவாக உணர்த்தியது.

இரு தினங்கள் கழிந்தபின் இதுபற்றிய உரையாடலின்போது பேத்தி மனுபென்னிடம் காந்தி கூறினார்.

'கவலையால் நான் சோர்வடைந்துவிட்டேன். நீதான் எனக்குத் தைரியம் கூறவேண்டும். நீ நன்கு நடந்து கொண்டாய். நேற்று நான் சொன்னதுபோல் உன் மடியில் படுத்து, ராம நாமம் ஜெபித்தபடி, முகத்தில் புன்சிரிப்புடன் கொலையாளியின் குண்டுகளை எதிர் கொள்ள வேண்டும் என்று நான் விரும்புகிறேன். ஆனால் உலகம் அதைச் சொல்கிறதோ இல்லையோ ஏனெனில் உலகத்துக்கு இரண்டு முகங்கள் உண்டு. நீ என்னை உனது உண்மையான தாயாக எண்ண வேண்டும்.'

ஜனவரி 29 அன்று பார்வையாளர்கள் பலரும் காந்தியைச் சந்தித்தனர். சோஷலிஸ்ட் கட்சித் தலைவர் ஜெயப்பிரகாஷ் நாராயணன் சந்தித்தார். அந்தக் காலை வேளையில் நேருவின் மகள் இந்திரா, தன் 4 வயது குழந்தை ராஜீவ் ரத்னாவுடன் வந்திருந்தார். (ராஜீவ் என்றால் கமலம், ரத்னம் என்றார் ஜவஹர். தாத்தா, பாட்டி இருவர் பெயரையும் இணைத்து இந்தப் பெயர் சூட்டப்பட்டாலும், பின்னாளில் அவர் ராஜீவ் காந்தி என்ற பெயரில்தான் பிரபலமானார்.) இந்திராவுடன் கவிக்குயில் சரோஜினி நாயுடு, நேருவின் மற்றொரு சகோதரி கிருஷ்ணா ஹதீஸிங் ஆகியோரும் வந்திருந்தனர்.

'இளவரசிமார்கள் எல்லாம் என்னைச் சந்திக்க வந்துவிட்டார்கள்' என்றார் காந்தி கேலியாக. பின்னர் பெருங்கூட்டம் அவரைக் காண வந்தது. அவர்களில் பலரும், காந்தி முஸ்லிம்களை அதிகமாக நம்புவதாக அவரிடமே அவரைப் பற்றிக் குறை கூறினார்கள். சிலர் அதைக் கோபமான குரலில் சொன்னார்கள், 'எவ்வளவு கெடுதல் முடியுமோ அவ்வளவையும் செய்துவிட்டீர்கள். எங்களை அடியோடு நாசம் செய்து விட்டீர்கள். இனிமேலாவது எங்களை விட்டுவிட்டு இமயமலைக்குச் சென்று ஓர் ஆசிரமம் அமைத்துத் தங்குங்கள்.' (அன்று மாலை நடைபெற்ற பிரார்த்தனைக் கூட்டத்தின்போது இதைக் காந்தியே வேதனையுடன் தம் வாயால் சொன்னார்.) 'ஒழுங்கற்ற நிலைமைகளின் நடுவே நான் அமைதியை நாடுகிறேன்' என்றார் துயரமான குரலில். தொடர்ந்து இருமல் அவரை வாட்டியது.

மாலை கூட்டம் முடிந்தபின்னும் இருமலால் அவர் பெரிதும் அவதிப்பட்டார். மனுபென் அவரது தலையை எண்ணெயால் தேய்த்துவிட்டார். காந்தி அவரிடம், 'உலகத்தின் முகத்தை நாம் எவ்வாறு பார்ப்போம்?' என்றார் வேதனையுடன். கூடவே புகழ்பெற்ற உருதுக் கவிஞரான நாசிரின் பாடல் வரி ஒன்றைக் கூறினார்.

'உலகின் தோட்டத்தில் இளவேனில்
மிக சொற்ப காலமே உள்ளது
அலகிலா அந்த செளரிய வடிவத்தை
அது உள்ளபோதே கண்டு மகிழுங்கள்.'

மனுபென் பதில் கூறாமல் எண்ணெய் தேய்க்க, காந்தி தொடர்ந்தார்; 'நோயினால் நெடுநாள் துன்புற்று நான் மரித்தாலோ அல்லது ஒரு விபத்தினால் இறந்தாலோ, நீ வீட்டின் உச்சியிலிருந்து 'இவர் ஒரு பொய்யான மகாத்மா' என்று உலகம் முழுவதும் கேட்கும்படி சத்தமாகச் சொல். அப்போதுதான் என் ஆத்மா, அது எங்கு இருந்தாலும் அமைதியாக ஓய்வுகொள்ளும். நான்

நோய்வாய்ப்பட்டு இறந்தால், மக்கள் உன்னைச் சபித்தாலும், நான் ஒரு போலி மகாத்மா என்று நீ அறிவிக்க வேண்டும். சென்ற வாரம் போல் மீண்டும் ஒரு வெடிகுண்டு வெடித்தாலோ அல்லது என்னை யாராவது துப்பாக்கியால் சுட்டாலோ, அந்த குண்டை எனது மூடப்படாத மார்பில் ஏற்று, எவ்வித முனகலும் இன்றி, ராமரின் பெயரை நான் உச்சரித்தால் மட்டுமே, நான் ஓர் உண்மையான மகாத்மா என்று நீ சொல்ல வேண்டும்.'

ஜனவரி30. காந்தியின் வாழ்வில் கடைசி நாள். வழக்கம்போல் அதிகாலை 3.30 மணிக்கு எழுந்தார். இனம்புரியாத ஏதோ ஒன்று தன் மனத்தை அலைக்கழிப்பதை உணர்ந்தார். எந்த பிரார்த்தனையைச் சொல்லட்டும் என்று மனுபென் கேட்க, தமக்கு மிக விருப்பமான பாடலை பாடும்படி சொன்னார் காந்தி.

'களைத்தாலும், களைப்பின்றி இருந்தாலும்
    ஓ மனிதனே, ஓய்வெடுக்காதே.
சளைத்துப்போய் போராட்டத்தை நிறுத்திவிடாதே,
    சென்று கொண்டே இரு, ஓய்வெடுக்காதே,
அலைப்புறும் உலகம் இருளில்; அதன்மேல் ஒளி பாய்ச்சு,
    அகற்றிடுவாய் நீ அந்தப் பேரிருளை
நிலைத்த வாழ்க்கை உன்னை கைவிட்டாலும்
    நீ ஓய்வெடுக்காதே ஓ மனிதன்'

பின்னர் தனக்கு வந்த கடிதங்களைக் காந்தி பார்த்தார். முதல் நாள் தாம் எழுதிய ஒரு கடிதம் இடம் மாறி இருப்பது கண்டார். (அவருக்குப் பிடிக்காதது, பொருட்கள் இடம் மாறி இருப்பது. எதையும் எடுத்த இடத்தில் வைக்க வேண்டும் என்ற ஒழுங்குமுறையை விடாமல் கடைப்பிடித்தவர் அவர்.) பிறகு தோட்டத்தில் சற்று நேரம் உலவினார். அவருடைய உடலை சிறிதுநேரம் பிடித்துவிட்டார் மனுபென். பிறகு காந்தி குளித்தார்.

இருமல் காந்தியை பாதிக்காமல் இருக்க மருந்து தயாரிக்க மனுபென் நகர்ந்தார். அவரை அழைத்து காந்தி கூறினார். 'இன்று இரவுக்கு முன்னால் என்ன நேரப்போகிறதோ, நான் உயிருடன் இருப்பேனா என்று யாருக்குத் தெரியும்? இன்று இரவு வரை நான் உயிருடன் இருந்தால் அதன் பிறகு நீ மருந்து தயாரிக்கலாம்.'

9.30 மணிக்கு காந்தி காலை உணவு உண்டார். காரியதரிசி பியாலிலாலுடன் ஆலோசனை, பார்வையாளர்களுடன் சந்திப்பு என அன்றாடப் பணிகள் ஆரம்பித்தன. எதிலும் தீர்மானமாகச் செயல்படும் காந்தி, அன்று எதையும் சரிவரத் தீர்மானிக்காதவராக இருந்தார். தனது காரியதரிசிகளில் ஒருவரிடம், 'முக்கியமான கடிதங்களையெல்லாம் கொண்டு வாருங்கள். இன்றே அவற்றுக்குப்

பதில் எழுத வேண்டும். ஏனெனில் நாளை நான் இல்லாமலும் போகலாம்.'

அதுவரை நான்கைந்து முறை அவர் தன் மரணம் பற்றிச் சூசகமாகத் தெரிவித்திருந்தார். தனக்காக எது காத்துக் கொண்டிருக்கிறது என உணர்ந்தவர்போல் இருந்தார்.

பிற்பகலில் அடிவயிற்றில் சேற்றுக்கட்டியை வைத்துக் கட்டும் பழைய கால சிகிச்சையைச் செய்து கொண்டார். சில கடிதங்களை எழுதினார். பிரெஞ்சு புகைப்படக்காரர் ஒருவர் அவரிடம் ஒரு புகைப்பட ஆல்பத்தை அளித்தார்.

'டைம்லைப்' பத்திரிகையின் புகைப்படக்காரர் மார்க்கரெட் பூர்க்வைட் என்பவர் காந்தியைப் பேட்டி கண்டார். பின்னர் துணைப்பிரதமர் சர்தார் வல்லபாய் பட்டேலை பார்த்து பிரதமர்

ஜவஹர்லால் நேருவுடன் கருத்து வேறுபாடுகளை சமரசம் செய்துகொண்டு தீர்க்குமாறு கூறினார்.

அப்போது குறுக்கிட்ட மனுபென், 'தொலைவில் கத்தியவார் (காந்தி பிறந்த இடம்) பகுதியில் இருந்து இரண்டு காங்கிரஸ் தலைவர்கள் உங்களைக் கண்டு பேச வந்துள்ளனர்' என்றார்.

'இன்று மாலை பிராத்தனைக் கூட்டத்துக்குப் பிறகும் நான் உயிருடன் இருந்தால், அவர்கள் என்னுடன் பேசலாம் என்று சொல்.'

காந்தியின் இந்தச் சொற்களை இப்போது படிப்பவர்கள் பிரமிக்கக்கூடும். ஆனால் அப்போது அதை, மனுபென் உட்பட, யாரும் பொருட்படுத்தவில்லை.

லேசாகக் களைப்புற்றிருந்த காந்தி சிறிது உணவு உண்டார். அப்போதே மாலை மணி ஐந்துக்கு மேல் ஆகியிருந்தது. பிரார்த்தனைக் கூட்டத்துக்குத் தாமதம் ஆகிவிட்டது.

காலம் தவறாமை என்பதில் பெருமிதம் கொள்ளும் காந்திக்கு இது வருத்தமளித்தது. மூக்குக் கண்ணாடிக்கூடு, ஜெபமாலை, நோட்டு, உமிழ்நீர் துப்பும் பாத்திரம் ஆகியவற்றை மனுபென் எடுத்துக் கொண்டார். ஒருபக்கம் மனுபென், மறுபக்கம் ஆபாபென் உடன் வர, காந்தி தனது தாமதத்தை ஈடுகட்டும் வகையில் கிடுகிடுவென நடந்தார்.

ஒரு வகையில் அது மிகச்சிறிய பயணம். மூன்று நிமிடங்கள் கூட ஆகவில்லை. மற்றொரு வகையில் அது வரலாற்றையே ஸ்தம்பிக்கச் செய்துவிட்ட நெடிய பயணம்.

அவருக்கு இரவு உணவை அளித்த ஆபாபென்னிடம் காந்தி, அவர் தமக்கு மாட்டு உணவை கொடுத்ததாக வேடிக்கையாகக் கூறினார். 'பா (கஸ்தூரிபாய்) இதை 'குதிரை உணவு' என்பார்' என்றார் ஆபா பென்.

'யாருக்குமே சாப்பிடப் பிடிக்காத உணவை நான் ருசித்துச் சாப்பிடுவது எனக்குப் பெருமைதானே?' என்றார் காந்தி, மேலும் வேடிக்கையாக.

கூட்டம் பிளந்து நின்று காந்திக்கு வழிவிட்டது. வழி வழி வந்த பாரத பண்பாட்டின்படி காந்தி சிரித்தபடியே தமது இரு கைகளையும் குவித்து வணக்கம் தெரிவித்தபடி வந்தார்.

அப்போது பச்சை சட்டை மீது காக்கிகோட் போட்டிருந்த ஒரு மனிதன் மனுபென்னைத் தள்ளிக்கொண்டு முன்னால் வந்தான். மனுபென் கையிலிருந்த மூக்கு கண்ணாடி கூடு, ஜெபமாலை, உமிழ் நீர் துப்பும் பாத்திரம் எல்லாம் எகிறின.

'பாய் (சகோதரரே!) பிரார்த்தனைக்கு ஏற்கனவே பாபுஜி தாமதமாகிவிட்டது. நீங்கள் ஏன் அவரைத் தொந்தரவு செய்கிறீர்கள்' என்றாள் மனுபென்.

பேத்தி மனுபென் பேசி முடிக்கும் முன்பே 'டுமீல், டுமீல், டுமீல்' என்ற ஓசைகளால் அந்தப் பகுதி அதிர்ந்தது.

அடுத்தடுத்து சீறிய மூன்று குண்டுகளில் முதல் குண்டு காந்தியின் அடிவயிற்றில் தொப்புளின் அருகே பாய்ந்தது. மற்ற இரண்டும் மார்பில் புதைந்தன.

கைகள் கூப்பிய நிலையிலேயே 'ஹேராம், ஹேராம்' என்றபடி சாய்ந்தார் காந்தி. அவரது வெள்ளை கம்பளி சால்வை குருதியில் நனைந்து சிவப்பானது.

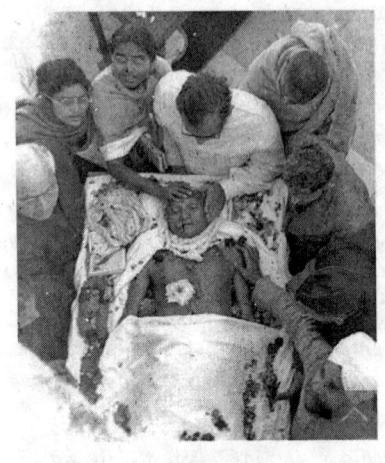

சுட்டவனைப் பிடித்து அருகிலிருந்த காவல் நிலையத்துக்குக் கொண்டு சென்றனர். பிர்லா மாளிகைத் தோட்டத்தில் எந்த மருத்துவரும் இல்லை. காந்தியின் மார்பிலிருந்து தொடர்ச்சியாக ரத்தம் வழிய, விரைவாக அவரை அறைக்குள் எடுத்துச் சென்று தரையில் கிடத்தினர்.

குண்டு மார்பைத் துளைத்தபோதே காந்தியின் புனித ஆத்மா உடலைவிட்டு நீங்கியிருந்தது.

இந்தியாவுக்குச் சுதந்தரம் கிடைத்து 5 மாதங்களே ஆகியிருந்த நிலையில் நடைபெற்ற இந்தப் படுகொலை உலகையே உலுக்கியது. (அப்போது பிரதமர் நேரு, 'நம் வாழ்வில் ஒளிவீசிக்கொண்டிருந்த விளக்கு அணைந்துவிட்டது' என்று தொடங்கி வானொலி மூலம் ஆற்றிய உரை அவரது விடுதலை நாள் சொற்பொழிவு போலவே வரலாற்றுப் பிரசித்தி பெற்றது.)

'60 வருடம் நாங்கள் காப்பாற்றிய ஒரு கிழவரை உங்களால் 6 மாதம் கூடக் காப்பாற்ற முடியவில்லையே. சுதந்தரத்தை வைத்துக் கொண்டு நீங்கள் என்ன சாதிக்கப் போகிறீர்கள்?' என்று ஒட்டுமொத்த இந்தியாவையும் வேதனையுடன் கேலி செய்தார் சர்ச்சில்.

'நல்லவராக இருப்பது என்றைக்குமே ஆபத்துதான்' என்றார் பெர்னாட்ஷா.

125 ஆண்டுகள் வாழ வேண்டும் என்று விருப்பம் தெரிவித்திருந்த காந்தி 78 ஆண்டுகள், 3 மாதங்கள் 28 நாட்களே உயிர் வாழ்ந்தார்.

உலகப் புகழ்பெற்ற கொலை வழக்குகள் பல உண்டு. கென்னடி கொலை வழக்கு, ஆபிரகாம் லிங்கன் கொலை வழக்கு, இலங்கையில் சாலமன் பண்டார நாயகா கொலை வழக்கு, இரண்டாம் உலகப் போரின்போது நாஜிகள் நடத்திய 60 லட்சம் யூதர்கள் படுகொலை பற்றிய வழக்கு என்பன போன்ற இந்த வழக்குகளில் முதலிடம் பெற்றது காந்தி கொலை வழக்கு.

காந்தியைக் கொன்றவன் நாதுராம் விநாயக கோட்சே என்பவன். இவனுக்கு இதில் உதவியாகச் செயல்பட்டவன் நாராயண ஆப்தே என்பவன். இன்னும் கோபால் கோட்சே, திகம்பர் பாட்கே, மதன்லால், விஷ்ணு கார்கரே என 7 பேர் குற்றம் சாட்டப்பட்டனர்.

இந்த வழக்கின் உள் விவரங்களுக்குள் நாம் செல்லப் போவதில்லை. நாடு துண்டாடப்பட்டதால் எழுந்த இந்துமுஸ்லிம் கலவரத்தின் மிகப்பெரிய பலி காந்தி. 'யதார்த்தவாதி, வெகுஜன விரோதி' என்பதுபோல் கலவரத்தீயை அடக்க முனைந்ததில் இரு தரப்பின் குறுக்குச் சூடு வளையத்தில் சிக்கியவர்.

(இருதரப்பும் துப்பாக்கிச் சண்டையில் இருக்கும்போது நடுவே புகுபவன் இரண்டு பக்கத்திலும் குண்டுகளின் தாக்குதலுக்கு ஆளாக நேரிடும். இதனையே 'கிராஸ்ஃபயர்' என்பர். தமிழில், குறுக்குச்சூடு)

இங்கு நமக்கு முக்கியம் காந்தியின் இறுதித் தருணங்கள். ஆவணங்களின் பதிவின்படி அவர் தமது மரணத்தை முன்கூட்டியே நன்றாக உணர்ந்து கொண்டிருந்தார். தான் கொல்லப்படப்போவது பற்றிப் பலமுறை குறிப்பிட்டார். எந்த இடத்திலும் தன்னைக் கொல்லத் துடிப்பவர்களைக்கூட எதிரிகள் என்றோ, சமுதாய விரோதிகள், தேசப்பகைவர்கள் போன்ற கடும் சொற்களைக் கொண்டோ குறிப்பிடவில்லை.

தான் கொல்லப்படுவது உறுதி என்றும், அப்போதும் தன்னைக் கொன்றவன்மீது கோபம் இன்றி, இறைவன் நாமத்தை உச்சரித்தபடி இறக்கவேண்டும் என்றும் அவர் விருப்பம் தெரிவித்துள்ளார். அதன்படி குண்டுபாயும் போதும் 'ஹேராம்' என்றபடியே சாய்ந்தார். இன்னும் சொல்லப்போனால், அதைவிட ஒருபடி மேலாக, கைகூப்பிய நிலையில் சாய்ந்தார். அவருக்கு நேராக நின்று கோட்சே சுட்ட நிலையில், அவனைக் கும்பிட்டபடிதான் அவர் உடல் சாய்ந்தது.

இறப்பதற்கு சில நாட்களுக்கு முன்பு 'ஹரிஜன்' பத்திரிகையில் காந்தி எழுதினார்.

> 'எனக்கு ஏதாவது நேர்ந்துவிட்டால் என் இடத்தை யாரும் எளிதில் நிரப்ப இயலாதுதான். ஆனால் வேறுபாடுகளை மறந்து அனைவரும் ஒற்றுமையாகச் செயற்பட்டால், அதைப் பெருமளவு நிரப்பிவிட முடியும்.'

நான் என்ற சுயநலம், அதன் அடிப்படையிலான தன்முனைப்பு ஆகியவற்றை விட்டுவிட்டு, எல்லோரும் ஒன்றுபட்டால் அவரது இடத்தைப் பெருமளவு நிரப்பலாம். அதாவது, அனைவரும் ஒன்றுபட்டால் சேரும் திரண்ட மனோபலம்தான் அவரது ஆற்றலின் அருகாமையை ஓரளவு நெருங்கக் கூடும். இதுவே இதில் அடங்கியிருக்கும் செய்தி எனலாம்.

9 சாக்ரடீஸ்

மனித இனம் எப்போது முன்னேறத் தொடங்கியது?

இதற்கு விஞ்ஞானிகள் தரும் பதில்:

'எப்போது அவன் தன் சூழ்நிலையை அலசி ஆராய ஆரம்பித்தானோ அப்போது முதல்' என்பதாகும்.

எந்தவொரு மிருகத்தின் இயக்கமும் தன்னை, தன் உணர்வுகளை மையமாக வைத்தே இருக்கும். இரை தேடல், இன விருத்தி, தற்காப்பு என்பதைத்தாண்டி அவற்றின் சிந்தனை சென்றதில்லை. தாக்குவது அல்லது தப்பி ஓடுவது என்பதுதான் அவற்றிற்குத் தெரிந்த நியதி. ஆனால், இதைத் தாண்டி தனது சுற்றுப்புறத்தை மனிதன் தான் அலசி ஆராய ஆரம்பித்தான். அது முதல் இயற்கையை

வசப்படுத்திக்கொண்டு, அவன் முன்னேறத் தொடங்கினான்.

எதையும் ஆராய்வது ஒரு செயலுக்கான காரண, காரியங்களை உணர்வது என்பதுதான் பகுத்தறிவு. கண்மூடித்தனமாக எதையும் ஏற்காமல், எதைப் பற்றியும் ஆழமாகவும் தீவிரமாகவும் அலசுவதுதான் பகுத்தறிவின் அடிப்படை.

இதனை மனித குலத்துக்குப் போதித்தவர்களில் முதலாமவர் சாக்ரடீஸ். (இந்தியாவில் புராதன காலத்திலேயே இத்தகைய கருத்துகளைப் போதித்த ஞானிகள் பலர் இருந்திருக்கிறார்கள்.

'எப்பொருள் யார்யார்வாய் கேட்பினும் அப்பொருள்
மெய்ப்பொருள் காண்பது அறிவு'

என்னும் வள்ளுவரின் குறள் ஒன்று கூட உள்ளது. ஆனால் இந்திய ஞானம் விவேகானந்தருக்குப் பின்னரே உலக அரங்கில் எழுந்தது. அதுவரை ஐரோப்பிய வரலாறே உலக வரலாறாகக் கருதப்பட்டது. அதில் பழமையானது கிரேக்க நாகரிகம். அந்தக் கிரேக்கத்தின் முதன்மை ஞானி சாக்ரடீஸ்.)

கி.மு. 330 வாக்கில் வாழ்ந்தவன் கிரேக்க மாவீரன் அலெக்சாண்டர். அவனது குரு தத்துவஞானி அரிஸ்டாட்டில். இன்றைய தத்துவம், விஞ்ஞானம், வானியல் ஆகியவற்றின் முன்னோடி அவரே. கலிலியோ வரும்வரை அரிஸ்டாட்டிலின் விஞ்ஞானமே ஐரோப்பாவில் போதிக்கப்பட்டு வந்தது.

அரிஸ்டாட்டிலின் குருவாக விளங்கியவர் பிளேட்டோ. அந்த பிளேட்டோவின் குருதான் சாக்ரடீஸ்.

மனித குலம் நாகரிகம் பெற்று முன்னேற ஆரம்பித்த காலகட்டம் அதுதான். அதற்கு முன்பு காட்டுமிராண்டிகளாகவும், குகை மனிதர்களாகவும், பச்சை மாமிசம் புசிப்பவர்களாகவுமே மனிதர்கள் இருந்தனர்.

ஆடை அணிந்து, குடியிருப்புகள் கட்டி, விவசாயம் செய்து, சமைத்து உண்டு, ஆயுதங்களின் பயன்பாட்டை உணர்ந்து மனிதன் வாழத் தொடங்கியதுமே நகர அரசுகள் தோன்றின. அந்த வகையில், மதம், அறிவியல், நாகரீகம், இலக்கியம் என அனைத்திலும் முதலில் உச்சத்தை எட்டியதும் கிரேக்கம்தான்.

கிரேக்கத் தத்துவம் என்றாலே அதில் முதலிடம் சாக்ரடீசுக்குதான். பின்னாளில், இரண்டாயிரம் ஆண்டுகளுக்குப் பிறகு உலகெங்கும் நடைமுறைக்கு வந்த ஜனநாயகம் ஆட்சிமுறை அப்போதே கிரீஸில் இருந்தது. (சிலர் சோழர் ஆட்சியிலேயே குடவோலை முறை இருந்ததாகக் கூறுகின்றனர். உள்ளூர் நிர்வாகத்தைத் தேர்ந்தெடுப்பதற்கு குடவோலை முறை பயன்பட்டதே தவிர,

நாட்டை ஆளும் அதிபர் ஒன்றும் குடவோலை முறையில் தேர்ந்தெடுக்கப்படவில்லை. அந்த வகையில் உலகிலேயே முதன் முதலாக மக்களால் தேர்ந்தெடுக்கப்பட்டு சோலன் என்பவர் ஆட்சிக்கு வந்தார், கிரேக்க நாட்டில்.)

இந்தியா சுதந்தரம் அடைந்த புதிதில் யார் வேண்டுமானாலும் எந்தப் பதவிக்கு வேண்டுமானாலும் வரமுடியும் என்ற சூழல் இருந்தது. பேச்சுத்திறன் இருந்தால் போதும், அவன் அரசியல் அதிகாரத்தைப் பிடித்து முன்னுக்கு வந்து விடமுடியும். மேடை வாய்ப்பும் அனைவருக்கும் தாராளமாகக் கிடைத்தது.

கிரேக்க நாட்டில் அந்த நிலை இயல்பாகவே இருந்தது. ஊரின் நடுவே ஒரு சிறுமேடை, வாராவதிபோல் இருக்கும். அதன்மீது ஏறிநின்று, யார் வேண்டுமானாலும் தங்கள் கருத்தைத் தெரிவிக்கலாம். அவற்றில் சிறந்தவை பாராட்டப்படும். தகுதியற்றவை நிராகரிக்கப்படும்.

சாக்ரடீஸ் வாழ்ந்த காலகட்டம் (கி.மு. 469-399) கிரேக்க நாகரிகத்தின் உச்சகட்ட காலமாகும். அந்த இரு நூற்றாண்டுகளும் கிரேக்க தேசம் எல்லாத் துறைகளிலும் தழைத்தோங்கியது. இலக்கியங்களும் சிறந்தோங்கின. ஈகிலீஸ், சோபாகிலீஸ், யூரிபிடிஸ், ஹெரடோடஸ், நூஸிடிடீஸ் போன்றோர் சிறந்த நாடகங்களை

எழுதினார்கள். துன்பவியல், இன்பவியல் என இரு துறைகளிலுமே சிறந்த நாடகங்கள் வெளியாயின. அவற்றை நூலாகப் படித்தும், நாடகமாக நடிக்கப்பட்ட, அவற்றைப் பார்த்து ரசித்தும் மக்கள் பாராட்டினர்.

அரிஸ்டோபேனஸ் என்பவர் நகைச்சுவை நாடகங்கள் எழுதினார். அவரது 'முகில்' என்ற நாடகத்தில் ஒரு காட்சி:

ஒருவன் மற்றொருவனிடம், 'உன்மீது அரசு அதிகாரி 12 டாலண்டுகள் (அந்தக்காலத்து கிரேக்க ரூபாய்) கடன் பத்திரம் எழுதினால் என்ன செய்வாய்?' என்கிறான்.

அதற்கு அடுத்தவன், 'மெழுகுப் பலகையில் அவர் அப்படி எழுதும்போது, இப்போது கடைகளில் விற்பனைக்கு வந்துள்ளதே சூரியக் கண்ணாடி, அதன்மூலம் ஜன்னலுக்கு வெளியே இருந்தபடி சூரிய ஒளியை அதன்மீது குவித்து, அவர் எழுதியதையெல்லாம் உருக்கி விடுவேன்' என்கிறான்.

இதன்மூலம்,

1. ***கடன் பத்திரங்களை அரசாங்க அதிகாரிகள்தான் எழுதினர்.***
2. ***பத்திரம் எழுத சதுரமான அட்டைபோன்ற மெழுகு வில்லைகளைப் பேப்பராகப் பயன்படுத்தினர்.***
3. ***லென்ஸ் அப்போது புழக்கத்தில் இருந்தது. அது சூரியக் கண்ணாடி என்று அழைக்கப்பட்டது. அதைப் பயன்படுத்தவும் கிரேக்கர்கள் தெரிந்து வைத்திருந்தனர்.***

சூரியனே மையம். பூமிதான் சூரியனைச் சுற்றுகிறது என்று கண்டறிந்த அரிஸ்டார்கஸ், கணிதத் தேற்றங்களைக் கண்டறிந்த பிதாகரஸ், நெம்புகோலைக் கண்டுபிடித்த ஆர்க்கிமிடீஸ், ஜனநாயகத்தைக் கண்டறிந்த டெமாக்ரடீஸ் (இவர் பெயரால்தான் ஜனநாயகத்துக்கு 'டெமாக்ரசி' என்ற பெயர் வந்தது.) மேடைப் பேச்சுக் கலையின் முன்னோடி டெமாஸ்தனீஸ், வரலாற்றாசிரியர்கள் பிளினி, டாலமி, புளூடார்க் இவர் வாழ்ந்த அந்த காலகட்டம் கிரேக்க நாகரிகத்தின் பொற்காலமாகக் கொண்டாடப்பட்டது.

எப்பேர்ப்பட்ட உச்சகட்ட ஜனநாயகம் அங்கு நிலவியது என்றால், ஊருக்குப் பொதுவாக சாலையில் ஒரு பெட்டி வைக்கப்பட்டிருக்கும். அதில் நீங்கள் உங்களுக்குப் பிடிக்காதவர் பெயரை எழுதிப் போடலாம். அதன்மீது விசாரணை நடத்தி, அந்த நபர் சமூகத்தைக் கெடுப்பவர் என்பது உண்மையானால் அவர் உடனடியாக நாடு கடத்தப்படுவார்.

ஒருமுறை அரிஸ்டாட்டில் அந்தத் தெருவின் வழியாக நடந்து வந்து கொண்டிருந்தார். அவரை அழைத்த ஒரு கிராமத்தான், 'எனக்கு எழுதப் படிக்கத் தெரியாது. கொஞ்சம் எழுதி உதவ முடியுமா?' என்றான்.

'அதற்கென்ன? செய்கிறேன். என்ன எழுத வேண்டும்?'

'ஓர் ஆளை நாடு கடத்த வேண்டும். அவன் பெயரை எழுதித் தந்தால் இந்தப் பெட்டியில் போட்டுவிடுவேன்.'

ஆர்வமான அரிஸ்டாடில் எழுது கருவிகளுடன் தயாராகி, 'பெயரைச் சொல்லு' என்றார்.

'அரிஸ்டாட்டில்' என்று அவன் சொல்லவும், அவருக்குத் தூக்கி வாரிப்போட்டது. இருந்தாலும், அதிர்ச்சியைக் காட்டிக் கொள்ளாமல் அவன் சொன்னபடி எழுதிக் கொடுத்தார். பின்பு கேட்டார்.

'அரிஸ்டாட்டிலை உனக்குத் தெரியுமா?'

'தெரியாது. பார்த்ததுகூட இல்லை.'

'பிறகு எதற்கு அவரை நாடு கடத்தவேண்டும் என்கிறாய்?'

'சும்மாதான்' என்றவன், 'நான் போன பல இடங்களிலும் பலபேர் அவரைப் புகழ்ந்து பேசினார்கள். எனக்கு எரிச்சலாக இருந்தது. அதனால்தான் அவரை நாடு கடத்தி விடலாம் என்று நினைத்தேன்.' என்றான்.

இந்த ஒரு சம்பவமே எப்பேர்ப்பட்ட கருத்துச் சுதந்தரம் கிரேக்கத்தில் நிலவியது என்பதற்கு எடுத்துக்காட்டு.

'எதையும் அப்படியே நம்பிவிடாதே. ஆராய்ந்துபார்' என்பது சாக்ரடீசின் கொள்கை. எப்படி ஏசுவுக்கு எதிரிகள் உண்டானார்களோ, அப்படியே சாக்ரடீசுக்கும் ஏற்பட்டனர்.

சாக்ரடீசின் காலம் பற்றி, அவரது வாழ்வைப் பற்றி நாம் அறிந்து கொள்வதற்குத் துணை நிற்பது அவரது சீடர் பிளேட்டோ எழுதிய பதிவுகளே. மற்றபடி சாக்ரடீஸ் தம்மைப் பற்றி ஏதும் எழுதி வைத்திருக்கவில்லை.

அவரது இருப்பிடமான ஏதென்ஸ் ஒரு கிராம நகரம். அங்குள்ள அனைவரும் ஒருவரை ஒருவர் நன்கு அறிந்தவர்கள். வயது வந்த ஒவ்வொருவருமே உறுப்பினர்கள் எனும்படியான 'திறந்தவெளி சட்டசபை' (ஏறக்குறைய நம்மூர் கிராமங்களில் கூடும் 'ஊர் பஞ்சாயத்து' மாதிரி) உண்டு. அதில் கூடி, தர்க்கம் செய்து, அவரவர் அறிவைக் கூர்தீட்டிக் கொண்டனர்.

அன்றைய கிரேக்கம் நகர அரசுகளால் ஆனது. ஏதென்ஸ், தீப்ஸ், ஸ்பார்ட்டா, காலிந்த், மெகாரா ஆகியவையே அவை. அலெக்ஸாண்டரின் மாசிடோனியா அப்போது சிற்றூராகக்கூடப் புகழ் பெறவில்லை. அவருக்குப் பின்னரே அது எழுந்தது.

பிளேட்டோ ஏதென்ஸ் நகரின் வெளியே தோப்பில் ஒரு தத்துவப் பள்ளியை நிறுவினார். அகாடமி என்பது அதன் பெயர். பல சீடர்கள் அங்கு உருவாகி பல நூல்களை இயற்றி, உலகளவில் கிரீஸின் புகழைப் பின்னாளில் பரப்பினர். பிளேட்டோ தனது நினைவுகளின் உதவியுடன் எழுதியவையே சாக்ரடீஸ் பற்றி அறிவதற்கு நமக்கு மிகவும் உதவுகின்றன.

கல் தச்சராக, சிற்பம் வடிப்பவராக வாழ்ந்த சாக்ரடீஸ் பற்றி நமக்கு ஒரு பிம்பம் சரித்திர ஆசிரியர்களால் காட்டப்படுகிறது.

'பெரும்பாலான அறிஞர்களுக்கு மூடர்களான மனைவிகளே வாய்ப்பார்கள். சாக்ரடீஸ், டால்ஸ்டாய் போன்றோர் அந்த ரகத்திற்குள் வருகிறார்கள். அவர்களின் பார்வையின்படி சாக்ரடீசின் மனைவி பெரும் சண்டைக்காரியாக இருந்தாள். அவளால் அவரது அன்றாட வாழ்வே நரகத்தில் வாழும் ஒரு வாழ்வாக இருந்தது' என்கிறது அந்தப் பிம்பம்.

ஒருமுறை சாக்ரடீஸ் தன் நண்பர்களுடன் பேசிக் கொண்டிருந்தாராம். வீட்டின் உள்ளே இருந்த அவர் மனைவி கண்டபடி திட்டினாராம். அவர் அதைப் பொருட்படுத்தாமல் பேச்சைத் தொடரவே, கோபத்தில் ஒரு குடம் தண்ணீரை எடுத்து வந்து அவர் தலையில் கொட்டினாராம் மனைவி. சாக்ரடீஸ் அமைதியாக முகத்தைத் துடைத்தபடி, 'இதுவரை இடிஇடித்தது. இப்போது மழை பெய்தது' என்றாராம்.

இந்தக் கதையில் எந்த அளவுக்கு உண்மை இருக்கிறது என்று தெரியவில்லை. கதைகளில் கதாநாயகனை உயர்த்திக்காட்டுவதற்கென்று சில சம்பவங்கள் இடையிடையே செருகப்படுவது போன்றதுதான் இதுவும் என்கின்றனர் சிலர். இன்னும் சிலர், 'பொதுவாக மேதைகள் பலரும் பணம் சம்பாதிப்பதில் சாமர்த்தியமோ, நாட்டமோ இல்லாதவர்களாகத்தான் இருப்பார்கள். சாக்ரடீசும் அதே ரகத்தைச் சேர்ந்தவர்தான்.

தொழிலைக் கவனிக்காமல், குடும்பச் செலவுக்குத் தேவையான அளவுக்குப் பணத்தைச் சம்பாதிக்காமல், வெட்டியாக நாள் முழுவதும் பலருடன் அரட்டை அடித்துக்கொண்டு காலம் கழித்ததால், சராசரிப் பெண்மணியான அவருடைய மனைவி சிடுசிடுப்புக்காரியாக மாறிப்போனாள்" என்கின்றனர்.

இதையும் தாண்டிய ஒரு கருத்து ஒன்று உண்டு. ஓஷோ போன்றவர்கள் மட்டுமே அதைப்பற்றிக் குறிப்பிட்டனர்.

அந்தக் கால கட்டத்தில் ஐரோப்பா முழுவதுமே 'சோடமி' மற்றும் 'லெஸ்பியன்' எனப்படும் ஓரினச் சேர்க்கைப் பழக்கம் கொடிகட்டிப் பறந்தது. ஆணுக்கு ஆண், பெண்ணுக்குப் பெண் என்ற ரீதியான இந்த இயற்கைக்கு மாறான உறவு மன்னர் முதல் ஆண்டி வரையிலான பல பேரிடம் இருந்து இருந்தது.

பள்ளிப் பிள்ளைகளிடையே இந்தப் பழக்கம் வந்துவிடாமல் இருக்க அவர்களுக்கு 10 வயதுக்குமேல் திருமணமாகும் வரை இரும்பு ஜட்டி அணிவிப்பார்கள். இரு பாதிகளை இணைத்து பூட்டும் அமைப்புடையதாக இருந்த அதன் சாவி பெரியோர்களிடம் இருக்கும். இயற்கை உபாதையின்போது மட்டும் அவர்கள் அதைத் திறந்துவிடுவார்கள். பின்னர் பூட்டிவிடுவார்கள்.

இந்த வழக்கம் மதகுருமார்களிடமும் இருந்தது. இதனால் அவர்களுக்கு சமூகத்தில் உள்ள மதிப்புக் குறைந்துவிடக் கூடாது என்பதால் புராணக் கதைகளிலும் இவை திணிக்கப்பட்டன.

கிரேக்கப் புராணப்படி 13 தேவதைகள் ஓரினச் சேர்க்கை பழக்கம் உடையவையாக இருந்தன. மதுப்பழக்கம்போல், இந்த எதிர்மறை உறவும் தோட்டி முதல் தொண்டைமான் வரையிலும் பரவி இருந்தது.

'சாக்ரடீசுக்கும் இந்தப் பழக்கம் இருந்தது. அவரது சீடர்கள் பலரும் இந்த ரகத்தைச் சேர்ந்தவர்களாக இருந்தார்கள். எந்த ஓர் இல்லத்தரசி இதனைச் சகித்து கொள்வாள்? அதனால்தான் எந்த ஒரு நபர் சாக்ரடீசைப் பார்க்க வந்தாலும் அவர் மனைவி ஆங்காரம் அடைந்தார். இதிலென்ன தவறு?' என்கின்றனர் சிலர்.

எது எப்படியோ, சாக்ரடீசுக்கு எந்தப் பழக்கமெல்லாம் இருந்தது? இந்தப் பழக்கம் அவரிடம இருந்ததா? அவர் மனைவி எப்படிப்பட்ட குணம் கொண்டவர்? போன்றவை பற்றிய

ஆராய்ச்சியெல்லாம் இங்கு முக்கியமல்ல. மாறாக, சாக்ரடீஸ் தமது போதனைகளால் இளைய தலைமுறையைச் சீரழிக்கிறார் என்று பலரும் அவரை அதற்காக எதிர்த்தனர் என்பதுதான் முக்கியம். அவர்மீது அப்படியானதொரு குற்றமும் சாட்டப்பட்டது.

லைக்கன், அனைடோஸ், மிலீட்டஸ் என்ற 3 பேர் அவர் மீது வழக்குத் தொடுத்தவர்கள். வழக்கின் சாராம்சம், சாக்ரடீஸ் கடவுளுக்கு எதிரானவர், நாத்திகவாதம் பேசி வருபவர், அவரால் இளைஞர்கள் மனம் கெட்டுப் போகிறது என்பதே.

அவரது 70-வது வயதில், (கி.மு. 399) நீதிமன்றம் கூடியது. 6000 பேர் கொண்ட அவையிலிருந்து குலுக்கல் முறையில் தேர்ந்தெடுக்கப்பட்ட 500 பேர் கொண்ட பெரிய நீதிமன்றம் அது. அதில் நீதிபதி என்ற ஒருவரோ அல்லது நீதிபதிகள் அடங்கிய குழு இவை எதுவுமோ கிடையாது. ஒரு வழக்கை 500 பேருமே விசாரிப்பர். எது பெரும்பான்மையானவர்களின் கருத்தாக இருக்கிறதோ அதுவே தீர்ப்பு என்று ஏற்றுக்கொள்ளப்பட்டது.

சாக்ரடீஸ் தன் மீதான வழக்குகளில் தானே வாதிட்டார். அதற்குப் பலன் இல்லை. அவர் குற்றவாளி என்று நீதிமன்றம் முடிவு செய்தது. மொத்தம் உள்ள 500 பேரில் 280 பேர் அவர் குற்றவாளி என்றனர். 220 பேர் அதற்கு எதிராகத் தீர்ப்பளித்தனர்.

குற்றம் சாட்டியவர்களில் முதன்மை நபரான மிலீட்டஸ், சாக்ரடீசுக்கு மரண தண்டனை விதிக்கவேண்டும் என்றார். இதை நீதிபதிகளின் அவை ஏற்கவில்லை. சட்டப்படி குற்றவாளி என்று அறிவிக்கப்பட்ட ஒருவர் தனக்கான தண்டனையைத் தானே தேர்ந்தெடுத்துக் கொள்ளலாம். (குற்றம் சாட்டியவர் கூறும் தண்டனை, குற்றம் சாட்டப்பட்டவர் தனக்கு விதித்துக் கொள்ளும் தண்டனை, இரண்டுக்கும் நடுவில் ஒரு தண்டனையை நீதிமன்றம் கூறவும் வழி இருந்தது.)

ஒரு வேளை ஆதரவு வாக்குகளும், எதிர்வாக்குகளும் சரிசமமாக இருந்தால் அப்போது குற்றம் சாட்டப்பட்டவர் விடுவிக்கப்பட்டாக வேண்டும். சாக்ரடீஸ் வழக்கில் ஒரு 30 வாக்குகள் மாறி இருந்தால் அவர் விடுதலை ஆகி இருப்பார்.

அந்த நிலையில் சாக்ரடீஸ் கூறினார்:

'உண்மையில் நான் ஆச்சரியப்படுகிறேன். எனக்கு ஆதரவாக 220 பேர் கூறியிருப்பதுதான் எனக்கு வியப்பை அளிக்கிறது. மக்களுக்கு உண்மையான ஆனந்தம் எது என்று போதித்தற்காக நியாயமாகப் பார்த்தால் எனக்கு இங்கு உணவும், தங்குமிடமும் இலவசமாக அளிக்கப்பட்டிருக்க வேண்டும். (இங்கு அவர் தன்மீது இரக்கம் காட்டும்படி கூறவில்லை. ஆனால் தாம் எந்தத் தவறும்

செய்யவில்லை என்பதில் மட்டும் மிக உறுதியாக இருந்தார்.) அபராதமாகச் செலுத்த என்னிடம் பணம் இல்லை. என்னை நாடு கடத்துவது என்பது இந்த வயதில் சாத்தியமில்லாதது. எழுபது வயதில் ஒருவன் நாடு, நாடாக ஓடிக்கொண்டிருக்க முடியாது. எதையுமே விசாரிக்க முடியாத ஒரு வாழ்க்கை வாழ்வதற்கு ஏற்றதே அல்ல. இனி நான் பேசுவதை நிறுத்தி விடுவதாகக் கூறினால் அதை யாரும் நம்பமாட்டார்கள். அப்படிப் பேசுவதை நிறுத்தவும் என்னால் இயலாது. ஒருவேளை அபராதமாகப் பணம் செலுத்த வேண்டுமெனில் முப்பது மினாஸ் வெள்ளிதான் தரமுடியும். எனக்காக என் நண்பர்கள் அப்போலோ திராஸ், கிரைட்டன், கிரைடோபுலஸ் ஆகியோர் உத்தரவாதம் அளிப்பார்கள்.'

சாக்ரடீஸ் கூறி முடித்தபின் நீதிமன்றம் மீண்டும் தங்களுக்குள் விவாதித்து, அவருக்கு மரண தண்டனை என்று தீர்ப்பளித்தது.

'இது எனக்கு எந்தத் துன்பத்தையும் தரவில்லை. எனக்கு எதிராக வாக்களித்தவர்கள் மீது எனக்கு எந்த வருத்தமும் இல்லை. மரணத்திலிருந்து தப்புவது கடினம் அல்ல. தீமையிலிருந்து தப்பிப்பதுதான் கடினமான காரியம். ஆனால் ஒன்றைக் கூற விரும்புகிறேன். பலருக்கு மரண தண்டனை விதிப்பதன்மூலம், எல்லோரையும் அப்படிச் செய்யாமல் தடுத்துவிடலாம் என்று நீங்கள் கருதினால் அது மிகப்பெரிய தவறு. எனக்காக நான் பலமுறை இறக்கத் தயார். எனக்கு முன்னால் சென்றிருக்கும் பலரை, யுலிசிஸ், ஹோமர் போன்றவர்களைச் சந்திக்கும் வாய்ப்புக் கிடைக்கும் என்பது எவ்வளவு மகிழ்ச்சியான ஒரு விஷயம்? நான் செல்லப்போகும் இடத்தில், கேள்விகேட்கிறேன் என்பதற்காகஎனக்கு யாரும் மரண தண்டனை விதிக்கமாட்டார்கள்.'

குற்றம் சாட்டிய வர்களிடம் விடைபெறும் போது சாக்ரடீஸ் கூறினார்:

'நேரம் வந்துவிட்டது, நான் போவதற்கும், நீங்கள் இருப்பதற்கும். ஆனால் யார் எந்த இடத்துக்குச் செல்வார்கள் என்று அந்தக் கடவுளைத் தவிர யாராலும் அறிய முடியாது.'

சாக்ரடீசுக்கு விதிக்கப்பட்ட தண்டனை நிறைவேற்றப்படும் நாள்

வந்தது. அதுதான் இவ்வுலகத்தைப் பொறுத்தவரை அவரது கடைசி தினம். நண்பர்கள் பலரும் அன்று அவரைச் சிறையில் சந்தித்தனர்.

(சாக்ரடீசின் சீடர் பிளேட்டோவுக்கு அப்போது 28 வயது. எட்டு வருடமாக சாக்ரடீசுடன் இருந்தவர் அவர். இந்த வழக்கைக் கூடவே இருந்து பார்த்த அவர், வழக்கு விவரங்களை எல்லாம் 'மகா வசனங்கள்' என்ற பெயரில் புத்தகமாகவே எழுதினார். அதில் ஃபீடோ என்ற அத்தியாயத்தில் சாக்ரடீசின் கடைசி நாட்கள் உணர்ச்சிகரமாக விவரிக்கப்பட்டிருந்தன.)

உண்மையில் சாக்ரடீசை ஒழிக்க யாரும் எண்ணவில்லை. அவரை மிரட்டி வழிக்குக் கொண்டுவர வைக்கும் மலிவான அரசியல் தந்திரத்தைத்தான் அவர்கள் மேற்கொண்டனர். சீர்தூக்கி முடிவெடுக்கும் ஆற்றல் அற்றவர்கள் ஆட்சி செய்யவே லாயக்கற்றவர்கள் என்பது போன்ற அவரது பல்வேறு போதனைகளால் மக்கள் ஆளுவோரை இளக்காரமாகக் கருதும் நிலை எற்பட்டுவிடுமோ என அவர்கள் அஞ்சினர்.

ஆனால் சாக்ரடீஸ் தனது நிலையில் உறுதியாக இருந்ததால் அது அவர்களது கௌரவப் பிரச்னை என்றாகிவிட்டது, மரண தண்டனை விதிக்கும் வரைக்கும் நிலைமை போய்விட்டது. அதன் பின்னரும் சாக்ரடீஸைத் தப்புவிக்க முயற்சிகள் நடந்தன. ஒரு நண்பர் சாக்ரடீஸ் சார்பில் அபராதம் கட்ட முன்வந்தார். அப்படிச் செய்தால் அதுதான் குற்றம் செய்ததாக ஒப்புக்கொண்டதுபோல் ஆகிவிடும் என்பதால் மறுத்தார் சாக்ரடீஸ்.

கிரீட்டோ என்ற நண்பர் சாக்ரடீஸ் தப்பிவரச் சம்மதித்தால் கடற்கரையில் ஒரு படகு தயாராக இருப்பதாகவும், சிறைக்காவலர்களைச் சரிக்கட்டிவிட்டு தப்பிவிடலாம் என்றும் கூறினார். 'ஒரு பொறுப்புள்ள குடிமகன் ஒருபோதும் அப்படிச் செய்யலாகாது' என்றார் சாக்ரடீஸ்.

ஏதென்சில் அப்போது திருவிழாக் காலம். எனவே 3 வாரங்களுக்குத் தண்டனையானது ஒத்திவைக்கப்பட்டது. அப்படியாவது இவர் தப்பிச் சென்றுவிட மாட்டாரா என்பது பலரின் எதிர்பார்ப்பு. சாக்ரடீஸோ மாறாத முடிவுடன் இருந்தார்.

நாட்கள் நெருங்க, நெருங்க, நேரத்தை வீண் செய்யாமல் தத்துவ விசாரணைகளில் ஈடுபட்டார் சாக்ரடீஸ். இறப்பு, ஆன்மா, வலி, துன்பம், இன்பம் என விவாதம் சுழன்றது.

கடைசி நாளும் வந்தது. முக்கிய நண்பர்கள் எகக்ரேட்ஸ், பைடன், அப்போலோதிராஸ், ஸீபஸ், சிமியாஸ், கிரைட்டன் போன்றோர் அவரைப் பார்க்க வந்தனர். சாக்ரடீஸின் மனைவி ஸான்டிபி, கடைசி மகனுடன் வந்திருந்தார்.

'ஐயோ! கடைசி முறையாக உங்களுடன் பேச உங்கள் நண்பர்கள் வந்திருக்கிறார்களே!' என்று மனைவி அழுதார். சாக்ரடீஸ் முகத்தைச் சுளித்து, 'க்ரிட்டோ! யாரையாவது அனுப்பி இவளைக் கொண்டு போய் வீட்டில் விட்டுவிட்டு வா' என்றார்.

சங்கிலிகளிலிருந்து விடுவிக்கப்பட்டதால் கால்களைத் தேய்த்துவிட்டுக் கொண்டு சௌகரியமாக உட்கார்ந்து கொண்டு பேசினார் சாக்ரடீஸ். மரணம், மறுபிறவி பற்றிய விவாதங்கள் அப்போது அங்கு நடைபெற்றன.

மாலை நெருங்கியது. சாக்ரடீஸ் குளிக்கச் சென்றார். திரும்பி வந்த அவரிடம் சிறைக் காவலர் வந்து, 'என்னை மன்னியுங்கள் சாக்ரடீஸ். இந்தச் சிறையில் எத்தனையோ பேரைப் பார்த்திருக்கிறேன். உங்களைவிடச் சிறந்த மனிதரைக் கண்டதில்லை. என்னால் பேச முடியவில்லை. என்மேல் உங்களுக்குக் கோபம் இல்லையே' என்றபடி கண்ணீர்விட்டார்.

அவரை அணைத்து ஆறுதல் கூறிய சாக்ரடீஸ், விஷக் கோப்பையைக் கொண்டுவரும்படி கூறினார். கிரீட்டோ, 'சூரியன் இன்னும் அஸ்தமிக்கவில்லை. சட்டப்படி இன்னும் நேரம் இருக்கிறது' என்றார்.

'க்ரீட்டோ! கடைசி நிமிடம் வரை உயிரைப் பாதுகாத்துக் கொள்ள நான் ஆர்வத்துடன் முயன்றதாக வரலாற்றில் பதிவு செய்யப்படவேண்டுமா? இது முட்டாள்தனமாகத் தெரியவில்லையா உனக்கு?' என்ற சாக்ரடீஸ், விஷத்தைக் கொண்டு வரும்படி சொன்னார்.

காவலன் கலங்கிய கண்களுடன் கோப்பையை நீட்ட, அதை வாங்கிய சாக்ரடீஸ், 'இது சரியாக வேலை செய்ய நான் ஏதாவது செய்ய வேண்டுமா?' என்றார்.

'இது வேலை செய்ய நீங்கள் கொஞ்சம் முன்னும் பின்னும் நடக்கலாம். முதலில் கால்கள் மரத்துப்போகும். பின்னர் படிப்படியாக உடல் முழுவதும்...'

காவலன் சொல்லி முடிப்பதற்குள் விஷத்தை மலர்ந்த முகத்துடன் ஒரே மூச்சில் குடித்தார் சாக்ரடீஸ். 'இதில் ஒரு பகுதியைக் கடவுளுக்குப் படையலாக அளிக்க முடியவில்லையே என்பது வருத்தமாக இருக்கிறது. அப்படிப் படைக்க அனுமதி உண்டா என்றும் தெரியவில்லை.'

(சாக்ரடீஸ் மரணத்தை எவ்வளவு எளிதாக எடுத்துக் கொண்டார் என்பதை இந்த நகைச்சுவை மூலமே அறியலாம்.)

அதற்குப் பதிலளித்த காவலன், 'ஒருவரின் மரணத்துக்குத் தேவைப்படும் அளவுக்கே விஷம் கொடுக்கப்பட்டிருக்கிறது' என்றான்.

அதற்குமேல் தாளமுடியாமல் நண்பர்கள் உடைந்துபோய் அழ ஆரம்பித்தனர்.

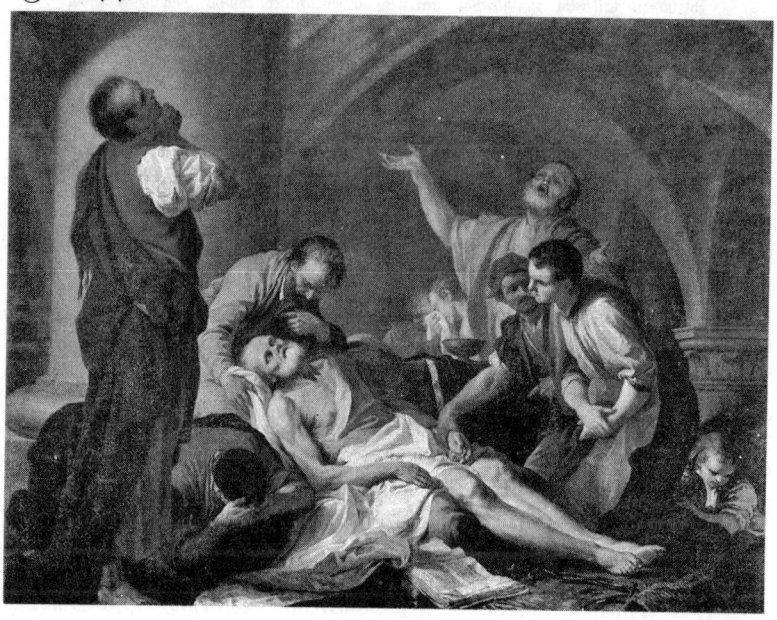

'என்ன இது? இப்படிச் செய்வார்கள் என்றுதான் பெண்களை வெளியே அனுப்பினேன். அதையே நீங்களும் செய்தால் எப்படி? மரணத்தின்போது அமைதி நிலவுவது எவ்வளவு நல்ல விஷயம்?' என்று கடிந்துகொண்டார் சாக்ரடீஸ்.

பின்னர் சாக்ரடீஸ் நடக்க ஆரம்பித்தார். சற்று நேரத்தில் அவரது கால்கள் மரத்துப் போக ஆரம்பித்தன. கால்களை நீட்டிப் படுத்துக் கொண்டார்.

காவலன் அவரது காலைக் கிள்ளி, 'வலி இருக்கிறதா?' என்றான். 'இல்லை' எனத் தலை அசைத்தார் சாக்ரடீஸ். அவரது உடல் குளிர்ந்து விரைக்கத் தொடங்கியது.

மெல்லிய குரலில், 'க்ரீட்டோ! அஸெல்பியஸுக்கு ஒரு சேவல் கொடுக்க வேண்டும்' என்றார். 'அது நிச்சயம் செய்யப்படும்' என்ற க்ரீட்டோ. 'வேறு ஏதாவது உங்களுக்குச் சொல்ல வேண்டுமா?' என்றார்.

சாக்ரடீசிடமிருந்து அதற்குப் பதில் இல்லை. அவரது கண்கள் நிலை குத்தி விட்டிருந்தன.

> சாக்ரடீசிடமிருந்து வந்த கடைசி வார்த்தைகள், 'அஸெப்பியஸ்க்கு நாம் ஒரு சேவல் தரவேண்டும். அதைத் தவறாமல் கொடுத்து விடவும்' என்பதுதான்.
>
> அஸெப்பியஸ் என்பது ஒரு தெய்வம். அந்தக் கோயிலுக்கு சேவல் பலி கொடுப்பதாக சாக்ரடீஸ் நேர்ந்து கொண்டிருந்தார். நேர்த்திக் கடனில் பாக்கி இருக்கக் கூடாது என்பதற்காகவே அதைத் தன் கடைசி விருப்பமாகக் கேட்டுக் கொண்டார் என்கின்றனர் ஒரு சாரார்.
>
> மற்றொரு சாரார் பகுத்தறிவாளரான சாக்ரடீஸ் கடவுளுக்கு சேவல் பலி கொடுப்பதாக வேண்டிக்கொண்டார் என ஒப்புக்கொள்ள மனமின்றி, சாக்ரடீஸ் அஸெப்பியஸ் என்ற நண்பரிடம் ஒரு சேவல் கடன் வாங்கி இருந்தார். கடனாளியாக மரணமடைய விரும்பாமல், அதனைத் தம் சார்பில் திருப்பித் தரும்படி கேட்டுக்கொண்டார் என்கின்றனர்.

இன்னும் சிலர் வேறு வகையாகக் கூறுகின்றனர். ஜவாஹர்லால் நேரு நாடறிந்த நாத்திகர். ஆனால் அவர், தான் இறந்த பின்பு தன் உடலை எரிக்க வேண்டும், சாம்பலின் ஒரு பிடியைக் கங்கையில் கரைக்க வேண்டும் என்று உயிலில் எழுதினார். இந்நாட்டின் மிக நீண்ட பாரம்பரியத்துக்கு நான் செலுத்தும் நன்றிக்கடன் மற்றும் மரியாதை அது என்றார்.

அதன்படி, பகுத்தறிவாளராக இருந்தாலும், என்றோ சொல்லப்பட்டு பாக்கி நிற்கும் ஒரு நேர்த்தியைச் செலுத்தும்படி அவர் கூறியிருக்கலாம் என்பது இவர்கள் கருத்து.

பிளேட்டோ தன் புத்தக முடிவுரையில் கூறுகிறார்:

'இப்படியாக நாங்கள் தந்தையாகப் போற்றிய, எங்களை நண்பராக நடத்திய மிகச் சிறந்த அறிவாளி எங்களையெல்லாம் விட்டுச் சென்றார். உண்மைக்காக நேர்மையுடன் போராடிய ஒரு மாபெரும் மனிதரின் முடிவு அந்த மாலை நேரத்தில் நிகழ்ந்தது.'

சாக்ரடீசின் கடைசித் தருணங்கள் வரலாற்றில் அழியா இடத்தைப் பெற்றுவிட்டன. அவரது வழிகள், போதனைகள் இன்றுவரை சிறந்த வழிகாட்டியாக உள்ளன.

10 செங்கிஸ்கான்

இந்த நூலைப் படித்துக்கொண்டிருக்கும் வாசகர்களிடையே இப்போது ஒரு சந்தேகம் எழக்கூடும். நாம் எடுத்துக்கொண்டிருக்கும் பொருள் மாமனிதர்கள் மரணத் தறுவாயில் என்ன சொன்னார்கள் என்பதைப் பற்றியது. இதுவரை நாம் பார்த்ததும் படித்ததும் கிருஷ்ணர், ராமர், புத்தர், ஏசு, காந்தி, சாக்ரடீஸ் போன்றவர்களைப் பற்றித்தான்.

அவதாரங்களும், உலகிற்கு அன்பைப் போதித்தவர்களும், அகிம்சைக்காகத் தங்கள் உயிரை விட்டவர்களும்தான் நமது இலக்கா? அவர்களைப் பற்றித் தெரிந்துகொள்ள வேண்டிய அவசியம் மட்டும் தான் நமக்கு இருக்கிறதா? இந்தச் சந்தேகம் உங்களுக்கு எழுந்தால் அதில் தவறு இல்லை. ஆனால் நமது நோக்கம் அதுவல்ல.

சொல்லப்போனால் இயற்கையிடம் எப்போதுமே பாரபட்சம் இருந்ததில்லை. எப்படி இருளைப் படைத்த இயற்கை ஒளியையும்

படைத்ததோ, எப்படி இருள் இன்றி ஒளி இருக்க முடியாதோ, அதுபோல் இம்சையைப் படைத்த இயற்கையே அகிம்சையையும் படைத்தது.

ராமாயணத்தில் ராமனுக்கு எவ்வளவு முக்கியத்துவம் உண்டோ அதற்கு இணையான முக்கிய இடம் ராவணனுக்கும் உண்டு. இன்னும் சொல்லப் போனால் ராவணன் இல்லையேல் ராமனுக்கு இங்கே வேலையே கிடையாது.

அதனால் இயற்கையின் ஒரு கோடி ஆக்கல் பணியைச் செய்து கொண்டிருக்கிறது என்றால் அதன் மறுகோடி அழிவுக்கான வேலைகளிலும் ஈடுபட்டுள்ளது என்பதை நாம் உணரவேண்டும். எனவே, நாம் அகிம்ஸாவாதிகளை எப்படிக் கவனிக்கிறோமோ அதுபோல் பயங்கரமானவர்களையும் கவனிக்க வேண்டும்.

இயற்கையாகவே அவதாரங்கள் பற்றிய பேச்சை எடுத்த உடனேயே ராமர், கிருஷ்ணர் பற்றித்தான் பேச ஆரம்பிப்பார்கள். அகிம்சாவாதிகள் என்றால் புத்தர், ஏசு போன்றோரைப் பற்றி சொல்ல ஆரம்பித்து விடுவார்கள். மாவீரர்கள் என்றால் அலெக்சாண்டர், ஜூலியஸ் சீசர், நெப்போலியன் பற்றிக் குறிப்பிடுவார்கள். அதுபோல் கொடுங்கோலர்கள் என்றால் ஹிட்லர், தைமூர், அட்டிலா, செங்கிஸ்கான் போன்றோரைப் பற்றிய செய்திகள் அதில் இடம் பெறும்.

வரலாற்றில் தோல்வியே காணாத மெய்யான மாவீரன் ஒருவன் உண்டு என்றால் அவன் அலெக்சாண்டர்தான். பயங்கரமான கொடுங்கோலன் என்றால் அது ஹிட்லர்தான்.

உண்மையில், தோல்வியே காணாத மாவீரன் என்ற பட்டம் அலெக்சாண்டரை விட செங்கிஸ்கானுக்கே அதிகம் பொருந்தும். அதேபோல் மிகக்கொடிய ரத்த வெறியன் என்ற பட்டம் ஹிட்லரைவிட செங்கிஸ்கானுக்கே பொருந்தும்.

செங்கிஸ்கானின் ரத்த வேட்கையுடன் ஒப்பிட்டால் ஹிட்லரின் படுகொலைகள் அவ்வளவு பெரிதானவையாகத் தெரியாது. ஹிட்லராவது யூதர்கள் என்ற ஒரு குறிப்பிட்ட இனத்தின்மீது மட்டும் பகைமை கொண்டான். அவர்களை அழித்தொழித்தான். ஆனால், செங்கிஸ்கானோ தான் சென்ற இடமெல்லாம் 'கல்லுளிமங்கன் போன வழி, காடுமலையெல்லாம் தவிடுபொடி' என்பதுபோல் ருத்ர தாண்டவம் ஆடியவன்.

செங்கிஸ்கானின் கொடூரத்துக்கு ஒரு சான்று இதோ: ஒருமுறை செங்கிஸ்கானின் படைகள் எதிரியின் கோட்டை ஒன்றை முற்றுகையிட்டு, வெற்றிபெற்றன. எதிரி நாட்டைச் சேர்ந்த ஆண், பெண் குழந்தைகள் உட்பட ஆயிரக்கணக்கானோரைக் கைது

செய்து வெட்டவெளியில் நிற்க வைத்திருந்தனர் செங்கிஸ்கானின் படையினர்.

'சொல்லுங்கள். எங்கே ஒளித்து வைத்திருக்கிறீர்கள் செல்வங்களை எல்லாம்?' என்று அவர்களைப் பார்த்துச் சீறினான் செங்கிஸ்கான்.

அப்போது ஒரு கிழவி தள்ளாடியபடி முன்னே வந்து, 'என்னிடம் ஒரே ஒரு வைரம் உள்ளது. அதை நான் விழுங்கி என் வயிற்றினுள்ளே பாதுகாப்பாக வைத்துள்ளேன். என்னைக் கொன்று அதை எடுத்துக் கொள். அதற்குப் பதில் இவர்களை எல்லாம் விட்டுவிடு' என்றாள் உருக்கமாக.

செங்கிஸ்கான் சமிக்ஞை காட்டவும், ஒரு வீரன் வாளை உருவிக் கிழவியை குத்திக் கொன்றான். கிழவியின் வயிற்றைக் கிழித்தபோது உண்மையாகவே அங்கே ஒரு வைரம் பளபளத்தது.

செங்கிஸ்கான் கண்களில் வெறி மின்ன, 'இதுபோல் இன்னும் எத்தனைபேர் ஒளித்து வைத்துள்ளனரோ! எல்லோரையும் சோதனை போடுங்கள்' என்றான். மறுகணம் வெறியுடன் பாய்ந்த படையினர் அத்தனை பேரையும் அவர்கள் குத்திக் கொன்று எல்லோருடைய வயிற்றையும் தாறுமாறாகக் கிழித்துப் பார்த்தனர். ஒரே ஒரு துணுக்கு வைரம் கூடக் கிடைக்கவில்லை. பல்லாயிரக்கணக்கானோர் குடல் கிழிந்து, பிணமாகிச் சரிந்ததில், அந்த இடமே ரத்தச் சகதியானதுதான் மிச்சம்.

செங்கிஸ்கான் வரலாற்றில் இதை 'தெய்வ சாபம்' என்றே குறிப்பிட்டனர். அந்த அளவுக்கு அவன் கொடிய ரத்தப்பசி

கொண்டவனாக இருந்தான். சிக்கியவர்களை எவ்வளவு கொடூரமாக வேண்டுமானாலும் கொலை செய்வதற்கு அவன் தயங்கவில்லை. அவன் காலத்தில் உலகையே வென்ற சக்கரவர்த்தியாகவே அவன் கருதப்பட்டான்.

வடக்கு சீனா எனப்படும் சின் ராஜ்யம் முழுவதையும் தனது ஆளுமையின் கீழ் அவன் கொண்டுவந்தான்.

இங்கு நாம் செங்கிஸ்கானின் முழுச் சரித்திரத்தையும் பார்க்கப் போவதில்லை. அவரது கடைசி தினம்தான் நமக்கு இங்கே முக்கியம். (அதனாலேயே செங்கிஸ்கானின் கொடுமைகளைக் கூறும்போது அவன் என்றும், இறுதிநாள் உபாதைகளின்போது 'அவர்' என்றும் இங்கு எழுதப்படுகிறது.)

வரலாற்றில் கருணை, ஈரம் என்பதற்கு இடமே இல்லாத ஒரு மிருக வெறி கொண்ட மன்னன் செங்கிஸ்கான். (பின்னாளில் தந்தை வழியில் செங்கிஸ்கானையும், தாய் வழியில் தைமூரையும் தன் முன்னோர்களாகக் கொண்ட முகலாய மன்னன் பாபர்தான் டெல்லியை வென்று முகலாய அரசை இந்தியாவில் நிறுவினான்.)

இந்த செங்கிஸ்கானைப் பற்றி ஒரு கதை உண்டு. இதில் எந்த அளவுக்கு உண்மை இருக்கிறதோ தெரியாது. இந்த ஒரு கதையில் மட்டும்தான் செங்கிஸ்கானின் உள்ளத்திலும் ஈரம் இருந்தது என்பது காட்டப்படுகிறது.

இந்தக் கதை சீனாவில் நடந்ததாகச் சிலர் கூறுகின்றனர். இன்னும் சிலர் இந்தியாவில் நடந்ததாகச் சொல்கின்றனர். செங்கிஸ்கான் வாழ்வில் நடந்த சம்பவம் என்கின்றனர் சிலர். இல்லையில்லை, இது தைமூரின் வாழ்வில் நடந்த சம்பவம் என்கின்றனர் சிலர்.

நாடு நாடாக வென்று கொண்டே இந்திய எல்லையை எட்டிவிட்டான் செங்கிஸ்கான். அன்றைய பாரதம் அகண்ட பாரதம். அன்று அரேபியாவிலிருந்தும், ஐரோப்பாவிலிருந்தும் தரை மார்க்கமாகவே இந்தியாவுடன் வாணிபம் நடைபெற்றது. சீன யாத்ரீகர்கள் பாஹியான் முதல் யுவான் சுவாங் வரை அனைவரும் கால்நடையாகவே இந்தியாவுக்கு வந்தனர்.

அப்போது ஓர் ஊரைச் சூறையாடியது செங்கிஸ்கானின் படை. ஓடும் மக்களை எல்லாம் அவனது வீரர்கள் துரத்தி, கையில் கிடைத்தவர்களை எல்லாம் கொன்றனர். அந்த சமயத்தில் ஒரு பெண் இடுப்பில் ஒரு குழந்தையைச் சுமந்தபடி வேறொரு சிறுவனைக் கூட்டிக்கொண்டு ஓடிக் கொண்டிருந்தாள். ஒரு கட்டத்தில் இடுப்பில் இருந்த தன் குழந்தையைத் தூக்கி ஒரு ஓரமாக எறிந்துவிட்டு சிறுவனைத் தூக்கி வைத்துக் கொண்டு ஓடினாள்.

இதைப் பார்த்த செங்கிஸ்கான் ஓர் உப தளபதியை அழைத்து. அந்தப் பெண்ணைப் பிடித்து வரச்சொல்லிக் கட்டளையிட்டான். குதிரையில் அவளை

விரட்டிச் சென்ற தளபதி, அவளைப் பிடித்து, கையில் விலங்குபோட்டு அழைத்து வந்தான்.

அந்தப் பெண்ணிடம் செங்கிஸ்கான் கேட்டான்:

'ஏ பெண்ணே! உண்மையைச் சொல். ஆபத்து என்றதுமே தூக்கி வீசி எறிந்துவிட்டு ஓடினாயே, அது உன் பக்கத்து வீட்டுக்காரியின் குழந்தைதானே?'

'இல்லை அரசே' என்ற அந்தப்பெண், 'அது என் குழந்தைதான். இவன்தான் பக்கத்து வீட்டுக்காரியின் குழந்தை. அவள் உயிரிழந்துவிட்டாள். சாகும்போது எப்படியாவது தன் குழந்தையைக் காப்பாற்றும்படி என்னிடம் கேட்டுக்கொண்டாள். நானும் அவளுக்கு அப்படியே செய்வதாக வாக்கு கொடுத்தேன். கொடுத்த வாக்கைக் காப்பது தான் தர்மம். என் குழந்தையை எனக்குக் கொடுத்தவர் கடவுள். இந்தக் குழந்தையை என்னிடம் கொடுத்ததோ தர்மம். தர்மம் கடவுளைவிட உயர்ந்ததல்லவா!'

இதைக் கேட்டு ஆனானப்பட்ட செங்கிஸ்கானே மனம் கசிந்துபோனான்.

'தாயே! இந்த நாட்டை வெல்ல என்னால் இயலாது.'

என்று கூறிவிட்டு பாரதநாட்டுக்குள் நுழையாமலே திரும்பிப்போனான் என்கிறது இந்தக்கதை.

கல்வி அறிவில்லாத, அறவுணர்வோ, மனிதத்தன்மையோ இல்லாத மூர்க்கனாக இருந்தாலும், போர்த்தந்திரங்களில் மகா வல்லவனாக இருந்தான் செங்கிஸ்கான். நுட்பமான சூட்சும புத்தி அவனிடம் இருந்தது.

அந்தக் கால மங்கோலியா வறண்ட பாலைவன பூமியாக இருந்தது. அங்கு ஆறு ஓடும் பகுதிகளில் மட்டுமே விவசாயம் நடந்தது. மற்ற பகுதிகளில் வாழ்ந்த மக்கள் நாடோடிகளாகவும் முரடர்களாகவும் இருந்தனர். உயிர் வாழ வேண்டிய தேவை அவர்களைக் கொள்ளைத் தொழிலில் ஈடுபடுத்தியது. மங்கோலியப் பாலைவனத்தின் பல பகுதிகளில் செமிட்டிக், பார்ந்தியர், கிதான், கின் என எண்ணற்ற முரட்டு இனங்கள் வசித்தன. இந்தக் கூட்டங்களின் வாழ்க்கை என்பது எப்போதுமே போராட்டங்களும் போர்களும் நிறைந்ததாக இருந்தன. பொதுவாக மங்கோலியர் என்று இவர்கள் அழைக்கப்பட்டாலும், எண்ணற்ற இனங்கள் அடங்கிய ஒரு கதம்பக் கூட்டமாக இது இருந்தது.

மித மிஞ்சிய கொடூரம், அச்சமற்ற முரட்டுத்தனம் ஆகியவற்றால் மட்டுமே இவர்களை அடக்கியாள முடியும் என்ற அந்தச் சூழலில் அவர்களுக்குத் தலைவனாக, வெற்றி வீரனாக விளங்கினான் செங்கிஸ்கான்.

செங்கிஸ்கான் நடத்திய கடைசிப் போர் டாங்குட் இனத்தவருடன் நடத்தியதுதான். அவனது வீரமும் கொடூரமும் நன்கு தெரிந்திருந்தும் அவனுக்குப் பணிய மறுத்தனர் டாங்குட்கள். உண்மையில், செங்கிஸ்கானின் கொடூர குணம் பற்றிய அச்சத்தாலேயே அவர்களுடைய மன்னன் அவ்வாறு பணிய மறுத்தான்.

முறை சார்ந்த ஒரு மன்னன் தன்னை எதிர்ப்போரை அழிப்பது என்பது ஏற்கக்கூடிய ஒரு செயல்தான். ஆனால் பணிந்து விட்டவர்களைத் தங்கள் ஆளுகையின்கீழ் கொண்டு வரமுயலலாம் அல்லது அவர்களிடமிருந்து கப்பம் வசூலிக்கலாமே தவிர, அவர்களை அழிப்பது தர்மமாகாது.

ஆனால் செங்கிஸ்கானோ சூறையாடுபவன். அதனால் அவன் தன்னை எதிர்ப்பவரையும் கொன்றான். பணிந்து நாட்டை ஒப்படைத்தவனுக்கும் அதே கதிதான். பயிர், பச்சைகளை எரித்தல், கொள்ளையிடல், சூறையாடுவது, கொலை செய்வது என அட்டூழியங்களே அவனது நடைமுறை எனும்போது அவனிடம் பணிவதால் என்ன பலன்?

டாங்குட்கள் விவசாயிகள். கிராமக் குழுக்கள். பிரமாதமான கோட்டை, கொத்தளங்கள் போன்ற எந்தத் தடுப்பரண்களும் இல்லாதவர்கள். ஆனாலும் அஞ்சாமல் இவனை எதிர்த்துப் போரிட்டனர். நாடோடிகள் போல திரியும் செங்கிஸ்கான் படைக்கும், ஒரே இடத்தில் நிலையாக வசித்து, பயிர்த் தொழில் செய்து ஜீவிக்கும் டாங்குட்களுக்கும் வீரத்தில் மலைக்கும் மடுவுக்குமான வித்தியாசம் இருந்தது.

டாங்குட்களின் எதிர்ப்பு செங்கிஸ்கானின் வெறியைத் தூண்டிவிட்டது. அந்த இனத்தையே பூண்டறுத்துவிடத் துடித்தான். டாங்குட்களுடனான தனது கடைசி யுத்தத்தில் வீரர்கள் முன்னிலையில் அவன் கர்ஜித்தான்.

'வீரர்களே! உங்களிடம் சிறைப்படும் டாங்குட் வீரர்களை உங்களை இஷ்டப்படி என்ன வேண்டுமானாலும் செய்து கொள்ளுங்கள்.'

இது போதாதா அவனுடைய படைக்கு? சாதாரணமாகவே படை வீரர்கள் யுத்தம், பயண அவதி, குடும்பத்தோடு இல்லாத நிலைமை, தனிமை, ஏக்கம் இவற்றால் வெறிபிடித்துப் போயிருப்பார்கள். இந்த உத்தரவு அவர்களை சாராயம் குடித்த செந்நாய்கள்போல் ஆக்கிவிடுமே!

வரலாற்றின் கொடிய ரத்தம் தோய்ந்த பக்கங்கள் அவை. மனித குலம், ஓர் இனத்தினிடம் இன்னொரு இனம் இப்படியும் நடந்துகொள்ளுமா என்னுமளவுக்கு அத்தனைக் கொடிய வெறியாட்டங்கள் அங்கே அரங்கேறின. வரலாற்றில் பின்னாளில் யூத இனத்தின் மீது ஹிட்லர் நடத்திய இனப்படுகொலை ஒன்றுதான் இதற்கு இணையானது என்று சொல்லக்கூடியதாக இருந்தது.

பல இடங்களில் பரவிக் கிடந்த டாங்குட்களைத் தேடித்தேடி அழித்தது செங்கிஸ்கான் படை. இடையே குறுக்கிட்ட எண்ணற்ற இனங்களும் இவர்களின் கொடூர வெறியிலிருந்து தப்பவில்லை.

இத்தகைய ஒரு தாக்குதலின்போது அவன் வீரர்கள் ஓடுபவர்களை விரட்டி, விரட்டி வேட்டையாடி கொண்டிருக்கையில், செங்கிஸ்கான் ஒருவனைத் துரத்திச் சென்றபோது, அவனது குதிரை ஏதோவொன்றால் தடுக்கப்பட்டுக் கால் தடுமாற அதன் மீதிருந்த அவன் குட்டிக்கரணம் அடித்துக் குப்புற விழுந்தான்.

பலமான அடி. காயங்கள் இல்லை. ரத்தம் வரவில்லை. ஆனால் உள் அடி பலமாக இருந்தது. அது முதல் கடும் வயிற்று வலி, ஜுரம் போன்றவை அவனை வாட்டின. மெல்ல அவனது உடல் வலிமை குன்ற ஆரம்பித்தது.

விசுவாசம் மிக்க படைத்தலைவர்களில் ஒருவனான தோலன் செர்பி என்பவன்தான் செங்கிஸ்கானுக்கு எல்லா உதவிகளையும் அப்போது செய்தான். அவன் தோள் கொடுத்ததுதான் செங்கிஸ்கானை மீண்டும் ஓரளவுக்கு எழுந்து நிற்க வைத்தது.

செங்கிஸ்கான் மீண்டும் பழைய நிலையை அடைவதற்குப் பாடுபட்ட தோலன் செர்பி, அதற்கு முதற்படியாக பயனற்ற இந்த யுத்தத்தை நிறுத்தும்படி அவனிடம் கூறினான். பெரிய அரசு, போதிய செல்வம் போன்றவை இருக்கும்போது தொடர்ந்து போரிட்டுக் கொண்டே இருப்பதால் என்ன பயன்? இரு தரப்பிலும் வீரர்கள் மடிந்தனர் என்பதைத் தவிர வேறு என்ன லாபம்? எதிரி வீரர்கள் அதிகமாக மடிந்திருக்கலாம் என்பதைத் தவிர இதில் என்ன பெருமை உள்ளது?

ஆனாலும் தோலன் செர்பி சொன்னதை செங்கிஸ்கான் ஏற்கவில்லை. டாங்குட்களில் ஒருவர் கூட மீதமின்றிக் கொல்லும்வரை விடுவதில்லை என்பதில் அவன் வெறியாக இருந்தான். தனது மகன்கள், தளபதிகள் என எவரிடம் பேசும்போதும், ‘டாங்குட்களின் கோட்டைகள் விழும்போது அங்குள்ள எல்லாத் தந்தைகளும் தாய்களும் அவர்களது வாரிசுகளும் அந்தப் பரம்பரையினர் அனைவருமே ஒருவர் ▶

மீதமின்றி ஒழிக்கப்படவேண்டும். என் இறுதி சடங்கின்போது இறந்த டாங்குட்கள்தான் படையலிடப்பட வேண்டும்' என்றான்.

'நான் உணவு உண்ணும்போது டாங்குட்களில் கடைசி மனிதர் வரை அனைவரும் கொல்லப்பட்டுவிட்டனர் என்பதை அறிவிக்க வேண்டும் என்றான் செங்கிஸ்கான். அதன்படியே செய்யப்பட்டது.

செங்கிஸ்கானின் உடல் நலம் குன்றத் தொடங்கியது. மெல்ல அவனது நடமாட்டங்கள் குறைய ஆரம்பித்தன. உடம்பும் மனமும் எப்போதுமே வெவ்வேறு தளத்தில் இயங்குபவை. மனம் எண்ணங்களால் ஆனது. உடல் செயலினால் ஆனது. அவனது மனத்தில் இப்போது அதே வேகமும் வெறியும் இருந்தன. ஆனால் உடல் மட்டும் அவனுடன் ஒத்துழைக்க மறுத்து, விழ ஆரம்பித்தது.

தனது இறுதி நெருங்குவதை செங்கிஸ்கானின் உள்மனம் உணர்ந்தது. தனக்கு நல்வழி கூறிய விசுவாசி தோலன் செர்பியிடம் அவன் அப்போது கூறினான்.

'தோலன்! விபத்து ஏற்பட்ட பின்பு நீதான் என்னுடைய நிலையைப் பற்றிக் கவலைப்பட்டாய். நீ மட்டும்தான் நான் பழையபடி ஆக வேண்டும் என்று முயற்சி செய்தாய். ஆனால் நானோ உன் அறிவுரையைக் கேட்கவில்லை. டாங்குட்களின் கொடிய சொற்களுக்காக நான் அவர்களைத் தண்டிக்க நினைத்தேன். டாங்குட்களின் அரசன் எமக்காகக் கொண்டு வந்த, அவரது நகரம் அரண்மனை, தங்கம், வெள்ளிப் பாண்டங்கள் அனைத்தையும் உனக்கு அளிக்கிறேன். நீ எடுத்துக் கொள்' என்றான்.

அந்நாளில் மன்னர்கள் தங்களது மரணத்துக்குப் பிறகு யார் அடுத்த மன்னராக வரவேண்டும் என்பதை அறிவித்து விடுவார்கள். வாரிசுப் போட்டியால் நாடு சிதறாமல் தடுக்க அது ஒன்று தான் வழி.

தன்னுடைய முடிவு நெருங்குவதை உணர்ந்த செங்கிஸ்கான், அடுத்தகட்ட நடவடிக்கைகளை எடுக்க ஆரம்பித்தான்.

செங்கிஸ்கானின் மூத்த மகன் அவனது இல்வாழ்க்கைக்குப் புறம்பாக பிறந்தவன். (இவன் கி.பி. 1227இல் ஆரல் மாகாணத்தில் இறந்துவிட்டான்.) மற்ற மூன்று மகன்களில் ஐகாதே என்பவன் வேறொரு படைப்பிரிவுக்குத் தலைமை தாங்கி, தொலை தூரத்திலிருந்த ஓர் இடத்தில் போரில் ஈடுபட்டிருந்தான். அதனால்தான் செங்கிஸ்கான் தனது இதர இரு மகன்களையும் அழைத்தான். ஓகோதை, தொலு எனப்படும் இந்த இருவரும் அவனுக்கு அருகில் இருந்துதான் போரில் ஈடுபட்டிருந்தனர்.

அவர்களிடம் தனிமையில் செங்கிஸ்கான் கூறினான்.

'என் குழந்தைகளே! என் முடிவு நெருங்கிவிட்டது. அழிவற்ற சொர்க்கத்தின் உதவியால் உங்களுக்கு ஓர் அகண்ட பேரரசை விட்டுச் செல்கிறேன். அதன் மையத்திலிருந்து அதன் எல்லைகளை அடைய வேண்டுமானால் அதற்கு நீங்கள் ஒரு வருடகாலம் குதிரையில் பயணிக்கவேண்டும். அவ்வளவு பெரிய பேரரசை ஒன்று சேர்த்து, உங்களுக்குக் கொடுத்துள்ளேன். அதனை ஒற்றுமையாக ஆளுங்கள். உங்கள் சந்ததிகளுக்காக மேலும் திரண்ட செல்வத்தை ஈட்டுங்கள். ஓகோதை எனக்குப்பின் அரியணையில் அமரட்டும். இப்போது இங்கு இல்லாத ஐகா நோயால் பிரச்னை ஏற்படாதபடி பார்த்துக் கொள்ளுங்கள்.'

கடைசிக் காலத்திலும் செங்கிஸ்கானின் போர்வெறி தீரவில்லை. மங்கோலியர்களின் பரம்பரை எதிரி ஒருவர் ஹோனன் என்ற வலுவான இடத்தில் இருந்தார். இவரை 'தங்கத்தின் அரசன்' என்று வரலாறு குறிப்பிடுகிறது. அவரது தலைமையின் கீழுள்ள அரசை வீழ்த்துவதற்காக செங்கிஸ்கான் போர்த் திட்டம் ஒன்றை வகுத்தான். செங்கிஸ்கான் இறந்து 6 ஆண்டுகளுக்குப் பின்னரே அது வெற்றிகரமாக நிறைவேற்றப்பட்டது.

8 ஆகஸ்டு 1227. அதுதான் செங்கிஸ்கானின் கடைசி நாள். தனது இறுதித் தருணத்தில் அவன் துயரமும் பொறாமையும் மனச்சோர்வும் கலந்த உணர்வுகளால் கடுமையாகப் பாதிக்கப்பட்டிருந்ததாக வரலாற்றுப் பதிவுகள் கூறுகின்றன.

செங்கிஸ்கானின் கடைசி வார்த்தைகள்.

'எனது வாரிசுகள் தங்கத்தால் பூ வேலைப்பாடுகள் செய்யப்பட்ட ஆடைகளுடன் உலவுவார்கள். மிகச் சிறந்த இறைச்சி வகைகளை

உண்பார்கள். உயர்ந்த குதிரைகளில் சவாரி செய்வார்கள். கட்டழகுக் கன்னிகளுடன் சல்லாபிப்பார்கள். எண்ணற்ற இந்த சுகங்களை அனுபவிப்பதற்காக அவர்கள் யாருக்குக் கடமைப்பட்டிருக்கிறார்களோ அவரை அவர்கள் மறந்துவிடுவார்கள்.'

அதன்பின் செங்கிஸ்கான் கண் விழிக்கவில்லை. அவனது அந்த மயக்கம் மரணம் வரை நீடித்தது.

மங்கோலியர்கள் புனிதமாகக் கருதிய, பழமையான பர்க்வான் குவால்டன் மலையின் சிகரங்களுள் ஒன்றைத் தன்னை புதைக்கும் இடமாக செங்கிஸ்கான் தேர்வு செய்திருந்தான். அவன் விருப்பப்படி கிழக்கே கான்ஸ் மலைப் பிரதேசத்தில் இருந்த அந்த இடத்துக்கு அவனது உடல் கொண்டு செல்லப்பட்டது.

படைகளுடன் செங்கிஸ்கான் சென்ற பயணங்கள் எவ்வளவு கடுமையானவையோ, அதைவிடக் கடுமையானவையாக இருந்தது அவனது இறுதிப் பயணம்.

அல்டாயிக் என்னும் பழமையான கலாசார வழக்கப்படி அவர்கள் வழியில் கண்ட அறிமுகமற்ற அந்நியர்கள் மற்றும் அவர்களது எருதுகள், குதிரைகளைக் கத்தியால் வெட்டிக்கொன்று, 'இனிவரும் காலங்களில் எங்கள் தலைவர் செங்கிஸ்கானுக்குப் பணிவிடை செய்யுங்கள்' என்று மந்திர கோஷம்போல் முழங்கினர்.

செங்கிஸ்கானின் இறுதி யாத்திரை மங்கோலிய இலக்கியங்களில், சிறந்த கவிதை வடிவில் உள்ளது. அவனது மரணம் படை வீரர்களைத் துயரத்தில் ஆழ்த்தியது. ஒரு தளபதி புலம்புகிறார்.

'ஓ என் அரசே! ஒரு வல்லூறுபோல் நீங்கள் உயரப் பறந்து சென்றுவிட்டீர்களா?' என்று.

செங்கிஸ்கான் போன்றவர்களுக்கு ஆத்மா, பிறவி போன்றவை குறித்தெல்லாம் சிந்தனை இருந்திருக்குமா என்பதே சந்தேகம். இரண்டாகப் பிரிந்த நான், நீ என்ற நிலைப்பாட்டில் 'நான்' என்ற தன் முனைப்பில் மூழ்கி விட்டவர்கள் இவர்கள்.

தேர்தல்களில் ஆளும் தரப்பு, எதிர்த் தரப்பு என்று இரு தரப்பிலிருந்தும் கட்சிகள் போட்டியிடும். இரு கட்சியைச் சேர்ந்த தொண்டர்களும் தீவிரமாகத் தங்கள் எதிர்த்தரப்பைத் தோற்கடிப்பதற்காகப் போராடுவார்கள். பொதுமக்களுக்கோ இரண்டு கட்சிகளும் அரசியல் என்ற ஒரே குட்டையில் ஊறிய மட்டைகள் என்பது தெளிவாகவே தெரியும்.

உலகமானது இரண்டாகப் பிரிந்த எதிரெதிர் சக்திகளின் பரஸ்பர ஈர்ப்பினால் உண்டான ஒன்று. இதை உணர்ந்த ஞானிகள், 'உலகம் ஒரு மாயை' என்பர். இதை உணராத மக்கள் ஆண் பெண், இரவு பகல், வெற்றி தோல்வி என இரண்டிரண்டின் ஏதேனும் ஒன்றைப் பற்றிக்கொண்டு, மற்றதுடன் மோதிக் கொண்டிருப்பார்கள்.

என்னதான் அவற்றில் மூழ்கித் திளைத்தாலும் உண்மை என்ன என்பதை ஆழ்மனம் உணரவே செய்யும். புதிதாக எதுவும் சம்பாதிக்காமல், இருப்பதைச் செலவிட்டுக் கொண்டிருப்பவன் பணம் கரையக் கரைய, இனி அதிக நாள் தாங்காது என்பதை உணரத் தலைப்படுவதுபோல், அவனது மனம் தனது இறுதி காலம் நெருங்குவதை அவனுக்கு உணர்த்தும்.

செங்கிஸ்கான் பிறருக்குத் தொல்லை கொடுப்பதற்கு சிறிதும் அஞ்சாதவன். அவனது முரட்டுக் கூட்டத்தினர் தங்களது மூர்க்கத்தனத்தை வீரம் என்று எண்ணியவர்கள். அந்த மூர்க்கம் அதிகம் இருப்பவனே அங்குள்ள மற்றவர்களுக்குத் தலைவனாக நீடிக்க முடியும்.

அப்படிப்பட்டவனுடைய கடைசி சொற்கள் என்ன என்பதைப் பார்த்தீர்களா? தன் வாரிசுகள் சிறந்த போகங்களை அனுபவிப்பார்கள். அறுசுவை உணவு உண்பார்கள். அழகிகளுடன் சல்லாபிப்பார்கள். உயர்தர ஆடை, அணிகலன்களைச் சூடுவார்கள். 'ஆனால் இதற்கெல்லாம் காரணமானவரை மறந்து விடுவார்கள்.'

அவனது கடைசி சொற்களின் கடைசி வரி கூறுகிறது. எல்லா இன்பங்களும் எவரால் அளிக்கப்பட்டதோ அவரை மறந்துவிடுவார்கள் என்று.

அதாவது, ஒரு மகத்தான சக்தி நமக்கு எல்லாவற்றையும் வழங்கியிருக்கிறது. நாம் போகங்களில் மூழ்கி, அந்தப் பேராற்றலை, மூலத்தை மறந்துவிடுகிறோம் என்று இதற்குப் பொருள் கொள்ளலாமா? அல்லது என் வாரிசுகளுக்கு நான் பாடுபட்டு உருவாக்கிய இவ்வளவு பெரிய ராஜ்யத்தை விட்டுப் போகிறேன். ஆனால் ராஜ்யத்தை, இராஜ்ய சுகங்களை அனுபவிக்கப் போகும் இவர்கள் என்னை மறந்து விடுவார்கள் என்று அவன் நினைத்ததால் அவனிடமிருந்து வெளிப்பட்ட சுய இரக்கத்தின் வெளிப்பாடா அது?

இரண்டு விதமாவும் பொருள் கொள்ளலாம், அவரவர் மனதுக்கு ஏற்றபடி.

11 அலெக்சாண்டர்

வெறும் வீரம் என்பது கண்மூடித்தனமான மூர்க்கத்தனத்தில் கொண்டுபோய் விடும். அதேசமயம், வெறும் விவேகம் என்பது செயலற்ற சிந்தனை என்ற நிலையுடன் நின்றுவிடும். வீரம், அதைக் கட்டுப்படுத்தும் விவேகம் என்ற இரண்டும் நிரம்பிய செயல்பாடே மக்களால் ஏற்கத்தக்க ஆளுமையாகக் கருதப்படும்.

செங்கிஸ்கானிடம் வீரம் இருந்தது. நுண்ணுணர்வு இல்லை. சிறப்பாக ஆண்ட பல மன்னர்களிடம் நுண்ணுணர்வு இருந்தது. வீரம் இல்லை.

இரண்டும் வாய்க்கப் பெற்ற வெகு சிலரில் குறிப்பிடத்தக்கவன் மகா அலெக்சாண்டர்.

பாரசீகத்தை வெல்ல முடியுமா? என தளபதி பார்மீனியஸ் மலைத்தபோது, முடியும் என்று சாதித்துக்காட்டினான்.

அலெக்சாண்டர் தன் வீரத்தால் பாரசீகத்தை வென்றபோது கிடைத்த பொக்கிஷத்தில் ஓர் அழகிய தங்கப் பேழை இருந்தது. இதை என்ன செய்வது? என்ற கேள்வி எழுந்தபோது பலரும் பல கருத்துகள் கூறினார்கள். அப்போது அலெக்சாண்டர், 'இதில் ஹோமரின் 'இலியடு' காவியத்தை வைக்கலாம்' என்றான். இது அவனிடமிருந்த அழகிய நுண்ணுணர்வைக் காட்டுகிகிறது.

மாவீரன் பிலிப்பின் மகன். கூடவே, மேதை அரிஸ்டாட்டிலின் மாணவன். வீரம், அறிவு என்ற இரண்டின் சங்கமமாக அவன் இருந்ததால், அவனால் வரலாறு போற்றும் மாமன்னனாக இன்றும் மக்கள் மனங்களில் நிலைத்து நிற்க முடிகிறது.

சீதையின் சுயம்வரத்தில் சிவனின் வில்லை ராமன் உடைத்தது பற்றிக் கம்பர் கூறுகையில், 'எழுந்தது கண்டார்; இற்றது கேட்டார்' என்று வர்ணிக்கிறார். ராமன் வில்லை வளைக்க எழுந்தது மட்டும் தான் அங்கிருந்தவர்கள் கண்களுக்குத் தெரிந்ததாம்! அதைத் தொடர்ந்து கேட்ட படீரென்ற ஓசை மட்டுமே அது உடைக்கப்பட்டதை அவர்களுக்கு உணர்த்தியதாம். மற்றபடி யாரும் வேறு எதையும் அங்கே பார்க்கவில்லை. அவ்வளவு வேகம் ராமனுடைய செயல்பாட்டில்.

கம்பருக்கு 15 நூற்றாண்டுகள் முன்பே உலகம் முழுவதும் படையெடுத்துச் சென்று வென்ற அலெக்சாண்டர் சொன்ன சொற்கள், 'கண்டேன்; வென்றேன்' என்பதாகும். இதில் அடங்கியுள்ள நயம் கவிஞர்களையே வியக்க வைக்கும்.

எந்த ஒரு நாடாவது அலெக்சாண்டரால் வெல்லப்படவில்லை என்றால், அதற்கு அது அவன் பார்வையில் படவில்லை என்பது தான் அர்த்தம். கண்ணில் பட்ட நாடுகள் எல்லாம் அவனுடையவை ஆகிவிட்டனவாம்.

போர்த்திறன், ஆட்சித் திறன், கலை ஆர்வம் என எல்லாம் அடங்கிய ஒரு 'நாயகத்தன்மையை' முழுமையாகக் கொண்ட மனிதனாக அவன் இருந்தான். புளூடார்க் முதல் அறிஞர் வெல்ஸ் வரையுள்ள அத்தனை பேரும் அவனது தோற்றப்பொலிவு முதல் பழகும் பண்பு வரையிலான எல்லாவற்றையும் போற்றிப் புகழ்ந்துள்ளனர்.

அவன் பிறந்தது கி.மு. 332 - ல், மாசிடோனியாவில். மறைந்தது கி.மு. 304 - ல், பாபிலோனியாவில். அவன் வாழ்ந்ததோ 32 ஆண்டுகள் தான். வாழ்வின் இறுதி மூச்சு வரை ஒருமுறைகூட தோல்வியே காணாத மாவீரன் என்ற புகழுடன் வாழ்ந்த பெருமை அலெக்சாண்டருக்கு உரித்தானது.

இளம் வயதிலேயே புசிபாலஸ் என்ற குதிரையை அடக்கித் தனதாக்கிக் கொண்டது, கிரானிகஸ், இஸ்ஸஸ், கௌகாமிலா என மூன்று போர்களில் பாரசீக மன்னன் டேரியஸைத் தோற்கடித்தது, இந்தியா வரை வந்து ஜீலம் ஆற்றங்கரையில் புருஷோத்தமன் என்ற ►

போரஸ் மன்னனுடன் போரிட்டது, எல்லாவற்றுக்கும் மேலாக அலெக்சாண்டிரியா என்ற துறைமுகப்பட்டினத்தை நிர்மாணித்தது என எண்ணற்ற சாதனைகளின் சொந்தக்காரன் அலெக்சாண்டர்.

அலெக்சாண்டரின் குரு அரிஸ்டாட்டில்தான் கிரேக்கத்தின் மாபெரும் தத்துவஞானி. தத்துவ மேதைகள் வரிசையில் அந்தக் கண்ணோட்டத்தில் பார்க்கப்பட்டால் அவர்களில் சாக்ரடீஸ் கிரேக்கர்களில் முதன்மையானவராக கருதப்பட்டார். அவரது மாணவர் பிளேட்டோ அறிஞர் என்ற வகையில் சிறந்தவராகப் போற்றப்பட்டார். அரிஸ்டாட்டில் இந்த இரண்டுடன் அறிவியலையும் இணைத்ததால் பெரும் புகழ் பெற்றார்.

விஞ்ஞானம், பௌதீகம், மருத்துவம், வானியல், தத்துவம் என எல்லாவற்றிலும் அரிஸ்டாட்டிலின் பங்களிப்பு இருந்தது. அதனால் அரிஸ்டாட்டிலை உதாரணம் காட்டாது யாரும் இருந்துவிட முடியாது.

அவரது மாணவன் என்பதாலேயே அலெக்சாண்டரிடம் அரிஸ்டாட்டிலின் தாக்கம் நிறையவே இருந்தது.

கிரேக்க நாட்டிலிருந்து புறப்பட்டு, வழியில் கண்ட நாடுகளையெல்லாம் வென்றபடியே வந்த அலெக்சாண்டர், இந்தியாவின் எல்லையைத் தொட்டான். அவனுடைய லட்சியம் என்னவோ மேலும் தொடர்ந்து செல்லவேண்டும் என்பதாகத்தான் இருந்தது. ஆனால் ஆண்டுக்கணக்கில் தொடர்ந்து நடந்த போர்கள், செய்த பயணங்கள், அனுபவித்த நாடோடி வாழ்க்கை ஆகியவற்றால் அலுத்துப்போன வீரர்கள் தாய்நாடு திரும்ப விரும்பினர்.

வேறு வழியின்றி தாய்நாடு திரும்ப ஒப்புக்கொண்டான் அலெக்சாண்டர். ஆனால் அவனால் திரும்பி கிரேக்கம் வந்து சேர முடியவில்லை. பாபிலோன் வரை மட்டுமே வரமுடிந்தது.

அலெக்சாண்டர் வென்ற பேரரசின் நட்ட நடுவில் இருந்தது பாபிலோன். அதனால் அதையே தனது பேரரசின் தலைநகரமாக அமைக்க அவன் எண்ணியிருந்ததாகக் கூறப்படுகிறது.

அளவற்ற வீரம் அவனிடம் இருந்தாலும், அவன் இதர போர்ப்பற்று மிக்கவர்களைப் போல் முரட்டுத்தனமும், ரத்த வெறியும் கொண்டவனாக ஒருபோதும் இருந்ததில்லை. இன்னும் சொல்லப் போனால், கல்வி, கேள்வி, கலைகளில் நாட்டம் உள்ளவனாக அவன் இருந்தான். அறிஞர்களுடன் விவாதத்தில் ஈடுபடுவது போன்றவற்றில் அவனுக்கு ஆர்வம் இருந்தது.

அலெக்சாண்டர் பற்றி எண்ணற்ற கதைகள் கூறப்பட்டாலும் அவற்றில் சில சாகாவரம் பெற்றவை. அவனுக்குள் இருந்த 'நான் யார்?', 'எங்கிருந்து நான் வந்தேன்?' 'இறப்புக்குப்பின் என்ன நடக்கும்?' என்பன போன்ற கேள்விகளுக்குப் பதிலாக அமையக் கூடியவையாக அந்தக் கதைகள் இருந்தன.

முதல் கதையின்படி மரணத்தறுவாயில் அலெக்சாண்டர் உடனிருந்தவர்களிடம் கூறுகிறான்.

'என் உடலைப் பெட்டியில் வைத்து மூடுங்கள். ஆனால் என் இரண்டு கைகளும் வெளியே நீட்டிக் கொண்டிருக்கட்டும்' என்று. யாருக்கும் ஒன்றும் புரியவில்லை. எனினும் சவப் பெட்டியின் இருபுறமும் துளையிட்டு அவன் கைகளை வெளியே தெரியும்படி வைக்கின்றனர்.

அலெக்சாண்டரின் இறுதி ஊர்வலம் புறப்படுகிறது. சொல்லி மாளாத கூட்டம், அந்த அதிசய புருஷனைக் காண. அவனது பெட்டி செல்கிறது வெளியே விரிந்த கைகளுடன்.

பார்த்தவர்கள் பேசிக் கொள்கிறார்கள். 'அவ்வளவு பெரிய மாவீரன். உலகத்தையே ஜெயித்தவன். கடைசியில் வெறும் கையோடுதான் போகிறான் பார்.'

இங்கே யாக்கையின் நிலையாமைத் தத்துவத்தைத் தன் மரணத்தின்மூலம் எளிதாக உபதேசித்தான் அலெக்சாண்டர். இதன் மூலம் அவன் நடத்திய போர், பெற்ற வெற்றி எல்லாமே ஒரு விதமான தேடல் அவனிடமிருந்ததைக் காட்டுவதாகவும் தன்னை நிலைநாட்டல், அதன்மூலம் தன்னை அறிதல் என்ற முயற்சிகளில் ஈடுபட்டதாகச் சொல்வோரும் உண்டு.

அவனைப் பற்றிய மற்றொரு கதை இதே தத்துவத்தை வேறுவகையில் உணர்த்துவதாக அமைந்திருந்தது.

அலெக்சாண்டர் திக் விஜயம் செய்யக் கிளம்புகிறான். படைகள் தயாராக அணிவகுத்து நிற்க, தனது குருவிடம் ஆசி பெறச் செல்கிறான். (இவர் ஆசிரியர் அரிஸ்டாட்டில் என்கிறார்கள் சிலர். வேறு சிலர் டயோஜனீஸை என்கின்றனர்.)

'குருவே! என்னை ஆசீர்வதியுங்கள்.'

'எதற்காக ஆசி கேட்கிறாய் அலெக்சாண்டர்?'

'நான் படையெடுத்துச் செல்கிறேன்.'

'பிறகு?'

'பாரசீகத்தை வெல்வேன்.'

'பிறகு?'

'நாலா திசைகளிலுமுள்ள நாடுகளை வெல்வேன்.'

'பிறகு?'

'உலகின் சொர்க்கம் எனப்படும் இந்தியாவை வெல்வேன்.'

'பிறகு?'

'உலகம் முழுவதையும் வெற்றி கொள்வேன்.'

'பிறகு?'

'நிம்மதியாக ஆட்சி செய்வேன்.'

'அதை இப்போதே செய்யலாமே?' என்றாராம் அந்த ஞானி.

எல்லாவற்றுக்கும் சிகரமான இன்னொரு கதையும் உண்டு. இந்திய மண்ணை மிதித்த அலெக்சாண்டர், 'இங்கு ஏராளமான ஞானிகள் உண்டாமே?' என்றான் ஒரு தளபதியிடம்.

'ஆம். இருக்கிறார்கள்.'

'இந்தப் பகுதியில் யாராவது இருக்கிறார்களா?'

'இந்த ஊரிலேயே ஒருவர் இருக்கிறார்.'

'அப்படியா! அவரை நான் சந்திக்க வேண்டும்.'

சங்கடப்பட்ட தளபதி, 'அவர்கள் நம்மைக் காண வரமாட்டார்கள். நாம்தான் போய் அவர்களைச் சந்திக்க வேண்டும்.'

இதுவே அலெக்சாண்டரின் ஆவலைத் தூண்டியது. போய் அவரைச் சந்தித்தான்.

'நான்தான் உலகையே வென்ற அலெக்சாண்டர்' என்று சுய அறிமுகம் செய்து கொண்டான்.

சிரித்தார் அந்த ஞானி.

'உலகையே வென்றவன் என்று எவனும் இல்லை. அப்படி எவனாலும் வெல்லவும் முடியாது. தன்னை வென்றால் மட்டுமே ஒருவனால் இந்தத் தரணியை வெல்லமுடியும்.'

'இதுவரை நான் எல்லா இடங்களிலும் வெற்றியை மட்டுமே பார்த்திருக்கிறேன்.'

உடனே அந்த ஞானி தன் அருகே சுருட்டி வைத்திருந்த மான்தோலை எடுத்து அவனிடம் நீட்டி,

'உட்கார்' என்றார்.

அலெக்சாண்டர் அதை விரித்தான். உடனே அது சுருண்டுகொண்டது. மறுபடி, மறுபடி அவன் அதை விரிக்க, அது

சுருண்டபடியே இருந்தது. இரு கைகளாலும் விரித்த நிலையில் அதைப் பிடித்து, கீழே வைத்து அழுத்தியபடி அதில் அவன் அமர்ந்து கொண்டான்.

'இப்போது எழுந்திரு' என்றார் ஞானி. அவன் எழுந்ததுமே மான் தோல் பழையபடியும் சுருண்டு கொண்டது.

அலெக்சாண்டருக்குப் புரிந்தது. எப்படி மான்தோல் அதன் மீது அவன் அமர்ந்திருந்தவரை விரித்துக் கிடந்து, அவன் எழுந்ததுமே பழையபடி சுருண்டுவிட்டதோ, அதுபோல் அவன் வென்ற நாடுகள் அவன் அங்கே இருக்கும்வரைதான் அடங்கிக் கிடக்கும்; அவன் நகர்ந்ததுமே பழையபடி சுயேச்சையாக இருப்பதற்கான போராட்டத்தில் ஈடுபட்டு அதை அடைந்தும்விடும்.

(இந்திய ஞானி உணர்த்திய இந்த மாபெரும் உண்மை, இதுவரை தான் பெற்ற வெற்றிகள் அனைத்தும் வெறும் மாயை, அதற்காக தான் செலவிட்டவை வீண் விரயம் என்ற எண்ணத்தை அலெக்சாண்டரிடம் ஏற்படுத்தியதாகவும், அதனாலேயே அதுவரை வீரர்களும் தளபதிகளும் வற்புறுத்தியும் பயணத்தை விடாமல் தொடர்ந்தவன், அத்துடன் தன் படையெடுப்பை முடித்துக் கொண்டு நாடு திரும்பியதாகவும்கூட ஒரு கருத்து உண்டு.)

அலெக்சாண்டரின் பிரம்மாண்டமான பேரரசின் நட்ட நடுவில் பாபிலோன் இருந்ததால் அதையே தனது பேரரசின் தலைநகராக்க அலெக்சாண்டர் எண்ணினான். கிரேக்க வீரர்களோ மாசிடோனியா திரும்புவதிலேயே குறியாக இருந்தனர். எனவே பாபிலோன் நகரில் சில தினங்கள் தங்கிவிட்டு, பின்னர் கிரீஸ் நோக்கித் திரும்பத் திட்டமிட்டான் அலெக்சாண்டர்.

பாபிலோனில் அவன் இருந்தபோது அதைச் சுற்றிலும் இருந்த பல பகுதிகள் சதுப்பு நிலங்களாக இருந்தன. ஆகவே, அவற்றை மும்முரமாகச் சீர்திருத்தத் தொடங்கினான் அலெக்சாண்டர். அப்போதுதான் ஒருவகை கொசுக்களால் கடிக்கப்பட்டு ஜுரத்தில் விழுந்தான்.

முதலில் நிலைமை அவ்வளவு கடினமானதாக இல்லை. அதுவும் தோல்வியே காணாத வீராதிவீரன் அலெக்சாண்டர் மரணமடைவான் என எவர்தான் எதிர்பார்த்திருக்க இயலும்?

அலெக்சாண்டரின் நெருங்கிய நண்பர்களில் ஒருவனான ஹெபேஸ்டியன் முதலில் இறந்தான். இது பெரும் அடியாகவும், கூடவே ஏதோ ஒன்றைக் குறிப்பால் உணர்த்துவதாகவும் இருந்தது. அதைத் தொடர்ந்து பல கெட்ட சகுனங்கள் தோன்றின என்றும், அதற்குப் பரிகாரமாக நிமித்தகர்களின் ஆலோசனைப்படி அலெக்சாண்டர் பல சடங்குகளைச் செய்ததாகவும் வரலாறு கூறுகிறது.

அன்றைய வரலாற்றாசிரியர்கள் பலரும் அதிகமாக இத்தகைய நம்பிக்கைகளைக் கொண்டவர்கள் என்பதால் அவர்கள் இப்படி எழுதியிருக்கலாம். அல்லது, வருவதை முன் உரைப்போர் பலர் அந்நாளில் உண்மையாகவே இருந்திருக்கலாம்.

இடையே சில சம்பவங்கள் நிகழ்ந்தன. அவற்றைக் கெட்ட சகுனப் பட்டியலிலும் சேர்க்கலாம். இயல்பாக நடந்த சம்பவங்களாகவும் அவற்றைக் கருதலாம்.

பாபிலோனில் அலெக்சாண்டர் இல்லாததைப் பயன்படுத்தி அந்த இடைக்காலத்தில் அவனது நண்பன் சிம்மாசனத்தைக் கவர்ந்து கொண்டான். பின்னர் அதற்காகவே அவன் கொல்லப்பட்டான்.

பின்னர் கப்பலில் சென்றபோது அலெக்சாண்டர் மணிமகுடத்தையும், தொப்பியைக் கட்டும் நூலையும் காணாமல் செய்துவிட்டான். தொப்பியை மாலுமி ஒருவன் மீட்டான். ஆனால் அது ஈரமாக இருந்ததால், ஈரமான அதனை விரைவில் காயவைக்கத் தன் தலையில் அதை அணிந்து கொண்ட தவறை அவன் செய்தான்.

சாருனிகர்களின் பார்வையில் இவை கெட்ட சகுனங்களாகப்பட்டன. ஆனால், படிப்பாளிகளைப் பொறுத்தவரை இவை சாதாரண சம்பவங்கள்.

எது எப்படியோ, அன்று பல பரிகாரங்களைச் செய்தான் அலெக்சாண்டர். சடங்குகள் முடிந்தபின் தனது நெருங்கிய நண்பன் நிர்கஸ் என்பவனுக்கு ஒரு சிறப்பு விருந்து கொடுத்தான்.

பின்னர் வேரிஸ்ஸாவின் மீடியாஸ் என்பவன் அளித்த நள்ளிரவு விருந்தில் அலெக்சாண்டர் கலந்து கொண்டான். இந்தவகை விருந்துகள் இரவு ஏறியபின் தொடங்கி விடிய, விடிய நடைபெறும்.

இரண்டு நாட்கள் அந்த விருந்து நடைபெற்றது. முதல் நாள் விருந்து முடிந்தபின் ரொம்பவும் சோர்ந்து காணப்பட்ட அலெக்சாண்டர் நெடுநேரம் உறங்கினான். எழுந்தபின் இரண்டாம் நாளும் விருந்துக்குப் புறப்பட்டான். அப்போது தன் அரச உடைகளை அணிய முற்பட்டபோதுதான் அவன் ஜுரத்தினால் தன் உடலில் நடுக்கம் ஏற்படுவதை உணர்ந்தான். அப்போதுதான் முதன் முதலாக அவன் தன் உடல் நடுங்குவதை உணர்ந்தான்.

இரண்டாம் நாள் விருந்தில் அலெக்சாண்டர் விருந்து முடியும் வரை அங்கு இருக்காமல், சற்று முன்னதாகவே அங்கிருந்து கிளம்பிவிட்டான்.

ஆடிய காலும், பாடிய வாயும் சும்மா இருக்காது என்பதுபோல் நாடு திரும்பும் வழியிலும் ஒரு பெரிய படை எடுப்பை நடத்த அலெக்சாண்டர் திட்டமிட்டிருந்தான். அதற்கான பூர்வாங்கப் பணிகளில் ஈடுபடத் தயாரானான். அதனால் விருந்திபோது ஏற்பட்ட களைப்பை விரட்டுவதற்காகக் குளித்தான்.

பின்னர் தான் அவனுக்குத் தான் செய்த தவறு புரிந்தது. ஜுரத்தின் கடுமை இப்போது அதிகரித்தது. உடனே அங்கிருந்த ஒரு சிறு குளத்தின் அருகே உள்ள குளியலறையின் பின்பக்கத்தில் ஒரு படுக்கையை அமைத்து, அன்றிரவை அங்கேயே கழித்தான்.

மறுநாள் அவனைப் பல்லக்கில் வைத்துதான் வழிபாட்டு இடத்துக்கு எடுத்துச்செல்ல வேண்டியிருந்தது. அந்த அளவுக்கு உடல் பலவீனம் அவனை ஆக்ரமித்திருந்தது.

உடலிலோ ஜுரம். வெளியிலோ கடுமையான வெயில். ஜுன் மாதத்துச் சுட்டெரிக்கும் கோடையைத் தாங்க முடியாமல் அலெக்சாண்டர் மீண்டும் ஒருமுறை குளித்தான். அதைத் தொடர்ந்து படிப்படியாக அவனது ஜுரம் அதிகரித்தது.

இதில் வேடிக்கை என்னவென் றால், ஒன்பதாம் நாள் வழிபடும் இடத்துக்கு அவனைத் தூக்கிச் சென்றபோது அலெக்சாண்டரால் கடவுளுக்கு தன் கையால் எதையும் எடுத்து அர்ப்பணமாக போடக் கூட உடலில் வலுவில்லை. ஆனாலும் படையெடுப்புக்கான உத்தரவுகளைத் தளபதிகளுக்குத் தவறாமல் அவன் வழங்கிபடி இருந்தான்.

அலெக்சாண்டர் உடல் நலம் குன்றிய அந்த நிலையில் ஒருமுறை கூறினான். அதுவே அவன் யார் என்பதற்கான ஒரு தன்னிலை விளக்கமாக அமைந்தது.

'தைரியத்துடன் வாழ்வதும், நிலைத்திருக்கும் புகழை விட்டுச் செல்வதும் ஓர் அழகான விஷயமாகும்.'

ஒரு வகையில் அலெக்சாண்டரின் வாழ்வும் அப்படித்தான் அமைந்திருந்தது. உண்மையில் குழந்தை முதலே அவன் அசாதாரணமான துணிவுடன் தான் தன் வாழ்க்கையை

வாழ்ந்தான். அவன் அளவுக்கு நீடித்த, நிலையான புகழை விட்டுச் சென்றவர்கள் எவரும் இல்லை. அலெக்சாண்டரைத் தெரியாதவர்கள் இந்த உலகில் எவரும் இல்லை.

பத்தாவது நாள் அவனது ஜுரம் மிக அதிகமாகி இருந்தது. உடனே அலெக்சாண்டர் தனக்கு அடுத்த இரண்டாம் மட்டத் தலைவர்களை மட்டும் அழைத்தான். மற்றவர்களை வெளியே காத்திருக்கச் சொன்னான். நிகழப்போவது என்ன என்பதை அனைவரும் ஓரளவுக்கு உணர்ந்து கொண்டனர்.

அலெக்சாண்டர் என்ன சொல்ல நினைத்தாரோ தெரியவில்லை. அவர் பேசத் தொடங்கும் முன்பே திடீரென ஒரு வலிப்பு அவரைத் தாக்கியது. அவரது ஓரிரு சொற்கள்தான் அங்கிருந்தவர்களுக்கு கேட்டன. அவரது இறுதி நெருங்குவதை அங்குள்ளவர்கள் உணர்ந்துகொண்டு விட்டனர். அந்தத் தகவல் வேகமாக பரவ, அறைக்கதவு திறக்கப்பட்டு வீரர்கள் ஒருவர் பின் ஒருவராக வந்து தங்கள் மாமன்னனைக் பார்த்தனர்.

'மிகுந்த சிரமத்துடன் தலைதூக்கி, தனது கண்களால் எல்லோரையும் அவர் வரவேற்றார்' என்று அது பற்றி நூல்கள் பலவும் குறிப்பிடுகின்றன. இது உண்மையாக இருக்கலாம். கடைசி வீரன் வரும் வரை அவர் தலை அப்படியே இருந்தது என்கின்றனர். இது மிகையானதாகவும் இருக்கலாம். அல்லது உண்மையான செய்தியாகவும் இருக்கலாம்.

வரலாறாசிரியர்கள் பலரும் அலெக்சாண்டரை ஒரு தேவ புருஷனாகவே காட்ட முனைவது வெளிப்படையாகவே தெரியும் ஒரு விஷயம் தான். அவனை 'வெள்ளை மேனியன்' என்கிறார் புளூடார்க். 'அவனது மேனியிலிருந்து எப்போதும் ஒருவித நறுமணம் வீசியது' என்கிறார் வெல்ஸ். அவன் பிறக்கும் முன்பு அவன் தாய் ஒலிம்பியாஸ் வானிலிருந்து ஒரு கூரிய ஒளிவீசும் வாள் தன் வயிற்றில் இறங்குவதுபோல் கனவு கண்டாள் என்கிறது ஒரு நூல்.

அந்த வகையில், மரணத்தறுவாயிலும் அலெக்சாண்டர், 'எனது ஈமச்சடங்கின்போது நடைபெறும் விளையாட்டுகளில் கடுமையான போட்டி இருக்கும்' என்று கேலியாகக் கூறியதாகச் சில நூல்கள் தெரிவிக்கின்றன. ஆனால் இதற்குச் சாத்தியமே இல்லை. அந்தளவுக்கு நடுக்கும் ஜுரம் அவனது உடலைப் பாதித்திருந்தது. நினைவைத் தக்க வைக்கவே அவன் போராட வேண்டியிருந்தது.

பெரும் சிரமத்துக்கிடையே அலெக்சாண்டர் தனது விரலில் இருந்த மோதிரத்தைக் கழற்றி நண்பன் பெடிகாஸ் என்பவனிடம் கொடுத்தான். இது அடுத்த தற்காலிக அரசன் யார் என்பதை

அவன் சுட்டிக்காட்டுவதாகக் கருதப்பட்டது.

'உங்கள் அரசை நீங்கள் யாரிடம் விட்டுச் செல்கிறீர்கள்?' அலெக்சாண்டரிடம் குனிந்து தளபதிகள் கேள்வி எழுப்பினர்.

கடும் ஜுரத்தில் குரல் பலவீனப்பட்டிருந்தாலும்

அலெக்சாண்டரின் கருத்து இந்த விஷயத்தில் திடமானதாக இருந்தது.

'மிகுந்த வலிமையுடையவனிடம் அல்லது மிகச் சிறந்தவனிடம்.' உண்மையில், சரியான அல்லது நியாயமான கருத்து இதுதான். இயற்கையின் கோட்பாடும் இதுதான். எது வலிமையுள்ள ஜீவனோ அது பிழைக்கும் என்பது இயற்கை நியதி. எவன் வலிமையுள்ளவனோ அல்லது எவன் சிறந்தவனோ அவனிடம் தன் அரசு சேரும் என்கிறான் அலெக்சாண்டர்.

அலெக்சாண்டரின் நண்பர்கள் அவனை மறுநாள் கோயிலுக்கு எடுத்துச் சென்றால் அதன் மூலம் ஏதாவது பலன் உண்டாகுமோ என்று 'அசரீரி' (கிரேக்க பூசாரிகள் கூறும் குறி அல்லது அருள்வாக்கு) கேட்கச் சென்றிருந்தனர். அதற்குக் கிடைத்த பதில் சாதகமானதாக இல்லாததால் அப்போதுதான் திரும்பி வந்திருந்தனர்.

பெடிகாஸ் அலெக்சாண்டரிடம் குனிந்து, 'நீங்கள் எந்த நேரங்களில் உங்களது தெய்வீக மரியாதைகளை ஏற்க விரும்புகிறீர்கள்?' என்று கேட்டான். 'நீங்கள் மகிழ்ச்சியுடன் இருக்கும்போது' என்றான் அலெக்சாண்டர். அதுவே அவனிடமிருந்து வெளிப்பட்ட கடைசிச் சொற்கள்.

அலெக்சாண்டரின் கடைசிச் சொற்களை நூல்கள் 'ஓர் இருளான பனிமூட்டம்' என்கின்றன.

அவனது மரணத்தை ஒரு நூல் விவரிக்கிறது. 'ஓர் இருளான பனிமூட்டம் ஆகாயத்தைக் கடந்தது. ஒரு மின்னல் கீற்று

வானிலிருந்து கடலுக்குள் விழுந்தது. அத்துடன் ஒரு மிகப் பெரிய கழுகு வீழ்ந்தது. பாபிலோனில் உள்ள அரிமஜட் என்பவரது வெண்கலச்சிலை ஆடியது. மின்னலும், அத்துடன் கழுகும் சொர்க்கத்துக்குச் சென்றன. அத்துடன் ஒளிவீசும் ஒரு நட்சத்திரமும் சென்றது. ஆகாயத்தில் அந்த நட்சத்திரம் மறைந்தவுடன் அலெக்சாண்டர் தனது கண்களை மூடிக்கொண்டார்.'

இவை அலெக்சாண்டரின் மரணம் குறித்த வர்ணனைகள் என்கிறார்கள் சிலர். அப்போது தோன்றிய நிமித்தங்கள் இவை என்கின்றனர் வேறு சிலர்.

அலெக்சாண்டரின் கடைசிச் சொற்களிலும் மரணம் பற்றிய உண்மையைத் தேட முனைந்தவர்கள் உண்டு. 'நீங்கள் மகிழ்வோடிருக்கிறபோது' என்ற சொற்களை வெளிப்படுத்தியதன் மூலம் ஒவ்வொரு மனிதனும் தன் கடமையைச் செய்ய வேண்டும், இலக்கை அடையப் போராட வேண்டும், அந்த இலக்கு அல்லது கடமை உலகுக்கு நன்மையைத் தருவதாக இருக்கவேண்டும் என்று அலெக்சாண்டர் கூறுவதாகப் பலரும் கருத்து தெரிவிக்கின்றனர்.

பொதுவாக மனிதன் மரணத்தறுவாயில் அதிகம் பேர் உடன் இல்லாமல், ஓரளவு தனிமையில் தான் இருக்கும்போது அவனது மரண அனுபவங்கள் அவனிடமிருந்து சொற்களாக வெளிப்பட வாய்ப்பு உண்டு என்பதை மறுப்பதற்கில்லை.

ஆனால் அலெக்சாண்டரோ பேரரசன். ஒரு சாம்ராஜ்யத்தின் அச்சாணி. அவன் இறக்கப்போகிறான் என்ற கவலையைவிட அவன் இறப்புக்குப் பின் அவன் ஸ்தாபித்த நாடு என்னாகுமோ என்ற கவலையே சுற்றி உள்ளவர்களுக்கு அப்போதைக்கு இருந்தது. அதனால் ஒரு சக்கரவர்த்தியிடம் பேட்டி காண்பதுபோல் கேள்விகளை அவனை நோக்கி வீசுகின்றனர்.

அடுத்து தாங்கள் என்ன செய்ய வேண்டும் என அலெக்சாண்டர் தங்களுக்கு வழி காட்ட வேண்டும் என்ற எதிர்பார்ப்பே அந்தக் கேள்விகளில் அதிகம் இருப்பதையும், அதற்கேற்ப அவர்கள் எப்படி இருக்கவேண்டும் என உத்தரவு இடும் தொனியிலேயே அலெக்சாண்டரின் பதில்கள் இருப்பதையும் இந்தக் கடைசி உரையாடல்களில் தெளிவாகக் காணலாம்.

இதையும் மீறி இந்த வார்த்தைகளிலிருந்து கண்டுபிடிக்கப்படும் அர்த்தங்கள், மரணத்தைப் பற்றிய அவரவர்களின் சொந்தக் கருத்துக்கு ஏற்ப, அவரவர்களே ஊகித்துக் கொள்ளும் கருத்துகள்தான்.

அடுத்து செய்யவேண்டியது என்ன என்பது பற்றி அலெக்சாண்டரிடம் அவர்கள் கேட்கிறார்கள். அவனும் அதற்குப் பதிலளிக்கிறான். உரையாடலின் நடுவிலேயே மரணத்தில் ஆழ்ந்து விடுகிறான். அதற்குமேல் இந்தச் சொற்களில் எந்தத் தனிக்கருத்தும் இல்லை என்று கருதவே நிறைய வாய்ப்புகள் உள்ளன.

12. ராமகிருஷ்ண பரமஹம்சர்

'நீங்கள் கடவுளைக் கண்டதுண்டா?'

நரேந்திரன் என்ற இளைஞர் சிறுவயது முதல் பார்த்தவர்களிடம் எல்லாம் கேட்ட கேள்வி இது. கோயிலில் இருந்த பட்டர்கள், சாதுக்கள், சந்நியாசிகள் என எவருக்கும் இதில் இருந்து அவர் விதிவிலக்கு அளிக்கவில்லை.

ஆனால் இந்தக் கேள்வி கேட்கப்பட்ட பலரும் கத்திக்குத்து போன்றிருந்த இந்தக் கேள்வியால் உண்மையில் நிலைகுலைந்து போனார்கள்.

'கடவுள் எங்கும் இருப்பவர். அவரை உணரலாம். ஆனால் காண முடியாது' என்றார்கள் அவர்களில் சிலர். 'நாம் மரணமடைந்த

பின்பே அவரைப் பார்க்கலாம்' என்று பதில் வந்தது சிலரிடமிருந்து. 'நீ, நான், அது, இது எல்லாமே கடவுள்தான்' என்றார்கள் சிலர், இவை எல்லாமே மழுப்பலான பதில்களாகத்தான் இருந்தனவே தவிர ஆம், அல்ல என்ற பதில் எவரிடமிருந்தும் வரவில்லை.

அப்படித்தான் நிகழ்ச்சி ஒன்றில் பலருடன் பேசிக் கொண்டிருந்த அந்தப் பெரியவரிடம் இந்தக் கேள்வியைக் கேட்டார் நரேன். பளிச்சென்று திரும்பிய அவர், 'ஆம். கண்டிருக்கிறேன். வா, உனக்கும் காட்டுகிறேன்' என்றார்.

அவர்தான் கதாதரர். பின்னாளில் பாரதம் கொண்டாடிய ராமகிருஷ்ண பரமஹம்ஸர். கேள்விகேட்ட நரேந்திரன்தான், பின்னாளில் உலகப் புகழ்பெற்ற விவேகானந்தர்.

இவர்கள்தான் இந்தியாவின் ஆன்மீகத்தை உலகுக்கு அறிவித்தவர்கள் என்று சொல்வதைவிட உலகையே இந்தியாவின் ஆன்மீகம் நோக்கித் திருப்பியவர்கள் இவர்கள் என்று சொல்வதுதான் சரியானதாக இருக்கும்.

அதைவிட முக்கியம், அடிமைப்பட்டுக் கிடந்த பாரத மண்ணில் கோகலே, திலகர், காந்தி போன்றோர் சுதந்திரப் புரட்சிக்கு விதை தூவினார்கள் என்றால், அதற்கு முன்னோடியாக அதற்கு ஏற்ற வகையில் மக்களின் மனங்களைச் செம்மைப்படுத்தும் ஆன்மீகப் புரட்சியைத் தட்டி எழுப்பியவர்கள் இவர்களே.

'விவேகானந்தர் மட்டும் இல்லையேல் இந்திய விடுதலை சாத்தியமாகி இருக்காது' என காந்தி, நேரு போன்றோர் பலமுறை கூறியுள்ளனர்.

இந்திய இளைஞர்களிடையே இன்றளவும் இருக்கும் மகத்தான எழுச்சிக்குக் காரணமானவர் விவேகானந்தர். அந்த விவேகானந்தரை உலகுக்கு அளித்தவர் ராமகிருஷ்ண பரமஹம்ஸர். நரேந்திரனை விவேகானந்தர் ஆக்கியவர் இவரே.

எழுத்தறிவில்லாத, தட்சிணேஸ்வரம் தாண்டி எங்குமே செல்லாத கதாதரன் என்ற பாமர மனிதர்தான் பின்னாளில் ராமகிருஷ்ண பரமஹம்ஸர் ஆனார்.

'இவர் மட்டும் ஐரோப்பாவில் பிறந்திருந்தால் இந்நேரம் இவர் பெயரால் ஒரு மதமே உருவாகியிருக்கும். கோடிக்கணக்கான மக்களைக் கொண்டதாக அது மாறி இருக்கும். இவரும் மகானாகவோ, இறை தூதராகவோ, இறை அவதாரமாகவோ கருதப்பட்டு, மறைநூல்களின் நாயகனாகி இருப்பார். எண்ணற்ற அருளாளர்கள் கொண்ட இந்தியாவில் பிறந்ததால் கூட்டத்தோடு கூட்டமாக உள்ள ஒருவராகக் கருதப்பட்டுவிட்டார்" என்று அறிஞர்கள் பலரும் கூறியுள்ளனர்.

‘எழுத்தாளர்களுக்காகவே எழுதும் எழுத்தாளர் என்று பெயர் பெற்ற லா.ச. ராமாமிர்தம் ஓர் இடத்தில் கீழ்க்கண்டவாறு குறிப்பிட்டார்.

‘ராமகிருஷ்ணரைப் பற்றிப் படிக்கும்போதெல்லாம் எனக்குள் பெரும் வியப்பு எழும். அவரது சொற்களில் காணப்படும் எளிமை, அதில் இழையோடும் பாமரத்தனம், அதைத்தாண்டி அதில் அடங்கியிருக்கும் பொருளாழம்; இவற்றையெல்லாம் பார்க்கும்போது இவ்வளவு பெரிய விஷயத்தை இத்தனை எளிமையாக வேறு எவராளாவது விளக்க முடியுமா? என்ற பிரமிப்பே என்னுள் எழுந்தது.

க்ஷவரம் செய்யப்படாத, தாடியுடன் கூடிய முகத்துடன், மடியில் கைகளைக் கோத்தபடி இருக்கும் ராமகிருஷ்ணரின் படத்தைத்தான் நாம் அதிகம் கண்டிருக்கிறோம். அவரது முகம் நம்மையே பார்த்தபடி இருப்பது போலத் தோன்றும். ஆனால் உண்மையில் அந்தக் கண்களை நன்றாக உற்றுப் பாருங்கள். அவர் நம்மைக் பார்க்கவில்லை. அவரது பார்வை உட்புறம் திரும்பியிருக்கிறது என்பது தெரியும்.

> **ஆத்ம சாதனையின் உச்சத்தை ‘உள்ளொளி காணல்’ என்கிறது யோக மரபு. இதனை ‘உள்ளும் புறமும் ஒன்றாதல்’, ‘தன்னையே தான் அறிதல்’ என்று பல பெயர்களில் அது கூறினாலும் நிலை என்னவோ ஒன்றுதான்.**

இந்து மதம் இதனை ‘பிரம்மானநத நிலை’ என்று கூறும். இத்தகைய நிலையை எட்டியவர்கள் பெரும்பாலும் அந்த நிலையிலிருந்து திரும்பி பழைய இடத்துக்கு வருவதில்லை.’

ராமகிருஷ்ணரே தன் வாயால் இதுபற்றி விளக்குகின்ற வகையில் ஓர் அழகிய கதையின் மூலம் இதை விவரிக்கிறார்.

‘ஓர் இடத்தில் ஏராளமானோர் கூடியிருக்கிறார்கள். அவர்களைச் சுற்றி ஒரு பெரிய மதில் சுவர் இருக்கிறது. அந்த மதிலுக்கு அப்பால் என்ன இருக்கிறது என்று எவருக்குமே தெரியாது. எவராலும் அந்த சுவற்றின் மேல் ஏற முடியவில்லை. சிலர் அதில் ஏற முயன்று கொஞ்ச தூரம் வரை போவார்கள். முடியாமல் திரும்பி வந்து விடுவார்கள்.

அந்த மாதிரி ஒரு சமயத்தில் அங்கிருந்தவர்களில் ஒருவர் எழுந்தார். ஆவது ஆகட்டும் என்று துணிந்து சுவர் மீது கிடுகிடுவென ஏறினார். கீழே இருந்த எல்லோரும் அவரையே பார்த்தபடி இருந்தனர். உச்சியில் ஏறிய அவர் மறுபக்கம் இருந்தவற்றைப் பார்த்தவர்,

'ஆஹா!' என்ற வியப்பு கலந்த குரலில் பரவசத்துடன் கூவியபடி மறுபக்கம் குதித்துவிட்டார்.

அடுத்து ஒருவர் ஏறினார். அவரும் 'ஓ' என்று பரவசமாகக் கத்தியபடி மறுபக்கம் குதித்தார்.

இப்படியே பலர் முயல்வதும், அதில் ஒரு சிலர் மட்டும் வெற்றிபெற்று, மறுபக்கம் ஆனந்தத்துடன் குதிப்பதும் என்று இந்த சம்பவங்கள் அங்கு பலமுறை நடந்தது.

கடைசியாக ஒருவர் ஏறினார். அவர் முந்தையவர்களைப்போல் ஆவேசமாக மதில் மேல் ஏறாமல், நிதானமாக, ஆனால் உறுதியாக ஏறி, உச்சியை எட்டினார். அங்கேயே நின்று மறுபுறம் இருந்தவற்றையெல்லாம் பார்த்தார். பின்னர் ஏறியதைவிடவும் மிகவும் நிதானமாகவும், கவனமாகவும் கீழே இறங்கி வந்தார்.

அந்தப் பக்கம் என்னதான் இருக்கிறது என்று அறியும் ஆவலுடன் தன்னைச் சூழ்ந்து கொண்டவர்களிடம் சொன்னார்.

'குழந்தைகளே! நாம் இருக்கும் இந்த இடத்தையும், மறுபுறத்தையும் இந்த மதில் தான் தடுத்துக்கொண்டிருக்கிறது. இங்கு விசேஷமாக ஒன்றும் இல்லை. நாம் இங்கே சிறைப்பட்டிருக்கிறோம் அவ்வளவுதான். ஆனால் மறுபக்கம் பசுமையான மரங்கள், அழகிய ஊற்றுகள், வண்ணப் பறவைகள், அழகிய மலர்கள் என பரவசமான காட்சிகள் பல உள்ளன. உண்மையில், உங்களுக்குத் தகவல் சொல்ல வேண்டும் என்பதற்காகவே நான் திரும்பவும் இந்தக் பக்கத்திற்கு இறங்கி வந்தேன். ஆனால் எனக்கு அங்கு போகவே விருப்பம். நீங்களும் முயன்றால் இந்த மதிலைக் கடந்து, வறண்ட இந்த இடத்தைவிட்டு, வளமான அந்த மறுபுறத்தை அடையலாம்.

சொல்லிவிட்டு மீண்டும் மதில் மீது ஏற முற்பட்டார் அவர்.

இந்தக் கதையில் கூறப்படும் இடம் தான் நாம் இப்போது வாழ்ந்து கொண்டிருக்கும் இந்த உலகம். அந்த மதில் சுவர்தான் மாயை. (அல்லது ஜனன மரண தளை, பிறவிச் சங்கிலி. எப்படியும் வைத்துக் கொள்ளலாம்.) இதற்கு அப்பால் இருப்பது என்ன? எல்லோருக்கும் அதைப் பற்றித் தெரிந்து கொள்ள ஆசை. ஆனால் யாரும் அதற்கு முயல்வதில்லை.

சிலர் விடாப்பிடியாக முயல்கின்றனர். அப்பால் இருக்கும் உலகத்தைப் பற்றித் தெரிந்தும் கொள்கின்றனர். ஆனால் அதை வந்து சொல்வதில்லை. அதனால் அவர்கள் எந்த நிலையை எட்டினார்கள் என்பது யாருக்கும் தெரியாது.

எப்போதாவது, யாராவது ஒருவர் தான் உட்சபட்ச உயரத்தை எட்டுவார்கள். அவர்கள் திரும்பி வந்து நாம் இப்போது இருக்கும் இடம், நாம் செல்ல வேண்டிய இலக்கு, செல்லும் முறை, பயணம் செய்யும் வழி எல்லாவற்றையும் விளக்குவார்கள்.

இங்குள்ள சிலர் அவர்கள் சொல்வதைக்கேட்டு பாதையில் இறங்கி, அவரைப் பின்பற்றி மீட்சி அடைவார்கள். மற்றவர்கள் அவரை இறை அருளாளராக ஏற்றுக்கொண்டு அவரை வழிபடுவார்கள். அவரைப் பின்பற்றியவர்களை அடியார்களாக நினைத்துத் தொழுது, பரவசப்பட்டு, தாங்கள் அதே நிலையில் தொடர்ந்து பயணிப்பார்கள். காலப்போக்கில் திரும்பி வந்து தன் அனுபவங்களை மற்றவர்களுடன் பகிர்ந்துகொண்டவரின் பெயரால் ஒரு மதம் உண்டாகி, அவரைப் புகழ்பவர்கள் தங்களை எல்லாம் அறிந்தவர்கள் என்று நினைத்துக்கொண்டு, மற்றவர்களைக் காட்டுமிராண்டிகள் என்று நினைத்து அவர்களுடன் பூசலிட்டுக் கொண்டிருப்பார்கள்.

உடல் மூலமாக உலக வாழ்வையும் புலன் நுகர்வையும் உதறி, மனம் மூலமாக உச்சத்தை எட்டிய பிறகு, திரும்பி வந்தவர்களை முமுட்சுக்கள் என்கிறார் ராமகிருஷ்ணர். அவர் கருத்துப்படி ராமர், கிருஷ்ணர் எல்லோருமே முமுட்சுக்கள்தான். இதன்படி புத்தர், ஏசு, நபி, மகாவீரர், நானக், சங்கரர் இவர்கள் எல்லாருமே முமுட்சுக்கள்தான்.

ராமகிருஷ்ணரே ஒரு முமுட்தான் என்கின்றனர் ஆன்மவியலாளர்கள்.

(இதற்குமேல் இதில் நாம் தீவிரமாக இறங்கினால் இது ராமகிருஷ்ணரின் போதனைகள் குறித்த ஆன்மீக நூலாகி விடும். எனவே இதனை இத்துடன் நிறுத்திவிட்டு அவரது இறுதிக் காலத்துக்குச் செல்வோம்.)

ராமகிருஷ்ணரை பரமஹம்ஸர் என்ற அடைமொழி சேர்த்துதான் குறிப்பிடுகின்றனர். ஹம்ஸம் என்றால் அன்னம். அன்னப்பறவை பாலில் இருந்து நீரைப் பிரித்துவிட்டு, பாலை மட்டும் குடிக்குமாம். உண்மையில், பாலும், நீரும் பிரிக்க முடியாதவை. அந்த நீரைப் பாலிலிருந்து பிரிக்க வேண்டுமென்றால் அதற்க எவ்வளவு நுட்பமான திறன் இருக்கவேண்டும்! அதுபோல் உலக மாயையிலிருந்து பிரிவது என்பதும் மிகவும் கடினமானதொரு காரியம். அப்படியிருக்க உலகப் பற்றுகளிலிருந்து பிரித்து,

உண்மையைக் கண்டவர் என்ற பொருள் தரும் வகையில் இவர் பரம+ஹம்ஸர் என்றழைக்கப்பட்டார்.

மேற்கு வங்கத்தில் 1836 பிப்ரவரி 18 ல் பிறந்தவர் இவர். காளி பக்தர். அதிலும் அதி தீவிர பக்தியுடையவர். பலமணி நேரங்களைத் தியானத்தில் கழித்தவர். தனது 40-வது வயதில் இருந்த அவரது உரையைக் கேட்க எண்ணற்ற பக்தர்கள் கூடினர்.

ராணி ராசமணிதேவி அவருக்குப் பக்கபலமாக இருந்து உதவிகள் பல செய்து வந்தார். ராமகிருஷ்ணரின் மனைவி சாரதா தேவியும் அவரது ஆன்ம சாதனைக்கு உதவியாக இருந்து வந்தார்.

ஒரு குறிப்பிட்ட காலத்துக்குப் பிறகு தனது மனைவியையே அன்னை காளியின் வடிவமாக நினைத்து ராமகிருஷ்ணர் வழிபட ஆரம்பித்தார் என்று கூறப்படுகிறது.

அவரிடம் ஈர்ப்பு கொண்டவர்களில் நீதிபதிகள், உயர் அதிகாரிகள் என உயர் மட்டத்தைச் சேர்ந்தவர்கள் பலர் இருந்தனர். பல நேரங்களில் அவரது உபதேசங்கள் குட்டிக்கதைகள் மூலம் சொல்லப்பட்டன. அவை படிப்பறிவு இல்லாதவர்களையும் ஈர்த்தன.

1884ம் ஆண்டு அவரது 48ம் வயதில் அவரது தொண்டையிலிருந்து ரத்தம் வழிய ஆரம்பித்தது. சமயப் பிரசாரகர்கள் பலரும் பிரசங்கம் செய்து, செய்தே தொண்டை புண்ணானவர்களாக இருப்பார்கள். அதுபோன்றது தான் இதுவும் என்றெண்ணி மருந்துகள் அவருக்குத் தரப்பட்டன. எனினும், ரத்தம் வழிவது நிற்கவில்லை. பின்னரே தொண்டையில் புற்றுநோய் என்று கண்டறிந்தனர்.

பிரபல மருத்துவர்கள் பலரும் வந்து பார்த்தனர். சிகிச்சைகள் கொடுத்தனர். எனினும், முன்னேற்றம் ஏதும் இல்லை. பின்னர் ஹோமியோபதி மருத்துவர்கள் வந்தனர். டாக்டர் மகேந்திரலால் சர்க்காம் தனது நேரடிக் கண்காணிப்பில் சிகிச்சைகளை மேற்கொண்டார்.

காசிப்பூர் தோட்டத்தின் ஓர் இரண்டுமாடி கட்டடத்தில் முதல் மாடியின் நடுவில் இருந்த ஹாலில் ராமகிருஷ்ணர் இருந்தார். அந்தக் கட்டடத்தில் கீழே மூன்று அறைகளும், மேலே இரு அறைகளும் இருந்தன. அவர் இருந்த ஹாலின் வலப்புறம் ஒரு திறந்த வெளி இருந்தது. அங்கு நடந்தபடியோ அல்லது அமர்ந்து கொண்டோ அவர் காணப்படுவார்.

அது நோய் முற்றும் நிலை. எனவே அவரது நடமாட்டம் குறைந்து காணப்பட்டது. அவர்மீது பற்றுதல் மிக்க சீடர்கள், 'அவர் தன்னைத்தானே குணப்படுத்திக் கொள்வார்; அதற்கான ஆற்றல் அவரிடம் உண்டு' என்றெண்ணினர்.

'நீங்கள் உங்கள் சக்தியை நீங்கள் நலம் பெறுவதற்காகப் பிரயோகியுங்கள். எங்களுக்காகவாவது இதைச் செய்யுங்கள்' என வற்புறுத்தினர். அவர்களது இந்தத் தொந்தரவு தாளாமல் பரமஹம்ஸர் சொன்னார்.

'நான் இந்தத் துன்பத்தை வேண்டுமென்றே வரவழைத்துக் கொண்டதாகவா கருதுகிறீர்கள்? இதிலிருந்து குணமடைய வேண்டுமென்று தான் நானும் விரும்புகிறேன். ஆனால் அது எப்படிச் சாத்தியமாகும்? அதற்கான சக்தி என் அன்னையிடம் உள்ளது.'

(இங்கு அவர் கூறுவதன் பொருள் இந்த நோய் வரவேண்டும் என்று அவர் விரும்பவில்லை. அதேபோல் போக வேண்டும் என்றும் கூறமாட்டார். அது வருவதும் போவதும் இறைவனின் விருப்பம். விதியின் சித்தம் எதுவாயினும் அதைத் தலை வணங்கி அவர் ஏற்கத் தயார்.)

விவேகானந்தர் எனப்படும் அவருடைய சீடர் நரேந்திரர் அவரிடம் கூறினார். 'நீங்கள் குணமாக வேண்டும் என்று அன்னையிடம் பிரார்த்தனை செய்யுங்கள். உங்கள் வேண்டுகோளை அவர் கேட்டே ஆகவேண்டும்.'

இதைக்கேட்ட ராமகிருஷ்ணர், 'இவ்வாறு சொல்வது உனக்குச் சுலபமாக இருக்கிறது. ஆனால் அந்த வார்த்தைகளை நான் ஒருபோதும் கூற இயலாது' என்றார்.

சீடர்கள் விடாமல் வற்புறுத்தினர். 'சரி என்னால் அப்படிச் செய்ய முடியுமா என்று பார்க்கிறேன்' என்றார் அவர். சில மணி நேரங்களுக்குப்பின் நரேந்திரர் ராமகிருஷ்ணர் தந்த அந்த வாக்குறுதியைப் பற்றி அவரிடம் ஞாபகப்படுத்தினார் என்று. 'அன்னையிடம் பிரார்த்தித்தீர்களா? என்ன ஆயிற்று?"

ராமகிருஷ்ணர், 'நான் அன்னையிடம் 'இந்த வலியால் உணவைக்கூட என்னால் சரியாக உட்கொள்ள முடியவில்லை. கொஞ்சமாவது என்னை உண்ணும்படி செய்யுங்கள்' என்றேன். அதற்கு அன்னை உங்கள் எல்லோரையும் காட்டி, "இவ்வளவு

வாய்கள் மூலமாக நீ சாப்பிட்டுக் கொண்டிருக்கிறாயே' என்றார். எனக்கு ரொம்ப அவமானமாகிவிட்டது. நான் மேற்கொண்டு ஒரு வார்த்தையும் கூற இயலவில்லை' என்றார்.

அடுத்தடுத்த வாரங்களில் தொண்டையில் ரத்தம் வருவது அதிகரித்தது. ஆனால் அந்த வாரங்களில் அவர் அனுபவித்த வேதனையின் அளவு குறைந்திருந்தது. முகம் அதிக அமைதியுடன் காணப்பட்டது. சீடர்கள் கொல்கத்தாவிலிருந்து பிரபல ஹோமியோபதி மருத்துவர் ராஜேந்திரலால் தத்தாவை வரவழைத்தனர்.

அது 1885ம் ஆண்டு டிசம்பர் 23ம் தேதி. அப்போது சீடர்களிடம் ராமகிருஷ்ணர் கூறினார். 'போதனை செய்யும் பணியை நான் நிறுத்திக்கொள்ள வேண்டியதுதான். என் கடமை கிட்டத்தட்ட முடிந்துவிட்டது. இதற்குமேல் என்னால் மக்களுக்குப் போதிக்க முடியாது. இந்த உலகம் முழுவதையும் நான் கடவுளின் வடிவமாகவே காண்கிறேன். சில சமயங்களில் இன்னமும் யாருக்கு நான் கற்றுத் தரவேண்டும். அதற்குத் தேவையே இல்லையே என்று எனக்குத் தோன்றுகிறது.'

1886ம் ஆண்டு தொடக்கத்தில் அவர் உடல் சற்றுத் தேறியது. சில காலம் சென்றபின் தோட்டத்தில் உலவும்போது ஒரு நாள் அவர் மயக்கமடைந்தார். அதனால் வீட்டுக்கு எடுத்துச் செல்லப்பட்ட அவர், மீண்டும் உடல் உபாதைகளுக்கு ஆளானார். தொடர்ந்து ரத்தம் வழிய ஆரம்பித்தது. உண்பதும் கடினமாயிற்று.

அவரது உடல் மெலிந்து, எலும்புக்கூடு போல ஆனது. ஆயினும்கூட அவரது வழிபாடுகள் தொடர்ந்தன.

அவரைக் காணவந்து, நலம் விசாரித்த பக்தர்களிடம் அவர் சொன்னார், 'உருவம் இருக்கிறவரையில் வேதனையைத் தவிர்க்க இயலாது' என்று. (இது பின்னர் வேதங்களில் கூறப்படும் ஆப்தவாக்கியம் போல் அவரது சீடர்களால் விளக்கப்பட்டு, இறைத்தன்மை அடைதல் என்பது உருவத்திலிருந்து உருவமற்ற நிலைக்குச் செல்லல், அதாவது பஞ்சபூதங்களாலான உடலைப் பகுத்துப் பஞ்சபூதங்களிடமே அளித்து, வெட்டவெளியில் ஐக்கியமாதல் என்று கொள்ளப்பட்டது.)

மற்றொருமுறை அவர் கூறினார். 'சில சமயம் ஆன்மாவும் பொருளும் ஒன்றிடமிருந்து மற்றொன்று கடன் வாங்கிக் கொள்கிறது. உடல் நோயுற்றிருக்கும்போது ஆன்மா தானும் நோய்வாய்ப்பட்டிருப்பதாக நினைக்கிறது.'

(இது ஏறக்குறைய ஜனகருக்கு அஷ்டாவக்ரர் கூறிய உபதேசம் மாதிரியே உள்ளது. 'நீ உடலே நான் என்று எண்ணியிருக்கிறாய். உன் மனம் உடல் மூலமாகவே இந்த உலகைக் காண்கிறது. அதனால் உடலுக்குப் பசித்தால் உனக்குப் பசிப்பதாகக் கருதுகிறாய். உடல்

நோய்ப்பட்டால் உனக்கு நோய் வந்ததாக எண்ணுகிறாய். உடலுக்கு மரணம் நெருங்கினால் நீ மரணமடையப் போவதாக அஞ்சுவாய். மரணத்துக்குப் பின்னரே, நீ வேறு, உன் உடல் வேறு என்பதை நீ உணர்வாய். அந்த விழிப்பை முன்கூட்டியே அடைந்து, உடலின் தளைகளிலிருந்து விடுபடுவதே ஞானம்' என்று ஜனகருக்கு அவர் விளக்கினார்.)

அந்த ஆண்டு ஆகஸ்ட் மாதம். ராமகிருஷ்ணர் அவரது பக்தர்களில் ஒருவரான யோகின் என்பவரை வங்காளப் பஞ்சாங்கத்தைக் கொண்டுவரச் செய்து, சிரவணமாதம் 25ம் தேதியிலிருந்து (ஆகஸ்ட் 9) உள்ள தேதிகளைப் படிக்கச் சொன்னார். அவர் ஒவ்வொரு நாளாக அன்றைய திதி, யோக, கரணங்களைப் படித்தபடியே வந்தார். சிரவண மாதத்தின் இறுதி நாள் (ஆகஸ்ட் 15) ஞாயிற்றுக்கிழமை வரைக்கும் படித்ததும், போதும் என்று சைகையால் அவரை நிறுத்தினார் ராமகிருஷ்ணர்.

இது அவர்தன் முடிவு குறித்து முன்கூட்டியே அறிவித்த தன் அடையாளம் என்கின்றனர் சிலர். அதையும் தாண்டி அவர் தன் இறுதிக்கான நாளைத் தானே தேர்வு செய்ததன் சூசகம் அது என்கின்றனர் சிலர். எதுவாயினும் அவர் தன் முடிவை அறிந்திருந்தார் என்பதுதான் இதில் கவனிக்க வேண்டியது.

ஆகஸ்ட் 15 சூரிய அஸ்தமனத்துக்குச் சற்று முன்பாக அவரது சுவாசம் சிரமத்துக்குள்ளானது. பசிக்கிறது என அவர் கூறவும், சிறிது திரவ உணவு அளித்தனர்.

அதில் கொஞ்சமே உட்கொண்டார். சீடர்கள் வாயைத் துடைத்து, படுக்கையில் கிடத்தி, விசிறிவிட ஆரம்பித்தனர்.

எங்கும் நிசப்தம். ராமகிருஷ்ணர் மெல்ல உணர்வற்ற நிலைக்குச் சென்றார். (இது மயக்கம் அல்ல, அவராக வரவழைத்துக் கொள்ளக்கூடிய சமாதி நிலை. அவ்வப்போது தன்னை மறந்து உணர்வற்ற நிலையில் ஆழ்வதும், தன்னை மறந்த பரவசநிலையில் ஆடுவதும் அவரிடம் அடிக்கடி நிகழ்வதுண்டு.)

நள்ளிரவு தாண்டியபின் உணர்வு பெற்ற ராமகிருஷ்ணர், பசிப்பதாகக் கூறினார். அவரை அமரவைத்துக் கஞ்சி கொடுத்தனர். டம்ளர் நிறைய கஞ்சியை எந்தச் சிரமமும் இன்றி இயல்பாகக் குடித்தார். 'எனக்குப் புத்துணர்ச்சி ஏற்பட்டுள்ளது' என்று அவர் சொல்லவும், அருகிலிருந்தவர்கள் சந்தோஷமானார்கள்.

'நீங்கள் உறங்க வேண்டும்' என்றார் நரேந்திரர். அப்போது காளியின் பெயரை மிகத் தெளிவுடன் உச்சரித்தபடி படுத்துக்கொண்டார் ராமகிருஷ்ணர். அவருடைய முகம் தெளிவாகக் காணப்படவே, நரேந்திரரும் ஓய்வெடுக்கச் சென்றார்.

இரவு மணி 1.02. ராமகிருஷ்ணரின் உடலில் ஒரு விதிர்ப்பு ஓடி நின்றது. முடிகள் குத்திட்டு நின்றன. கண்கள் மூக்கு நுனியில்

நிலைகுத்தின. முகத்தில் ஒரு கனிவான புன்னகை பரவ, மீண்டும் சமாதி நிலைக்குச் சென்றார் ராமகிருஷ்ணர்.

அதிகாலை டாக்டர்களை வரவழைத்தனர். கர்னல் விஸ்வநாத் உபாத்யாயா காலை 8 மணிக்கு வந்தார். உடல் சூடாக இருந்ததால், ராமகிருஷ்ணரின் முதுகைத் தேய்த்து விட ஆரம்பித்தார்.

மதியம் டாக்டர் மகேந்திரலால் சர்க்கார் வந்து பரிசோதித்துவிட்டு ராமகிருஷ்ணரின் உயிர் பிரிந்து அரைமணி நேரம் ஆகிவிட்டது என்றார்.

மாலை 5 மணிக்கு ராமகிருஷ்ணரின் உடல் காவித்துணி போர்த்தப்பட்டு, சந்தனம் மற்றும் மலர்களால் அலங்கரிக்கப்பட்டு, கோசிப்பூர் மயானத்தில் தகனம் செய்யப்பட்டது.

மற்ற மனிதர்களைப்போல் ராமகிருஷ்ணரின் இறுதிநேரம், இறுதிச் சொல் பற்றி ஆராய வேண்டியது அவசியம் இல்லை. ஏனெனில், அவர் வாழ் நாள் முழுவதுமே 'மரணம் அடுத்த எல்லை; மனதுக்கு ஏன் தொல்லை' என்பதாகவே போதித்து வந்தவர். தனது முடிவு பற்றிப் பலமுறை குறிப்பிட்டவர். உடல் வேறு, மனம் வேறு, ஆன்மா வேறு எனப் பலமுறை விளக்கியவர்.

நள்ளிரவில் அவர் உடல் விதிர்த்ததும், கண்கள் மூக்கு நுனியில் நிலைத்ததும் யோக சாதனையில் உடலிலிருந்து, உயிரைப் பிரிக்கும் 'பிராயோபவேச முறையினால் தான் நிகழ்ந்தது என்கின்றனர் சித்தர் வழிபாட்டினர்.

இரு கண்களின் பார்வையும் மூக்கு நுனியில் நிற்க, மூச்சை மெல்ல மேலிழுப்பது குண்டலினியை எழுப்பும் முறையில் சேர்ந்தது ▶

என்கிறது யோக சாஸ்திரம். அதனால் தனது உடற்கூட்டிலிருந்து உயிர்ப்பறவையை விடுவிக்க அவர் எடுத்த நடவடிக்கை இது என்பது அவர்கள் கருத்து.

இதற்கு வலு சேர்ப்பதுபோல் வேறொரு சம்பவமும் கூறப்படுகிறது. (இதை ஓஷோ என்னும் ரஜனீஷ் தமது உரையில் பலமுறை கூறியுள்ளார்.)

ராமகிருஷ்ணர் உணவில் நாட்டம் கொண்டவர். சமையலறைக்குள் தினமும் வந்து, அன்று என்ன சாம்பார், என்ன பொறியல் என்று ஆர்வமாக விசாரித்துவிட்டு, 'பேஷ்' 'பிரமாதம்' என்று பாராட்டிவிட்டுச் செல்வாராம்.

ஒருமுறை சாரதா தேவியார் இதற்காகத் தன் கணவரை இப்படிக் கடிந்துகொண்டார்.

'நீங்கள் எவ்வளவு பெரியவர்? எத்தனைபேர் உங்களைக் காணவருகிறார்கள்? ஆனால் நீங்களோ இப்படி சிறுபிள்ளைத்தனமாக உணவில் நாட்டம் காட்டுகிறீர்களே? இதைப் பார்த்தால் அவர்கள் உங்களைப் பற்றி என்ன நினைப்பார்கள்?'

அதற்கு ராமகிருஷ்ணர் சொன்னாராம். 'நான் இந்த உலகத்துடன் எனக்கிருந்த எல்லாப் பிணைப்புகளையுமே துண்டித்துக்கொண்டு விட்டேன். ஆனால் மனிதனுக்கு உலகத்துடன் ஏதாவது ஒரு பிணைப்பாவது தன் கடைசி காலம்வரை இருக்கவேண்டும். படகைக் கரையில் உள்ள தண்டில் கயிரின் உதவிக்கொண்டு பிணைப்பதுபோன்று இந்த ஒரு பிணைப்பை மட்டும் இன்னமும் வைத்துள்ளேன். நான் சொல்ல வேண்டியதையெல்லாம் சொல்லி, செய்ய வேண்டியதையெல்லாம் செய்து முடித்துவிட்டால், இந்தப் பிணைப்பையும் உதறிவிட்டுப் புறப்பட்டுவிடுவேன். என்றைக்கு நான் இந்த மாதிரி வந்து சமையல்பற்றி விசாரிக்கவில்லையோ, அதற்கு அடுத்த மூன்றாம் நாள் நான் கிளம்பிவிடுவேன்.'

அதன்பின் அன்னை இதுபற்றி எதுவும் அவரிடம் கேட்கவில்லை. அதுபற்றி அவருக்கு மறந்தும் போய்விட்டது. ஒருநாள் ராமகிருஷ்ணர் சமையல் பற்றி விசாரிக்கவே இல்லை. நண்பகலுக்குமேல் அதுபற்றித் திடீரென நினைவு வந்து சாரதாமணி அன்னை வேகமாகச் சென்று பார்த்தபோது ராமகிருஷ்ணர் மயக்கநிலையில் இருந்தாராம். அதன்பின் படுத்த படுக்கையாகவே 3 நாட்கள் இருந்து, அப்படியே உலகை விட்டுப் பிரிந்தாராம்.

ராமகிருஷ்ணர் போன்ற சிலர் தங்கள் முடிவை முன்கூட்டியே உணரக்கூடியவர்களாக இருந்துள்ளனர். அவர்கள் தங்கள் முடிவைத் தாங்களே தீர்மானிப்பவர்களாக இருந்தாலும் அல்லது முன்னதாக அறியக்கூடியவர்களாக இருந்தாலும், இவை இரண்டுமே இயற்கையின் பொருள் விளங்காத புதிர்களில் ஒன்று தான் என்பது தான் உண்மை.

13 சுவாமி விவேகானந்தர்

மனித வாழ்வு என்பது எண்ணற்ற திருப்பங்களைக் கொண்டது. சமயத்தில் அதில் நேரிடும் சில அரிய நிகழ்வுகள் ஒட்டு மொத்த வாழ்க்கையையே மாற்றிவிடும்.

பெரும்பாலானவர்கள் தங்கள் வாழ்விலோ, அடுத்தவர் வாழ்விலோ ஏதாவதொரு வகையில் சிறு அளவில் பாதிப்பை ஏற்படுத்தும் தன்மை உடையவர்களாக இருப்பார்கள். ஆனால் வெகுசிலர்தான் ஒட்டுமொத்த சமுதாய நீரோட்டத்தையே மாற்றக்கூடிய வல்லமையுடையவர்களாக இருப்பார்கள்.

கலிலியோவின் கண்டுபிடிப்பு வானியலின் அடிப்படையையே தகர்த்தது. டார்வினின் பரிணாமக் கொள்கை 'கடவுள் மனிதனைப் படைத்தார்' என்ற கோட்பாட்டையே கெல்லி எறிந்தது. கார்ல் மார்க்ஸின் 'பொருளாதாரம்' அரசு வழி ஆட்சி முறையையே ஆட்டம் காண வைத்தது.

அந்த வகையில், இந்தியச் சமூகத்தில் மகத்தான மாற்றத்திற்கான காரணிகளாக இருந்தவர்கள் இரண்டே பேர்தான். ஒருவர், சுவாமி விவேகானந்தர். மற்றொருவர், காந்திஜி.

மகாத்மா என்று கோடானு கோடி மக்களால் அழைக்கப்பட்ட மோகன்தாஸ் கரம்சந்த் காந்தி இந்திய தேசத்தையே ஒரே குடையின் கீழ் திரளவைத்தவர் என்றால் அதற்கு முன்பாக தேசத்தின் ஆன்மாவையே தட்டி எழுப்பியவர் விவேகானந்தர்.

விவேகானந்தர் ஆழமாகப் பள்ளம் தோண்டி, கடைக்கால் போட்டு, அஸ்திவாரம் அமைத்தார். அந்த அஸ்திவாரத்தின்மீது காந்தி பலமானதொரு கட்டிடத்தை எழுப்பினார்.

ராமகிருஷ்ணரின் தயாரிப்புகளிலேயே மிகச் சிறப்பான தயாரிப்பு விவேகானந்தர்தான். அதுவரையில், மேலை நாடுகளில் இந்தியா என்றாலே ஒரு இளக்காரமான நினைப்பு இருந்தது. இந்தியா என்றால் அது வறுமை தாண்டவமாடும் ஒரு நாடு. ஆதிவாசிகளும், பழங்குடி மக்களும்தான் அங்கு இருப்பர். எங்கும் பாம்புகள் திரியும். மந்திரவாதிகள் முள்மேல் படுப்பது போன்ற வித்தைகள் காட்டுவார்கள். (சுருக்கமாகச் சொல்வதானால், அது சாத்தானின் பூமி. சாத்தானின் சின்னம் பாம்பு. அதனால் கிறிஸ்தவம் அல்லாத நாடுகளில் பாம்புகள் பெருக்கம் இருக்கும். சாத்தான் அறிவை மயக்குபவன். அதனால் அற்ப போகங்களில் திளைக்கும் காட்டுமிராண்டிகள் இந்தியர்கள்)

இப்படி இந்தியாவின் மீது கற்பிக்கப்பட்டிருந்த சித்திரத்தை உடைத்தவர் விவேகானந்தர். சிகாகோவில் நடைபெற்ற உலக சமயங்களின் மாநாட்டில் விவேகானந்தர் ஆற்றிய உரை இந்தியாவின் ஆன்மீகச் செல்வத்தை உலகுக்கு எடுத்துக் காட்டியது.

ஆதிசங்கரர் பாரதம் முழுவதும் திக் விஜயம் செய்து எல்லா சமயங்களின் குருமார்களுடனும் வாதம் செய்து, அத்வைதத்தை நிலைநாட்டியதுபோல், விவேகானந்தர் அமெரிக்கா சென்று அங்கு பல்வேறு சமயத்தலைவர்களுடன் உரையாடல் நிகழ்த்தி, பலரது கேள்விகளுக்கும் பதிலளித்து, இந்திய மரபுசார் ஆன்மிகத்தை நிலைநிறுத்தினார்.

ராமகிருஷ்ணர் ஆன்மீக சக்திகள் நிரம்பியவரே தவிர அதனை வெகுஜனத்தை வசீகரிப்பதற்காகப் பயன்படுத்தியவர் அல்ல. இந்திய சுதந்தர லட்சியத்தை முன்வைத்த தியாக முகம் காந்தியுடையது என்றாலும், ஏராளமானவர்களை, குறிப்பாக இளைஞர்களை ஈர்த்தவர் என்னவோ நேருதான். அதேபோல், ஆன்மீக முகம் ராமகிருஷ்ணருக்கிருந்தது என்றால், அதனை நோக்கி எண்ணற்றவர்களை ஈர்த்தவர் விவேகானந்தர்.

ராமகிருஷ்ணர் பற்றி எத்தனை அதிஅற்புதத் தகவல்கள் கூறப்படுகின்றனவோ, அதுபோல் விவேகானந்தரைக் குறித்தும் ஏராளமான கதைகள் உலவுகின்றன.

அதற்கு முன்னர் டெல்லி, பஞ்சாப், ராஜஸ்தான் எனப் பல கூறுகளாகப் பிளவுண்டு, அந்தந்த தேசங்களின் பெயரால் டெல்லிவாலா, பம்பாய்வாலா, மதராசிவாலா என்றெல்லாம் குறிப்பிடப்பட்ட நிலையில், 'ஓ இந்திய இளைஞனே!' என்று அறைகூவி அழைத்து இமயம் முதல் குமரி வரை இந்தியா என்ற உணர்வைப் பலமாக வேரூன்ற வைத்தவர் விவேகானந்தர்.

எல்லா மதங்களும் மனிதன் பாவ எண்ணங்கள் கொண்டவன், 'புனிதமடைய வேண்டுமென்றால் அவன் இறைவனைத் துதிக்க வேண்டும் என்றே வலியுறுத்துகின்றன. அன்று இந்தியாவை ஆண்ட பிரிட்டிஷாரின் மதமான கிறிஸ்தவம் மக்கள் பாவிகள் என்பதையே அடிப்படையாகக் கொண்டது.

இத்தகைய தாக்கங்களின் நடுவே முதன்முதலாக அறைகூவல் எழுப்பியவர் விவேகானந்தர். எப்படித் தெரியுமா? இதோ அவரது உரையைக் கேட்போம்.

'ஞாபகம் வைத்துக் கொள்ளுங்கள். உங்களில் எவருமே பாவிகள் அல்லர். நீங்கள் புனிதமானவர்கள். படைப்பில் இறைவனுக்கு மிக நெருக்கமானவர்கள். மிகவும் விசேஷமானவர்கள் நீங்கள். உங்கள் ஒவ்வொருவருக் குள்ளும் மகத்தான ஆற்றல் ஒளிந்திருக்கிறது.'

இளைஞர்களிடையே புது எழுச்சியை ஊட்டிய சொற்கள் இவை. இதன்மூலம் எழுந்த ஒன்றுபட்ட இளைஞர் சக்திதான் பின்னர் பிரிட்டிஷாருக்கு எதிராக உருத்திரண்டது.

நரேந்திர ராய் என்ற இயற்பெயர் கொண்ட இந்த வங்காளிதான் ராமகிருஷ்ணா மிஷன் என்ற அமைப்பை நிறுவி உலகம் முழுவதும் அதை விரிவாக்கம் செய்தவர்.

ஆத்மாவின் நோக்கம் ஆனந்தத்தைத் தேடுவதே. விவேகத்தின் மூலம் அதனை அடைந்தவர் என்பதால் அவர் விவேகானந்தர் ஆனார். அத்தகைய பேரானந்த பரவச நிலையை எட்டினார்களோ, இல்லையோ, அவரது சீடர்கள் பலரும் ஆனந்தர் என்ற பெயரைத் தங்கள் பெயருடன் பின்னொட்டாக இணைத்துக் கொண்டனர்.

ஆதி சங்கரருக்கு இந்திரனும் சரஸ்வதியும் வந்து 'சர்வக்ஞ பீடத்தில்' தங்கள் பட்டங்களை அளித்தனராம். அதனால் காஞ்சி சங்கர மடத்தில் பீடம் ஏறுபவர்கள் 'இந்திர சரஸ்வதி' என்ற பட்டப்பெயரைத் தங்கள் பெயருடன் இணைத்துக்கொள்வர். அதுபோல் ராமகிருஷ்ண மடத்தை சேர்ந்த துறவிகள் கமலானந்தா, ஆத்மானந்தா, ததாகதானந்தா என்றெல்லாம் பெயர் வைத்து அழைக்கப்படுவார்கள்.

ராமகிருஷ்ண பரமஹம்ஸரைப் பின்பற்றி எவரும் பரமஹம்ஸர் ஆகவில்லை. ஆனால் விவேகானந்தரைப் பின்பற்றிப் பலரும் 'ஆனந்தர்' ஆனார்கள். (இதற்கு ஒரு காரணம் உண்டு. அந்தக் கதையை இந்த அத்தியாயத்தின் கடைசியில் பார்ப்போம்.)

விவேகானந்தரின் தேடல் ராமகிருஷ்ணரால் உண்டானதல்ல. அவரைச் சந்திப்பதற்கு முன்னரே அவரிடம் தேடல் இருந்தது. சொல்லப்போனால் இந்தத் தேடல்தான் ராமகிருஷ்ணரிடம் அவரைக் கொண்டுபோய்ச் சேர்த்தது.

சிறு வயது முதலே கடவுள் உண்டா? அவர் யார்? எப்படி இருப்பார்? இப்படித் தீராத வேட்கை கொண்டு கடவுளைத் தேடிய நரேந்திரர், தான் பார்த்தவர்களிடமெல்லாம், 'நீங்கள் கடவுளைக் கண்டதுண்டா?' என்று தான் முதலில் கேட்பார். அதே கேள்வியை ராமகிருஷ்ணரிடமும் அவர் கேட்க, 'ஆம். கண்டிருக்கிறேன். வா, உனக்கும் காட்டுகிறேன்' என்றாராம் இராமகிருஷ்ணர். இதைப் பற்றி முந்தைய அத்தியாயத்தில் சற்று விரிவாகவே பார்த்தது உங்களுக்கு நினைவிருக்கும்.

> **விவேகானந்தர் ராமகிருஷ்ணரைத் தேடிக் கொண்டிருந்தார் என்றால், ராமகிருஷ்ணரும் விவேகானந்தரைத் தேடிக் கொண்டிருந்தார். இவர் எழுப்பிய கேள்வி இவரை அடையாளம் காட்டியது. அவர் கொடுத்த பதில் அவரை அடையாளம் காட்டியது.**

சூஃபி ஞானி ஜலாலுதீன் ரூமி ஒரு கவிதையில் கூறுகிறார்:

'தாகங் கொண்டு தவிப்போர்
தண்ணீரைத் தேடி அலைகின்றனர்
தண்ணீரும் தேடுகிறது
தாகங்கொண்டு தவிப்போரை"

உலக இயக்கத்தை, இருமை நிலையை உணர்த்தும் இந்தக் கவிதை இவர்களுக்கும் பொருந்தும்.

இனி விவேகானந்தரின் பயிற்சிகள், அவரது அறிவு, ஞானம், சாதனை, அவர் பற்றிய அற்புதக்கதைகள் இவை எல்லாவற்றையும் விட்டுவிடுவோம். நேரடியாக அவரது இறுதிக்காலத்துக்குச் செல்வோம்.

ஓர் ஆச்சரியமான விஷயம் என்னவென்றால், ராமகிருஷ்ணரைப் போலவே விவேகானந்தரும் தனது முடிவைப் பற்றி முன்கூட்டியே தெரிவித்திருந்தார். 'நான் நாற்பது வயதுவரைகூட இருக்கப் போவதில்லை' என்று அவரே பலமுறை கூறியுள்ளார்.

'நாற்பது வயதுக்குமேல் வாழ விரும்பவில்லை' என்றோ, 'வாழமாட்டேன்' என்றோ அவர் கூறியிருந்தால் அது அவரது சுயவிருப்பம், சுய தீர்மானம் என்று சொல்லலாம். ஆனால், 'இருக்கப் போவதில்லை' என்ற சொற்கள் அவரிடமிருந்து வெளிப்பட்டதன் மூலம் 'ஒரு நிர்ணயிக்கப்பட்ட முடிவையும், அதை அவர் உணர்ந்து கொண்டதையும்' இதன் மூலம் அவர் உணர்த்துகிறார் என்பதை தெரிந்து கொள்ளலாம். அதன்படியே 1902ம் ஆண்டு ஜூலை 4-ம் தேதி அவர் மறைந்தபோது அவருக்கு 40 வயது முடிய இன்னும் 6 மாதங்கள் தான் இருந்தன.

இறுதிக் காலத்தில் விவேகானந்தரின் உடல் ஆரோக்கியம் குன்றியது.

> **'நான் இறந்து கொண்டிருக்கும் ஒரு மனிதன். என்னிடம் போதிய அளவிற்கு நேரம் இல்லை. அதனால் இப்போது நான் எதுவும் செய்வதில்லை. உண்ண முயற்சிப்பதும், உறங்குவதும் தவிர, இதர சமயங்களில் என் உடல் நிலையைக் கவனிப்பதுமே நான் செய்து கொண்டிருக்கும் வேலை.'**

27-8-1901ல் மேரிஹேல் என்ற சீடருக்கு விவேகானந்தர் எழுதிய கடிதம் இது. (இதன் மூலம் ஒன்றை உணர்ந்து கொள்ளலாம். மற்றவர்கள் தங்களது உடல் நலம் குன்றினால் அதை அவர்கள் முதலில் அலட்சியப்படுத்துவார்கள். முற்றிய பின்பே

விழித்துக்கொண்டு தவிப்பார்கள். விவேகானந்தருக்கு நோயின் தொடக்கத்திலேயே அதன் முடிவு என்ன என்பது தெரிந்திருக்கிறது. அதனை உற்றுக் கவனித்தபடி இருந்திருக்கிறார் அவர்)

கடைசியாக, 1902 ஏப்ரல் மாதத்தில் விவேகானந்தரின் உடல் நிலை பற்றித் தகவல் அறிந்து உலகெங்கும் உள்ள அவரது முக்கிய சீடர்கள் வந்து குவிந்தனர். ஒவ்வொருவரிடமும் தனித்தனியே

பேசிய அவர், 'இலக்கில் உறுதியாக இருங்கள். அதை நோக்கித் திடமாக முன்னேறுங்கள்.'

'ஒரு மனிதன் தன் சீடர்களுடன் கூடவே இருப்பது என்பது அவர்களைக் கெடுக்கும் ஒரு செயலாகும். ஆனால் இதுதான் அடிக்கடி இங்கே நடக்கிறது. மனிதர்களுக்கு ஒருமுறை பயிற்சி அளித்தபின், அவர்களை விட்டு நீங்கிவிட வேண்டும். அதை விட்டுவிட்டு அவர்கள் கூடவே இருந்தால் அவர்களால் வளர்ச்சிபெற இயலாது'

என்றார்.

முக்கியமான கடமைகளிலிருந்து படிப்படியாக ஒதுங்க ஆரம்பித்த அவர் சொன்னார், 'பெரிய மரத்தின் கீழே உள்ள செடிகள் வளர்ச்சி அடைவதில்லை.' என்று.

தனது கடைசிக் காலகட்டத்தில் பலமுறை மறைமுகமாகவும், சிலமுறை நேரடியாகவும் அவர் தன் முடிவு பற்றிக் கூறிவந்தார். ஒரு முறை கூறினார்:

'புறஉலக விவகாரங்களுடன் இனி நான் சம்பந்தப்பட முடியாது. நான் போக வேண்டிய நேரம் வந்துவிட்டது.'

மற்றொருமுறை பட்டவர்த்தனமாகவே கூறினார். 'இந்த விவகாரங்களில் இனியும் நான் தலையிட இயலாது. நான் மரணத்தை நோக்கிச் சென்று கொண்டிருக்கிறேன்.'

'எனக்கு ஆபீசுக்கு நேரமாகிவிட்டது. நான் கிளம்புகிறேன்' என்று ஒருவர் கூறுவதுபோல் மிக இயல்பாக விவேகானந்தர் இப்படிக் கூறியதாகப் பலரும் வியந்து எழுதியுள்ளனர்.

அது 1902, மே மாதம் 15ம் தேதி. விவேகானந்தர் மிஸ். மெக்கலாயிட் என்பவருக்கு எழுதுகிறார்.

'நான் ஓரளவு குணமடைந்துள்ளேன். ஆனால் எதிர்பார்த்த அளவுக்கு அது இல்லை. அமைதியின் சிறந்த கருத்து என்மீது வந்துவிட்டது. அனைத்திலிருந்தும் நான் ஓய்வு பெற விரும்புகிறேன்.

இனி எந்த வேலையும் எனக்கு இல்லை. முடிந்தால், பழைய நாட்களில் நான் பிச்சை எடுத்த நிலைக்குத் திரும்பிச் செல்வேன்.'

விவேகானந்தரின் இதுபோன்ற சொற்கள் யதார்த்த நோக்கில் சிந்திப்பவனுக்குச் சாதாரணமாக அல்லது பொருளற்றதாகத் தோன்றும். ஆனால் ஆன்மீக ஈடுபாடு கொண்டவர்கள் இதன் ஒவ்வொரு வரியிலும் அர்த்தம் காண்பார்கள்.

இங்கு ஒரு சம்பவம் பற்றிக் குறிப்பிட வேண்டும். இதன் உண்மை நிலை, சாரம் அவரவர் அதை ஏற்கும் விதத்தை பொறுத்து மாறுபடும். புராணக்கதைகள் போன்று தோன்றும் இது மாதிரி நிகழ்வுகள் புத்தர், ஏசு, சங்கரர் போன்ற பலருடைய வாழ்விலும் நிகழ்ந்துள்ளன. அரவிந்தர், காந்தி, ரமணர் போன்றோர் வாழ்விலும் நடந்ததாக இதுபோன்ற பல கதைகள் கூறப்படுகின்றன. அப்படிப்பட்ட ஒரு கதை இது.

நரேந்திரர் ராமகிருஷ்ணரின் சீடராகி யோக சாதனைகளில் வெகுவேகமாக முன்னேறிக் கொண்டிருந்த காலகட்டம் அது.

ராமகிருஷ்ணர் போன்றோர் எந்த ஒரு கருத்தியலையும் யார் மீதும் திணிக்க மாட்டார்கள். அவரவர் விரும்பும் பாதையிலேயே செல்லவிட்டு, அந்த வழியிலேயே தங்களுக்குள் இருப்பதை அவர்கள் உணரச் செய்வார்கள்.

ராமகிருஷ்ணரின் சீடர்களில் ஒருவர் மதுர் பாபு. இவர் விக்கிரக பூஜையில் ஈடுபாடு கொண்டவர். இவரிடம் ஒன்றன் பின் ஒன்றாக ஏகப்பட்ட தெய்வப் பதுமைகள் வந்து சேர்ந்துவிட்டன.

விநாயகர் என்றால் நின்ற, உட்கார்ந்த, நாட்டியமாடும் நிலை என எண்ணற்ற கோலங்களில் இவரிடம் பதுமைகள் இருந்தன. முருகன் என்றால் வேலேந்திய, மயில் மீது, ஆண்டிக்கோலம், வள்ளி, தேவயானி சமேதர் என்று பல தோற்றங்களில் விக்கிரகங்கள் இருந்தன. இப்படியே சக்தி, சிவன், விஷ்ணு, அனுமன் என ஒவ்வொன்றும் பல கோலங்களுடனாக நூற்றுக்கணக்கான பிரதிமைகள் அவரிடம் இருந்தன.

குளித்துவிட்டு அவர் பூஜைசெய்ய ஆரம்பித்தால் அவற்றில் ஒன்றைப் பூஜித்துவிட்டு இன்னொன்றை விட அவரால் முடியாது. எல்லாவற்றையும் பூஜித்து முடிக்கவே அவருக்கு அரை நாளாகிவிடும்.

விவேகானந்தர் இதைப் பலமுறை சுட்டிக்காட்டிக் கேலி செய்வார். மதுர்பாபு உடனே அசட்டுச் சிரிப்பு சிரிப்பார். ஆனால் தன் வழக்கத்தை மாற்றிக் கொள்ளமாட்டார்.

ஒருநாள் முன்னிரவு நேரம். தன் அறையில் அமர்ந்திருந்த விவேகானந்தர் எழுந்தார். சப்பணமிட்டு அமர்ந்தார். கண்களை மூடி மூச்சை அவதானித்தார். பின்னர் மனக்கண்ணில் மதுர்பாபுவின் முகத்தைக் கொண்டு வந்தார். அந்தப் பிம்பத்தின் நெற்றிப்பொட்டை உற்று நோக்கியபடி மனத்துக்குள்ளாக அழுத்தமாகக் கூறினார்.

'பாபு! எழுந்திரு. போ. போய் எல்லா விக்ரகங்களையும் மூட்டை கட்டி யமுனை நதியில் எறி.'

தன் வீட்டில் அயர்ந்து தூங்கிக் கொண்டிருந்த மதுர் பாபு யாரோ தட்டி எழுப்பியதுபோல் 'விருட்'டென வாரிச் சுருட்டிக்கொண்டு எழுந்தார்.

இரு கோணிப்பைகளை எடுத்துக்கொண்டு போய், பூஜையறையில் வரிசையாக அடுக்கி வைக்கப்பட்டிருந்த எல்லாக் கடவுள் பிரதிமைகளையும் எடுத்து, அவற்றில் போட்டுக் கட்டினார். இரண்டு மூட்டைகளையும் தூக்கமுடியாமல் தூக்கிக்கொண்டு தள்ளாடி, தள்ளாடி யமுனை நதிக்கரையை நோக்கி நடந்தார்.

தெருக்களில் ஆளரவமேயில்லை. வழியில் ஒரு வீட்டின் பெரிய திண்ணையில் ராமகிருஷ்ணர் நாலைந்து பேருடன் உட்கார்ந்து பேசிக்கொண்டிருந்தார். இரு மூட்டைகளைச் சுமந்துகொண்டு தள்ளாடியபடி மதுர்பாபு வருவதைக் கண்ட அவர், வியப்புடன், 'மதுர்பாபு! எங்கே போகிறாய், இந்த இரவு நேரத்தில்?' என்று வினவினார்.

'இந்த சாமி சிலைகளையெல்லாம் யமுனையில் எறியப்போகிறேன்.'

மதுர்பாபுவின் பதில் அவருக்கு வியப்பை அளித்தது. சாமி சிலைகள்மீது அவருக்கு எவ்வளவு பிரியம் இருந்தது என்பது அங்கிருந்த அனைவருக்கும் தெரியும். புதிய அருட்கோலங்களைத் தேடித்தேடி வாங்குபவர் அவர்.

சட்டென்று ஏதோ சந்தேகம் வரவே, ராமகிருஷ்ணர் கண்களை மூடினார். மறுகணம் அவர் முகத்தில் கோபம் கொந்தளித்தது. உரத்த குரலில், 'உன்னை இப்படிச் செய்யத் தூண்டுபவன் யார் என எனக்குத் தெரியும். நான் கட்டளையிடுகிறேன். திரும்பிப்போ. போய் இந்தச் சிலைகளை இருந்த இடத்திலேயே வை' என்றார்.

பின்னர் வேகமாக விவேகானந்தர் தங்கியிருந்த இடத்துக்குச் சென்று, 'நரேன்' என்றார் இடிபோன்ற குரலில். குருவின் குரல் கேட்டு தியானம் கலைந்து வந்து கதவைத் திறந்தார் விவேகானந்தர்.

'நரேந்திரா! என்ன செய்கிறாய் நீ? அவன் பக்குவபடாதவன். படிப்படியாக அவன் தவற்றை அவனுக்கு உணரச்செய்ய

வேண்டும். அப்படி அவனுக்குப் புரிய வைப்பதை விட்டு, ஒரு பலசாலி நோஞ்சானான வேறொரு நாட்டைப் படையெடுத்து ஆக்ரமிப்பதுபோல் அவன் மனத்தை ஆக்ரமிக்கிறாயா நீ? இப்பொழுது கூறுகிறேன் கேள். இனி உனக்கு ஒருபோதும் சமாதி நிலை கைகூடாது.'

ராமகிருஷ்ணரின் சொற்கள் விவேகானந்தருக்குத் தனது தவறை உணர்த்தின. மனம் வருந்திக் கண்ணீர்விட்டார்.

அவரது வேதனை கண்டு மனம் நெகிழ்ந்த ராமகிருஷ்ணர் கூறினார்.

'மனிதன் அடிப்படையிலேயே இருமையானவன். ஒரு கரையில் இருந்தபடி மறுகரையைப் பார்த்து அங்கே பசுமை யாயிருக்கிறதே. இங்கு வறட்சியாக இருக்கிறதே என்று எண்ணி ஏங்குபவன். அவனுக்கு இப்படி ஒரு நிலை இருப்பதே தெரியாது.

இந்தச் சூழ்நிலையில் உனக்கு சமாதி நிலை கைகூடி என்ன ஆகப்போகிறது? ஏற்கெனவே நாங்கள் நான்கைந்து பேர் கண்மூடி மரத்தடியில் அமர்ந்திருக்கிறோம். ஆறாவதாக நீயும் இன்னொரு மரத்தடியில் அமர்வதில் என்ன பயன்? அதைவிட உலகம் முழுவதும் சென்று, இப்படி ஒரு நிலை இருக்கிறது; இதை எவரும் அடையலாம் என்று விளக்கிச் சொல். பலரும் இதுபற்றித் தெரிந்து கொள்ளட்டும். விருப்பம் இருப்பவன் வருவான்.'

தலைகுனிந்தபடி பதில் பேசாமல் இருக்கும் விவேகானந்தரைப் பார்த்தார் ராமகிருஷ்ணர். அன்பு தோய்ந்த குரலில் ராமகிருஷ்ணர், 'நரேன்! நீ உலகை விட்டுச் செல்வதற்கு மூன்று நாட்கள் முன்பாக உனக்குச் சமாதி நிலை கை கூடும். அதன்பின் நீ எழமாட்டாய். அதற்கு முன்பாக உன் பணிகளைச் செய்துமுடி' என்றார் கடைசியில்.

அதன்படியே விவேகானந்தர் இந்தியா முழுவதும் சுற்றிப் பிரசாரம் செய்தார். அப்போது இந்தியர்களின் கவனமெல்லாம் புது உலகமான அமெரிக்கா மீது பதிந்திருந்தது. அதனாலேயே

விவேகானந்தர் அமெரிக்கா சென்று பிரசாரம் செய்தார். அதன்மூலம் ஒட்டுமொத்த இந்தியாவையும் தன்னை நோக்கித் திருப்பினார்.

ராமகிருஷ்ணர் ஏற்கெனவே இதர சீடர்களிடம் விவேகானந்தர் தனது நோக்கம் ஈடேறியதும் உடலுடன் வாழ மறுத்துவிடுவார் என்றும், என்றும் உள்ளதான சமாதி நிலையில் மூழ்கிவிடுவார் என்றும் கூறியிருந்தார். சீடர்கள் காலக்கணக்கை கேட்பதற்காக, 'அது எப்போது நிகழும்?" என்று கேட்டனர். அதற்கு ராமகிருஷ்ணர், 'தான் யார் என அறிந்தபின் ஒரு விநாடிகூட தாமதிக்காமல் சமாதி நிலையில் விவேகானந்தர் ஒன்றிவிடுவார்' என்று கூறினார்.

விவேகானந்தர் உடல் நலம் குன்றிய இந்த நிலையில் அவரைக் காண வந்த ஒரு சாது, 'நீங்கள் யார் என்பது உங்களுக்குத் தெரியுமா?' என்று கேட்டார்.

'தெரியும். இப்போதுதான் அதை அறிகிறேன்' என்றார் விவேகானந்தர். அதிர்ந்துபோன சாது, தனது பேச்சை நிறுத்திவிட்டார்.

பின்னர் ஒருமுறை விவேகானந்தர் வங்காளப் பஞ்சாங்கம் கொண்டு வருமாறு கேட்டார். ராமகிருஷ்ணரும் இதே மாதிரி கேட்டவர் தான். தன் மரணத்துக்குச் சில நாட்களுக்கு முன்பு இவ்வாறு கேட்டு, தான் உலகை விட்டுப் பிரியும் நாளை முடிவு செய்ததுபோல், இவரும் உலகை விட்டு விலக நல்ல நாள் குறிக்கிறாரோ என்று கலவரம் அடைந்தனர்.

ஆன்மீகவாதிகளின் கருத்துப்படி 'நான்' என்ற உணர்வு, அதாவது 'சுய பிரக்ஞை' முற்றிலும் அற்றுப்போவதே மகா சமாதிநிலை. அந்நிலையை அவர் எய்துவற்கு மூன்று நாட்கள் முன்பாக பிரேமானந்தா என்பவரிடம் ஒரு குறிப்பிட்ட இடத்தைக் காட்டி, அங்கு தமது உடல் எரிக்கப்படவேண்டும் என்று தெரிவித்தார்.

2.7.1902 அன்று ஏகாதசி. புதன் கிழமை வேறு. பொதுவாகப் பக்திமான்கள் பலரும் ஏகாதசி அன்று விரதம் இருப்பார்கள். விவேகானந்தர் அன்று விரதம் இருந்தார். சகோதரி நிவேதிதா அவரைக் காண வந்தார்.

உபதேசம் கேட்க வந்த அவரிடம், மடத்தில் உள்ள

மற்ற சுவாமிகளிடம் உபதேசம் கேட்குமாறு கூறிய விவேகானந்தர், அவரை உணவு உண்ணுமாறு கேட்டுக்கொண்டார். நிவேதிதா உணவு உண்டதும் அவரது கைகளில் நீர் ஊற்றிய விவேகானந்தர் அவர் கையை ஒரு துண்டினால் துடைத்தார்.

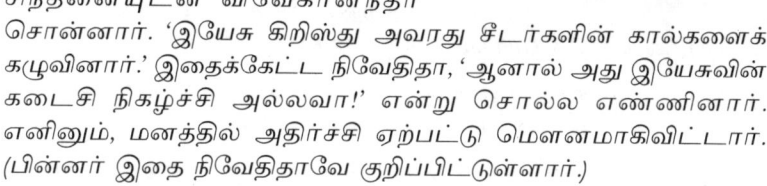

'சுவாமிஜி! இவற்றை நான்தான் உங்களுக்குச் செய்ய வேண்டும். நீங்கள் எனக்குச் செய்யக்கூடாது' என்றார் நிவேதிதா.

அப்போது, ஆழ்ந்த சிந்தனையுடன் விவேகானந்தர் சொன்னார். 'இயேசு கிறிஸ்து அவரது சீடர்களின் கால்களைக் கழுவினார்.' இதைக்கேட்ட நிவேதிதா, 'ஆனால் அது இயேசுவின் கடைசி நிகழ்ச்சி அல்லவா!' என்று சொல்ல எண்ணினார். எனினும், மனத்தில் அதிர்ச்சி ஏற்பட்டு மௌனமாகிவிட்டார். (பின்னர் இதை நிவேதிதாவே குறிப்பிட்டுள்ளார்.)

வெள்ளிக்கிழமை அதிகாலை விவேகானந்தர் எழுந்து, அங்கிருந்த சிறுகோயிலுக்குத் தனியே சென்றார். சன்னல், கதவுகளை மூடி 3 மணிநேரம் தியானம் செய்தார். வெளியே வரும்போது தேவியைப் பற்றி அவர் பாடுவது கேட்டது.

ராமகிருஷ்ணர் காளி பக்தர். கடவுளைக் காளியாக உருவகித்து, அதே தோற்றத்தில் தரிசித்தார் என்கின்றனர். விவேகானந்தரும் கடவுளைப் பெண் வடிவில் வழிபட்டவர். அவர் 'அன்னை' என்று குறிப்பிட்டார். வங்கத்தில் காளி வழிபாடு பிரசித்தி பெற்றது என்பதால், இதுவும் காளி வணக்கமே என்று கருதுகின்றனர்.

'அந்த அன்னையாரோ, நானறியேன்
  எந்தன் வாழ்நாள் முழுதும் சிந்தித்தேன்
புருஷன், இயற்கை, வெறுமை என்ற
  உருவில் இப்போது அவன் தெரிகின்றான்'

பின்னர் தனக்குத்தானே பேசிக் கொள்வதுபோல் மெல்லிய குரலில் அவர் கூறினார்.

'இன்னொரு விவேகானந்தர் இருந்திருந்தால், இந்த விவேகானந்தர் என்ன செய்திருந்தார் என்று அறிந்திருப்பார். ஆயினும் வருங்காலத்தில் எத்தனை விவேகானந்தர்கள் தோன்றப் போகிறார்கள்?'

பிறகு சீடர்களிடம் பேசிய விவேகானந்தர், 'நான் நாளை காளிபூஜை செய்ய வேண்டும். அதற்குத் தேவையானவற்றை எடுத்து வையுங்கள்' என்றார். யஜுர் வேதத்தின் ஒரு பகுதியையும், அதன் விளக்க உரையையும் படிக்கும்படி சுவாமி சுத்தானந்தாவிடம் கூறினார். பிரபலமான பண்டிதர் ஒருவர் எழுதிய அந்த உரையை அவர் வாசிக்க, அதைக் கேட்ட விவேகானந்தர், அதுசரியான உரை அல்ல என்றும், வேறு ஒரு சிறந்த விளக்க உரையை இயற்ற நடவடிக்கை எடுக்குமாறும் சொன்னார்.

அந்த விளக்கத்தில் என்ன தவறு என்றோ, புது உரை எப்படி இருக்கவேண்டும் என்றோ அவர் கூறவில்லை.

பின்னர் அங்கிருந்த இதர சுவாமிகள், சாதுக்களுடன் உணவருந்தினார். (அதுதான் கடைசி உணவு என்பதை எவரும் அறியவில்லை.) புதிதாக வந்தவர்களுக்கு சமஸ்கிருத இலக்கணம் பற்றி 3 மணிநேரம் சொற்பொழிவு நிகழ்த்தினார்.

மதியம் பிரேமானந்தாவுடன் ஒரு நீண்ட நடை சென்றார். இருவரும் காலாற நடந்து செல்கையில், அந்த மடத்தில் ஒரு வேதக் கல்லூரி அமைக்கவேண்டும் என்று கூறி அதற்கான திட்டங்கள் பற்றி விவாதித்தார்.

'வேதங்களைப் படிப்பதால் என்ன பயன்?' என்று கேட்டார் பிரேமானந்தா.

'மூட நம்பிக்கைகளைக் களைவதற்காக' என்றார் விவேகானந்தர்.

திரும்பியபின் சாதுக்களுடன் உரையாடிய விவேகானந்தர், பெரும் சாம்ராஜ்யங்களின் கிடுகிடு உயர்வையும், தடதட வீழ்ச்சியையும் பற்றி விளக்கினார்.

'இந்தியா அழிவற்றது' என்றார் உணர்ச்சிப் பெருக்குடன். 'இறைவனைத் தேடுவதை இந்த நாடு தொடர்ந்து செய்யவேண்டும். ஆனால் அரசியலிலும், சமூகப் போராட்டங்களிலும் சிக்கிக் கொண்டால் இந்த நாடு செத்துவிடும்' என்றார்.

பின் ஒவ்வொருடனும் தனித்தனியே அவர் பேசினார். மாலை 7 மணி ஆனது. பிரார்த்தனைக்காகச் சிறு கோயிலின் மணி ஒலித்தது.

தம்மை எவரும் இடையூறு செய்யவேண்டாம் என்று கூறிவிட்டு தமது சொந்த அறையில் ஒரு மணி நேரம் தியானம் செய்யச் சென்றார் விவேகானந்தர்.

பின்பு ஒரு சீடரை அழைத்து, அறையின் ஜன்னல்களைத் திறக்கச் சொன்ன அவர், தமது தலைமீது காற்றுப் படும்படி விசிறச் சொன்னார். ஒன்றும் பேசாமல் மௌனமாக தரையில் படுத்துக்கொண்டார்.

விவேகானந்தர் உறக்கத்திலோ அல்லது ஆழ்ந்த தியானத்திலோ இருக்கக்கூடும் என்றெண்ணிய சாது ஏதும் பேசவில்லை.

விவேகானந்தரின் வரலாற்றை எழுதிய சுவாமி நிகிலானந்தா அந்நூலில் இதனை விரிவாகக் கூறுகிறார்.

அதன்படி ஒரு மணிநேரம் அங்கு கனத்த மௌனம் நிலவியது. அதன் முடிவில் அவரது கைகளில் ஒரு மெல்லிய நடுக்கம். ஒரு முறை ஆழ்ந்து மூச்சுவிட்டார். அவரது இரு விழிகளும் புருவங்களுக்கு இடையே நிலைத்தன. முகம் சலனமின்றி, இருந்தது. மீண்டும் ஓர் ஆழ்ந்த மூச்சு.

அது ஜூலை 4. இரவு 9.10 மணி. சீடர்கள் விவேகானந்தரின் மூக்குத் துளைகள், வாய் ஓரம் மற்றும் கண்களில் 'சிறிது ரத்தம்' இருப்பதைக் கண்டனர்.

(யோகமரபு நூல்களில் ஒருவர் முறைப்படி தனது குண்டலினி சக்தியை படிப்படியாக ஆறு ஆதார சக்கரங்களின் வழியாக மேலே ஏற்றி, உச்சத்தை எட்டி, வெளியேறும்போது இவ்வாறு மிகச்சிறிய அளவில் குருதி வெளிப்படும் என்று கூறப்பட்டுள்ளது.)

சீடர்கள் அவரது தன் உணர்வை இவ்வுலகுக்குக் கொண்டு வரும் நோக்கத்துடன் அவரைச் சூழ்ந்து கொண்டு அவரது பெயரைச் சொல்லித் திரும்பத் திரும்ப அழைத்தனர்.

(ஒரு மனிதனின் மரணத்தறுவாயில் அவர் உணர்வுகள் உள்ளே ஒடுங்கிக் கொண்டே செல்லும். திரும்பத் திரும்பப் பெயர் சொல்லிப் பலரும் அழைக்கையில் எங்கோ கிணற்றிலிருந்து கேட்பதுபோல் அந்தக் குரல் கேட்கும். அது மீண்டும் திரும்பும் உத்வேகத்தை ஏற்படுத்த மனம் புலன்களை இயக்கும். படுத்திருக்கும் உடலில் லேசான அசைவு ஏற்படும்.)

சீடர்களின் முயற்சிகள் பலிக்கவில்லை. பின்னர் மருத்துவர்கள் வந்தனர். செயற்கை சுவாசம் கொடுக்கப்பட்டது. கடைசியாக, நள்ளிரவு அவர் மறைந்துவிட்டதாக அறிவிக்கப்பட்டது.

பிரபலங்கள், தலைவர்கள், மன்னர்கள் போன்றவர்களது மறைவுக்கும் விவேகானந்தர், பரமஹம்சர் போன்றோரின் மறைவுக்கும் இடையே ஒரு சிறு வித்தியாசம் உண்டு. அதேபோல் இவர்களின் கடைசி சொற்களுக்கிடையிலும் இந்தப் பேதத்தைக் காணலாம்.

195

மற்றவர்கள், அது அலெக்சாண்டராயினும் சரி, செங்கிஸ்கான் ஆயினும் சரி, அவர்களிடமிருந்து மறைமுகமாக 'நான்' என்ற உணர்வு வெளிப்படுகிறது. மரணம் அவர்களை நெருங்கும்போது அதனை ஏற்கவிரும்பாத, அதே சமயத்தில் மறுக்க முடியாத ஒரு கையறு நிலை அவர்களின் கடைசிச் சொற்களில் வெளிப்படும்.

இவர்களோ தங்களது இறுதியை உணர்ந்தவர்களாக, அதனை மறுக்காமல் ஏற்பவர்களாக, அதனை எப்போது செயல்படுத்துவது என நல்ல நாள் குறித்து எதிர்பார்த்துக் காத்திருப்பவர்களாகவே இருந்துள்ளதைக் காணலாம். மற்றவர்களைப் போல் தங்கள் கடைசி சொற்களில் தங்களது மரணம் பற்றிக் குறிப்பிடாமல், முன்கூட்டியே பல முறை அதைப்பற்றி இவர்கள் சூசகமாகத் தெரிவித்துள்ளனர்.

ஏதோ அரசு அலுவலாக வெளியூர் செல்லும் ஓர் ஊழியரைப் போல், ஏதோ ஒரு நோக்கத்துடன் இந்த உலகுக்கு வந்துள்ளவர்கள் போல், இவர்களின் செயல்பாடுகள் இருப்பதைக் காணலாம்.

எழுத்தாளர் லா.ச.ராமாமிர்தம் இவர்களை 'சம்பவாமி யுகே யுகே' புருஷர்கள் என்கிறார். இவர்களுடனோ, இவர்களது வாழ்வுடனோ நமக்குத் தொடர்பு இருப்பதில்லை. இவர்கள் கொண்டு வந்திருக்கும் சேதியுடன் மட்டும்தான் நமக்கு உறவு என்பது அவர் கருத்து.

> **இவர்கள் வாழ்வில் எதை உணர்த்தினார்களோ, எதை நேரடியாகவும், மறைமுகமாகவும் சுட்டுகிறார்களோ அதுதான் இவர்களின் சொல். மற்றபடி இவர்களது முதல் சொல்லில், பின்வந்த சொற்களில் எது நேரடியாகச் சுட்டிக் காட்டப்பட்டதோ அதுவே இவர்களின் எல்லாச் சொற்களிலும் அடிநாதமாக இழையோடியது எனலாம்.**

ராமகிருஷ்ணரும் சரி, விவேகானந்தரும் சரி, ஒருவகையில் தங்கள் முடிவு பற்றி முன்கூட்டியே பலமுறை மறைமுகமாகச் சுட்டிக்காட்டினர். இதில் குருவிடம் விஷயம் அதிகமாகவும், பிராபல்யம் குறைவாகவும் இருந்தது. சீடரிடமோ பிரபலம் மிக அதிகமாகவும், விஷயம் என்று வரும்போது அது குருவுக்கு அடுத்த இடத்திலும் இருந்தது.

14 நெப்போலியன்

ஒரே ஒரு போர்வீரனை எனக்கு அறிமுகம் செய்து வை. இந்த ஐரோப்பா கண்டத்தின் வரலாற்றையே நான் மாற்றிக்காட்டுகிறேன்.'

உலகப்பெரும் போர் வீரர்கள் வரிசையில் அலெக்சாண்டருக்கு அடுத்தபடியாக இரண்டாவது இடம் பெற்ற மாவீரன் நெப்போலியன் போனபார்ட் உதிர்ந்த சொற்கள் இவை.

ஆழ்ந்த தத்துவம் அடங்கிய வேத சொற்களை 'ஆப்தவாக்கியம்' என்பர். அசாத்திய தன்னம்பிக்கை நிரம்பிய சொற்கள் 'ஆற்றல் வாக்கியம்' எனப்படும். விவேகானந்தர், காந்தி போன்றோர் கூறிய அத்தகைய ஆற்றல் வாக்கியங்கள் கோடானுகோடி பேரைத் தட்டியெழுப்பின.

அந்த வகையில் பல ஆற்றல் வாக்கியங்களுக்குச் சொந்தக்காரர் நெப்போலியன். அதில், 'முடியாது என்ற சொல் முட்டாளின் அகராதியில் மட்டும்தான் இருக்கும்' என்ற அவருடைய மேற்கோள் உலகம் முழுவதும் இன்றும் விளங்கி வருகிறது.

நெப்போலியனைப் பற்றியும் எண்ணற்ற கதைகள் உண்டு. அவற்றை அலசுவதானால், அதற்காகவே தனிப் புத்தகம் ஒன்றை

எழுதலாம். எனினும், அவரைப் பற்றிய ஓரிரு கதைகளை மட்டும் பார்த்துவிட்டு அவரது இறுதி நிமிடங்களுக்குள் போய்விடுவோம்.

தன்னைப் பற்றி ஒரு மனிதன் செய்து வைத்திருக்கும் அந்த உருவகம் ஒவ்வொரு மனிதனுக்கும் இன்றியமையாத ஒன்றாக இருக்கிறது. மற்றவர்களிடையே தன் மீதுள்ள மதிப்பான தோற்றத்தை தன்னைப் பற்றிய மதிப்பைக் காப்பாற்றிக் கொள்ளும் வரை தான் ஒரு தலைவனால் தொடர்ந்து தலைமைப் பதவியில் நீடித்திருக்க முடியும். அந்தப் பிம்பம் சிதையும்போது அவன் ஆதரவுத் தளம் சுருங்கிவிடும்.

மதிப்பான பிம்பத்தைக் காப்பாற்றிக் கொள்ளுதல் என்ற கருத்துருவை உலகத்தார் மத்தியில் கொண்டு வந்தவனே நெப்போலியன்தான். அவன் தன் தோற்றத்தை எப்போதும் மிடுக்காக வைத்திருப்பான். அவன் சற்றுக் குள்ளமானவன் என்பதால் தனது பிம்பம் பாதிக்கப்படாதிருப்பதற்காக குதிரைமேல் அமர்ந்தபடியே வந்து, தனது கூடாரத்துக்குள் சென்ற பிறகுதான் கீழே இறங்குவான். அதேபோல் மறுநாள் காலை வரும்போதும் பூரண கவசத்துடன் குதிரைமேல் அமர்ந்தபடியேதான் வெளியே வருவான்.

வீரர்களிடையே உரையாற்றும் போதும் உயரமான பாறை அல்லது அதுபோன்ற ஏதேனும் உயரமான ஒன்றின்மீது நின்றபடியே தான் காட்சியளிப்பான். மறைமுகமாக தான் ஒரு 'தேவபுருஷன்' என்ற பிம்பத்தை வெளி உலகத்தினரிடம் உருவாக்கி, அதனைக் கடைசிவரை நிலை நிறுத்தினான். அதன் மூலம் வீரர்களிடையே தன்னைப் பற்றி அவன் உண்டாக்கியிருந்த திட பக்திதான் அவனது வெற்றிகளுக்கெல்லாம் அஸ்திவாரமாக இருந்து உதவியது.

அவனது தன்னம்பிக்கைக்கு உதாரணமாக ஒரு கதை உண்டு.

ஒரு நாள் தன் தளபதியிடம் நெப்போலியன் கேட்கிறான்.

'எப்போது படையெடுப்பை நிகழ்த்தலாம்?'

‘அதற்குப் போதிய வீரர்களைத் திரட்ட வேண்டுமே.’

‘வெற்றிபெற நமக்கு எவ்வளவு வீரர்கள் தேவை?’

‘ஒரு லட்சம் போர்வீரர்கள் வேண்டும்.’

‘நம்மிடம் இப்போது எவ்வளவு பேர் உள்ளனர்?’

‘அறுபதாயிரம் பேர்தான் இருக்கிறார்கள்.’

‘என்னையும் சேர்த்துக் கொள்ளுங்கள். ஒரு லட்சம் ஆகிவிடும். நாளையே நாம் படையெடுப்பைத் தொடங்கி விடுவோம்.’

அசாத்தியமான தன்னம்பிக்கை கொண்டிருந்தவன் நெப்போலியன் என்பதற்கு இதுபோன்ற எண்ணற்ற உதாரணங்கள் உண்டு.

(இடைக்காலத்தில் ஐரோப்பிய மது வகைகள் பரவலாக அறிமுகமானபோது விறுவிறுப்பையும் வேகத்தையும் ஊட்டக்கூடியது அது என உணர்த்தும் வகையில் ஒரு மதுவகைக்கு நெப்போலியன் என்றே பெயரிட்டனர். இன்றளவும் அது ‘குடிமகன்’களின் விருப்ப வகைகளில் ஒன்றாக உள்ளது.)

அவன் பிறந்தது 1769 ஆகஸ்ட் 15. பிறந்த இடம், சின்னஞ்சிறு கார்சிகா தீவில். மறைந்தது 52வது வயதில். சராசரி மனிதனாகப் பிறந்து, பிரெஞ்சு நாட்டின் சக்கரவர்த்தியாகி, ஐரோப்பா முழுவதையும் வென்றவன், எண்ணற்ற வெற்றிகளை அவன் அடைந்திருந்தாலும், 4 தோல்விகளையும் கண்டவன். கடைசியில் ஒரு தீவில் 6 ஆண்டுகள் கைதியாக இருந்து மறைந்தவன்.

நெப்போலியனும் சரி, ஹிட்லரும் சரி, உலகையே தங்களுடைய மதியால் நடுங்க வைத்தார்கள். ரஷ்யா மீது குளிர்காலத்தில் படையெடுத்தது அவர்களின் விதியால் நிகழ்ந்தது.

உண்மையில், ரஷ்யக் குளிர் பற்றி அவர்களுக்கு எதுவுமே தெரிந்திருக்கவில்லை என்றுதான் கூறவேண்டும். அதுவும் மைனஸ் 30 டிகிரி (300) கடுங்குளிர். துப்புவதற்கு எச்சிலை வாய்க்குக் கொண்டு வந்தால் அது அந்த வினாடியே பனிக்கட்டியாக மாறிவிடும். விரலால் பிடுங்கித்தான் அதை அதற்குப் பிறகு வெளியே வீசவேண்டியிருக்கும்.

இந்தக் கடுங்குளிரைத் தாங்க முடியாமல் முக்கால் வாசி வீரர்கள் செத்துப்போனதாலேயே இருவரும் தோல்வியைத் தழுவினர். கிடுகிடு ஏற்றம், தட தட சரிவு என்பதற்கு இவர்கள் இருவருமே இலக்கணமாக இருந்தனர்.

ராஜதந்திரம், நிர்வாகத் திறமை, வியூகம் வகுத்துப் படைகளை நடத்தும் திறன் என ஒரு தலைவனுக்குத் தேவையான அனைத்துத் தகுதிகளுமே நெப்போலியனிடம் இருந்தன. அதையும் தாண்டிய வெகுஜன வசீகரமும் அவனிடம் இருந்தது. (தமிழகத்திலேயே ஆசாரத்தில் ஊறிய பல வைதீக குடும்பங்களில் கூட மகனுக்கு ▶

நெப்போலியன் என்று பெயர் வைக்கப்பட்டிருப்பதைப் பல இடங்களிலும் காணலாம்.)

ரஷ்யக் கடுங்குளிரில் நெப்போலியன் படை அடியோடு நாசமானதையடுத்து அவனை வீழ்த்த இதுவே தருணம் என்று எல்லா ஐரோப்பிய நாடுகளும் ஓரணியில் ஒன்றுதிரண்டன. அவற்றின் கூட்டுப்படை 'லீப்சிக்' போரில் நெப்போலியனைத்

தோற்கடித்தது. நெப்போலியன் கைது செய்யப்பட்டு, 'எல்பா' தீவில் சிறை வைக்கப்பட்டார்.

பத்தே மாதங்களில் எல்பா தீவிலிருந்து தப்பித்து வந்தார் நெப்போலியன். அவரை மக்கள் மனமகிழ்ச்சியுடன் ஏற்று மீண்டும் மன்னனாக்கினர்.

நெப்போலியனின் வருகை ஐரோப்பிய நாடுகளை அஞ்ச வைத்தது. வெலிங்டன் கோமகன் தலைமையில் இரண்டாவது முறையாக ஐரோப்பியக் கூட்டுப்படை அணிவகுத்து நின்றன. அப்போது நடந்த 'வாட்டர்லூ' போரில் மீண்டும் நெப்போலியனைத் தோற்கடித்தனர். இம்முறை அவரை செயின்ட் ஹெலினா தீவில் தனிமைச் சிறையில் அடைத்துவைத்தனர்.

ஒரு மகாசக்கரவர்த்திக்கு அது மாபெரும் சோதனையான காலகட்டம். தனது சுண்டுவிரலின் அசைவில் ஐரோப்பாவையே ஆட்டிவைத்தவன், ஒரு வாய் தண்ணீருக்கு மற்றவர்களை எதிர்பார்த்து ஏங்கும் நிலைக்குத் தள்ளப்பட்டான் என்பது எவ்வளவு கொடுமையான விஷயம்?

வரலாற்றில் பதிவு செய்யப்பட்ட இத்தகைய சந்தர்ப்பங்களைக் காணும்போதுதான் அனைத்தின் பின்னணியிலும் ஏதோ ஒன்று

இருந்து இயக்குகிறது என்ற எண்ணம் வலுப்படுகிறது. விதி வலிமையானது என்ற எண்ணம் பலருக்கும் தோன்றும். சிலர், 'காலம் எவ்வளவு வலிமையானது' என்றும் வியப்பார்கள்.

> **விதி, இயற்கை, இவை காலம் எல்லாமே ஒரே தன்மையுடையதாக இருக்கலாம். அல்லது மூன்றும் வெவ்வேறானவையாகவும் இருக்கலாம். அல்லது அப்படி ஏதும் கிடையாது என்றும் சொல்லலாம்.**

எது எப்படியாயினும், நெப்போலியன் ஐரோப்பாவையே கதிகலங்க வைத்தது நிஜம். பிறகு எல்லாம் இழந்து செயின்ட் ஹெவினாவில், தனிமைச்சிறையில் அடைபட்டிருந்தபோது மன உளைச்சலில் தவித்தது நிஜம்.

கண் காணாத தொலைவில், ஆள் அரவமற்ற தனித் தீவில் அவரது இறுதிக்காலம் கழிந்தது. 1815 அக்டோபர் 17ல் அங்கு வந்து சேர்ந்தார் நெப்போலியன். எப்படி குருஷேத்திரப் போரில் கௌரவர்கள் தோற்று, பாண்டவர்கள் முடி சூடிய பின்பு, பீமசேனன் திருதராஷ்டிரனை அவ்வப்போது அவமானப்படுத்தினானோ, அதேபோல் நெப்போலியன் சிறைவைக்கப்பட்ட மாளிகையின் காவல் அதிகாரியும், அந்தத் தீவின் ஆளுநரும் நெப்போலியனுக்குச் சிறு சிறு அவமரியாதைகளை அடிக்கடி இழைத்தனர்.

ஐரோப்பாவையே அடக்கி ஆண்ட, எண்ணற்ற அரண்மனைகளுக்குச் சொந்தக்காரனாக இருந்த நெப்போலியனுக்கு அங்கு 14 அடி நீளம், 12 அடி அகலம், 10 அடி உயரம் கொண்ட இரு அறைகள்தான் வசிப்பிடமாக இருந்தது. படுப்பதற்கு நைந்துபோன விரிப்பு, ஜன்னலுக்கு மஸ்பின் திரைகள், கணப்பு அடுப்பு, 2 சிறு மேஜைகள், மர நாற்காலிகள், ஒரு சோபா. பச்சை நிற சில்க துணிகள் தொங்கிய சிறு படுக்கை (இது நெப்போலியன் ஆஸ்டர் லிட்ஜ் என்ற இடத்தில் பயன்படுத்தியவை). இதுதவிர ஒரு வெள்ளி விளக்கு, கை கழுவும் இடத்தில் வெள்ளி தண்ணீர் ஜாடிகள், பேசின்கள் இவைதான் அங்கிருந்த மொத்த உபகரணங்கள்.

அழையா விருந்தாளியாக நிறைய எலிகள் அங்கு இருந்தன. நெப்போலியன்மீது கொண்ட அன்பால், பலர் அவருடன் தாங்களாகவே விரும்பி வந்து அவருடன் தங்கியிருந்தனர். அவ்வப்போது பலர் இதற்காகவே பயணம் செய்து வந்து பார்த்தனர். அனைவரிடமும் நெப்போலியன் கனிவுடன் பழகினார்.

இந்தக் காலகட்டத்தில் அந்த முன்னாள் சக்கரவர்த்திக்கு எந்த அலுவலும் இருக்கவில்லை. நேரத்துடன் போராடுவதற்கு அவருக்கு மிகவும் கடினமாக இருந்ததால் அவர் நிறையப் படித்தார் உடனிருந்தவர்களுடன் நிறையப் பேசினார். பின்னர் தமது நினைவுக் குறிப்புகளை எழுத்தில் வடிக்க ஆரம்பித்தார்.

இந்தச் சந்தர்ப்பத்தில் அவருக்கும் அந்தத் தீவின் கவர்னருக்கும் கருத்து மாறுபாடுகள் மூண்டன. இதனால் நெப்போலியன் அவரைப்

பார்க்கவே மறுத்தார். அந்தத் தீவில் ஒரு பிரபு, 3 கோமகன்கள், 2 பணியாளர்கள், இவர்களைச் சார்ந்தவர்கள், விரும்பி உடன் இருந்தோர் என 40 பேர் அப்போது அவருடன் இருந்தனர். (ஆறாம் ஆண்டின் இறுதியில் இது பாதியாகக் குறைந்தது.) இந்தப் பெரிய குழுவுக்கு ஆகும் செலவு குறித்து இவர்கள் இருவருக்குமிடையே நடந்த விவாதமே நெப்போலியனைக் கோபத்துக்கு உள்ளாக்கியது என்கிறார்கள்.

அப்போது அவர் சொன்னார். 'அந்த கவர்னர் இஷ்டப்பட்டால், என்னை வெட்ட ஒரு கோடாலியை எடுத்துக்கோண்டு நான் இருக்கும் இடத்திற்கு சுதந்திரமாக வரமுடியும். ஆனால் இந்த அறைக்குள் அவர் நுழைய வேண்டுமென்றால் என் பிணத்தைத் தாண்டித்தான் அவர் அதைச் செய்ய முடியும். அதற்கு எனக்கு என் துப்பாக்கி வேண்டும். அதை என்னிடம் கொடுங்கள் என்றார்.'

வேலையாட்களிடம் அதிகக் கனிவு காட்டினார். மலாய் நாட்டை சேர்ந்த ஓர் அடிமை அங்கே தோட்டக்காரனாக இருந்தான். 'பாவம் இவர், தன் குடும்பத்தாரிடமிருந்து பிரிக்கப்பட்டு அடிமையாக விற்கப்பட்டுள்ளார். இவரது தனித்தன்மை கொள்ளையடிக்கப்பட்டுள்ளது' என்றார் பரிவுடன் அவரைப் பார்த்து.

தனது டாக்டர் மயக்கமானபோது அவருக்கு நெப்போலியன் சிகிச்சையும், பணிவிடையும் செய்தார். ஒருமுறை அவர் தன் குதிரையில் நெடுந்தூரத்திற்குச் சவாரி செய்ய நேர்ந்தது. அப்போது ஒரு விவசாயி ஏர் உழுவதைக் கண்ட அவர், தன் குதிரையை விட்டிறங்கி, அவரது கலப்பையை வாங்கி உழுததுடன், அந்த விவசாயிக்கு ஒரு பொன் நாணயத்தை அன்பளிப்பாகவும் தந்தார்.

ஒருமுறை அவரைக் காண சில ஆங்கிலேயேர்கள் வந்திருந்தனர். அவர்களிடம் சொன்னார். 'ஒரு சில

பிரபுக்களாலோ, செல்வந்தர்களாலோ மட்டும் ஒரு நாட்டின் வளம் கட்டமைக்கப்படுவதில்லை. அதைச் செய்வது அந்த நாட்டிலுள்ள மக்கள் கூட்டம்தான்.'

ஒருமுறை அவர் கூறினார். 'என் வீழ்ச்சிக்கு என்னைத்தவிர வேறு யாரையும் குற்றம் சொல்ல முடியாது. என்னுடைய மிகப் பெரிய எதிரியாக எனக்கு நானே இருந்திருக்கிறேன்.'

தன் கனவுகள் பற்றி அவர் இவ்வாறு கூறினார்: 'நான் ஐரோப்பியாவிற்கென்று பிரத்யேகமானதொரு அமைப்பை அதற்கான தனிப்பட்ட, சட்ட திட்டங்களை, நீதிமன்றத்தை நிறுவ விரும்பினேன். அதைச் செய்திருந்தால், ஐரோப்பா முழுவதுமே ஒரே சமூகவியல் சார்ந்த மக்களுடைய நாடாக அது ஆகியிருக்கக்கூடும். இவை எல்லாவற்றையும் நீங்கள் சேர்த்துப் பார்த்தீர்கள் என்றால், என் வாழ்வு எதாவதொரு நாட்டுப்பாடலில் வரும் கதைபோல இருப்பதை உணர்வீர்கள்.'

அடிவயிற்றில் கத்தியால் குத்துவதுபோல் வலிகள் தொடங்கி படிப்படியாக நெப்போலியன் நோய்வாய்ப்பட்டார். படுக்கையில் கிடக்கும் நேரங்கள் அதிகரித்தன.

'என் படுக்கைக்குப் பதில் ஓர் அரியாசனத்தை அளித்தாலும் மறுக்கும் நிலைக்கு வந்துவிட்டேன். ஒரே சமயத்தில் நான்கு காரியதரிசிகளிடம் நான்கு வெவ்வேறு விஷயங்களைச் செய்யச் சொல்லிக் கட்டளையிட்டிருக்கிறேன். அது நான் நெப்போலியனாக விளங்கிய காலம். தூக்கத்தை அவசியம் என்றே எண்ணாத நான், இப்போது இரக்கப்படத்தக்க ஒரு பிராணிபோல் ஆகிவிட்டேன்.'

நெப்போலியனின் உடைகளுக்குப் பொறுப்பான வேலையாள், "ஆகாயத்தில் ஒரு வால் நட்சத்திரம் தெரிகிறது" என்றார். (விண்ணில் தூமகேது எனப்படும் வால் நட்சத்திரம் தோன்றினால் அந்த நாட்டின் மாமன்னர் வீழ்வார், நாட்டுக்குக் கெடுதி ஏற்படும் என்று எல்லா நாடுகளிலுமே ஒரு நம்பிக்கை உள்ளது. அமரர் கல்கியின் 'பொன்னியின் செல்வன்' நாவலில் தூமகேது என்ற வால் நட்சத்திரம் பற்றிப் பல இடங்களில் வருவதும், அது மறைந்த அன்று இளவரசன் ஆதித்த கரிகாலன் கொல்லப்படுவதாகவும் காட்டப்படுகிறது. ஷேக்ஸ்பியர் உட்பட பலரும் இந்த நம்பிக்கையைத் தங்கள் எழுத்துகளில் காட்டியுள்ளனர். 1964ம் ஆண்டு வானில் ஒரு வால் நட்சத்திரம் தென்பட்டது. அந்த ஆண்டு ஜவாஹர்லால் நேரு மரணமடையவே, இந்த நம்பிக்கை மேலும் வலுப்பட்டது.)

வேலையாள் கூறியதைக் கேட்ட நெப்போலியன், 'ஜூலியஸ் சீசரின் மரணத்துக்கு முன்னரும் அப்படி ஓர் அடையாளம் தென்பட்டது' என்றார். அங்கிருந்த மருத்துவர், 'வானில் இப்போதைக்கு எந்த வால் நட்சத்திரமும் தென்படவில்லை' என்றார். 'நல்லது. வால் நட்சத்திரங்கள் தோன்றாமலிருக்கும் போதிலும் கூட மக்கள் மரணமடைகின்றனர்' என்றார் நெப்போலியன்.

உடலின் சக்தி மேலும் குன்றிய நிலையில், நெப்போலியன் தன் உறவினர்களில் நெருக்கமாக இருந்த பாலின் என்பவருக்கு ஒரு கடிதம் எழுதினார். படர்க்கையில் அதில் தன்னைப் பற்றி குறிப்பிட்டார். (தன்மை, முன்னிலை, படர்க்கை= நான், நீ, அவன்) இந்தக் கடிதத்தில் தன்னை ஒரு மூன்றாவது நபர்போல் பாவித்து தன் நோய் பற்றி அவர் இப்படி எழுதினார்.

'சக்கரவர்த்தி தமது நிலையைப்பற்றி, செல்வாக்கான ஆங்கிலேயரிடம், மேம்பாடுடைய தாங்கள் தெரிவிப்பீர்கள் என்று உறுதியாக நம்புகிறார். இந்தப் பயரங்கரமான மலைமேல், அனைவராலும் கைவிடப்பட்ட நிலையில் அவர் சிறிது சிறிதாக மடிந்து கொண்டுள்ளார். அவரது அந்த மரணப் போராட்டம் அச்சம் தருவதாக இருக்கிறது.'

1821. நெப்போலியன் உயிரோடிருந்த ஆண்டு. அந்த ஆண்டு ஏப்ரல் மாதத்தில் அவர் ஏதோ ஒரு முடிவுக்கு வந்தவர்போல் உயில் ஒன்றை எழுதினார். தம் கைப்படத் தாமே அதை எழுதியதுடன், அதை நிறைவேற்ற 3 பேரை நியமித்தார். வானில் வால் நட்சத்திரம் தெரிவதாகக் கூறிய வேலையாள் அந்த மூவரில் ஒருவன்.

தன்னுடைய பல தரப்பட்ட சொத்துகளையும் பலருக்கும் பிரித்து எழுதினார். இந்த உயிலில் அவர் தன் மகனுக்குக் கூறுகிறார்: 'என் மரணத்துக்காகப் பழிவாங்க முற்படக்கூடாது. அமைதியாக நாட்டை ஆளவேண்டும். ஐரோப்பாவைப் படைகளின் உதவியால் ஆளவேண்டிய கட்டாயம் எனக்கு இருந்தது. ஆனால் நிலைமை இப்போது மாறிவிட்டது. இப்போதைய கால கட்டத்தில் அறிவைப் பயன்படுத்தி, மக்களுக்கு நம்பிக்கை ஊட்ட நீ முயலவேண்டும். ஒவ்வொரு அரசரும் அறிவின் குரலைக் கேட்கவேண்டும் என்று நான் விரும்புகிறேன்.'

உயிலில் அழுத்தந்திருத்தமாக அவர் கூறுகிறார்.

> **'இங்கிலாந்தின் கொடுங்கோல் அரசு, அவர்களால் கூலிக்கு அமர்த்தப்பட்ட கொலைகாரர்கள், இவர்களால் என் உண்மையான வாழ்நாள் முடியும் முன்பாகவே நான் செத்துக்கொண்டிருக்கிறேன்.'**

உயிலை எழுதியபின் அவர் கூறினார். 'நான் இறந்தபின் உங்களுக்கு ஐரோப்பா திரும்பும் இனிய சந்தோஷம் கிடைக்கும். நண்பர்களையும், உறவினர்களையும் சந்தித்து மகிழ்வீர்கள். நான் என் மாவீரர்களான படைவீரர்களை எப்சியன் நிலப்பரப்புகளில் சந்திப்பேன்.'

ஏப்ரல் 21ஆம் தேதி தனது கார்சிகன் மதகுருவை வரவழைத்த நெப்போலியன், 'எனது படுக்கைக்குப் பக்கத்தில் உங்கள் வழிபாடுகளை அமைத்து, நான் பூமிக்குக் கீழே செல்லும் வரை தொடர்ந்து வழிபாடு செய்யுங்கள்' என்றார்.

ஏப்ரல் 29. நெப்போலியனைத் ஜுரம் தாக்கியது. அந்த நிலையிலும் அவர் தான் நிறைவேற்ற நினைத்திருந்த இரு செயல்

திட்டங்களை ஒரு பத்திரம் போன்று எழுதச் சொன்னார். வெர்சைல்ஸ் நகரைப் பயன்படுத்துவது பற்றியது அதிலிருந்த முதல் அறிக்கை. இரண்டாவதில், தேசியக் காவல் படையைத் திருத்தி அமைப்பது பற்றி சொல்லப்பட்டிருந்தது.

ஆனால் இவற்றை எந்த அதிகாரிக்கும் அனுப்பவில்லை. அவற்றின்மீது 'முதல் கனவு', 'இரண்டாவது கனவு' என்ற பெயர்களை எழுதினார். பிறகு மனபாரம் நீங்கியவர்போல், 'நான் இப்போது சந்தோஷமாக உணர்கிறேன். இப்போது என்னால் இப்படியே குதிரை மீது ஏறி 30 மைல் தூரம் வரை பயணம் செய்ய என்னால் முடியும்.'

மறுநாள் சித்தப் பிரமையுள்ளவர் போன்ற நிலையை அடைந்தார். அவரது கடைசி மூச்சு உள்ள வரை அதே நிலை தொடர்ந்தது.

1821 மே.1. லேசான புத்தி தெளிவு ஏற்பட்டபோது அவர் சொன்னார். 'நான் மயக்கத்தில் இருக்கும்போது எந்தக் காரணத்தைக்கொண்டும் எனக்குச் சிகிச்சை அளிக்க ஆங்கிலேய மருத்துவரை அனுமதிக்கக்கூடாது... என் நினைவுக்கு உண்மையானவர்களாக நீங்கள் இருக்கவேண்டும். என் சட்டங்களும், என் செயல்களும், மிகவும் கண்டிப்பான கொள்கைகளை அடிப்படையாகக் கொண்டு உருவாக்கப்பட்டவை.'

நெப்போலியனிடம் கடைசி வரை விசுவாசமாக இருந்த மார்ச்சண்ட் என்பவர், நெப்போலியனின் இறுதி நாட்களைப் பற்றிப் பதிவு செய்துள்ளார். அதன்படி நெப்போலியன் மன அலைவுக்கு ஆளாகியிருந்தார். 'அஜாக்கியாவில் உள்ள என் வீடு மற்றும் அதன் வெளிப்புறமுள்ள கட்டடங்களை என் மகனுக்கு நான் அளிக்கிறேன்...'

இப்படி, பல உளறல்கள் அவரிடமிருந்து வெளிப்பட்டன. அவற்றில் பழைய நினைவுகள், இறந்துவிட்ட நண்பர்களின் பெயர்கள் இவை. எல்லாம் இடம்பெற்றன.

மறைந்த தோழர்களைப் பெயரிட்டு அழைத்து, 'டெசாமிக்ஸ் மகேனா! வெற்றி நமக்கே! விரைந்து முன்னேறுங்கள்; நாம் எதிரிகளை வீழ்த்தப் போகிறோம்' என்றார்.

மறுநாள் மே 5 - ஆம் தேதியன்று மதகுரு வந்தபோதும் அந்த பிரமை நிலை மாறவில்லை. அப்போது அவரிடமிருந்து வெளிப்பட்ட 'ஆர்மி! டெட்டி ஆர்மி... ஜோசபைன்' போன்ற சொற்கள் மன்பூவன் என்பவரின் காதுகளில் விழுந்தன. (ஜோசபைன் என்ற விதவையை நெப்போலியன் காதலித்து மணந்துகொண்டார். டியூப்ளே எப்படி மேடம் வின்சென்ஸ் என்ற விவாகரத்தான பெண்ணை மணந்துகொண்டு அவள் இஷ்டப்படி ஆடுபவராக இருந்தாரோ, அப்படியே, நெப்போலியனும் ஜோசபைனிடம் அடங்காத காதல் கொண்டு, அவள் இஷ்டப்படி ஆடுபவராக இருந்தார்.)

பின்னர் நெப்போலியன் திடீரென அசுர பலத்துடன் எழுந்து, மன்பூவன் என்பவரைப் பிடித்து கீழே விழும்படி தள்ளினார். அப்போது ஏற்பட்ட சத்தம் கேட்டு அறைக்கு வெளியே இருந்த அர்க்கம் பாட் என்பவர் ஓடிவந்தார்.

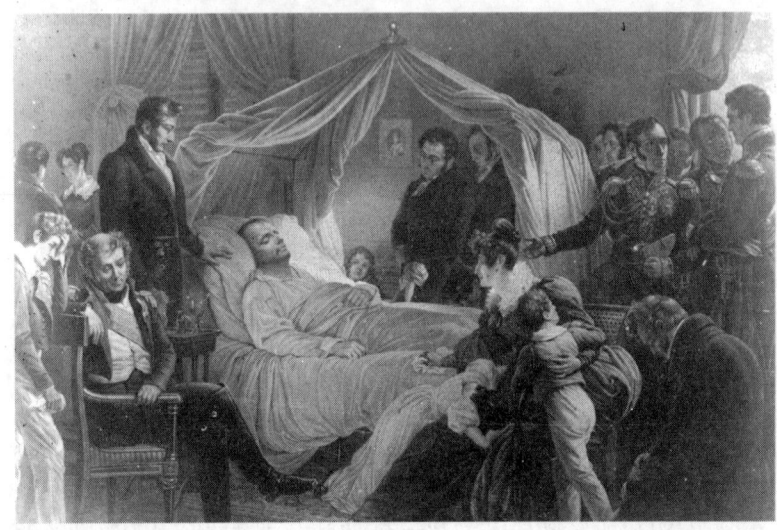

அன்று முழுவதும் படுத்தபடியே இருந்த நெப்போலியனின் அருகே பழைய பிரெஞ்சு வம்சத்தை சேர்ந்த ஒரு பிரபு, ஆடை அணிவிக்கும் ஒரு சிப்பந்தி இவர்கள் இருவர் மட்டுமே இருந்தனர்.

மாலை மணி 5. வெளியே வீசிய கடும் சூறாவளியால் இருமரங்கள் வேரோடு சாய்ந்தன. நெப்போலியனிடம் ஒருவித விறைப்புத்தன்மை படர்ந்தது. வலி, இம்சை இவை எதையும் அனுபவிப்பதற்கான அடையாளங்கள் எதுவும் அவரிடம் காணப்படவில்லை. தொண்டையிலிருந்து ஒரு கொளகொள ஓசை வெளிப்பட்டது. கண்கள் நிலைத்தபடி சூனியத்தை வெறித்தன. சூரியன் அஸ்தமித்தபோது பிரெஞ்சு சாம்ராஜ்யத்தின் சூரியனான இவரது வாழ்வும் அஸ்தமித்தது.

நெப்போலியனிடமிருந்து வெளிப்பட்ட கடைசி சொற்கள், 'ஆர்மி... டெட்டி ஆர்மி... ஜோசபைன்' என்பதுதான். வாழ்வாங்கு வாழ்ந்த ஒரு சக்கரவர்த்தி தனியே ஒரு தீவில் கைதியாக வைக்கப்பட்டதால், கடும் மன உளைச்சலுக்கு ஆளாகியிருந்தார். அப்படி எற்படுவது இயல்பு தான்.

பொதுவாகவே உயர் பதவி வகித்த பலரும் பதவி பறிபோனதுமே பைத்தியம் பிடித்தவர்கள் போல் ஆகிவிடுகின்றனர். அதேபோல் தனிமையில் வாடுபவர்கள் மனநோயாளிகள் போல் ஆகிவிடுவார்கள். நெப்போலியனுக்கு இவை இரண்டுமே நேர்ந்தன. உலகமே

மலைக்கும் உன்னத வாழ்க்கை வாழ்ந்தவர் படுதோல்வி அடைந்து சிறைப்பட்டார்.

சொந்த நாடு, சொந்த மக்கள் அனைத்துடனுமான அவரது தொடர்பு துண்டிக்கப்பட்டது. கண்காணாத தீவில் அவர் சிறை வைக்கப்பட்டார்.

இந்த நிலையிலேயே ஆறாண்டுகள் கழித்தவர் அவர். அவரைத் தவிர இன்னொருவர் இவ்வளவு தூரம் தனக்கு ஏற்பட்ட இன்னல்களைத் தாங்கிக்கொண்டு தாக்குப் பிடித்திருப்பாரா என்பதே சந்தேகம்தான்.

நெப்போலியனைப் போன்ற புகழ்மிக்க ஒருவருக்கு மரண தண்டனை கொடுத்தால் வரலாற்றில் தனக்கு அவப்பெயரும், அதனால் பிரான்சு நாட்டுடன் நிரந்தரப் பகையும் ஏற்படும் என்பதால் பிரிட்டிஷார் அவரைச் சிறையில் அடைத்துவிட்டு 'ஆர்சனிக்' என்னும் 'மெல்லக் கொல்லும் விஷம்' மூலம் சிறிது சிறிதாக அவரது உடல்நிலை குன்றச் செய்து மரணம் அடைய வைத்தனர் என்றும் கூறப்படுகிறது.

எது எப்படியாயினும் தோல்வி, தனிமை, உடல்நலம் பாதிப்பு போன்றவற்றால் மனம் பேதலித்த நிலையில் நெப்போலியன் இருந்ததால், அவரது கடைசி சொற்கள்கூட மனபேதலிப்பின் பின்விளைவால் வந்த சொற்களாக இருக்க முடியுமே தவிர மரண அனுபவம் பற்றிய ஒரு நிகழ்வாகவோ, உணர்வின் பதிவாகவோ அவை இருக்க வாய்ப்பில்லை.

அதற்கேற்ப அவரிடமிருந்து வெளிப்பட்ட 'ஆர்மி... டெட்டி ஆர்மி... ஜோசபைன்' ஆகிய சொற்கள் அவரது நிறைவேறாத ஆசைகளால் ஏற்பட்ட ஏக்கங்களின் பிரதிபலிப்பே எனலாம். அவரால் மீண்டும் படைதிரட்டிக்கொண்டு போய் போரில் இறங்க முடியாது. போரில் வென்று சக்கரவர்த்தியாகி ஜோசபைனுக்கு அரண்மனை வாழ்வைத் தரமுடியாது.

கொடிகட்டிப் பறந்த அவர், கடைசியில் தனக்கென்று எதுவுமே இல்லாமல் ஒரு சராசரி மனிதனாக உயிர்விட வேண்டிய பரிதாப நிலைதான் நெப்போலியனுக்கு ஏற்பட்டது. அவரது பிரமிக்கதக்க எழுச்சி, வியக்கத்தக்க வீழ்ச்சி இரண்டுமே இயற்கை எப்பேர்ப்பட்ட வல்லமை வாய்ந்தது என்பதை நிரூபிப்பவையாக இருந்தன.

நெப்போலியனின் முடிவு சோகமான ஒரு நிகழ்வாக இருக்கலாம். ஆனால் அவரது பெயர் வரலாற்றில் பொறிக்கப்பட்ட ஒன்று. இந்தத் தோல்வியால் எந்த வகையிலும் அதனை மாற்றிவிட இயலவில்லை. இரண்டு நூற்றாண்டுகள் ஆகியும் இன்னும் பிரெஞ்சு மக்களால் பயபக்தியுடன் உச்சரிக்கப்படும் பெயர்களில் முதன்மையான இடத்தில் நெப்போலியனின் பெயர் உள்ளது.

15 அடால்ஃப் ஹிட்லர்

"கடவுளைப் பற்றி நினைக்காதவர்கள் யார் இருக்க முடியும்? ஆனால் அந்தக் கடவுளைத் தமிழர்கள் இறைவன் என்கிறார்கள். தெலுங்கர்கள் தேவுடு என்கிறார்கள். வட இந்தியர்கள் பஹ்வான் என்கிறார்கள். வெள்ளையர்கள் 'காட்' என்கிறார்கள். இப்படிக் கடவுளை ஒவ்வொரு மொழியில், ஒவ்வொரு பெயரில் அழைக்கின்றனர். ஆனால் உலகம் முழுவதும் அனைத்து தரப்பு மக்களும் ஒரே சமயத்தில் உச்சரித்த ஒரே பெயர் 'ஹிட்லர்' என்பதுதான்.

அலெக்சாண்டர் மன்னர் வம்சத்தில் பிறந்தவன். ஓர் அரசன் பேரரசனானதில் பெருவியப்பு ஏதும் இருக்க முடியாது. ஆனால் ஒரு கட்டடத்தொழிலாளியின் மகனாகப் பிறந்து, ஒரு நாட்டின் தலைவனாக உயர்ந்து, நாட்டையே ராணுவ மயமாக்கி,

உலகத்தையே நொறுக்கித் துவம்சம் செய்த, ஐந்து கோடி மக்களின் அழிவுக்குக் காரணமான இரண்டாம் உலக மகா யுத்தத்தின் காரண புருஷனாக விளங்கியது ஹிட்லர் செய்த தனிப்பெரும் சாதனை.

ஹிட்லரை மண்ணாசை கொண்ட யுத்த வெறியன் என்பார்கள். குரூரத்தில் இன்பம் காணும் ரத்த வெறியன் அவன் என்பார்கள். ஓர் இனத்தை முழுவதுமாகக் கொன்று அழித்துவிடுவது என்ற கொடிய நோக்குடன் செயல்பட்ட ஒரு சைக்கோ என்பார்கள். ஆனால் முதல் உலகப் போரில் படுதோல்வியடைந்து சின்னாபின்னமான ஒரு தேசத்தை ஒரு சில ஆண்டுகளிலேயே பிரம்மாண்டமாகக் கட்டி யெழுப்பியது ஹிட்லரின் ஈடிணையற்ற சாதனை என்பதை மறுக்க முடியாது.

உலகத்தையே வெற்றிகொள்ளும் முயற்சியில் ஹிட்லர் தோற்றுப்போனார். குளிர் காலத்தில் ரஷ்யா மீது படையெடுத்து நெப்போலியன் செய்த இமாலயத் தவறையே ஹிட்லரும் செய்தார். மைனஸ் 30 டிகிரிக்கும் (300) கீழான குளிரில் அகப்பட்டு ஜெர்மனியின் லட்சக்கணக்கான வீரர்கள் மடிந்தனர்.

சுதாரித்துக்கொண்ட உலக நாடுகள் ஓரணியில் திரண்டன. நேச நாட்டுப்படைகள் எட்டு திசைகளிலிருந்தும் ஜெர்மனியின் படைகளை விரட்டியபடியே வந்து ஜெர்மன் தலைநகர் பெர்லினில் சந்தித்தன.

உண்மையில், ஹிட்லரிடம் இங்கிலாந்து வாங்கிய அடியிலிருந்து கற்றுக்கொண்ட பாடத்தாலேயே இரண்டாம் உலக யுத்தத்துக்குப் பின்னர், இங்கிலாந்து தனது ஆட்சியின் கீழ் இருந்த நாடுகள் பலவற்றுக்கும் விடுதலை அளிக்கத் தொடங்கியது. அந்த வகையில் உலகின் பல நாடுகளின் சுதந்தரத்துக்கு மறைமுகக் காரணமாக இருந்தவர் ஹிட்லர் என்றால் அதில் தவறு இல்லை.

முதல் உலகப்போர் பெரும்பாலும் தரைப்போராகவே நடைபெற்றது. டாங்கிகளும், பீரங்கிகளும் கொண்டு படைகள் தரையில் மோதின. கடற்போரும் நடந்தது. இரண்டாம் உலகப்போரில் இவற்றுடன் விமானப்படையும் பங்குகொண்டதால் வான்வழிச் சண்டையும் நடைபெற்றது. போர்முனையில் வீரர்கள் எதிருக்கு எதிர் நின்று போரிட்டதுபோய், வானிலிருந்தபடி நகரங்கள்மீது குண்டுமழை பொழிவதும் நடந்தது. விளைவு, பொதுமக்கள் நேரடியாகத் தாக்குதலுக்கு உள்ளாகி, கொத்துக்கொத்தாகச் செத்துவிழுந்தனர்.

இரண்டாம் உலகப்போர் பற்றி எக்கச்சக்கமான புத்தகங்கள் வந்துவிட்டன. ஏராளமான திரைப்படங்கள் வந்துவிட்டன. 'லண்டன் வானத்தே கழுகுகள்' (Eagle: Fly over London) 'லிபரேஷன்' (Liberation)

'ஒடாஸாஃபைல்'(Odesa File) 'நவ்ரோனின் துப்பாக்கிகள்' (Guns of Novarone) தி கிரேட் எஸ்கேப்' (The Great Escape) 'ஹிட்லரின் கடைசி

பத்து தினங்கள்' (Hitler: Last ten days) டைரக்ஷன் நுணுக்கத்தின் சிகரம் எனப்படுகிறது.

உலக வரலாற்றையே தலைகீழாகப் புரட்டிப்போட்டது இந்த இரண்டாம் உலகப்போர். இன்றைய அணுகுண்டு, ஏவுகணை, செவ்வாய்க்கும் வியாழனுக்கும் ராக்கெட்டுகள் செல்வது எனப் பல விஷயங்களுக்கும் மூல காரணமாக இருந்தது. இந்த யுத்தமும், ஹிட்லரும்தான்.

பல நூற்றாண்டுகளாக உலகையே இருகூறாகப் பிரித்து ஆளுமை செலுத்தி வந்த பிரிட்டனும் பிரான்சும் ஹிட்லர் கொடுத்த அடியால் சுருண்டு செல்லாக் காசாயின. உலகப் போரின் முடிவுக்குப் பிறகே அமெரிக்காவும் ரஷ்யாவும் தலையெடுத்து உலகை இரு கூறாக்கி ஆளுமை செலுத்த ஆரம்பித்தன. அதற்குக் காரணம் யுத்தம் முடிந்தபின் அமெரிக்காவிடமும் ரஷ்யாவிடமும் சிக்கிய ஜெர்மானிய விஞ்ஞானிகள்தான்.

ஒட்டுமொத்த உலகத்தின் மீதும் ஆளுமை செலுத்தவேண்டும் என்று ஹிட்லருக்கு ஏற்பட்ட எண்ணத்தைக்கூட குறைகூற முடியாது. எல்லா அதிபர்களிடமும் ஏற்படக்கூடிய ஓர் ஆசைதான் அது. ஆனால் கிட்டத்தட்ட ஒரு கோடி யூதர்களை ஆண், பெண், குழந்தைகள் என்று எந்தவிதப் பாகுபாடும் பாராமல் விஷவாயு முகாம்களிலும், சித்ரவதைக் கூடங்களிலும் கூட்டம் கூட்டமாக அடைத்துக் கொன்றதற்கான காரணத்தைத்தான் இன்னமும் யாராலும் புரிந்து கொள்ள முடியவில்லை.

ஓர் இனத்தையே அழிக்கும் அளவுக்கு அவர்கள் மீது அப்படி என்ன குரோதம் அவருக்கு? எதனால் இது ஏற்பட்டது? இதுதான் புரியாப் புதிராக இன்னமும் உள்ளது.

ஹிட்லரின் தலைமை எப்படி யாராலும் ஊகிக்க முடியாத திருப்பத்திலிருந்து ஆரம்பமானதோ, அதேபோல் ஹிட்லரின் முடிவும் எவராலும் எதிர்பார்க்கப்படாததாகவே இருந்தது.

ஒரு கட்டத்தில் இங்கிலாந்து அடியோடு சர்வ நாசமாகி விடும் என்ற நிலை ஏற்பட்டது. 'சூரியன் மறையாத சாம்ராஜ்ஜியம் என்றா

மார்தட்டித் திரிகிறீர்கள்ா? சூரியனே இல்லாதபடி செய்கிறேன்' என்று சூளுரைத்த ஹிட்லர் எல்லாவற்றையும் துவம்சம் செய்து கொண்டிருந்த சூழ்நிலையில், வின்ஸ்டன் சர்ச்சில் தலைமையிலான இங்கிலாந்து ஒரு முடிவுக்கு வந்தது.

ஹிட்லருக்குப் பணியக் கூடாது. அதேசமயம் ஆங்கிலேய இனமே அற்றுவிட கூடிய ஒரு நிலையும் ஏற்பட்டுவிடக் கூடாது. எனவே, 10 வயதுக்கு உட்பட்ட குழந்தைகள் அனைவரையும் ஓரிடத்தில் திரட்டி அவர்கள் முதுகில் அவர்களது தாய் தந்தையர் பெயரைப் பச்சைக் குத்தி, அவர்களை இரண்டு நீர்மூழ்கி கப்பல்களில் ஏற்றி அமெரிக்காவுக்கு அனுப்பிவிடுவது, அங்குள்ள பெரியவர்கள் அனைவரும் ஹிட்லருக்கு எதிராகக் கடைசிவரைப் போரிட்டு அழிவது. இம்முடிவை அவர்கள் அமுல்படுத்த முற்பட்ட நிலையில்தான் ஹிட்லர், 'பிரிட்டன் ஓர் எலி. நான் யானையை வீழ்த்தப் போகிறேன்' என்று கூறிக்கொண்டு தன் படைகளை ரஷ்யா பக்கம் திருப்பினார். இறுதி மூச்சை விடும் நிலையில் இருந்த பிரிட்டன் ஆசுவாசப்படுத்திக்கொள்ள இதனால் பெரிய அளவில் அவகாசம் கிடைத்தது.

ஹிட்லரைப் பற்றியும் எண்ணற்ற கதைகள் உண்டு. ஓவியனான ஹிட்லர் ஒருமுறை உலகப்படத்தை வரைந்தான். பின்னர் அதற்கு அவன் வண்ணம் தீட்டியபோது மலைகளையெல்லாம் பிணமலைகளைப் போலவும், நதிகளையெல்லாம் ரத்த ஆறுகளைப் போலவும் வரைந்தானாம்.

தனிப்பட்ட வாழ்க்கையைப் பொறுத்தவரையில் ஹிட்லர் மகா யோக்கியனாகவே இருந்தான். அவன் வாழ்க்கையில் மதுவிற்கோ? மாமிசத்திற்கோ இடம் இருந்ததில்லை. புகைப்பது கிடையாது. பெண்பித்து கிடையாது. ஊழல் செய்வது, லஞ்சம் வாங்குவது போன்ற புகார்கள் கிடையாது. (நம்மூர் அரசியல் வாதிகள் ஒருவரை ஒருவர் குற்றம் சாட்டும்போது ஒவ்வொருவரும் அடுத்தவரை 'சோட்டா ஹிட்லர்' என்பார்கள். மக்கள் பணத்தை ஊழல் செய்து சுரண்டும் இவர்களுடன் ஹிட்லரை எந்த வகையிலும் ஒப்பிட இயலாது.)

எல்லோரும் மேல் உதட்டிற்கு மேலே மூக்கின் கீழே நடுவில் உள்ள பள்ளத்தில் உள்ள முடியை சவரம் செய்து சரிசெய்து இருபுறமும் மீசை வைப்பார்கள். ஆனால், ஹிட்லர் இருபக்கமும் நீளமாக வளரும் மீசையை எடுத்துவிட்டு, நடு பள்ளத்தில் மட்டும் மீசை இருக்குமாறு பார்த்துக்கொண்டான். எல்லோரும் இடதுபுறம் வகிடு எடுத்து தலைமுடியை வாரிச் சீவும்போது, ஹிட்லர் வலது பக்கம் வகிடு எடுத்து வாரும் வழக்கம் கொண்டிருந்தான். விறைப்பாக வலது கையை மடக்கி விரல்களை நெற்றியில் வைத்து எல்லோரும் சல்யூட் அடிக்கும் வழக்கம் வைத்திருந்த நிலையில்,

ஹிட்லரோ நின்ற நிலையில் வலது கையை கிடை மட்டமாக நேரே நீட்டும் புதிய சல்யூட் முறையைப் பின்பற்றினான். இப்படி எல்லாவற்றிலும் ஏறுக்குமாறாக அவன் நடந்து கொண்டதால் அவன் 'தாழ்வு மனப்பான்மை கொண்ட ஒரு மன நோயாளி' என்று மேலைநாட்டினர் கருதினர்.

(ஹிட்லரின் கட்சி நாஜி கட்சி. அவருடைய சின்னம் ஸ்வஸ்திக். இதனை ஜைனர்களும் பௌத்தர்களும் ஆன்மீகக் குறியீடாகப் பயன்படுத்தினர். இந்து மதத்திலும் ஸ்வஸ்திக் என்பது விநாயகரின் சின்னமாகக் கருதப்படுகிறது. இதனை ஹிட்லர் தனது சின்னமாக ஏன் தேர்ந்தெடுத்தார் என்பது புரியாத புதிர்.)

விவசாயி பயிர்களைக் களையெடுத்ததுபோல் ஹிட்லரும் மனிதர்களில் பயனற்றவர்களை விலக்கினார் என்கிறார்கள். இது எந்த அளவுக்கு உண்மையோ நமக்குத் தெரியாது. 'ஒவ்வொரு மனிதனும் தேசத்துக்காக உழைக்க வேண்டும். பிச்சையெடுப்பவர்கள், உடல் ஊனமுற்றவர்கள், தனக்கே பயனற்ற, உலகுக்குச் சுமையானவர்களாக இருப்பவர்கள் அனைவரும் உலகை விட்டே நீக்கப்பட வேண்டும். 55 வயதுக்கு மேல் யாரும் வாழ வேண்டியதில்லை. அவர்களைச் சுட்டுக்கொன்றுவிடலாம்' என்றெல்லாம் ஹிட்லர் கொள்கைகள் கொண்டிருந்ததாக கதைகள் பரவி உள்ளன.

இதற்கெல்லாம் ஆதாரம் இல்லாவிட்டாலும், இந்தச் சித்தாந்தத்தை வைத்து உலகின் பல மொழிகளிலும் அறிவியல் புதினங்கள் எழுதப்பட்டுள்ளன.

ஹிட்லர் இப்படிச் சித்தாந்தம் வகுத்தாரோ என்னவோ தெரியாது. ஆனால் அந்தச் சித்தாந்தம் அவருக்குச் சரியாகப் பொருந்தியது. தனது 55 வயது முடிந்த நிலையில், 56 வது வயதில் அவர் தன்னைத்தானே சுட்டுக்கொண்டு தற்கொலை செய்துகொண்டார்.

'ஒரே பொய்யை ஒரே சமயத்தில் 10 பேர் 10 இடங்களில் திரும்பத் திரும்பச் சொன்னால், அது உண்மையைவிட உறுதியானதாகிவிடும்' என்று சொன்ன 'கோயபல்ஸ்' இவருடைய பிரசாரத்துறை அமைச்சராக இருந்தார். இன்று உலகம் முழுவதும் அரசியல்வாதிகளின் பிரச்சாரத்திற்கு அடிப்படையாக இருப்பது இந்த கோயபல்ஸ் பார்முலாதான்.

ஜெர்மனி, இத்தாலி, ஜப்பான் ஆகிய மூன்றும் இணைந்து அச்சு நாடுகள் என்ற பெயரில் இரண்டாம் உலக யுத்தத்தைத் தொடங்கின. பிரிட்டன், பிரான்ஸ் உள்ளிட்ட நாடுகள் இவற்றுக்கு எதிராக நேச நாடுகள் என்ற பெயரில் இணைந்தன. ஆரம்பத்தில் ரஷ்யா ஜெர்மனியுடன் இணைந்திருந்தது. பின்னர் அணிமாறி நேசநாடுகளுடன் சேர்ந்து கொண்டது.

முத்துத் துறைமுகம் மீது ஜப்பான் விமானங்கள் குண்டுவீசி அமெரிக்கக், கப்பல்களைத் தகர்த்ததையடுத்து, அமெரிக்காவும் போரில் குதித்தது. ஆரம்பத்தில் வெற்றிமேல் வெற்றிபெற்ற ஜெர்மனி, பின்னர் தோல்வி முகத்துக்குத் திரும்பியது.

ஹிட்லரின் இறுதி நாள் நெருங்கியது. அதற்கு மேல் போரிட சக்தி இல்லை என்ற நிலை அவருடைய படையினருக்கு. ரஷ்யக் குளிரில் நாசமான படைகளை ஈடுசெய்யும் வகையில் புதுப் படைதிரட்டி, தளவாடங்கள் சேர்க்க நேரம் இல்லை ஹிட்லருக்கு. அதற்கானஅவகாசத்தை அவருக்குத் தர எதிரிகள் தயாராக இல்லை. பட்ட அடிகளுக்காக அவை வெறியுடன் அவரைத் துரத்தி வந்தன.

பூமிக்கு அடியில் 'பங்க்கர்ஸ்' எனப்படும் சுரங்க அறைகளில் ஜெர்மனியினர் இருந்தனர். ஹிட்லர் ஈவா பிரான் என்ற பெண்ணைக் காதலித்துவந்தார். தன்னுடன் தங்கி இருந்த அவளுக்கு மனைவி என்ற அந்தஸ்து தர அந்தத் தருணத்தில் அவர் முடிவுசெய்தார்.

தனது திருமணத்தை நீதிபதியாக இருந்த வால்டர் வாக்னர் என்பவர் நடத்தி வைத்ததை கோயபல்ஸ் அப்போது ஹிட்லருக்கு நினைவூட்டினார். உடனே வீரர்களை அனுப்பி நீதிபதியை பங்கருக்கு அழைத்து வரச்செய்தார். திருமணச் சான்றுப் பத்திரம் கொண்டு வரப்பட்டு, பூர்த்தி செய்யப்பட்டது.

'மிஸ்டர் அடால்ப் ஹிட்லர்! செல்ஜி, ஈவாபிரான் அவர்களை மனைவியாக ஏற்க உங்களுக்குச் சம்மதமா?'

'ஆம். எனக்கு விருப்பம்தான்' என்றார் ஹிட்லர்.

'செல்ஜி. ஈவாபிரான்! திரு. ஹிட்லரை கணவராக ஏற்க உங்களுக்குச் சம்மதமா?'

'ஆம். எனக்குச் சம்மதமே.'

'திருமணம் செய்துகொள்ளப் போகும் இருவரும் அவர்கள் சம்மதத்தைத் தெரிவித்து விட்டதால், சட்டத்துக்கு முன்பாக ▶

இந்தத் திருமணம் சரியானது என்று நான் அறிவிக்கிறேன்' என்றார் வாக்னர். பின்னர் பத்திரங்களில் ஹிட்லரும், ஈவா பிரானும் கையெழுத்திட்டனர்.

1945 ஏப்ரல 29ம் தேதி. அன்று காலை திருமணம் நடைபெற்றது. மாலை ஹிட்லர் திருமண விருந்து அளித்தார். திருமதி ஈவா ஹிட்லரும் மது அருந்தி சற்று நிலை தடுமாறினார். பலரும் அவருக்கு வாழ்த்துக் கூறினர்.

> **மது அருந்தியபடி பழைய சம்பவங்களை ஹிட்லர் நினைவு கூர்ந்தார். 'அது ஒரு சந்தோஷமான காலகட்டம். அதெல்லாம் முடிவுக்கு வந்துவிட்டன. மரணம் ஒன்றுதான் எனக்கான ஒரு விடுதலையாக இருக்கும். நான் நம்பிக்கைத் துரோகம் செய்யப்பட்டேன். எல்லோராலும் ஏமாற்றப்பட்டேன்.'**

அவரது இறுதி நாட்களின்போது, முதலில் இந்தத் திருமணம் நடைபெற்றது. பின்னர் ஒரு விசேஷமான பத்திரம் எழுதிய ஹிட்லர், அதில் இருந்த பல விஷயங்களைத் தெரிவித்திருந்தார். உயில் போல எழுதப்பட்ட அதில் இருந்த பல விஷயங்கள் நிறைவேற்ற முடியாதவை. ஏனெனில் எதிரிகள் அவரை வேகமாக நெருங்கிக் கொண்டிருந்தனர்.

தமது பொருட்களைச் சொந்த ஊரான லின்ஸ் நகருக்குக் கொண்டு செல்லவேண்டும், தளபதி ஹெர்மன் கோயரிங்கிடமிருந்து அதிகாரங்களைப் பறிக்கவேண்டும், ஹிட்லரைப் பணியிலிருந்து நீக்கவேண்டும், ரெய்ச் படைத் தலைவராக டோனிட்ஸ் என்பவரை நியமிக்க வேண்டும் என்பன போன்ற திட்டங்கள் அதில் இருந்தன.

கடைசி பாராவில் ஹிட்லர் எழுதினார்:

‘தோல்வி அல்லது சரணடைவதன் அவமானத்தைத் தவிர்க்கவே நானும், என் மனைவியும் மரணத்தைத் தேர்ந்தெடுத்தோம். என் மக்களுக்காக நான் 12 வருடங்களாக அதிகம் பணியாற்றிய பகுதியிலேயே எங்களை உடனே எரித்துவிடவேண்டும் என்பதே என் விருப்பம்.’

இதற்கு முந்தைய பாராக்களில் ஈவாபிரானை திருமணம் செய்து கொள்ள முடிவு செய்தது ஏன் என்பது பற்றியும் விளக்கியிருந்தோம்.

(ஹிட்லர் பணி நீக்கம் செய்த ஹிம்லர், கோயரிங் இருவரும் இவருக்கு அடுத்த இரண்டாம் நிலைத் தலைவர்கள். உலகப் போரின் முக்கியக் குற்றவாளிகளாக அடால்ப் ஹிட்லர், வான் ஹிம்லர், மார்ஷல் கோயரிங் ஆகியோர்தான் ‘நியூரம்பர்க் விசாரணை’யின்போது குற்றம் சாட்டப்பட்டவர்கள்.)

அதிகாலை 4 மணி. ஹிட்லரும், ஈவாவும் உறங்கச் சென்றனர். ஆனால் நன்றாகத் தூங்க முடியவில்லை. அசதியுடன் படுத்து, பெயருக்குத் தூங்கிவிட்டு, காலை எழுந்தபோது 11 மணி ஆகியிருந்தது. பின்னர் குளித்து ராணுவ உடைகளை அணிந்துகொண்டு ஹிட்லர் மதியக் கூட்டத்துக்கு வந்தார்.

வெளியே நிலவரம் கலவரமாகிக் கொண்டிருந்தது. ரஷ்யர்கள் தெருக்களில் புகுந்து கண்டபடி சுட்டபடியே முன்னேறிக் கொண்டிருந்தனர். ஜெர்மானியர்களின் எதிர்ப்புத்திறனோ படிப்படியாகக் குறைந்தபடி இருந்தது.

தனது விமான ஓட்டி ஹேன் பார் என்பவரிடம் ஹிட்லர் கூறினார்: ‘நான் எங்கிருக்கிறேன் என்று ரஷ்யர்களுக்குத் தெரியும். என்னை வெளியே கொண்டுவர முயற்சிப்பார்கள். என்னை அவர்கள் உயிருடன் பிடித்தால் அதன் விளைவுகளைக் கற்பனை செய்வதுகூட கடினம்.’

வான் ஹிம்லர் மூலம் ஹிட்லர் ஏற்கெனவே விஷப் புட்டிகளை வரவழைத்திருந்தார். ஆனால் அவை உண்மையான விஷமா? அதுவும் மரணத்தைத் துரிதமாக அளிக்கக் கூடியதா? என்ற சந்தேகம் அவருக்கு இருந்தது. அதனால் புரொபசர் ஹாஸ் என்பவரை வரவழைத்தனர். ஹிட்லருக்குப் பிரியமான பிளான்ட்டி என்ற நாய்க்கு அவர் விஷத்தைக் கொடுத்துப் பரிசோதித்தார். அது ‘உடனடி மரணம்’ தரக்கூடியதுதான் என்று அவர் தனது முடிவைத் தெரிவித்தார்.

நாய்க்கு விஷம் தருவதைக் காண ஹிட்லர் விரும்பவில்லை. செத்தபின் அதன் உடலைப் பார்த்தார். அதன்பின்னர் அதன் குட்டிகளை ஒவ்வொன்றாகச் சுட்டனர். அவை தாய் நாயின் மீதே செத்துச் சாய்ந்தன. பிறகு கும்பலாக அவற்றை எடுத்துச்சென்றுத் தோட்டத்தில் புதைத்தனர்.

இரவு ஸ்டாக்ஹோம் ரேடியோ (ஸ்டாக்ஹோம் என்பது ஸ்வீடன் நாட்டின் தலைநகர்) இத்தாலி நாட்டுச் சர்வாதிகாரி ▶

முசோலினி தனது நாட்டு மக்களாலேயே கொல்லப்பட்டதைத் தெரிவித்தது. ஹிட்லரின் கூட்டணி நாட்டு தலைவரின் வீழ்ச்சி, சொந்த முடிவை நெருங்கிக் கொண்டிருந்த ஹிட்லருக்குள் பெரிய பாதிப்பை ஏற்படுத்தவில்லை.

ஹிட்லர் தன் ஒன்பதாவது டிவிஷன் படைக்கு ஆவேசமான ஆணைகளைப் பிறப்பித்தார். அதற்கு அவர்கள் கொடுத்த பதில் இனி அதிக நேரம் பெர்லின் தாக்கு பிடிக்காது என்பதை உணர்த்தியது.

தன்னைத்தானே சுட்டுக் கொண்டு தன் வரலாற்றை முடித்துக்கொள்ள தீர்மானித்த ஹிட்லர், அதிகாலை 2.30 மணிக்கு அதனைச் செயல்படுத்த முடிவு செய்தார். இறுதியாக விடை பெற விரும்புபவர்களை வராண்டாவில் வரிசையாக நிற்க உத்தரவிட்டிருந்தார்.

சுமார் 20 பேர் வந்திருந்தனர். அதில் அதிகம் இடம் பெற்றிருந்தவர்கள் பெண்களே. போர்மன் என்பவர் உடன் வர ஹிட்லர், அங்கு சென்று எல்லோருடனும் வரிசையாகக் கைகுலுக்கினார். அப்போது அவர் கண்கள் பளபளப்பாக இருந்தன. எங்கும் நிசப்தம்.

விடைபெறும் நிகழ்ச்சி முடிந்தபின் ஹிட்லர் தமது விடுதிக்குச் சென்றார். இறுதி விடை தந்தவர்கள் மிகுந்த மகிழ்வுடன் சிகரெட்டுகளைப் பற்ற வைத்தனர். பாடினர். பாடலுக்கேற்ப ஆடினர். உரத்த கூச்சல்களும், சிரிப்பும், ஆரவாரமும் அந்த இடத்தை நிறைத்தன.

இந்தக் கூச்சல்களை நிறுத்திவிட்டுக் கலைந்து செல்லும்படி ஹிட்லர் அவர்களிடம் சொல்லி அனுப்பினார்.

பின்னர் ஹிட்லர் சிறிது நேரம் நன்கு உறங்கினார். அதனால் களைப்பு நீங்கித் தெம்பாக எழுந்தார். வாழ்நாளில் முதல் முறையாக அவருக்கு எந்த வேலையும் அந்த நேரத்தில் இல்லை என்ற நிலை. அவரது கட்டளைகளை செயல்படுத்தவும் எவரும் அங்கு அப்போது இல்லை.

இரண்டே இரண்டு தெருக்கள். அழிந்துபோன அந்தத் தெருக்களுக்கு அப்பால், இங்கிருந்து நூறு கெஜ தூரத்தில் ரஷ்யர்கள் அவரை நெருங்கிவிட்டனர். பிற்பகல் 2.30 மணி. இரு காரியதரிசிகள், தனது சமையல்காரர் (சைவ உணவு சமைப்பவர்) ஆகியோருடன் ஹிட்லர் மதிய உணவு அருந்தினார். இடியாப்பமும் தெளிவான சாம்பாரும் மட்டும் பரிமாறப்பட்டன.

எந்தவொரு பேச்சும் இல்லாமல், சில நிமிடங்களிலேயே உணவு முடிந்தது. ஈவா பிரானுக்குப் பசியில்லை. அறையிலேயே இருந்தார். 200 லிட்டர் கேசோலின் அவர் அறையில் கொணர்ந்து வைக்கப்பட்டது. உண்ணும்போதே இதனைச் செய்தனர்.

பின்னர் ஹிட்லர் ஈவாவுடன் வெளியே வந்தார். ஈவா பிரான் கருநீல புள்ளிகள் கொண்ட உடை, நைலான் சாக்ஸ், இத்தாலியன் ஷூக்களுடன் இருந்தார். அங்கிருந்த பெண்களை அணைத்துக் கொண்டார். தன் கையை முத்தமிட்ட ஆண்களுக்குப் புன்னகையைப் பதிலாக அளித்தார். ஹிட்லர் அங்கிருந்தவர்களுடன் மௌனமாகக் கைகுலுக்கினார்.

ஹிட்லரும், ஈவாபிரானும் பிரத்யேகமாகத் தயார் செய்யப்பட்டிருந்த ஒரு அறைக்குள் சென்றனர். கோயபெல்ஸின் மனைவி மாக்தா ஓடிவந்து, 'இன்னும் நம்பிக்கை இருக்கிறது. நீங்கள் சாகக்கூடாது' என்று உரக்கக் கூவினாள். ஹிட்லரைப் பார்க்கவேண்டுமென்று அவள் வற்புறுத்தவே, காவலாளி அந்த அறையை மெதுவாகத் திறந்து, "திருமதி கோயபெல்லைக் காண விரும்புகிறீர்களா?" என்று கேட்டான்.

அதற்கு 'நான் அவரைக் காண விரும்பவில்லை' என்றார் ஹிட்லர். உடனே கதவு மூடப்பட்டது.

சிறிய அறை அது. 12 அடி நீளம், 9 அடி அகலம் உள்ளது. ஒரு சோபாவில் இருவரும் அமர்ந்திருந்தனர். அவர்கள் ஏதாவது பேசிக்கொண்டிருந்தால் அந்த சுவர்களைத் தவிர யாருக்கும் கேட்காது.

சற்று நேரம் கழித்து துப்பாக்கி மருந்துக்குரிய மெல்லிய வாசனை வெளியே கசிந்தது. ஓட்டோ ருவெஞ்ச் என்ற காவலாளியும், ஹெவின்ஸ்லிஞ்ச் என்பவரும் கதவைத் திறந்தனர்.

217

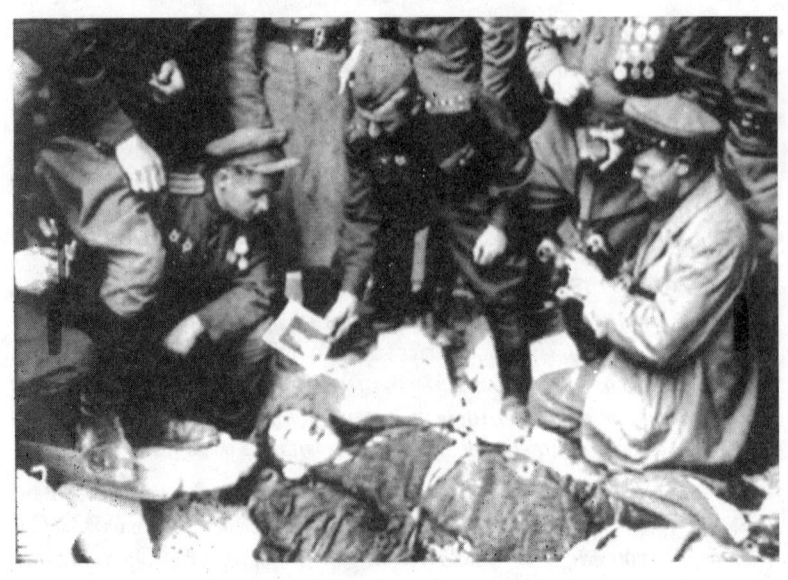

உலகையே கதிகலங்க அடித்த அந்தச் சர்வாதிகாரி சோபாவில் அமர்ந்து இருந்தார். அவரது நெற்றியில் ஓர் ஓட்டை காணப்பட்டது. ஈவா பிரான் அவரது தோள் மீது தலை சாய்ந்து கிடந்தார். அவர் சயனைட் குப்பியைக் கடித்திருந்தார். சாய்ந்தபோது அவரது கைபட்டு மேஜை மேலிருந்த பூஜாடி கீழே விழுந்து கிடந்தது.

7.65 வால்ட்டர் பிஸ்டலால் ஹிட்லர் சுட்டுக்கொண்டிருந்தார். கைக்குக் கீழே தரையில் அது கிடந்தது.

ஹிட்லர் இளைஞர் மன்ற அமைப்பின் தலைவர் ஆர்ட்டூர் ஆக்ஸ் மேன் வரவழைக்கப்பட்டார். ரஷ்யப் படையுடன் சண்டையில் இருந்ததால், இறுதிவிடைபெற அவர் வரவில்லை. கோயபல்சும் போர்மேனும் வந்தனர். இறந்த இருவரையும் புகைப்படம் எடுத்தனர்.

பிறகு ஹிட்லரின் உடலைப் போர்வையால் சுற்றி எடுத்துக்கொண்டார் லிங்க். ஈவா பிரானின் உடலை போர்மேன் தூக்கினார். 4 மாடிகளைக் கடந்து சான்சலர் தோட்டத்துக்குச் சென்றனர்.

இரு உடல்களும் ஒரு குழியில் வைக்கப்பட்டு, அவற்றின் மீது கேசோலின் ஊற்றப்பட்டது. சிறிது நேரத்தில் அங்கிருந்து நீல நிறமான சுடர் திகு, திகுவென உயர்ந்தது.

சுமார் இரண்டு மணி நேரத்துக்கும் மேலாக அந்த நெருப்பு எரிந்தது. ஓர் இம்மிகூட மீதமின்றி இருவரது உடல்களும் எரிந்து சாம்பலாகும் வரை நெருப்பு எரிந்தபடி இருந்தது.

30.4.1945 அன்று இரவு 11 மணிக்கு அந்தக் குழியிலிருந்து சாம்பல் திரட்டப்பட்டு, அதே தோட்டத்தில் மற்றொரு இடத்தில் புதைக்கப்பட்டது.

'உலகமே விழுந்துவிட்டது' என்று பதற வைத்த ஒரு மகத்தான சர்வாதிகாரி இப்படி அடையாளமே தெரியாதபடி காணாமல் போனதுதான் உலகையே வியக்க வைத்த மாபெரும் சம்பவமாக உள்ளது.

விதியின் வலிமை குறித்து எப்பேர்ப்பட்டவர்களையும் வியக்க வைக்கும். மலைக்க வைக்கும் வரலாற்று நிகழ்வுகளில் இதுவும் ஒன்று.

ஹிட்லரின் வாழ்வைப் பொறுத்தவரை அவரது கடைசிச் சொற்கள் தரும் மரணம் பற்றிய உருவகம் என்று எதுவும் இல்லை. காரணம், அவரது முடிவு அவராலேயே நிர்ணயிக்கப்பட்டது. உலகின் மீதே நீயா? நானா? என்று அவர் தொடுத்த போர் அது. அதில் அவர் வென்றால் உலகமே விழுந்தது என்று பொருள். உலகம் வென்றால் அவர் வீழ்ந்தார் என்று சொல்லலாம். எனவே வீழ்ச்சியுடன் சமரசம் செய்துகொள்ள முடியாதவர் உலகிலிருந்து விடைபெற்றாக வேண்டும்.

தானே வலிய மரணத்தைத் தேடிக்கொண்டவர், மரணத்துக்குப் பின்பும், தன் உடலின் சிறு துணுக்குகூட எவரிடமும் கிடைத்துவிடக் கூடாது என உறுதி காட்டியவர்.

அப்படிப்பட்டவரின் மரணம் என்பது ஒருவகையான 'தப்பித்தல்' தானே.

வேதம் குரோதத்தை அக்னி என்கிறது. 'அக்னி மகா அக்னியையே பிறப்பிக்கும்' எனபது வேதவாக்கு. காட்டில் மூங்கில்கள் உரசினால் தீப்பொறி எழும்பும். அது மகா அக்னியாகக் கிளைத்து, காட்டையே எரிக்கும். தன்னை எழுப்பிய மூங்கிலையும் சேர்த்து எரித்துவிட்டு, 'கடைசியாக எரிப்பதற்கு எதுவும் மிச்சம் இல்லை' என்ற நிலையில்தான் அக்னி அடங்கும்.

ஹிட்லருக்குள்ளிருந்து குரோதம் என்ற அக்னி மூண்டது. அது மகா அக்னியாகப் பரவி எட்டுத் திசைகளிலும் பற்றி எரிந்தது. கடைசியாக, அவரையும் எரித்துவிட்டு அதன்பின்பு தானும் அணைந்தது.

ஹிட்லர் என்பவர் தானே அக்னியை மூட்டி, அது நான்கு பக்கமும் சுற்றிப் படரவிட்டார், ஆனால் அதிலிருந்து வெளியேறவோ அதைக் கட்டுப்படுத்தவோ வழிகண்டுபிடிக்க முடியாது. தாவன் மூட்டிய பேரக்னியில் தானே எரிந்து சாம்பலானவர் எனலாம்.

16 அக்பர்

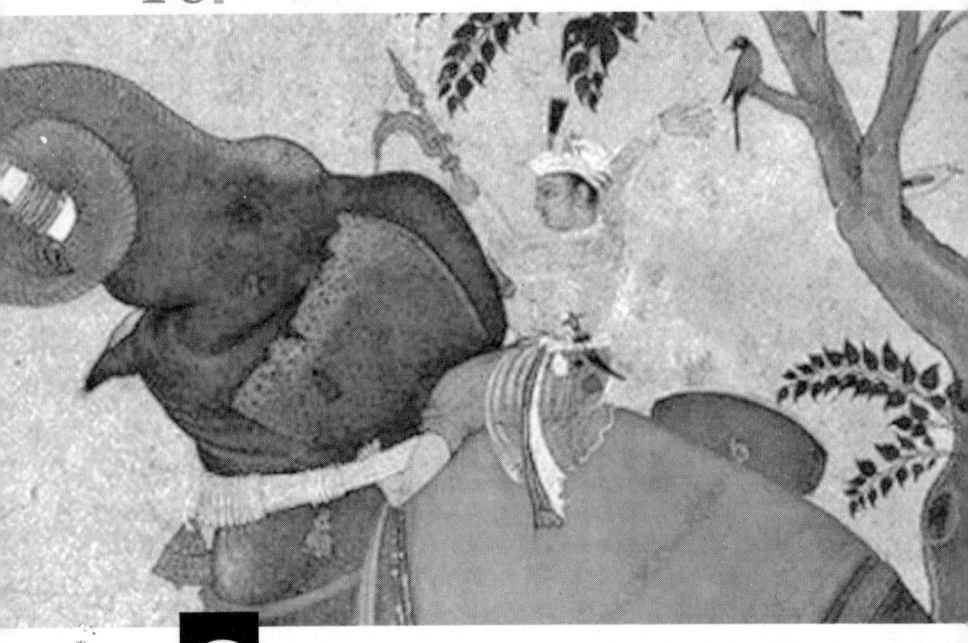

இந்தியாவை ஆண்ட மன்னர்கள் யார்? யார்? என்று கேட்டால் மாணவர்கள் அசோகரையும் அக்பரையும்தான் முதலில் சொல்வார்கள். அந்த அளவுக்கு அசோகருக்கு அடுத்தபடியாக வைத்து எண்ணும் வகையில் புகழ்பெற்றவர் அக்பர்.

உண்மையில், கலிங்கம் முதல் காந்தாரம் வரை வெற்றிகொண்ட மாவீரனாக அவரைப் பற்றி மக்கள் அறிந்திருந்த வரைக்கும் அசோகர் யாராலும் பெரிதாக பேசப்படவில்லை. கலிங்கப் போரின் வெற்றியால் மேலும் போர் வெறிகொண்டு இன்னும் அதிக அளவில் அவர் போர்களில் ஈடுபட்டிருக்க வேண்டும். ஆனால் அவர் அடியோடு மனம் மாறி அகிம்சைப்பாதையில் திரும்பியதும், பிற உயிர்களைத் தன்னுயிராகப் பாவித்ததுமே அவரைத் தர்ம சக்கரவர்த்தியாக என்ற நிலைக்கு உயர்த்தியது.

தங்களிடமிருந்த முரட்டுவலிமையாலும்,இந்து மன்னர்களிடையே சொந்தப் பூசல்களாலும் வெற்றி பெற்ற முகம்மதிய மன்னர்கள் பலரும் மூர்க்கர்களாகவும், மதவெறியர்களாவும் இருந்த நிலையில், முகலாய அரசன் அக்பரின் பொறுமை, சகிப்புத்தன்மை, அனைவரையும் அரவணைத்து செல்லும் போக்கு போன்றவை அவருக்கு அளவற்ற புகழை அளித்தன.

அக்பர் படிப்பாளி அல்ல. ஆனால் எதையும் சட்டென்று புரிந்து கொள்ளும் திறன் அவரிடம் மிகுந்திருந்தது. 'எங்கள் மதமே உயர்ந்தது; மற்ற எல்லா மதங்களும் ஒடுக்கப்பட வேண்டியவையே' என்று கருதிய வர்களின் நடுவில், இந்த மதங்கள் எல்லாம் எதைச் சொல்ல வருகின்றன என்று கண்டறிய விரும்பினார் அக்பர். பல்வேறு சமய அறிஞர்களை வரவழைத்து அவர்களுக்கிடையே விவாதங்கள் நடக்க ஏற்பாடு செய்து, அவற்றைக் கேட்டு மகிழ்ந்தார்.

அவரது சாதனைகளின் உச்சம் என்று அவர் செய்துகாட்டிய கலாசாரச் சங்கமத்தைச் சொல்வார்கள். தானும் ஒரு ராஜபுத்ர இனத்துப் பெண்ணை மணந்து கொண்டார். தன் அவையில் இருப்பவர்களையும் ராஜபுத்ரப் பெண்களை மணக்கச் செய்தார். தன் மகனுக்கும் ராஜபுத்ர பெண்ணை மணம் செய்வித்தார். ராஜபுத்ர அரசர்கள் பலரையும் தனது அவையில் உயர் பதவிகள் கொடுத்து அமர்த்தினார்.

இதனை அவரது பரந்த மனப்பான்மைக்கு உதாரணமாகக் கூறலாம். இது அவரது மிகப் பெரிய ராஜதந்திரத்தைக் காட்டுகிறது. என்று கூறுபவர்களும் உண்டு. இத்தகைய அரவணைப்புகளின் மூலம் நாடு முழுவதும் அதிக எண்ணிக்கையில் இருந்த இந்து மக்களின் எதிர்ப்பை இதன் மூலம் முனைமழுங்கச் செய்தார் என்கின்றனர்.

ஓரளவுக்கு இதில் உண்மை இருந்திருக்கலாம். ஏனெனில், முகலாயர்களுக்கெதிராக எல்லா இந்துக்களும் ஒரே அணியில் திரண்டிருந்த நிலைமாறி, ராணா பிரதாப் சிங் போன்ற தீவிரமானவர்கள் மட்டும் எதிர்ப்பு நிலைப்பாடுடையவர்களாக இருந்தார்கள். போரை விரும்பாத இந்து மன்னர்கள் இந்த அணியிலிருந்து விலக வாய்ப்பு கிடைத்தது.

ஆனால், அக்பர் இதை ஒரு அரசியல் தந்திரமாக மட்டும் கையாண்டார் என்பதை மட்டும் ஏற்க முடியவில்லை. இயல்பாகவே அவரிடம் அத்தகையதொரு விசாலமான நோக்கு இருந்ததை அறிய முடிகிறது.

ஒரு சம்பவத்தின்மூலம் இந்த உண்மையை அறிய முடிகிறது.

பொதுவாக மன்னர்கள் என்றாலே மற்றவர்கள் நெருங்க அஞ்சும் நிலைதான் அன்றைக்கு இருந்தது. இந்து மன்னர்களானாலும் சரி, முஸ்லிம் சுல்தான்களானாலும் சரி, அவர்களை எதிர்த்துப் பேசினாலே கடும் தண்டனைக்குள்ளாவது நிச்சயம் என்ற நிலை.

ஒருமுறை அக்பர் ஊருக்கு வெளியே உள்ள பாதையில் நடந்து சென்று கொண்டிருந்தார். மாலை நேரம் நெருங்கியது. அதனால் தொழுகைக்காக அங்கேயே துண்டை விரித்து மண்டியிட்டு கண்மூடித் தொழுகையில் ஆழ்ந்தார் அவர்.

அப்போது ஒரு பெண் வேகமாக அந்த இடத்திற்கு வந்தாள். தன் மகனைக் காணோமே என்று பதைப்புடன் அவள் இருந்தாள். (கணவனைக் காணாமல் தேடி வந்ததாகவும் கூறப்படுகிறது.) வழியில் மண்டியிட்டுத் தொழுகையில் இருந்த அக்பரைக் கவனியாமல் சென்றதால் அக்பர் மீது கால் இடறி அவள் விழுந்தாள். தடுக்கி விழுந்ததையும் பொருட்படுத்தாமல் வேகமாக எழுந்து அவள் சென்றுவிட்டாள்.

இதைப் பார்த்து அக்பருக்குள் கோபம் மூண்டது. ஆனாலும் கோபத்தை அடக்கிக்கொண்டு தொழுகையைத் தொடர்ந்தார். அதே வழியாகக் கொஞ்ச நேரம் கழித்து அந்தப் பெண் திரும்பி வந்தாள். அந்த நேரத்தில் தொழுகையை முடித்திருந்த அக்பர், அந்தப் பெண்ணிடம், 'நான் இங்கே தொழுகை செய்து கொண்டிருந்தேன். என்மேல் இடறிவிட்டு, அதற்கு ஒரு வருத்தம்கூடத் தெரிவிக்காமல் நீபாட்டுக்கு போய்க் கொண்டிருந்தாயே! உனக்கு எவ்வளவு திமிர் இருக்க வேண்டும்?' என்றார் கோபமாக.

தன்னிடம் பேசுவது டெல்லி சுல்தான் என்றறிந்தாள். அதற்காக அந்தப்பெண் கொஞ்சமும் கவலைப்படவில்லை, பயப்படவும் இல்லை.

'நான் என் மகனைக் காணாததால் அவனை அவசரமாகத் தேடிச்சென்றேன். நான் கவலையுடன் இருந்த அந்த நேரத்தில், நீங்கள் இங்கு இருந்ததோ, உங்களை நான் இடறியதோ எதுவுமே என் மனத்தில் பதியவில்லை. நீங்களோ எல்லாவற்றுக்கும் மேலான இறைவனைத் தொழுது கொண்டிருந்தீர்கள். ஆனால் அந்த சமயத்திலும் நான் யார் என்பதும், நான் தங்களை இடறியதும் தங்கள் மனத்தில் தெளிவாகப் பதிந்திருக்கிறது என்றால் உங்கள் மனம் தொழுகையில் ஒன்றியிருக்கவில்லை என்பதுதானே உண்மை?'

இதைக் கேட்ட அக்பர், 'உண்மைதான் பெண்ணே. நான் தொழுகையில் ஈடுபட்டிருந்தாலும், என் மனம் என்னவோ வெளி உலகத்தோடு தான் தொடர்பில் இருந்தது என்பது தெளிவாகப் புரிகிறது. இனிமேல் நிச்சயம் ஒருமித்த மனத்துடன் தொழுகை செய்ய முயற்சிப்பேன்' என்றார்.

யார் வேண்டுமானாலும் தன்னை விமர்சிக்கும் உரிமையை அக்பர் கொடுத்திருந்தார் என்பது இதன்மூலம் தெளிவாகிறது.

அக்பர் மிகப்பெரிய கலாரசிகராகவும் இருந்தார். புகழ்பெற்ற கவிஞர்கள், இசைக் கலைஞர்கள் இவர்கள் அனைவரையும் தன் அவையில் வைத்துக் கொள்ள விரும்பினார். அக்பர் அவையில் இருந்தவர்களில் பீர்பால் முதன்மையானவர். மிகப்பெரிய அறிவாளி. (அப்பாஜி கதைகள், தெனாலிராமன் கதைகள் போல் பீர்பால் கதைகளும் புகழ்பெற்றவை) புகழ்பெற்ற பாடகர் தான் சேன். இப்படிப் பலரும் அக்பரின் அவையில் அங்கம் வகித்தனர்.

பக்த மீராவிடம் இருந்த இசையின் மகத்துவம் பற்றிக் கேள்விப்பட்ட அக்பர், ஒரு பைராகிபோன்ற மாறுவேடத்தில் சென்று அவளது பாடல்களைக் கேட்டுக் கண்ணீர் வடித்தார்.

அக்பரின் இறுதிக்காலம் மகிழ்ச்சியானதாக இல்லை. 1542-ல் பிறந்து 1605ல் மறைந்தவர் அக்பர். தான் வாழ்ந்தது 63 ஆண்டுகளேயாயினும், பல நூற்றாண்டுகளுக்கு நீடித்து வாழ்வதற்கான புகழைப் பெற்றார். இந்து, இஸ்லாம் உள்ளிட்ட எல்லா மதங்களின் கருத்துகளையும் உள்ளடக்கிய தீன் இலாஹி என்ற மதத்தை உருவாக்கிய அக்பர், தனது இறுதிக் காலத்தில் தனக்கு மிகவும் பிரியமான பலரை அடுத்தடுத்து இழந்தார்.

அவரது வலது கரம்போல் விளங்கிய ராஜா பகவன்தாஸ், ராஜா தோடர்மால் இருவரும் 1589ல் அடுத்தடுத்து மறைந்தனர். ஆன்மீக, தத்துவ விசாரங்களில் உறுதுணையாயிருந்த ஷாஷேக் முபாரக் 1593ல் மரணமடைந்தார். கவிமன்னன் என்று விருதுபெற்ற கவிஞர் அபுல் பெய்சி 1595ல் நோய்வாய்ப்பட்டு மரணமடைந்தார்.

அக்பரின் மகன்கள் சலீம், முராத், தனியால் மூவரும் பெரும் குடிகாரர்களாக இருந்தனர். 1591ல் அக்பர் கோலிக் என்ற நோயால் அவதிப்பட்டபோது சலீம் அரியணைக்கு ஆசைப்பட்டு அக்பரை விஷம் கொடுத்துக் கொல்ல முயன்றான். எப்படியோ அதிலிருந்து தப்பிய அக்பர், 'எப்படியும் எனக்குப்பின் அரியணை தானாகவே உன்னை நாடிவரும். அதற்குள் ஏன் இந்த அவசரம்?" என்றார் வேதனையுடன்.

1599 மே மாதம். முராத் அளவுக்கு அதிகமாகக் குடித்ததால் உயிரிழந்தார்.

1604 ஏப்ரல் மாதம் தனியாலும் குடியால் உடல் நலிந்து 40 நாட்கள் படுத்த படுக்கையாகி மாண்டுபோனார்.

போட்டிக்கு ஆளில்லாதபோதும் கூட சலீம் சிம்மாசன சூழ்ச்சிகளை நிறுத்தவில்லை. எப்படியும் அடுத்த சுல்தான் அவன்தான் என்பதால் அவனுக்குத் துணையாக ஒரு குழு இருந்தது. தன் உருவம் பொறித்த நாணயங்களை அச்சிட்ட சலீம், அக்பருக்கே அவற்றை அனுப்பிவைத்தான். அது அக்பரின் மனவேதனையை அதிகரிக்கச் செய்தது.

டெக்கான் பகுதியை நிர்வகித்த அபுல்பசல் ஒரு கவிஞர். அக்பரின் நம்பிக்கைக்குப் பாத்திரமான விசுவாசி. சலீம் பின்னாளில் மன்னனாகப் போகிறவனாக இருந்தாலும் கூட, இப்போது அவன் மீது அக்பர் கட்டாயம் நடவடிக்கை எடுத்தே ஆகவேண்டும் என்றார். அதற்காக அக்பரை நேரில் சந்திக்க எண்ணி டெல்லிக்குக் கிளம்பினார்.

அலகாபாத்தில் இருந்த சலீமுக்கு இது தெரியவந்தது. உடனே வீர்சிங் என்பவன் தலைமையில் ஒரு கூட்டத்தை அனுப்பி பண்டல் பகுதி (இன்றைய உத்தரப் பிரதேசத்தின் ஒரு பகுதி) எல்லையிலேயே அபுல் பசலைக் கொன்று, அவர் தலையை வெட்டி எடுத்துவரச் செய்து, சாக்கடையில் வீசச் செய்தான்.

இந்தச் செய்தியால் அக்பர் நிலை குலைந்தார். இதை ஜீரணிக்கவும் முடியாமல், பட்டத்துக்குரிய ஒரே மகனைத் தண்டிக்கவும் முடியாமல் தவித்தார். இரு தரப்புக்கும் பொதுவான சிலர் இருவரையும் சேர்த்து வைக்க முனைந்தனர்.

அக்பரின் ஆதரவாளர்கள் அவரது பேரனும், சலீமின் மூத்த மகனுமான குஸ்டூபுக்கு முடி சூட்டும்படி கூறினர். ஆனால் பிரபுக்கள் அதை ஏற்கவில்லை. கடைசியாக ஒரு பொது இடத்தில் அக்பரும் சலீமும் சந்தித்தனர். ஒப்புக்கு ஒரு மேலோட்டமான சமரசம் ஏற்பட்டது.

மனத்துயரங்கள் எல்லாம் ஒன்று சேர்ந்து அக்பரிடமிருந்த நோய்களின் தீவிரத்தை அதிகப்படுத்தின. அவை அவரது உடலின் ஆரோக்கியத்தைச் சீர்குலைத்தன. 21.9.1605 அன்று வயிற்றுப் போக்கு அவரைத் தாக்கியது. உடல் வலிமை சீர்குலைந்து, மோசமானது. இதனால் வழக்கமான மக்கள் சந்திப்பு, அவையில் அமர்வது போன்றவை இல்லாமல் போயின.

அக்டோபர் 22. அக்பர் உடல் நிலை மிகவும் மோசமானது. இஸ்லாமியராகப் பிறந்த அவர், அவர்களைப்போல் தொழுகை முதலியவற்றையும் செய்தார். அத்தோடு இந்துப் பண்டிகைகளையும் கொண்டாடினார். (அவரது அரண்மனையில் தீபாவளி கோலாகலமாகக் கொண்டாடப்பட்டது. அன்று அரண்மனை

முழுவதும் அகல் விளக்குகள் ஏற்றப்படும் அதனால் அந்த நாட்களில் அரண்மனை தேவலோகம் போல் ஒளி வீசியதாக அப்பிருனி எழுதியுள்ளார்.) அதேபோல் அக்பர் தான் இறக்கும்போது ஒரு கிறிஸ்தவராக இறக்க விரும்புவார் என்றெண்ணி அதற்குரிய சடங்கு செய்வோரை வரவழைத்தனர். அவர்கள் அரண்மனைக்கு வந்தபின்பு, உயிர்போகும் அளவுக்கு அக்பரின் உடல் மோசமாக இருக்கவில்லை என்றறிந்து, திரும்பிச் சென்றுவிட்டனர்.

ஆனால் ஓரிரு நாட்களுக்குள் அக்பர் மேலும் மோசமான நிலைக்குச் சென்றார். பேச்சுகூட வரவில்லை. அதுவரை தந்தையைக் காணவிரும்பாத சலீம், இதற்குமேல் முரண்டு பிடிப்பது சரியல்ல என்று கருதி மரணப்படுக்கையில் இருந்த அக்பரைக் காணவந்தார். பேச முயலவில்லை என்றாலும், தன் உணர்வுடன் இருந்த அக்பர், தமது தலைப்பாகை, படுக்கை அருகே எப்போதும் இருந்த தனது தந்தை ஹுமாயூனின் வாள் ஆகியவற்றை எடுத்து அவரைத் தரித்துக்கொள்ளும்படியும், அப்படியே மக்கள் முன் சென்று, தனக்கு பட்டம் முறைப்படி சூட்டப்பட்டுள்ளதை அறிவிக்கும் வகையில் காட்சி தருமாறும் சைகைகள் மூலம் உணர்த்தினார்.

அடுத்த 5 நாட்கள் அக்பர் நினைவுக்கும், மயக்கத்துக்கும் இடையே மாறிமாறி ஊசலாடினார். அவர் படுக்கை அருகே அவருக்கு நம்பிக்கையான சில நண்பர்கள் மட்டுமே இருந்தனர். கடைசியாக அக்டோபர் 27ம் தேதி அதிகாலை அக்பரின் உயிர் பிரிந்தது.

சலீம் இப்போது ஜஹாங்கீர் சக்கரவர்த்தி ஆகியிருந்தார். அவரும், அவை உறுப்பினர்களும் அக்பரின் உடலைச் சுமந்துகொண்டு, அக்பர் தம் ஆட்சிக் காலத்தில் கட்டிய ஆக்ரா கோட்டைக்கு அதை எடுத்துச் சென்றனர். அங்கே உள்ள கோட்டைச் சுவரில் ஓர் ஓட்டை செய்யப்பட்டிருந்தது. அதன் வழியாக மூன்று மைல் தொலைவிற்கு எடுத்துச் செல்லப்பட்டு சிக்கத்தராவை அடைந்து அங்குள்ள கல்லறையில் எடுத்துச் சென்று அக்பரின் உடலை அடக்கம் செய்தனர்.

அக்பரின் இறுதி நாட்களில் அவருடன் இருந்தவர்கள் மரணத் தறுவாயில் அவர் வாயிலிருந்து அல்லாவின் பெயரை வரவழைக்க முயன்றனர். தன் ஆட்சியின்போது எல்லாச் சமயக் கோட்பாடுகளையும் அவர் மேற்கொண்டு அதன்படி நடந்ததால், கலங்கிப்போயிருந்த மத விசுவாசிகள் அவர்கள். அவர் வாயிலிருந்து ‘லா இலாஹா இல்லல்லா’ என்றாவது, குறைந்தபட்சம் ‘அல்லா’ என்ற சொல்லையாவது வரவழைத்துவிடத் துடித்தனர். அல்லாவையும் முகமதுவையும் பற்றி உச்சரிக்குமாறு பலமுறை வேண்டினர். ஆனால் உடல் நிலை ஒத்துழைக்காததால் அவரால் இதில் எந்தப் பெயரையும் உச்சரிக்க முடியவில்லை.

'எல்லாம் கடவுளின் தோற்றமே' என்ற பரந்த எண்ணத்துடனேயே அவர் இருந்தார். அந்த எண்ணத்துடனேயே அவர் இறந்தார் என்கின்றனர் சிலர். ஆனால் அவர் இஸ்லாமிய உணர்வுடன் இறந்தார் என்கின்றனர் முஸ்லிம்கள்.

பாமினி ராஜ்யங்களில் ஒன்று, பீஜப்பூர். அதன் சுல்தான் அடில் ஷா கிறிஸ்தவ மதத்தவரான போத்தல் என்பவரிடம் கேட்டான்:

'நீங்கள் சக்கரவர்த்தி அக்பரின் கடைசிக் காலத்தில் அவரோடு இருந்தவர் ஆயிற்றே! அக்பர் முடிவில் ஒரு கிறிஸ்தவராக இறந்தாரா?' என்று.

'சுல்தான் அவர்களே! அப்படி நடக்கவேண்டுமென்று இறைவனை நான் வேண்டியது உண்மை. ஆனால் சக்கரவர்த்தி முதலில் நிறைய நம்பிக்கைகளை எங்களுக்கு ஊட்டினார். ஆனால் கடைசியில் எங்களை எல்லாம் ஏமாற்றிவிட்டு, உங்கள் முகம்மது மதத்தவராகவே இறந்தார்.'

போத்தல் கூறிய பதிலால் பீஜப்பூர் சுல்தான் மகிழ்ந்தார். (வேறு மாதிரி பதில் சொன்னால் தன் தலை தப்பாது என்பதால் அவர் இப்படிச் சொன்னார் என்றும் சிலர் கூறுகின்றனர்.)

அக்பர் போன்றவர்கள் மதங்களுக்கு அப்பாற்பட்டு, பேருண்மையைத் தேடும் மனநிலை கொண்டவர்களாக இருந்தனர். அவர்களை ஏதாவது ஒரு சமயக் குறியீட்டுக்குள் அடக்க முயற்சிப்பது சம்பந்தப்பட்ட மதத்தினரின் 'ஈகோ'வை வேண்டுமானால் திருப்தி செய்யுமே தவிர, அது அக்பருக்கு மரியாதை செலுத்துவதாக ஆகாது.

17. ஔரங்கசீப்

முகலாய மன்னர்களில் பலர் இந்தியாவை ஆண்டாலும் அவர்களில் பிரசித்தி பெற்றவர்கள் இருவர்தான். ஒருவர், அக்பர். இன்னொருவர், ஔரங்கசீப்.

சாதாரணமாக இருந்த முகலாய அரசைப் பேரரசு என்ற நிலைக்கு விரிவுபடுத்தியவர் அக்பர். அதைத் தேய்ந்துபோக வைத்தவர் ஔரங்கசீப்.

எல்லா மதங்களையும் சமமாகப் பாவித்தவர் அக்பர். ஆனால் தீவிர மதப்பற்று கொண்டு விளங்கியவர் ஔரங்கசீப். அக்பரின் ஆட்சியில், தனித்து நின்ற பல சமஸ்தானங்களும் தாமாக முன்வந்து அவருடைய அரசோடு வந்து ஒன்றிணைந்தன. ஔரங்கசீப்பின் ஆட்சியிலோ பல சமஸ்தானங்கள் பிரிந்து செல்வதற்குப் போர்க்கொடி தூக்கின.

அக்பர் பெரும் புகழ்பெற்றவராயிருந்த போதிலும், 'பெரும்புகழில் தனக்கு அதிக நம்பிக்கை இருப்பதில்லை' என்றார் ஒரு முறை. இதற்கு இருவகையில் பொருள் கூறுகின்றனர். பெரும்புகழ்

ஒருவனைத் தேடி வரும்போது அவனைப் பற்றிய கட்டுக் கதைகளும் அத்தோடு சேர்ந்து அதிகம் பரவுவது சகஜம்தான் ஆனால், அவற்றின் மீது யாருக்கும் அதிக நம்பிக்கை ஏற்படாது என்பது உண்மை. அதேபோல், பெரும்புகழ் வரும்போது எவருக்கும் தலை கிறுகிறுக்கும். தன்னிடம் அதீத ஆற்றல்கள் இருப்பதாக எண்ண ஆரம்பித்து விடுவர்.

ஷுஜா, முராத் எல்லோரையும் கொன்றுவிட்டுத்தான் ஆட்சியைப் பிடித்திருந்தார் ஔரங்கசீப். அத்தோடு, ராணுவத்தையும் பெருக்கி, நிறையப் போர்களைத் திட்டமிட்டு நடத்தினார். இந்திய வரலாற்றில் அசோகருக்குப்பின் பெரிய பேரரசை நிறுவி ஆண்டது ஔரங்கசீப் மட்டுமே.

போர்களைவிட, போரின் போதும், தான் வென்ற இடங்களிலும் அவர் நிகழ்த்திய வன்முறைகள் மக்களிடையே பேரச்சத்தை ஊட்டின. அவரிடமிருந்த மிதமிஞ்சிய மதப்பற்று அவரை ஒரு மத வெறியராகவே அடையாளம் காட்டியது.

சீக்கியர்களின் 9 ஆவது மதகுரு தேஜ் பகதூரைக் கைது செய்த ஔரங்கசீப், அவ்வரை மதம் மாறும்படி கட்டாயப்படுத்தினார். மறுத்தவரை சிறையில் சித்ரவதை செய்தே கொன்று விட்டார். இதனால் சீக்கிய இனமே ஔரங்கசீப்புக்கு எதிராகத் திரண்டது. 10 ஆவது குரு கோவிந்த சிங் சீக்கிய அமைப்பையே ராணுவ அமைப்பாக மாற்றினார்.

மராட்டியத் தலைவர் சாம்பாஜியைக் கைது செய்ததன் மூலம் மராட்டிய இனத்துக்கே பகைவர் ஆனார் ஔரங்கசீப். சிவாஜி தலைமையில் திரண்ட மராட்டிய சேனை மலைப்பகுதிகளில் பதுங்கி இருந்து நடத்திய கொரில்லாத் தாக்குதல்களால் முகலாய அரசுக்கு நிரந்தரத் தலைவலி உருவானது.

எப்போது பார்த்தாலும் எட்டுத் திசைகளிலும் எதிரிகள், தொடர்ச்சியாக நடந்த போர்கள். போரின் விளைவாக காலியான அரசு கஜானா, அதனை நிரப்புவதற்காக விதிக்கப்பட்ட கடுமையான வரிவிதிப்புகள். அதன் காரணமாக மக்களிடம்

ஏற்பட்ட எதிர்ப்பு. எல்லாம் சேர்ந்து முகலாய அரசின் அஸ்திவாரத்தைக் கலகலக்கச்செய்தன.

தொடர்ச்சியாக நடந்த போர்களால் தளபதிகளே சலித்துப் போனார்கள். போர் வீரர்களோ 'விட்டால்போதும்' என்ற மனநிலையில் இருந்தனர். டெல்லியிலிருந்து இன்றைய ஆந்திர கர்நாடக எல்லையில் இருக்கும் பீஜப்பூர் வரை படையெடுத்து அவர் வெற்றி கொண்டிருந்தார்.

டில்லி பாதுஷா என்று புகழப்பட்ட ஔரங்கசீப் எண்ணற்ற கிறுக்குத்தனங்களைக் கொண்டவராகவும் இருந்தார். அதை அவரது கிறுக்குத்தனம் அல்லது அதிகார ஆணவம் என்று கூறலாம்.

அப்போது ஒரு திக் விஜயத்துக்குத் திட்டமிட்டது.

முற்காலத்தில் மாவீரர்களான மன்னர்கள் ராஜ சூய யாகம், அசுவமேத யாகம் போன்றவற்றைச் செய்வார்கள். எட்டுத் திசைகளையும் வென்றவன் அல்லது எண்திசை அரசுகளாலும் ஏற்கப்பட்டவன் ராஜ சூய யாகம் செய்வான். அதில் எல்லா மன்னர்களும் வந்து கலந்து கொண்டு கப்பம், பரிசுகள் செலுத்தி, அரசர்க்கு அரசனாக அவனை அங்கீகரிப்பார்கள்.

ஹஸ்தினாபுரத்தின் மன்னனாக முடிசூடிய தர்மபுத்திரன் ராஜ சூய யாகம் நடத்தினான். அவனுக்காகப் பாண்டவ சகோதரர்கள் பீமன், அர்ஜுனன், நகுலன், சகாதேவன் ஆகிய 4 பேரும் படைகளுடன் நான்கு திசைகளிலும் சென்று எதிர்த்தவரை அடக்கியும், ஏற்றுக்கொண்டவாகளைச் சிற்றரசர்களாக ஏற்றும் யாகம் சிறப்பாக நடக்க அடித்தளம் அமைத்தனர். (சங்ககாலத் தமிழகத்திலும சோழ மன்னன் ஒருவன் ராஜசூய யாகம் செய்துள்ளான். இவன் வரலாற்றில் 'ராச சூயம் வேட்ட பெருநற்கிள்ளி' என்றே பெயர் பெற்றுள்ளான்.)

ஒருவகையில் ராஜ சூயத்தை விட சிறப்பானது அஸ்வ மேத யாகம். (இதனைத் தமிழில் 'பரிவேள்வி' என்பர். பரி, அஸ்வம் என்ற இரண்டு வார்த்தைகளுக்கும் குதிரை என்று பொருள்.) இந்த யாகம் செய்யும் அரசன் தனது பட்டத்துக் குதிரையை அண்டை நாடுகளுக்கெல்லாம் அனுப்புவான். சில வீரர்கள் உடன்வர குதிரை நாடு நாடாகச் செல்லும். எந்த நாட்டின் வழியாகச் செல்கிறதோ அந்நாட்டு மன்னர் குதிரையை எதிர் கொண்டு, அழைத்துச் சென்று, மரியாதைகள் செலுத்த வேண்டும். இதுவே அவன் இந்த மன்னனின் தலைமையை ஏற்றுக்கொண்டதன் அடையாளம்.

மாறாக, மன்னனின் தலைமையை ஏற்க மறுப்பவன் குதிரையைப் பிடித்துக் கட்டிப் போடுவான். தகவல் சம்பந்தப்பட்ட மன்னனுக்குப் போய்ச் சேரும். உடனே அந்த மன்னன் படையுடன் வந்து போரிட்டுத் தோற்கடித்து தன் குதிரையை மீட்டு, வென்ற நாட்டைத் தன்னுடைய நாட்டுடன் இணைத்துக்கொள்வான். குதிரையின் பயணம் திரும்பவும் அங்கிருந்து தொடரும்.

எட்டுத் திசைகளிலும் குதிரை திக் விஜயம் செய்து வெற்றிகரமாகத் திரும்பி வந்த பின் அஸ்வமேத யாகம் நடைபெறும். இந்த யாகத்தைச் செய்து பெயர் பெற்றவர் ராமர்.

இதே பாணியில் ஔரங்கசீப் பாரதநாடு முழுவதும் தமது பிரசித்தியை நிலைநாட்ட விரும்பி 'பாதுகா பவனி' நடத்தினார்.

அலங்கரிக்கப்பட்ட யானையின் அம்பாரியில் அவரது ஒரு செருப்பு வைக்கப்பட்டிருக்கும். முன்னும் பின்னும் வீரர்கள் வர, இந்த யானை எல்லா மாகாணங்களுக்கும் செல்லும். அந்தந்த பகுதியை ஆள்பவன் அவனது அரண்மனைக்கு வரும் பாதுஷாவின் பாதுகையை எதிர் கொண்டு வரவேற்று, அந்த ஒற்றைக் காலணியைத் தன் அரியணையில் அமர்த்தி, வெண்சாமரம் வீசுதல் முதலிய உபசாரங்களைச் செய்ய வேண்டும்.

மன்னர்களை இதைவிட இழிவுபடுத்தக் கூடிய செயல் ஏதுமில்லை. ஆனால் பல மன்னர்கள், பல குட்டி நவாபுகள், 'நமக்கேன் வம்பு?' என்று பாதுகையை வரவேற்று, தங்களது சிம்மாசனத்தில் அதனை அமர்த்தி, கவரி வீசி மரியாதை செலுத்தி அனுப்பிவைத்தார்கள்.

இந்த ஊர்வலம் தென்னாட்டுக்கும் வந்தது. செஞ்சி அருகே உள்ள ஒரு சமஸ்தானத்துக்கு அது சென்றபோது அதன் அரசி தன் வீரர்களைக் கொண்டு ஔரங்கசீப்பின் செருப்பைக் கீழேபோடச் செய்து தன் காலை அதில் நுழைத்து மாட்டிக் கொண்டு, 'ஒரு செருப்பு தானே இருக்கிறது. இன்னொன்று எங்கே?' என்று கர்ஜித்தாளாம்.

தகவல் போனதும் தென்பகுதியில் நிறுத்தப்பட்டிருந்த ஒரு டெல்லி படைப் பிரிவு அவர்கள் மீது படையெடுத்ததாம். அதற்குள் சேதி பரவி செஞ்சியை ஆண்ட மராட்டிய மன்னன் ராஜாராம்

என்பவன் (இவன் மராட்டிய சத்ரபதி சிவாஜியின் பேரன்) உட்பட பல மன்னர்களின் படையின் பாதுஷாவின் படையின் பின்பக்கம் தாக்கினார்களாம். அதனால் சிதறி ஓடிய அந்தப் படைகள் திரும்பி டெல்லி போகவும் வழியின்றி, ஆங்காங்கே சிறு குழுக்களாகப் பிரிந்து வழிப்பறி செய்து காலத்தை ஓட்டியதாம். பின்னர் பிரிட்டிஷார் இவர்களை நசுக்கிக் களையெடுத்தார்கள் என்கிறது வரலாறு.

இப்படி எண்ணற்ற சர்ச்சைகளில் சிக்கிய ஔரங்கசீப்பின் ஆட்சியும் சர்ச்சைக்குரியதாகவே இருந்தது.

அக்பர் கலைகளில் நாட்டம் கொண்டவர். அவர் மகன் ஜஹாங்கீரோ போகங்களில் நாட்டம் கொண்டவர். அனுதினமும் குடி, ஆட்டம், பாட்டம்தான். ஜஹாங்கீரின் மகன் ஷாஜஹான் ஒரு கட்டட வெறியன். ஜும்மா மசூதி, முத்து மசூதி, தாஜ்மஹால் என பல கட்டடங்களை எழுப்பினான். ஆனால், ஔரங்கசீப்போ கலை ரசனை இல்லாதவர். இவையெல்லாம் பணத்தைப் பாழடிக்கும் செயல்கள் என்றெண்ணியவர்.

உண்மையில், ஔரங்கசீப் ஷாஜஹானைக் கைது செய்ததற்குக் காரணமாக இருந்ததே அவரது கட்டடப்பித்துதான். அக்பர் பதேபூர் சிக்ரி என்ற நகரை உருவாக்கியிருந்தார். அதை மிஞ்சும் வகையில் மாட மாளிகைகள் கொண்ட ஒரு கனவு நகரை உருவாக்கி ஷாஜஹானாபாத் என அதற்குப் பெயரிடத் திட்டமிட்டிருந்தார் ஷாஜஹான். இவரை இப்படியே விட்டால் நாட்டின் ஒட்டுமொத்த செல்வத்தையும் கட்டடங்களை எழுப்புவதற்கே செலவு செய்து கரைத்து விடுவார் என்ற பயத்தாலேயே இவரை உடனடியாக அரியணையிலிருந்து அகற்ற ஔரங்கசீப் திட்டமிட்டார்.

இந்திய வரலாற்றில் சந்திரகுப்த மௌரியனுக்குப் பிறகு அதிக இடங்களை ஆண்டதும் இவர்தான். அனைவராலும் வெறுக்கப்பட்டு, மிக இழிவாகக் கருதப்பட்டவரும் இவர்தான். இவரது ஆட்சியின்போது நடந்த தொடர்ச்சியான போர்களால் தளபதிகளே சலித்துப் போனார்கள்.

தன் மதவெறி காரணமாக அதிக எதிர்ப்பை எதிர்கொண்டார் ஔரங்கசீப். எனினும் அவரது பிடிவாதம் தளரவில்லை. 'கடைசி மூச்சு இந்த உடலில் இருக்கும்வரை உழைப்பிலிருந்து அதற்கு விடுதலை கிடையாது' என்றாராம் தனது உயர் அதிகாரியிடம் அவர் ஒரு முறை.

கி.பி. 1705. அவருக்கு 86 வயது. அந்த வயதிலும் ஒரு போரை நடத்தி பீஜப்பூர் அருகே இருந்த வாஜின்ஜிரா கோட்டையை அவர் கைப்பற்றினார். இது தேவையே இல்லாத, எதற்கும் லாயக்கில்லாத ஓர் இடம். இந்தப் போர்தான் இவரது கடைசிப் போர். இந்தப் போர் முடிந்து டெல்லி திரும்பும் வழியில் ஔரங்கசீப்பின் உடல் நலம் பாதிக்கப்பட்டது. கிருஷ்ணா நதிக்கரையில் தேவாப்பூர் என்ற இடத்தை அடைந்தபோது அவரது உடல் நிலை மிகவும் பாதிக்கப்பட்டது.

ஏப்ரல் மாதம் தொடங்கி அக்டோபர் மாதம் வரை அவர் அங்கேயே தங்கினார். பின்னர் அவரை ஒரு பல்லக்கில் ▶

அமர்த்திக்கொண்டு, பயணத்தைத் தொடர்ந்தனர் வீரர்கள். அடுத்த ஜனவரி 20-ம் தேதி இந்தக் குழு அகமத் நகரை அடைந்தது. அங்கே ஓராண்டு காலம் அவர்கள் தங்கவேண்டி வந்தது.

மரணம் தன்னை நெருங்குவதை ஔரங்கசீப் உணர்ந்தார். கி.பி. 1707 பிப்ரவரி. இரண்டாவது முறையாக உடல்நிலை பெரும் பாதிப்படைந்தது. அப்போதும் தினம் 5 வேளை பொது இடத்தில் தொழுகையை வலியுறுத்தினார். 'தீய சக்திகளை நீக்க ஒரு யானையையும், விலைமதிப்புள்ள வைரத்தையும் தானம் செய்தால் நல்லது' என்றனர் சில அவைப் பிரதானிகள். இந்தப் பரிகாரம், சாந்தி, தோஷம் நீக்குதல் போன்றவை இந்துமத சடங்குகள் என்பதால் அவற்றை அவர் ஏற்கவில்லை.

ஆனால் ஒரு யானையை தானம் செய்வதற்குப் பதில் யானையின் விலையான 4 ஆயிரம் பணத்தைக் கொடுத்து அதை ஏழைகளுக்குப் பகிர்ந்தளிக்கும்படி கூறினார். தனது தலைமை அதிகாரியிடம், 'நான் இறந்தால், இந்த மண்ணின் பிராணியாக என்னை அருகிலுள்ள இடுகாட்டுக்கு எடுத்துச் சென்று, பயனற்ற சவப்பெட்டிகள் ஏதுமின்றி, மண்ணில் புதைத்து விடுங்கள்' என்றார்.

மகன் ஆசுமுக்கு எழுதிய கடிதத்தில் அவர் கூறுகிறார்:

> 'நான் தனியாகத்தான் இந்த பூவுலகிற்கு வந்தேன். இப்போது அறிமுகமற்ற ஒருவனைப்போல் தான் போகிறேன். நான் யார், என்ன செய்தேன், இது எதுவும் எனக்குத் தெரியாது. பதவியின் ஆற்றலில் கழிந்த தருணங்கள் எல்லாம் துயரத்தை மட்டுமே விட்டுச் செல்கின்றன. இந்த வல்லரசின் காவலனாகவோ, ஏவலனாகவோ நான் இருக்கவில்லை. என் உள்ளத்தில் கடவுள் இருந்தார். ஆனால் என்னால் அவரைக் காண முடியவில்லை. வாழ்க்கை நிலையற்றது. இறந்த காலம் என்பது போய்விட்ட ஒன்று. எதிர்காலம் என்பது நம்பிக்கை அற்றது. பாவங்களிலிந்துதான் என் விடுதலை பற்றி அச்சப்படுகிறேன். எனக்கான தண்டனையைப் பற்றிப் பயப்படுகிறேன். கடவுளின் கருணை, தயாளம் இவற்றைத்தான் இவற்றிலிருந்து விடுபடுவதற்காக நான் நம்புகிறேன். ஆனாலும் நான் செய்தவற்றுக்கெல்லாம் பயப்படுகிறேன்...'

காம்பக்ஷ் என்னும் தன் மற்றொரு மகனுக்கு எழுதிய கடிதத்தில் ஔரங்கசீப் கூறுகிறார்:

'என் ஆத்மாவின் ஆத்மாவே, நான் என் வீட்டுக்குச் செல்கிறேன். உன் உதவியற்ற நிலைக்காக நான் வருந்துகிறேன். அப்படி நான் வருந்தி என்ன பயன்? நான் செய்த ஒவ்வொரு சித்ரவதையின், ஒவ்வொரு தவறின், ஒவ்வொரு பாவத்தின் பிரதிபலன்களையும் என்னுடன் நான் எடுத்துச் செல்கிறேன். இவ்வுலகில் ஒன்றுமில்லாதவனாக வந்த நான் இப்போது பாவமானது வியக்கத்தக்க வகையில் நீண்டதாக ஒரு வண்டித் தொடர்போல் செல்கிறேன். நான்

நிறையப் பாவங்கள் செய்துள்ளேன். எத்தகைய தண்டனை எனக்காகக் காத்திருக்கிறதோ, அறியேன்.'

இந்த வார்த்தைகள் ஓர் ஒப்புதல் வாக்குமூலமாக, குற்றங்களால் மன உளைச்சலுக்கு ஆளான ஒருவரிடமிருந்த வெளிப்பட்ட வார்த்தைகளாக இருந்தாலும், தன்க்குப்பின் ஏற்படக்கூடிய வாரிசுப் போட்டி, கொலை இவற்றைத் தடுக்கும் விதமாக தன் அரசைப் பாகப்பிரிவினை செய்ய எண்ணினார்.

ஔரங்கசீப்பின் உயிலில் இவ்வாறு எழுதப்பட்டிருந்தது.

> **'என் வாழ்நாளில் தொப்பிகளைத் தைத்து நான் சம்பாதித்த பணத்தை மட்டுமே, நான் இறந்தபின் என் உடலை மூடும் துணிக்காகச் செலவிட வேண்டும். குர்ஆனைப் பார்த்து, எழுதிச் சம்பாதித்த பணத்தை யாசகர்களுக்குப் பகிர்ந்து அளிக்க வேண்டும். என் தலை மூடப்படாமல், வெள்ளைத் துணி போர்த்தி, விதானமோ, பாடுபவர்களோ இன்றிப் புதைக்கப்படவேண்டும்.'**

அடுத்து வந்த நாட்களில் அவரது கசப்பு உணர்ச்சி அதிகரித்தது. தன் கடைசி உயிலில் அவர் இவ்வாறு கூறுகிறார்:

'உங்கள் பிள்ளைகளை எப்போதும் நம்பாதீர்கள். வாழ்க்கையில் அவர்களை உங்களுக்கு ரொம்பவும் நெருக்கமாக இருக்கவும், பழகவும் அனுமதிக்காதீர்கள். பாதுஷா ஷாஜஹானின் மகன் தாராவை ஆதரிக்காமல் இருந்திருந்தால் அவரது விஷயம் துயர நிலையை எட்டியிருக்காது. எப்போதும் இந்தப் பழமொழியை நினைவு கூறுங்கள்: 'ஓர் அரசரின் வார்த்தை பயனற்றது.'

அன்று பிப்ரவரி 21. ஔரங்கசீப் காலை பிரார்த்தனைகளை முடிதது விட்டு படுக்கைக்குத் திரும்பினார். உடல் ஒருவித

மயக்க நிலைக்குச் சென்றது. விரல்கள் விறைப்புடன் ஜெப மணிகளை உருட்ட ஆரம்பித்தன. ஜெப மாலை கையிலிருக்க, உதடுகள் முணுமுணுத்தன. அவை எப்போதும் ஓதப்படும் மதவாசகங்கள்தான். ஆனாலும் யாருக்கும் அது கேட்கவில்லை.

எட்டு மணிக்கு விரலின் அசைவு நின்றது. ஔரங்கசீப் தான் விரும்பியபடியே ஒரு வெள்ளிக்கிழமையன்று உலக வாழ்வை நீத்தார்.

முன்னதாகவே அவர் சொல்லியிருந்த தயாராகத் தோண்டி வைக்கப்பட்டிருந்த குழியில் அவர் உடல் வைக்கப்பட்டது.

அந்தச் சமாதியில் 3 கெஜ நீளம், 2 கெஜ அகலம்கொண்ட சிவப்புக்கல் ஒன்று மட்டுமே அடையாளமாக வைக்கப்பட்டிருந்தது. அதில் வேறு வாசகங்கள் ஏதும் இல்லை. ஔரங்கசீப்பின் தனி வாழ்வு பற்றிக் கூறும் மதவாதிகள் அவர் ஒரு தீவிர பக்தராக இருந்தார் என்கின்றனர். மனோதத்துவாதிகளின் கருத்தோ வேறானதாக இருந்தது.

> **‘தீவிர சித்தாந்தவாதிகள், மத நம்பிக்கைவாதிகள் இவர்களுக்கும், மன நோயாளிகளுக்கும் இடையே அதிக வேறுபாடு இருக்காது. அவர்களது தீவிர நம்பிக்கையை வெளிப்படுத்திக் காட்டும் பிம்பங்களும், நடைமுறை வாழ்வில் அவர்கள் எதிர்கொள்ளக்கூடிய அவலங்களும் அவர்கள் மனத்தை இருகூறாகப் பிளந்துவிடும்.**

உதாரணமாக, தாயை உன்னதமான தயாளமான, தெய்வ அம்சம் நிறைந்தவள் என்று நீதி நூல்கள் கூறும். வீட்டிலிருக்கும் தாய்மார்களோ சிறு விஷயங்களுக்கும் குடும்ப உறுப்பினர்களுடன் சச்சரவிடும் சராசரிப் பெண்ணாக இருப்பார்கள். இதனால் மனத்தில் உருவாக்கி வைத்திருக்கும் பிம்பத்துக்கும்? தியாகத்தூண் உருவமும், அற்ப சபலங்களில் உழலும் நிஜ பிம்பமும் மோதிக்கொள்ளும் நிலை ஏற்படும்.

மதப்பற்றாளர்கள் இன்னும் மோசமான நிலையை எட்டுவர். அவர்களைப் பற்றி மறைநூல்கள் காட்டும் பிம்பத்திற்கும், யதார்த்தத்திற்கும் பரஸ்பரம் பொருந்தாது. நிஜத்தை ஏற்காத நிலையில் மனம் முரண்படும். இதனால் ஏற்படும் உளவியல் போராட்டத்தைச் சமாளிக்க அவன் உரக்கப் பிரார்த்திப்பான். கடும் விரதங்களை மேற்கோள்ளுவதன் மூலம் அவன் தன்னைத்தானே தண்டித்துக்கொள்ளுவான்.

இதிலிருந்து தப்புவதற்கான ஓர் எளிய வழி நோக்கி மனம் நகரும். உள் மனப்பிளவு நிலையையே ஆளுமைப்பிளவாக மாற்றிக்கொள்வதுதான் அந்த வழி. அதன்மூலம் பெருமளவிற்கு மன உளைச்சல்களைக் கட்டுப்படுத்தலாம். இம்முறையானது ஒருவர் செய்த கொடுஞ் செயல்களைக்கூட நியாயப்படுத்தி, குற்ற உணர்விலிருந்து அவரை மீட்கும்.

‘இவர்கள் கடவுளின் பகைவர்கள். சாத்தானின் சக்திகள். அதனால் கொன்று ஒழிக்கப்பட வேண்டியவர்கள்’ என்று மனம் தன்னைத்தானே சமாதானப்படுத்திக் கொண்டு தன் செயல்களை நியாயப்படுத்தி, கற்பிதங்களில் லயிக்கச் செய்யும். தாங்கள் செய்யும் கொடுமைகளைக்கூட அவையெல்லாம் தங்கள் கோட்பாடுகளை நிலைநிறுத்தச் செய்யும் தியாகங்களாகவே கருதுவார்கள்.

அதற்கு இணையாக அகவாழ்வில் எளிமையைப் பின்பற்றுகிறேன் என்ற பெயரில் தன் கையாலேயே கிழிந்த துணியைத் தைத்து அணிவது, வெறும் தரையில் சட்டையின்றிப்படுத்துத் தூங்குவது, பட்டினி கிடப்பது, கஞ்சியை குடித்தல் என்று இவர்களது கூத்துகள் நீளும்.

நடைமுறைக்குப் பொருந்தாத சித்தாந்தங்களை மற்றவர்கள் மீது திணிக்க முயல்வார்கள். ஏற்காதவர்களை வதைக்கும் ‘சாடிஸ்டு’ களாகவும் (பிறரை வதைத்து ரசிக்கும் குரூர இன்பம் காண்பவர்), மறுபுறம் அதற்கு இணையாக, தன்னையே தண்டித்துக் கொள்ளும் ‘மெஸாக்கிஸ்டு’களாகவும் இருப்பர்.”

ஔரங்கசீப்பும் மதத்தின் பெயரால் இத்தகைய இரு எதிரெதிர் கொடூரங்களின் கலவையாகத்தான் இருந்தார். அவரிடம் இருந்த அந்தச் சித்தாந்த வெறிதான் அவரைத் தன் தந்தையைச் சிறையில் அடைக்க வைத்தது. சகோதரர்களைக் கொன்று அரியணை ஏற வைத்தது. அதேசமயம், மன்னனாயிருந்து கொண்டே தொப்பி தான் தைத்துக் காசு சம்பாதிக்கவும் வைத்தது.

அவர் தனது இறுதிக் காலத்தில் உடல் வலுவிழந்தவராக, மனம் தளர்ந்த நிலையில் தன் எண்ணங்களே தனக்கு எதிரியாக மாறிய நிலையில், கசப்பும் விரக்தியும் நிரம்பி தன்னை ஆட்டிப்படைத்த மனநிலையில் இருந்தார்.

தன் மகன்களுக்குள் அரியணைப் போர் ஏற்பட்டுவிடக்கூடாது என்றெண்ணிய ஔரங்கசீப், தன் தந்தையும் இதே மாதிரித்தானே எண்ணினார் என்பதைக் கடைசி வரை புரிந்து கொள்ளவில்லை. தன் எண்ணங்கள் நடைபெறாதோ என்ற சந்தேகம் தனக்கு வந்தபிறகு, ‘உங்கள் மகன்களை ஒருபோதும் நம்பாதீர்கள்’ எனத் தனது இறுதி ஆவணத்தில் எழுதினார். தானும் ஒரு மகனாயிருந்தவர் என்பதையோ, தானும் தன் தந்தையின் எண்ணங்களை நசுக்கிச் சிதைத்தவன்தான் என்பதையோ அவர் சற்றும் நினைத்துப் பார்க்கவில்லை. தான் பின்பற்றிய கோட்பாடுகளின் தீவிர நம்பிக்கையால் கடைசிவரைக்கும் கண்கள் கட்டப்பட்டவராகவே இருந்து மறைந்தவர் என்பதுதான் ஔரங்கசீப் பற்றிய வரலாற்றாளர்களின் மதிப்பீடு.

18 லெனின்

உலக வரலாற்றைப் புரட்டிப்போட்ட பத்து பேர்களின் பட்டியலை இட்டால் நிச்சயம் அதில் பிரதானமான ஒரு இடம் லெனினுக்கு இருக்கும். அதிலும் புரட்சி என்ற சொல்லுக்கு அகராதியில் பொருள் தேடினால் கிடைக்கக்கூடிய ஒரே பெயர் லெனின் என்பதாகத்தான் இருக்கும்.

புரட்சி என்ற சொல் புரட்டிப்போடுவது, அதாவது புரட்டுதல், மேலே இருப்பது கீழேயும், கீழே இருப்பது மேலேயும் வரும்படி தலைகீழாக்குதல் என்ற பொருளில் உருவானது. ஆங்கிலத்தில் இதனை 'ரிவெல்யூஷன்' என்பார்கள். 'ரிவால்வ்' என்றாலே சுழற்சி என்பது தான் பொருள். ஆக, 'ரிவெல்யூஷன்' என்றால் சுழலுதல். இரவு பகலாகவும், பகல் இரவாகவும் சுழற்சி முறையில்

மாறுவதுபோல் ஒன்றை மேலே இருப்பது கீழேயும், கீழே இருப்பது மேலேயும் செல்லும்படி மாற்றுவதே புரட்சி.

எத்தனையோ மன்னர்களை எதிர்த்து எத்தனையோ புரட்சிகள் நடந்துள்ளன. ஆனால் அதன் பிறகு என்ன விளைவுகள் என்று பார்த்தால் பெயர்ப் பலகையில் மட்டும்தான் மாற்றம் நடைபெற்றிருக்கும். 'அ' என்ற சர்வாதிகாரியை எதிர்த்து 'ஆ' என்பவன் புரட்சி செய்வான். அப்போது 'அ' வீழ்த்தப்பட்டு 'ஆ' ஆட்சியைப் பிடிப்பான். பிறகும் அதே மாதிரியான நிர்வாக சபை, படைகள், அதிகாரம், ஆட்சிமுறை தான் இருக்கும். வேறு எந்த மாற்றமும் இருக்காது. மிஞ்சிப் போனால் 'அ' 50 ரூபாய்க்குப் போட்ட வரியை 'ஆ' 20 ஆகக் குறைப்பார்கள் அவ்வளவே.

வரலாற்றைப் புரட்டிப்போட்ட புரட்சியாளர்கள் இரண்டே பேர்தான். ஒருவர், காந்தி. மற்றொருவர், லெனின்.

காந்தியின் புரட்சி, அதுவரை நடைபெற்ற புரட்சிகளுக்கெல்லாம் நேர் எதிரானது. அதுவரை புரட்சிக்காரர்கள் அரசு மீது போர் தொடுப்பார்கள். அரசும் அவர்கள் மீது போர் தொடுக்கும். இதில் புரட்சிக்காரன் சிக்கினால் அவன் தூக்கிலிடப்படுவான். அதே அவன் வென்றால், ஆட்சியாளர்கள் ஓட்டம் பிடிப்பார்கள்.

முதல் முறையாக காந்தி அகிம்சை என்ற ஆயுதத்துடன் களம் இறங்கினார். அரசைத் தாக்காமல், அரசின் ஆணைகளை மீறுவது. அரசு அதற்காக அளிக்கும் தண்டனையை இன்முகத்துடன் ஏற்பது ஆனால், தொடர்ந்து கீழ்ப்படிய மறுப்பது, படிப்படியாக அனைத்து மக்களையும் திரட்டி, அவர்கள் எல்லோரையும் கீழ்ப்படியாமையில் ஈடுபடச் செய்து, கடைசியாக ஆட்சியாளர்கள், 'இந்தா, உங்கள் நாட்டை நீங்களே வைத்துக் கொள்ளுங்கள்' என்று கூறிவிட்டு வெளியேறும்படி செய்வது. புரட்சி என்ற வகையில் காந்தி இப்படிச் செய்தது ஒரு புதிய சாதனை.

அந்த வகையில் புரட்சிக்குப்பின் ஒரு சமூகத்தைக் கட்டமைப்பதில் லெனின் செய்தது மாபெரும் சாதனை. ஜார் மன்னனுக்கு எதிராகக் கிளர்ந்தெழுந்தது, மக்கள் புரட்சியை நடத்தியது போன்றவை எல்லா நாடுகளிலும் நடைபெறுபவைதான். ஆனால் புரட்சி மூலம் ஆட்சியைக் கவிழ்த்தபின் அவர் அவ்வாறு செய்தது மாபெரும் சாதனை. அதுதான் 'கம்யூனிஸம்' என்னும் பாட்டாளிவர்க்கச் சர்வாதிகாரம்.'

20ம் நூற்றாண்டில் மக்களை, குறிப்பாக இளைஞர்களைப் பெரிதும் மயக்கிய தாரக மந்திரம் என்றால் கம்யூனிசம் என்ற ஒரு சொல்தான். குறிப்பிட்டுச் சொல்ல எந்தத் தலைவனுமே இல்லாதிருந்தும் நாடு, நாடாகப் பரவியதில் வென்றது இந்தத் தத்துவம். 'எவருக்கும் எதுவும் சொந்தமில்லை. எல்லோருக்கும் எல்லாமும் சொந்தம்.' அதாவது தனி உடைமை என்பதே கிடையாது. எல்லாமே பொதுவுடைமை.

▶

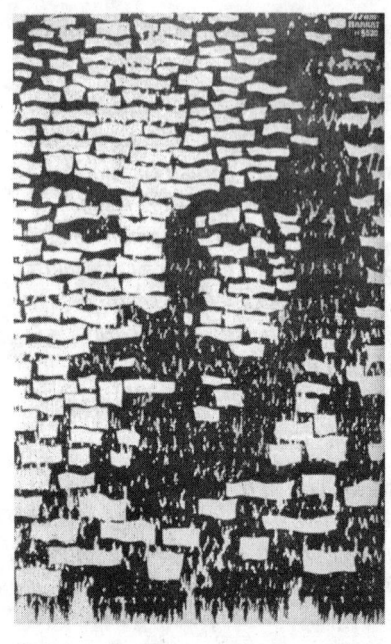

அரசு அனைவருக்குமானது. அனைவரும் அங்கே சமம். பிறக்கும் ஒவ்வொரு குழந்தையும் அரசின் சொத்து. 18 வயது வரை அவர்களை முழுமையாக பராமரிக்க வேண்டியது அரசின் பொறுப்பே. அதன்பின் 30 ஆண்டுகள் அவன் வேலை செய்யவேண்டும். நூறு சதவீத ஓய்வூதியத்துடன் பின்னர் ஓய்வு பெறலாம்.

8 மணிநேர வேலை, ஊதிய விஷயத்தில், ஜனாதிபதி, குடிமகன் இருவருக்கும் உள்ள வித்தியாசம் வெறும் 13 சதவீதம்தான். ஆம், ஒரு பாட்டாளியின் சம்பளம் 100 ரூபாய் எனில் ஜனாதிபதியின் சம்பளம் 113 ரூபாய். தலைவரே, தெய்வமே, அவரே, இவரே என்றெல்லாம் அடைமொழிகள் வைத்து அழைக்கத் தேவையின்றி ஒரு சராசரி கூலித்தொழிலாளியும், ஓர் அதிபரும் ஒருவரை ஒருவர் 'தோழர்' என்று அழைத்துக்கொண்டால் போதும்.

அமெரிக்காவில் ஹாலிவுட் முன்னணி நடிகர் தனது நடிப்புக்காகக் கோடிக்கணக்கில் பணம் சம்பளமாக வாங்குவார். கம்யூனிச நாட்டின் முன்னணி நடிகர் மாதச் சம்பளம் மட்டுமே பெறுவார்.

இன்றைக்கும் கோடானுகோடி இளைஞர்களைக் கவர்ந்த, அவர்களை ஆயுதம் ஏந்த வைக்கும் சித்தாந்தமாக விளங்குகிற பொதுவுடைமைக் கொள்கையை ஆட்சியில் அமர்த்தியவர் லெனின். இன்றைக்கும் இனம், மதம், தேசம் என்ற எல்லைகளைக் கடந்து தங்களை 'லெனினிஸ்ட்' என்று கூறிக் கொள்பவர்கள் ஏராளமாக இருக்கிறார்கள்.

ஒவ்வொன்றுக்கும் தொடக்கம், வளர்ச்சி, முடிவு என்றிருப்பதுபோல் பொதுவுடைமைச் சித்தாந்தத்துக்கும் இருந்தது. அதன் தொடக்கமானது பிரமாதமானதாக இருந்தது.

மகாகவி பாரதியாரே,

'தேவி பராசக்தி உருசிய நாட்டின்மேல்
கடைக் கண் வைத்தாள்! அங்கே
ஆகா என்றெழுந்ததுபார் யுகப் புரட்சி...'

என்று மலைத்துப் போய்ப் பாராட்டிப் பாடினார். அதன் வளர்ச்சி அமெரிக்காவையே மருட்டியது. கம்யூனிசத்தின் வளர்ச்சியைத் தடுப்பதற்காகவே ஆண்டொன்றுக்குப் பல்லாயிரம் கோடி டாலர்களைச் செலவிட்டது அமெரிக்க அரசு. கம்யூனிச சித்தாந்தத்தின் முடிவும் எவரும் நம்ப முடியாத ஒன்றாக இருந்தது. எதிர்ப்பார் யாரும் இல்லாமலேயே, அதன் தாயகமான ரஷ்யாவிலேயே அது தோல்வியைத் தழுவியது. அதனால் சோவியத் யூனியனே சிதறி, கம்யூனிசம் வலுவிழந்தது.

அகிம்சைக் கொள்கை வழிவந்த காந்திஜி, புரட்சி வழியில் வந்த லெனின் இருவருமே தாங்கள் எதை நம்பினார்களோ அதை உறுதியாகப் பின்பற்றினார்கள். மேடையில் பேசுவது ஒன்று, செயலில் இறங்கும்போது வேறொன்று என்ற அரசியல்வாதிகளின் இரட்டை வேடத்தை அவர்கள் பின்பற்றவில்லை. இருவரும் சொந்த வாழ்வில் மகா எளிமையைக் கடைப்பிடித்தனர்.

போல்ஷ்விக் கட்சியை நிறுவி, சோவியத் யூனியனைக் கட்டமைத்து, அதன் அதிபராகவும் இருந்த லெனின் இறுதிக் காலத்தில் உடல் ரீதியாகப் பல பாதிப்புகளுக்குள்ளானார்.

மரணத்துக்கு முன்பு மும்முறை இதய நோய்த் தாக்குதலை எதிர்கொண்டவர் லெனின். அனைவரது நம்பிக்கைகளையும் உறுதிப்படுத்துவதுபோல் முதல் இரு மாரடைப்புகளின்போதும் வியப்புக்குரிய வகையில் மீண்ட அவர், மூன்றாம் முறை மீளவில்லை. (பொதுவாக ஒருவருக்கு 3 முறை மாரடைப்பு வரும் என்றும், மூன்றாவது முறை வந்துவிட்டால், யாருமே தப்ப முடியாது என்றும், மருத்துவர்கள் உட்பட மக்களிடையே நம்பிக்கை உள்ளது. ஆனால் இதற்கு அறிவியல் ஆதாரம் கிடையாது. பலர் முதல் 'அட்டாக்'கிலிருந்தே கூட மீள்வதில்லை. முதல் மாரடைப்பு 'மாஸிவ் அட்டாக்' எனப்படுகிறது. இரண்டாம் முறை வருவது 'சிவியர் அட்டாக்'. இதில் தேறுவது ரொம்ப, ரொம்பக் கடினம். அதனாலேயே மூன்றாம் முறை வந்தால் தேறமாட்டார்கள் என்ற நம்பிக்கை பலமாக உள்ளது. வெகு அரிதாக, சிலர் மூன்று மற்றும் அதற்கு மேற்பட்ட தாக்குதல்களைச் சந்தித்துள்ளனர்.)

1922ம் ஆண்டு லெனின் கடுமையான தலைவலி மற்றும் தலை சுற்றல்களால் பாதிக்கப்பட்டார். அதற்கு ஓராண்டுக்கு முன்பிருந்தே அவருக்கு உடல்நிலைப் பாதிப்பு ஆரம்பித்திருந்தது. பொதுவாகவே மனிதர்கள் வியாதி என்று தங்களுக்கு வந்தால், 'இது ஒன்றும் பெரிய விஷயம் இல்லை. எனக்கெல்லாம் பெரிதாக எதுவும், எப்போதும் வராது. டாக்டர்கள்தான் எல்லாவற்றையும் பெரிதாக்கிப் பயமுறுத்துவார்கள்" என்பார்கள். டாக்டர்களோ, "இது சீரியசான விஷயம். இனிமேல் நீங்கள் ஜாக்கிரதையாக இருக்கவேண்டும்' என்பார்கள்.

லெனின் விஷயத்தில் நிலைமை தலைகீழாக இருந்தது. டாக்டர்கள், 'இது ஒன்றும் கவலை தரும் விஷயம் அல்ல. அதிக வேலைப் பளுவினால் ஏற்பட்ட சோர்வு' என்றனர். லெனினோ, 'அல்ல. இதுதான் முதல் அடையாளம். இதை நான் நன்கு உணர்கிறேன்' என்றார்.

லெனின் இறப்பதற்கு 14 ஆண்டுகளுக்கு முன்பே லெனின் மீது ஒரு கொலை முயற்சித் தாக்குதல் நடைபெற்றது. அப்போது நடைபெற்ற துப்பாக்கிச் சூட்டின்போது பாய்ந்த ஒரு குண்டு அவரது உடலிலேயே தங்கிவிட்டது.

ஒருவேளை அதன் பக்கவிளைவினால்தான் அவருக்கு உடல்நலக் குறைவு ஏற்பட்டிருப்பதாக எண்ணி ஓர் அறுவை சிகிச்சை செய்து அந்த உலோகக் குண்டையும் அகற்றினார். எனினும், பெரிய முன்னேற்றம் தெரியவில்லை.

முதல் மாரடைப்பு லெனினை 1922 மே மாத ஆரம்பத்தில் தாக்கியது. பேசும் சக்தி, நகரும் சக்தி இரண்டுமே அப்போது பறிபோனது. இந்தக் காலகட்டத்தில் சகோதரி மரியா அவருக்குப் பெரிதும் துணையாக இருந்தார். மனைவி 'க்ருப்ஸ்கியா' லெனினுக்கு ஸ்பீச் தெரபி மற்றும் பிசியோ தெரபி மாடலில் அளித்த பயிற்சிகளால் இடது கையால் எழுதவும், வார்த்தைகளைச் சத்தமாகச் சொல்லவும் அவரால் முடிந்தது.

மே 28 முதல் தான் அவரால் மீண்டும் தன் நட்பு வட்டாரங்களைச் சந்திக்க முடிந்தது. ஜூலை மாதம் நடமாடத் தொடங்கிய அவர், அக்டோபர் 2ம் தேதி கோர்க்கியில் தன் வீட்டிலிருந்து மாஸ்கோ செல்லும் அளவுக்கு முன்னேற்றமடைந்தார். அதன்பின் காமின்டர்களின் 4வது காங்கிரஸ் கூட்டத்திலும் கலந்துகொண்டார். அப்போது பேசியபோது வார்த்தைகள் தடுமாறினாலும் அவரால் உரையாற்ற முடிந்தது.

நவம்பர் மாத நடுவில் மீண்டும் தலைவலி கடுமையானது. கூடவே, தூங்க முடியாமல் அவதிப்பட்டார். நவம்பர் 25 முதல் மருத்துவர்களின் கண்டிப்பால் முழு ஓய்வு மேற்கொள்ள வேண்டி வந்தது. யாரும் சந்திக்க அனுமதிக்கப்படவில்லை. படிப்பதில் அவருடைய பெரும்பாலான நேரம் கழிந்தது.

டிசம்பரில் இரண்டாவது 'அட்டாக்' அவரைத் தாக்கியது. பூரண ஓய்வு தேவை என்று டாக்டர்கள் சொன்னாலும் அவர் கட்டுரைகள் எழுதுவதை விடவில்லை.

டிசம்பர் 12. மேஜையருகே அமர்ந்து பல கடிதங்களை எழுதுவதற்கான விஷயங்களைச் சொல்லிக்கொண்டு வந்தார். அதுவே அவர் அங்கு கடைசியாக அமர்ந்தது. ஸ்டாலினுக்கு எழுதிய கடிதத்தில், 'எனது விவகாரங்களை நான் இப்போது தீர்த்துவிட்டேன். இனி நிம்மதியாக நான் செல்லமுடியும். என்னை

வருத்தும் ஒரே ஒரு விஷயம்தான் பாக்கி உள்ளது. என்னால் சோவியத் காங்கிரசில் பங்கேற்க இயலவில்லை...'

கட்சியின் உயர் அமைப்பான பொலிட்பீரோவுக்கு எழுதிய குறிப்பில் அவர் இப்போது கூறினார்.

'சோவியத் யூனியனில் உள்ள சிறுபான்மையினரின் எதிர்காலம் குறித்து எனக்குக் கவலை உள்ளது. வாழ்க்கைக்காக நான் ஒரு போரை அறிவிக்கவில்லை. ஆனால், மரணத்துக்காக, ரஷ்யர்களின் ராணுவ மூட வெறிக்காக அறிவிக்கிறேன். ஐக்கிய, மத்திய ஒருங்கிணைப்புத் தலைவராக முறையே ஒரு ரஷ்யரும், ஓர் உக்ரேனியரும், ஒரு ஜார்ஜியரும் இருக்க வேண்டும், கண்டிப்பாக.'

அப்போது அவர் பல் வலியால் அவதிப்பட்டார். உடல் நலம் மேலும் குன்றவே, தன் முடிவு நெருங்குவதை உணர்ந்தார். டிசம்பர் 25, 26 தேதிகளில் தனது இறுதி ஆவணத்தை எழுதச் செய்தார். 41 1923ல் அதில் ஒரு பின்குறிப்பு இணைக்கப்பட்டது. அதில் இதரத் தலைவர்கள் பற்றி எழுதியிருந்தார்.

'ஸ்டாலின் எப்போதும் கடுகடுப்பாகவே இருக்கிறார். நம்மைப் போன்ற கம்யூனிஸ்டுகள் அதை ஏற்றுக் கொள்ளலாம். ஆனால், பொதுக்காரியதரிசி அலுவலகத்தில் அதற்கு ஆதரவு இருக்காது. அதனால் மற்ற அங்கத்தினர்கள் ஸ்டாலினை அந்தப் பதவியிலிருந்து நீக்க வழிகாணவேண்டும். பொறுமை, ஈடுபாடு இவற்றுடன் பிறரிடம் அதிக மரியாதையும், கவனமும் கொண்ட, சலனபுத்தி இல்லாத ஒருவரைக் கண்டுபிடித்துப் பதவியில் அமர்த்த வேண்டும்.'

தன் மனைவியிடமே ஸ்டாலின் கடுமை காட்டியது லெனினைக் கோபமுறச் செய்தது. 'நம்மிடையே உறவு முறியாமல் இருக்க

வேண்டுமானால் க்ரூப்ஸ்கியாவிடம் மன்னிப்பு கேட்க வேண்டும்' என்று லெனின் ஸ்டாலினுக்குக் கடிதம் அனுப்பினார். (இது நடந்தது மார்ச் 5. அதற்கு 2 நாள் முன்புதான், 3ம் தேதி நெஞ்சுவலி அவரைத் தாக்கியிருந்தது.)

அன்றே உடல்நிலை மோசமானது. வார்த்தைகளைக்கூட சரியாக உச்சரிக்க முடியவில்லை. அசைவுகள், சைகைகள் மூலமே தன்னுடைய எண்ணங்களை அவரால் உணர்த்த முடிந்தது. சொற்கள் குளறின.

இம்முறையும் தமது அதீத மனோபலத்தால் படிப்படியாகத் தேறி எழுந்து நடமாட ஆரம்பித்தார் லெனின். அக்டோபர் 10ம் தேதி கோர்க்கியிலிருந்து மாஸ்கோ சென்று கிரெம்ளினில் உள்ள அலுவலகத்துக்குச் சென்று தனது மேசையைச் சுற்றி சற்று நேரம் நடந்தார்.

பனிச்சறுக்கு வாகனங்களில் பயணிப்பது, காரில் கிராமப்புறங்களுக்குச் செல்வது என பரபரப்பாக செயல்படுவதன் மூலம் தன்னைத்தானே உற்சாகமூட்டிக்கொண்டார். டிசம்பர் 24ல் கிறிஸ்துமஸ் மரம் அமைப்பதில் ஆர்வமாக ஈடுபட்டார்.

அடுத்த ஆண்டு தொடக்கத்தில் உடல் மீண்டும் பாதிப்படைந்தது. 20.11.1924. மீண்டும் தலைவலி, பசியின்மை அவரை வாட்டியது. ஜனவரி 21. அவர் உணவை மறுத்துவிட்டார். அவரது சுவாசம் ஒழுங்கற்று, பிசிறடிக்கத் தொடங்கியது. மாலை 6 மணிக்கு மீண்டும் இதயவலி அவரைத் தாக்கியது. 54 வயதான அந்த உலகத் தலைவரின் முகம் வெளிறியது. மூளையில் ரத்தக் கசிவு ஏற்பட்டு மூச்சு உறுப்புகள் செயலிழந்தன. ஜுரம் கொதித்தது. அதற்குப் பிறகு 50 நிமிடங்கள் கழித்து உடல் சில்லிட்டது.

> **இதயநோய்த் தாக்குததலால் சொற்களை இழந்த லெனின் கடைசியில் ஏதும் கூறவில்லை. அவரது இறுதி ஆவணங்கள், குறிப்புகளில்கூட நமக்குப்பின் பொதுவுடைமைக் கட்சியின் செயல்பாடு போன்றவை குறித்த தாக்கமே உள்ளது.**

உடல் ஓர் இயந்திரம். அது நிற்கும் நிலைதான் மரணம். அவ்வாறு அந்த இயந்திரம் நிற்கும் முன்பு பேசுவது தான் முடிக்க வேண்டிய பணிகளை எல்லாம் முடித்துவிட்டுத் தயார் நிலையில் இருக்கவேண்டும் என்ற வகையில்தான் மரணத்தைப் பற்றிய அவரது கண்ணோட்டம் இருந்தது. ஆனால் உடல் என்பது ஓர் இயந்திரம் என்றால் அதை வடிவமைத்தது யார்? இயக்கியது யார்? ஒரு கட்டத்தில் எப்படி அந்த இயந்திரம் நிற்கிறது? இதுபோன்ற கேள்விகளுக்குள் அவர் புகவில்லை. காரணம் அவர் ஓர் உலோகாயதவாதி என்பதே.

19

வில்லியம் ஷேக்ஸ்பியர்

மாமனிதர்களின் மரணத்தறுவாய் குறித்த இந்த நூலில் தகவல்கள் கால வரிசைக் கிரமமாகக் கூறப்படவில்லை என்பது உண்மைதான். லெனின் பற்றிக் கூறினால் அடுத்தது கண்டிப்பாக ஜோசப் ஸ்டாலின் பற்றிக் கூறியாக வேண்டும். அதேபோல் நெப்போலியன் பற்றிச் சொன்னால் அவரைத் தோற்கடித்த நெல்சன் பற்றிக் கூறியேயாக வேண்டும்.

ஹிட்லர் பற்றி சொன்னால் அவருடன் கூட்டணி அமைத்த சர்வாதிகாரிகள் முசோலினி, டோஜோ பற்றியும் கூறவேண்டும் என்று வாசகர்கள் எதிர்பார்ப்பது நியாயம்தான். அதனால் அவர்களைப் பற்றியும் கூறத்தான் போகிறோம்.

ஒரே துறையில் இருப்பவர்களைப் பற்றிக் கூறிக்கொண்டே வந்தால் கொஞ்சம் அலுப்பாக இருக்கக் கூடும் என்பதால்தான் மன்னர், மகான், சர்வாதிகாரி என மாற்றி, மாற்றிப் பல துறை சார்ந்தவர்களைப் பற்றிச் சொல்லி வருகிறோம்.

அந்த வரிசையில் இப்போது நாம் காணப்போவது உலகப் புகழ்பெற்ற ஓர் இலக்கியவாதியைப் பற்றி. இங்கிலாந்து என்ற நாடு

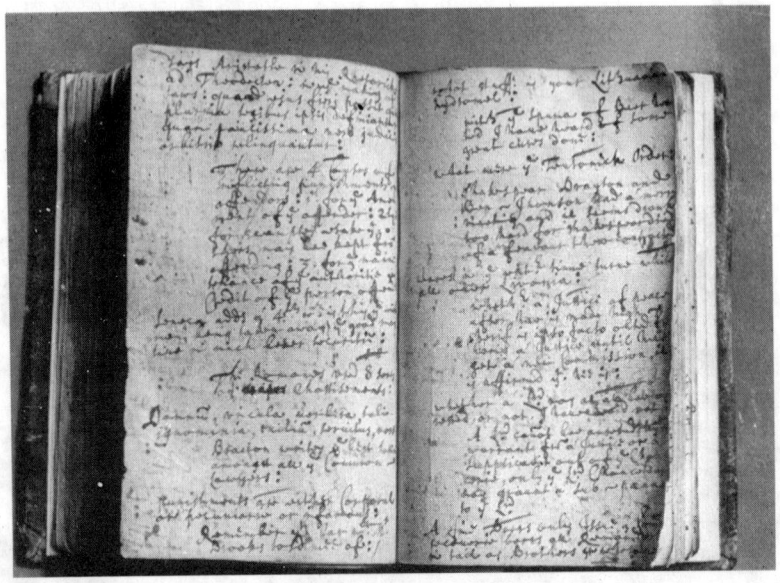

உலகையே கைப்பற்றி ஒரு குடையின் கீழ் ஆண்டாலும், இங்கிலீஷ் என்ற மொழியைச் சிம்மாசனத்தில் அமர்த்தியது ஷேக்ஸ்பியர்தான் என்று அடித்துக் கூறலாம்.

ஆங்கிலத்தில் பெரும்பாண்டித்யம் பெற்ற அறிஞர்கள், கவிஞர்கள் எனப் பலரும் ஷேக்ஸ்பியரின் படைப்புகளை மலைப்புடன் ஆராய்கின்றனர்.

வேதங்களில் கூறப்படும் 'ஆப்த வாக்கியம்' என்பதுபோல் ஷேக்ஸ்பியர் தமது நாடகங்களில் கதாப்பாத்திரங்கள் மூலமாகவும், வர்ணனை வழியாகவும் ஆங்காங்கே அள்ளித் தெளித்திருக்கும் சொற்சித்திரங்கள் பிரமிப்பூட்டுபவை.

அவரது இன்பவியல், துன்பவியல் நாடகங்கள் எல்லாமே இன்றளவும் கோடானுகோடி மக்களால் ரசித்துப் போற்றப்படுபவை. கல்லூரிகளில் பாடமாகவும் திரைப்படமாகவும், நாடகமாகவும் வலம் வருபவை.

'மாக்பெத்' கதையில் வரும் 'இருப்பதா? இல்லாமற்போவதா?', ஜூலியஸ் சீசர் நாடகத்தில் வரும் 'நீயுமா புரூட்டஸ்? போன்ற காவிய வரிகள் எக்கச்சக்கமாக அவரது நாடகங்களில் கொட்டிக் கிடக்கும். ஷேக்ஸ்பியரின் சிறப்பான வசனங்களைப் பற்றிச் சிறப்பித்துக் கூறும் நூல்கள் ஏகப்பட்டவை வந்துவிட்டன.

மேடைகளிலும், நாடாளுமன்றங்களிலும்கூட ஷேக்ஸ்பியரின் வசனங்கள் மேற்கோள் காட்டப்படுகின்றன. 'சீசரின் மனைவி

சந்தேகத்துக்கு அப்பாற்பட்டவளாக இருக்கவேண்டும்' என்ற வசனத்தைப் பேசாத அரசியல்வாதி எவராவது உண்டா? அல்லது 'அழுகிய ஆப்பிள்களில் தேர்ந்தெடுப்பதற்கு என்ன இருக்கமுடியும்?' என்ற வசனத்தைப் பயன்படுத்தாத விமரிசகர்கள் உண்டா?

தனது இலக்கியங்களின் மூலமாக உலக மக்களின் மனங்களில், அறிவில் அவர் பெரும் ஆளுமை செலுத்தினார் எனலாம். உண்மையில், சில சமயங்களில் அவர் கையாண்ட சில சொற்களை வாசிக்கும்போது ஓர் எழுத்தாளன் உட்கார்ந்து, யோசித்து, எழுதிய கற்பனை வரிகளைப் போலவே அவை தோன்றாது. அணையைத் திறந்ததும் மதகுகள் வழியாக நீர் பீறிட்டுக்கொண்டு வருவதுபோல் இவரிடமிருந்து சொற்பிரவாகம் பெருகி ஓடிவருகிறது என்பது போலவே தோன்றும்.

எப்படிக் கம்பரின் காவியத்தைப் படிக்கும்போது இப்படிப்பட்ட ஒரு சொற்கோவையை ஒரு சராசரி மனிதனால் எழுத முடியுமா என்ற சந்தேகம் ஏற்படுமோ, அதே போன்ற சந்தேகம்தான் ஷேக்ஸ்பியர் விஷயத்திலும் எழும்.

ஆங்கிலத்தில் எண்ணற்ற கவிஞர்கள் உண்டு - பைரன், கீட்ஸ், கதே, வேர்ட்ஸ்வொர்த், மில்டன் என்று. இவர்கள் கவிதைகளை மட்டும்தான் எழுதினார்கள். ஷேக்ஸ்பியரோ தன் படைப்புகளின் மூலம் பல்வேறு குணசித்திரங்களுள்ள மனிதர்களை உலவவிட்டார். லியர் மன்னன், ஓதெல்லோ, ரோமியோஜூலியட் என்ற பல்வேறு கதாபாத்திரங்களைப் படைத்து, ஒவ்வொரு மனிதனுக்குள்ளும் இருக்கும் கோபம், துயரம், சங்கடங்கள் இவற்றை தன் கதாபாத்திரங்களுக்கிடையே நடைபெறும் உரையாடல்கள் மூலம் வெளிப்படுத்தினார். அவதியில் சிக்கி அலையும் மனித மனம் இந்தப் பாத்திரங்களுடன் தன்னை ஒப்பிட்டுப் பார்த்து நிறைவு கண்டது. இலியடு காவியம் பிரபலமானதோ, இல்லையோ, அவரது 'டிராய் முற்றுகை' காவியம் மூலமே அகில்லசும், பாரிசும், ஹெலனும் உலகெங்கும் பிரபலமானார்கள். 'டைட்டஸ் அன்ட்ரானிக்கஸ்', 'கொரியலானஸ்' கதைகள் கிரேக்க, ரோம வரலாற்றைப் பரப்பின. ஆங்கிலேயர்களின் வரலாறு அவரது 'நான்காம் ஹென்றி' 'மன்னன் ஜான்' போன்ற பலவற்றின் மூலமாக உலகெங்கும் பரவியது.

ஷேக்ஸ்பியர் மீது அவரது சமகால படைப்பாளிகள் பலரும் பெரும் பொறாமை கொண்டிருந்ததை அறிய முடிகிறது. இதன் காரணமோ, என்னவோ, அவரது வரலாறு சரிவர எழுதப்படவில்லை. அவரது கதைகளுக்கு இருக்கும் பிரபலம் அவரது சொந்த வரலாறுக்கு இருக்கவில்லை. அதுபற்றி எவரும் அக்கறையும் காட்டவில்லை.

52 வயது வரைதான் அவர் வாழ்ந்தார். அவர் இறந்தது 23.4.1616-ல் உண்மையில், அவரது இறப்பு பற்றி எவரும் நினைத்துக்கூடப் பார்த்திருக்க மாட்டார்கள்.

16, 17ம் நூற்றாண்டு 'மறுமலர்ச்சி யுகம்' எனப்படுகிறது. மன்னராட்சி, மத ஆதிக்கம் போன்றவற்றில் இருந்து அந்தக் காலகட்டத்தில் தான் அரசியல் மீள ஆரம்பித்திருந்தது. இலக்கியம், விஞ்ஞானம் எல்லாவற்றிலும் புதிய கண்டுபிடிப்புகள் பெருகின. இதில் இலக்கியத்தில் ஷேக்ஸ்பியரின் பங்களிப்பானது சிறப்பான வகையில் இருந்தது.

1616ம் ஆண்டு ஜனவரியில் ஷேக்ஸ்பியர் ஓர் உயில் எழுதினார். பிரான்சில் காலின்ஸ் என்ற வழக்கறிஞர் தயாரித்த உயில் அது. 'நல்ல ஆரோக்கியத்துடனும், பூரண சுயநினைவுடனும்' என்ற வாசகம் அதில் இடம் பெற்றிருந்தது. வழக்கமான வாசகம் தான் அது என்றாலும் அவர் அப்போது எந்த நோயாலும் பாதிக்கப்பட்டிருக்கவில்லை என்பதற்கான அத்தாட்சி இது.

ஜனவரி 25ம் தேதி அதில் ஷேக்ஸ்பியர் கையெழுத்திடுவதாக இருந்தார். அப்போதுதான் ஒரு சம்பவம் நடைபெற்றது. ஷேக்ஸ்பியரின் இளைய மகள் ஜூடித்(32) தன்னைவிட 4 வயது குறைந்த இளைஞனை மணந்து கொண்டாள். ஈஸ்டர் பண்டிகையையொட்டி கிறிஸ்தவர்கள் 40 நாட்கள் நோன்பு இருப்பார்கள்.

(இதனை 'வெந்து காலம்' என்பார்கள். வெந்து என்பது ஏறக்குறைய தவம் என்ற பொருளில் வரும்.)

திருமணத்திற்கு முன்பு 'சர்ச்'சில் ஓர் உரிமைப் பத்திரத்தை வாங்கியாக வேண்டும். ஆனால் அது வாங்கப்படவில்லை. எனவே மதக் குற்றங்களை விசாரிக்கும் வர்கஸ்டர் நகரிலுள்ள பிஷப் கோர்ட் இருவரையும் 'மதவிலக்கம்' செய்தது.

நம்மூரில் 'சாதி விலக்கம்' செய்வதைவிடக் கடுமையானது இது. சாதியிலிருந்து நீக்கப்பட்டவர்களுடன் யாரும் பேச மாட்டார்கள். அவர்களுடன் பொருள் கொடுப்பது, வாங்குவது, குடிநீர் தருவது உள்ளிட்ட எந்த ஒரு தொடர்பையும் வைத்துக்கொள்ள மாட்டார்கள். அங்கே மதநீக்கம் செய்யப்பட்டவர்களுடைய உயிருக்கும் பாதுகாப்பு என்பதே இருக்காது.

இந்த நடைமுறை ஷேக்ஸ்பியரை வேதனைப்படுத்தியது. உயில் கையெழுத்தாவது ஒத்திப்போனது.

தகவல் அறிந்து ஷேக்ஸ்பியருக்கு ஆறுதல் கூற, அவரது பழைய நண்பர்கள் பென்ஜான்சன், மைக்கேல் டிரைட்டன் ஆகியோர் முன் வந்தனர். ஸ்டிரெட் போர்டு நகரில் மூவரும் சந்தித்து, மது அருந்தியபடியே பழைய நினைவுகளைப் பகிர்ந்து கொண்டனர்.

அன்று ஷேக்ஸ்பியர் அளவுக்கு மீறிக் குடித்ததாக அந்த ஊரின் மதகுரு ஜான் வார்டு குறிப்பிட்டுள்ளார். கிடைத்த தகவல்களை வைத்துப் பார்க்கும்போது ஷேக்ஸ்பியர் மிதமிஞ்சிய குடிகாரராக

இருக்கவில்லை என்பது தெரிகிறது. அப்போது அவருக்கு இருந்த துக்கமான மனநிலையும், பழைய நண்பர்களின் சந்திப்பினால் கிளறப்பட்ட பழைய நினைவுகளும் அவரைச் சற்று அதிகமாகக் குடிக்க வைத்திருக்கலாம்.

எது எப்படியோ, கடும் ஜுரம் ஷேக்ஸ்பியரைத் தாக்கியது. (பின்னர் ஷேக்ஸ்பியர் வரலாற்றை எழுதிய சா. சிட்னிலீ கூறுகையில், 'ஷேக்ஸ்பியரின் வீட்டுக்கு அருகே இருந்த சேப்பல்லீன் என்னும் இடம் பன்றிகளின் தொழுவமாக இருந்தது. அந்தச் சுகாதாரமற்ற சூழல் அவரை ஜுரத்தில் தள்ளுவதற்கான காரணியாக இருந்தது' என்கிறார்.)

ஷேக்ஸ்பியரின் ஜுரம் நாளடைவில் கடுமையானது. முன்னதாகவே அவர் உயிலை மாற்றி எழுதியிருந்தார். அவரது பக்கத்து வீடுகளில் வசித்த வழக்கறிஞர் பிரான்சிஸ் காலின்ஸ், ஜுலியஸ்ஷா, ஹாப் னட் சாட்லர், ராபர்ட் வாட் கோட், ஜான் ராபின்சன் ஆகியோர் முன்னிலையில் மார்ச் 25ம் தேதி அதில் கையெழுத்திட்டார். ஏப்ரல் 17ல் ஷேக்ஸ்பியரின் ஒரே சகோதரியின் கணவர் வில்லியம் ஹார்ட் இறந்தார். இது ஷேக்ஸ்பியரை மேலும் பலவீனப்படுத்தியது. ஏப்ரல் 23ம் தேதி ஷேக்ஸ்பியர் மறைந்தார்.

ஷேக்ஸ்பியர் பிறந்த நாள் எதுவோ அதுவே அவரது இறந்த நாளாகவும் அமைந்தது. ஏப்ரல் 25 அன்று அவரது உடல் அதே ஸ்ட்ராட்போர்ட்ரகரின் 'சர்ச்'சில் சான்கல் என்ற இடத்தில் வடக்கு சுவர் அருகே வழிபாட்டு மேடையின் முன்பு அடக்கம்

செய்யப்பட்டது. அதற்காக சவக்குழி 17 அடி ஆழத்துக்குத் தோண்டப்பட்டது. கல்லறைமீது பின்வரும் வாசகங்கள் பொறிக்கப்பட்டன.

'நல்ல சிநேகிதரே, ஏசுவிற்காகத் தவிருங்கள்
இங்குள்ள புழுதியை அகற்றுவதை
இந்த கற்களை விட்டு வைப்பவர்
ஆசீர்வதிக்கப்படுவார்
எனது எலும்புகளை நகர்த்துபவர்
சாபத்திற்கு ஆளாவார்'

உலகம் போற்றிய ஒரு கவிஞனின் கல்லறையில் இப்படிப்பட்ட அபத்தமான வாக்கியங்களா இடம்பெற வேண்டும் என்ற வியப்பு பலருக்கும் ஏற்படக்கூடும்.

Shakespeare

அக்கால (ஏன், இக்காலத்திலும்தான்) நம்பிக்கைகளின்படி, இறந்தவனுடைய உடல் புதைக்கப்பட்டு, மண்ணோடு மண்ணாக அது கலப்பதுதான் அந்த ஆத்மாவுக்கு நல்லது. அவ்வாறன்றி, மீண்டும் அந்த இடம் தோண்டப்பட்டால், அந்த ஆத்மா நற்கதி பெறாமல் அலைந்து திரியுமாம்.

இடைக்காலத்தில் 16, 17-ஆம் நூற்றாண்டுகளில் சமாதிகளைத் தோண்டி எலும்புகளை எடுப்பது ஒரு கொடிய வழக்கமாகப் பரவியிருந்தது. புனிதத்தைக் கெடுக்கும் இந்தச்செயல் தனக்கு நேராமல் தடுக்கவே ஷேக்ஸ்பியர் அப்படி எழுதி வைத்திருக்கக்கூடும்.

அந்தக்காலத்தில் 'ரகசிய உண்மைகளைக் கண்டறியும் அமைப்புகள்' பல இருந்தன. நம்மூரில் சவ வழிபாடு, ஆவி, குட்டிச் சாத்தான் வழிபாடுகள் மாதிரியான காரியங்களைச் செய்யும் வழக்கமுள்ள இவர்களுக்கு இறந்த உடல், இறந்தவர்களின் அங்கங்கள், எலும்புகள் தேவைப்பட்டன.

இது தவிர, வளரத் தொடங்கியிருந்த மருத்துவ ஆய்வுக்கும் உடல்கள் தேவைப்பட்டன. மேலும், நமக்கு வேண்டாதவர்களை நோகடிக்க அவர்களுடைய குடும்ப உறுப்பினர்களின் கல்லறைகளைத் தோண்டி வைப்பது, வெறும் பரபரப்புக்காக செய்வது என பலவகை வக்கிரங்கள் கொடிகட்டிப் பறந்த காலம் அது.

உயிர் இருக்கும் போது மனிதனை அச்சமானது வாட்டுகிறது என்றால், செத்த பின்னும் தன் உடல் என்னாகுமோ என்று கவலைப்படும் சூழலும் அப்போதைய காகலட்டத்தில் இருந்தது. அதுதான் ஷேக்ஸ்பியரின் உடலைப் புதைக்கக் கிணறு தோண்டுவதுபோல் 17 அடி பள்ளத்தைத் தோண்ட வேண்டுமென்று மற்றவர்களை நினைக்க வைத்தது.

ஆனால் ஷேக்ஸ்பியர் சமாதி தோண்டப்படவில்லை. அதன் அருகிலேயே தாங்களும், புதைக்கப்பட வேண்டுமென்று அவரது மனைவி, மக்கள் விரும்பியபோதும், அவர்கள் விருப்பப்படி அவர் சமாதி தோண்டப்படவில்லை. வேறிடத்தில் தான் அவர்கள் புதைக்கப்பட்டனர்.

முதல் உயிலில் ஷேக்ஸ்பியர் தன் மனைவி பெயரைச் சேர்க்கவில்லை. திருத்திய இரண்டாவது உயிலில் மனைவிக்கு தன் 2-வது நல்ல படுக்கை மற்றும் மரச்சாமான்களைக் கொடுக்குமாறு கூறியிருந்தார். இதனால் இவர்களிடையே இணக்கம் காணப்படவில்லை என்பதைத் தெரிந்து கொள்ளலாம்.

அறிவாளியான ஷேக்ஸ்பியர் அறியாமையில் உழன்ற, தன்னைவிட வயதில் மூத்தவளான தன் மனைவியை வெறுத்திருக்கலாம். கடைசிக் காலத்தில் தன்னுடைய வெறுப்பை இப்படி வெளிக்காட்டியிருக்கலாம்.

நினைவற்ற நிலையில் இருந்த அவருடன் யாரும் இல்லாததால் ஷேக்ஸ்பியரின் கடைசி சொற்கள் பதிவு செய்யப்படவில்லை.

ஆனால் தனது சவத்தை யாரும் தோண்டக்கூடாது என்பதற்காக அதை ஆழமாகப் புதைக்கச் சொன்னது, தன் கல்லறை மீது அவர் பொறிக்கச் சொன்ன வாசகங்கள், உயிலில்கூட மனைவிமீதான தன் வெறுப்பைக் காட்டியது, மகளும் மருமகனும் மதவிலக்கம் செய்யப்பட்டதில் மனம் உடைந்தது ஆகியவற்றையெல்லாம் கூட்டிக் கழித்துப் பார்க்கும்போது ஷேக்ஸ்பியர் மனைவியுடன் சண்டைபோடும் சராசரி கணவனாக, மகள் மீது பாசம் மிக்க சராசரி தந்தையாக, மத நம்பிக்கையில் ஊறிய சராசரி பழமைவாதியாக, செண்டிமெண்ட்களில் தோய்ந்தவராகவே அறியப்படுகிறார்.

அற்புதமான நாடகங்களை, அருமையான சொல்லாட்சியுடன் எழுதியவர் என்ற சிறப்பைத் தவிர வேறு எந்த வித்தியாசமும் அவரிடத்தில் இல்லை. குறிப்பாக, மரணம் சம்பந்தப்பட்ட விஷயங்களில் மதநூலில் என்ன கூறப்பட்டுள்ளதோ அதனை ஏற்றுக்கொண்ட, நம்பிய ஒரு மத விசுவாசியாகவே அவர் இருந்தார் என்பதைத் தவிர மரணம் பற்றிய வேறு எந்த விசேஷமான கருத்தும் அவரிடம் காணப்படவில்லை.

20 ஜோசப் ஸ்டாலின்

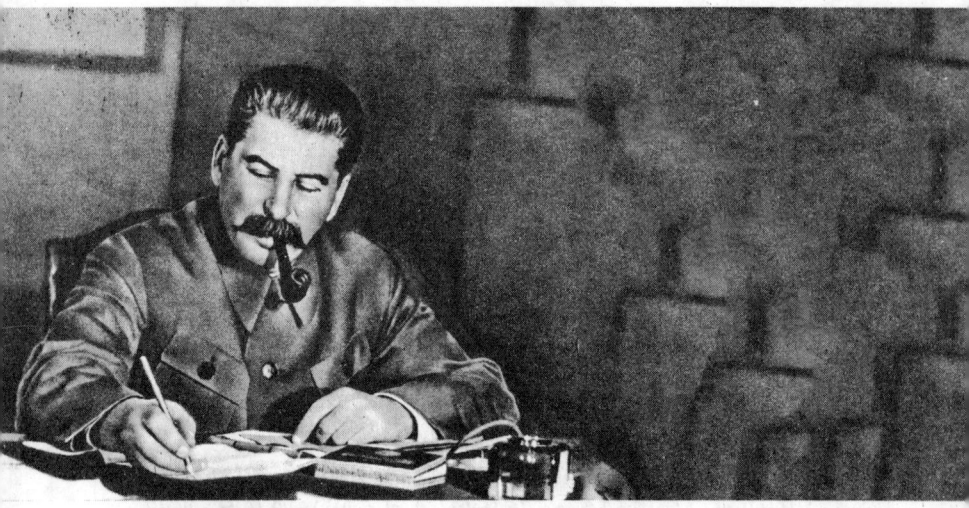

வேடிக்கையான ஒரு கதை உண்டு. ரஷ்ய சர்வாதிகாரி ஸ்டாலின் மரணப்படுக்கையில் இருந்தார். மருத்துவர்கள், இனி அவருடைய வாழ்க்கை மணிக்கணக்கில்தான் என்று சொல்லிக் கைவிரித்து விட்டனர்.

பாதிரியார் வரவழைக்கப்பட்டார். அவர் ஸ்டாலினின் கட்டிலுக்கு அருகே மண்டியிட்டு நெடுநேரம் பிரார்த்தனை செய்தார். பின்னர் எழுந்து ஸ்டாலினின் நெற்றியில் கைவைத்து ஆசீர்வதித்து, 'அப்பா! உன் பகைவர்களையெல்லாம் மன்னித்து விடு' என்றார்.

அதற்குச் சிரமப்பட்டுப் பதிலளித்த ஸ்டாலின், அதற்கு 'நான் தயார். ஆனால் அவர்களில் ஒருத்தரைக் கூட நான் விட்டு வைக்கவில்லையே!' என்றாராம்.

கம்யூனிச எதிர்ப்பாளர்களால் பரப்பப்பட்ட கதைதான் இது என்றாலும், ரஷ்ய அதிபர் ஸ்டாலின் ஒரு சர்வாதிகாரி என்பதில் யாருக்கும் மாற்றுக்கருத்து இருக்க முடியாது. அதேசமயம், பெரும் கொடுங்கோலர்களான இடி அமீன், பால்பாட் போன்றோரின் வரிசையில் இவரை வைக்கவும் முடியாது.

ரஷ்ய மன்னன் நிக்கலஸ் ஜார், இடி அமீன், பால்பாட் போன்றோர் தங்களது சுயநலனுக்காகத் தங்களை எதிர்த்தவர்களையெல்லாம் கொன்று குவித்தனர்.

ஆனால் ஜோசப் ஸ்டாலின் போன்றோர் தாங்கள் சரி என்று நம்பிய ஒரு சித்தாந்தத்தை நிலைநாட்ட, எதிர்த்தவர்களையெல்லாம் கடுமையாக ஒடுக்கினார்கள். அந்த வகையில் உலகில் நடைமுறைப்படுத்தப்பட்ட எல்லாக் கோட்பாடுகளுமே பெருமளவில் உயிர்ப்பலி வாங்கியவையே.

பௌத்தமும் சமணமும் தலையெடுத்தபோது சனாதன மதம் கடும் அடக்குமுறையை எதிர்கொண்டது. ஆலயங்கள் புறக்கணிக்கப்பட்டதால், பக்தர்கள் சொல்லொணாத் துயரங்களுக்கு ஆளானார்கள். (அப்போது சைவம், வைணவம் இவை. இரண்டாகப் பிரிந்து மோதிக்கொண்ட நிலை நிலை இல்லை.) சிவனை வழிபடும் திருநீறு தரித்தவர்களை, 'பூசும் ஆண்டி' என்ற பொருளில் 'பூச்சாண்டி' என்றனர்.

பின்னர் சம்பந்தராலும் அப்பராலும் சைவம் தலையெடுத்தபோது, சமணமும் பௌத்தமும் ஒடுக்கப்பட்டது. திருஞான சம்பந்தர் வாதத்தில வென்றதால் சமணர்களைக் கழுவில் ஏற்றிய கொடுமை நடந்ததாகவும் கூறப்படுகிறது.

அன்பைப் போதித்த கிறிஸ்தவத்தின் பெயரால் மத்தியக் காலத்தில் ஏராளமான மாற்றுக் கருத்தினைக் கொண்டவர்கள் சூனியக்காரர்கள், சூனியக்காரிகள் எனப் பட்டம் கட்டப்பட்டு கட்டிவைத்து எரிக்கப்பட்டனர். 'இஸ்லாம்' என்பதற்கு 'அமைதி' என்று பொருள். ஆனால் அந்த இஸ்லாமியக் கோட்பாடுகளைத் தீவிரமாகப் பின்பற்றுவோரால் ஏற்பட்ட அழிவுகள் எண்ணில் அடங்காதவை.

அந்த வகையில் பொதுவுடைமைச் சிந்தாத்தை ஏற்றிருந்த ஸ்டாலின், அதை நிலைநாட்டுவதற்காக பல லட்சம் பேரை அழித்தார் என்று வரலாறு கூறுகிறது. பொதுவுடைமைவாதிகள் இதனைக் 'களையெடுப்பு' என்பார்கள்.

ஸ்டாலின் தன் சித்தாந்தத்துக்கு எதிராக இருந்த மற்றவர்களை மட்டுமல்ல, தனது குடும்பத்தினரைக்கூட நசுக்க அஞ்சவில்லை. அவரது மகள் 'ஸ்வெட்லானா அல்லுயேனா ஸ்டாலினா' வெளிநாட்டில் படித்தபோது ஓர் அமெரிக்கரைக் காதலித்து ▶

மணந்து கொண்டாள். (இதுவே அமெரிக்கவின் ஏற்பாடுதான் என்றும் கூறப்படுவதுண்டு.)

ஒரு கட்டத்தில் கம்யூனிச நடவடிக்கைகளுக்கு இடையூறாக இருந்தார் என்ற நிலை ஏற்பட்டபோது மாப்பிள்ளை என்றும் பாராமல் தனது மருமகனைக் கைது செய்தார் ஸ்டாலின். சிறையில் அவர் மர்மமாக மரணமடைந்தார்.

பின்னாளில் வீட்டுக் காவலில் இருந்த மகள் 'ஸ்வெட்லானா' இந்தியா சென்றுவர விருப்பம் தெரிவித்து அனுமதி பெற்றார். இந்தியா வந்த அவர் திடுமென்று அமெரிக்கத் தூதரகத்தில் தஞ் சமடைந்து, அவர்கள் உதவியுடன் தனி விமானத்தில் வாஷிங்டன் சென்றார். அங்கிருந்தபடி ஸ்டாலினின் கொடுங்கோன்மை பற்றி காரசாரப் பேட்டிகள் கொடுத்தார்.

தந்தைக்கு எதிரான மகள் கூறிய கருத்துகளால் உலகம் முழுவதும் பரபரப்பானது. ஆனால் ரஷ்யாவில் அது எதிர்மாறான விளைவை ஏற்படுத்தியது. மகளின் வாழ்க்கை என்று கூடப் பாராமல் நடவடிக்கை எடுத்த ஸ்டாலின் கொள்கைச் சிங்கமாகக் கருதப்பட்டார். ஸ்டாலின் இருந்தவரை ரஷ்யா அமெரிக்காவுக்குச் சிம்ம சொப்பனமாக இருந்தது. உலகெங்கும் கம்யூனிசத்தின் வீச்சும் அதிகரித்தது.

ஸ்டாலின் இருந்தவரை ரஷ்யாவிலும் அவரது பிடி உறுதியாகவே இருந்தது. அவர் மறைவுக்குப் பின்பும் அது நீடித்தது கோர்பசேவ் காலத்தில்தான் கம்யூனிசம் ஆட்டம் கண்டது.

ஒட்டுமொத்த உலகத்தையும் தன்னை நிமிர்ந்து பார்க்க வைத்தவர் ஸ்டாலின். ஒருவகையில் ரஷ்யாவை அமெரிக்காவுக்கு ஈடான வல்லரசாக்கியவர் இவரே.

உலகெங்கிலும் இருந்த பொதுவுடைமைவாதிகள் 'மாஸ்கோவைப் பார்' என்று பெருமிதமாகப் பேசும் அளவுக்கு மெக்கா, ஜெரூசலேம், காசி, கயா மாதிரி மாஸ்கோவைப் புனிதத்தலமாகவே ஆக்கிக் காட்டியவர்.

ஸ்டாலினின் உறுதிக்கு முன்பு ஒட்டுமொத்த ரஷ்யாவும் பணிந்தது. உலக யுத்தத்திலும் ஸ்டாலினின் பங்கு மகத்தானதாக இருந்தது. ஆரம்பத்தில் ஹிட்லரின் அணியில் இருந்த எஸ்தேனியா, லாட்வியா, லிதுவேனியா, மால்டோவியா போன்ற பால்டிக் கடல் நாடுகளை வென்று சோவியத் யூனியனில் இணைத்தபோதும், பின்னர் இங்கிலாந்து, அமெரிக்கா உள்ளிட்ட நேச நாடுகளின் பக்கம் சேர்ந்து ஹிட்லருக்கு எதிராகப் போரிட்டபோதும், அவரது நோக்கங்கள் எல்லாமே ரஷ்யாவை முன்னேற்றுவதிலேயே இருந்தன.

'அவரது பின்பற்றிய வழிமுறைகள் வேண்டுமானால் விரும்பத்தகாதவைகளாக இருக்கலாம். ஆனால் அவரது நோக்கங்கள் அப்பழுக்கற்றவை' என்கின்றனர் விமர்சகர்கள்.

அதுவரை உலகவரைபடத்தில் கொஞ்சமும் கவனிக்கப்படாதிருந்த ஒரு தேசத்தை உலகின் சரிபாதிமீது ஆளுமை செலுத்தும் அளவுக்கு வலிமையுடன் கட்டி எழுப்பியது ஸ்டாலினின் சாதனைதான்.

நாட்டையே ராணுவக் கண்டிப்புடன் முன்னெடுத்துச் சென்ற அந்தச் சர்வாதிகாரியின் கடைசிக்காலம் எப்படி இருந்தது?

ஸ்டாலின் வசித்தது ஒரு 'தாக்கா'வில். அவருக்கு வீடும், அலுவலகமும் அதுவே. ஒரு மேஜை, சில நாற்காலிகள், சில சாய்வு நாற்காலிகள், ஓர் அலமாரி, ஓர் அழகிய கம்பளம். இவைதான் அங்கிருந்த உடைமைகள். குளிரை எதிர்கொள்ள பல 'கணப்பு' அடுப்புகள். பக்கத்தில் சிறிய படுக்கையறை. அங்கு ஒரு மேஜை, ஒரு குறுகலான படுக்கை. சுவரில் ஒரு மரப்பலகை.

மகா எளிமை என்று கூறமுடியாது. ஏனெனில் எளியவர்களின் வசிப்பிடத்தில்கூட இதைவிட அதிகமான பொருட்கள் இருக்கும்.

வெறுமை அதிகம் நிறைந்த இடமாக அது இருந்தது. ஒரு வல்லரசின் அதிபரின் வசிப்பிடம் என அதனை எவரும் சத்தியமாக நம்ப மாட்டார்கள்.

28.2.1953. ஸ்டாலினுடன் எப்போதும் காணப்படும் குருஷ்சேவ், புல்கானன், பெரியா, மெலங்கோவ் ஆகிய நால்வரும் மாலை விருந்துக்கு வந்திருந்தனர். ஸ்டாலினின் உடை, உறையுள் போன்றவைதான் எளிமையாக இருந்தனவே தவிர அவர் இருக்குமிடத்தில் உணவுக்குப் பஞ்சமிருக்காது. மதுவும் மாமிசமும் வஞ்சனையின்றிப் பரிமாறப்படும்.

குளிர்ப் பிரதேசம் என்பதால் உணவின்போது வோட்கா மது, காரமான உணவு வகைகள் கண்டிப்பாக அதில் இடம்பெறும். ராணுவ வீரர் என்பதால் ஸ்டாலின் சற்று அதிகமாக உண்பார். உணவின்போது நகைச்சுவை, அரட்டை இவை அதிகம் இருக்கும். மது அதிகமாக அருந்துவார். ஆனால் ஒருபோதும் நிதானம் தவறமாட்டார்.

மாலை தொடங்கிய விருந்து அதிகாலை வரையும் நீடித்தது. பின்னர் சகாக்கள் நால்வரும் அருகிலுள்ள தங்களது தர்க்காக்களுக்கு சென்றனர். நன்கு உறங்கிய அவர்கள் நேரம் கழித்தே எழுந்தனர். வழக்கம் போல அழைப்புக்காகக் காத்திருந்தனர். ஆனால் ஸ்டாலினிடமிருந்து உணவுக்கான அழைப்பு வரவில்லை.

உறக்கத்தில் தன்னை எழுப்புவது ஸ்டாலினுக்குப் பிடிக்காது. எனவே இன்னும் அவர் தூங்குகிறார் என்றே அவர்கள் எண்ணினர். ஸ்டாலின் இரவுபகல் பேதம் இல்லாதவர் என்பார்கள். நேரம் காலமின்றி உழைப்பதும், நினைத்த நேரத்தில் தூங்குவதும் அவரது வழக்கமாக இருந்தது. பல சமயங்களில், இரவு வெகுநேரம் பணிகளைக் கவனித்துவிட்டு, படுக்கைக்குச் செல்லும்போது ராணுவ உடையைக்கூட மாற்றாமல், ஷூக்களை மட்டும் கழற்றிவிட்டு அவர் அப்படியே கட்டிலில் படுத்துத் தூங்குவதும் உண்டு.

மாலையானது. இரவும் வந்தது. முதல் முறையாக எல்லோரிடமும் பதற்றம் ஏற்பட்டது. இதுவரை இப்படி ஆனதில்லையே. சகாக்களுக்குத் தொலைபேசியில் தகவல் பறந்தது. உடனே அவர்கள் விரைந்து வந்தனர்.

அதிகாலை 3 மணி. இனியும் தாமதிப்பதில் பொருளில்லை என்று முடிவு செய்தார்கள். அதைத் தொடர்ந்து அறைக்கதவு திறக்கப்பட்டது, பலவந்தமாக. உள்ளே ஸ்டாலின் தரையில் கம்பளத்தின்மீது அசைவற்றுக் கிடந்தார். ஸ்டாலினின் பழைய நண்பர்கள் வொரோஷிலோவ், சுகனாவிச் ஆகியோர் வரவழைக்கப்பட்டனர். பின்னர் பிரபல மருத்துவர்கள் அங்கு வந்தனர். அவர்கள் அவரை சோதித்தபின் ஸ்டாலின் தன் இறுதிப் பயணத்துக்குத் தயாராகிறார் என்றனர்.

மகளுக்குத் தகவல் பறந்தது. தந்தைமீது பாசம் கொண்டிருந்த ஸ்வெட்லானா வந்து பார்த்தார். தந்தையின் கையை எடுத்து முத்தமிட்டார். பிறகு சென்று விட்டார். குருஷேவ், புல்கானன் இருவரும் கண்களில் கண்ணீருடன் காணப்பட்டனர். பெரியா அங்குமிங்கும் நடந்தபடி இருந்தார்.

ஆளுங்கட்சி அங்கத்தினர்கள் 6 பேர் அங்கு வந்து கூடினர். எதிர்காலத் திட்டம் பற்றி அவர்களுக்கு ஒரு சில எண்ணங்கள் இருந்தன. அதற்குள் அங்கே நாசூக்காகக் கோஷ்டிகள் உருவாகத் தொடங்கிவிட்டன.

மெலங்கோவ், பெரியா கோஷ்டி ஒருபுறம், புல்கானன், குருஷ்சேவ் கோஷ்டி மறுபுறம் என அங்கேயே அவர்கள் பிளவு பட்டு நின்றது அப்பட்டமாகத் தெரிந்தது.

அந்த சமயம் பார்த்து ஸ்டாலினின் மஞ்சள் நிறக் கண்கள் திறந்தன. அவரிடமிருந்து வெளிப்படக்கூடிய கடைசி வார்த்தைகளைக் கேட்க வேண்டி அனைவரும் அவரை நெருங்கினர். பெரியா அவர் மீது மிகுந்த அக்கறையையுடன் இருப்பதுபோல் அப்போது காட்டிக்கொண்டார். ஸ்டாலின் மீண்டும் மயக்கத்தில் ஆழ்ந்தபோது அதே பெரியாவிடமிருந்து அவமரியாதையும் ஏளனமும் கலந்த சொற்கள் வெளிப்பட்டன.

நான்காம் நாள் ஸ்டாலினின் உடல்நிலை சற்று முன்னேறியது. மருத்துவர் அவருக்குப் பழரசம் கொடுத்தார். ஸ்டாலின் தன் வலது கையை உயர்த்தி சுவரில் இருந்த படத்தைக் காட்டினார். அது ஓர் இளம்பெண் ஆட்டுக்குட்டி ஒன்றுக்குப் பாலைப் புகட்டுவதை சித்திரிக்கும் படம். அது சரியாக வரையப்பட்டிருக்கவில்லை. அதைப்பார்த்து ஸ்டாலின் சிரிக்க முயன்றார். அவரால் முடியவில்லை. மூச்சுத் திணறியது. அத்தோடு முகமும் லேசாகக் கருத்தது. திணறலின் எதிரொலி முகத்தில் நன்றாகவே தெரிந்தது.

பின்பு கண்களைத் திறந்து எல்லோரையும் விழித்துப் பார்த்தார். இயல்பான நாட்களில் கோபம் கொப்பளிக்க அவர் பார்க்கும் பார்வை அது. அவருடைய கை வானத்தை நோக்கி எதையோ காட்டுவதுபோல் உயர்ந்தது. அவ்வளவுதான்.

அதற்குப் பின் 8 மருத்துவர்கள் கொண்ட குழுவின் மரண அறிக்கை வெளியானது: 'மார்ச் 5ம் தேதி இரவு 9.50 ஜோசப் விசாரியானோவிச் ஸ்டாலின் மாரடைப்பால் உயிரிழந்தார்.'

முன்னதாக 3 நாட்களாக ஸ்டாலினின் உடல்நிலைபற்றி அந்நாட்டு வானொலி செய்தி வெளியிட்டுக்கொண்டே இருந்தது. 'மூளைக்கு செல்லும் ரத்த ஓட்டம் தடைப்பட்டு அதனால் முக்கிய பாகங்கள் பாதிக்கப்பட்டன. அதனால் வலதுபுறம் உணர்வற்றுவிட்டது. மயக்கத்தில் உள்ளார்.' அப்போதே அவரது வாழ்வின் முடிவைப் பலரும் எதிர்பார்த்துக் காத்திருந்தனர்.

ஸ்டாலினின் கடைசி சைகை பற்றியும் பலவிதமான கருத்துகள் உண்டு. அவரைப் போன்றவர்கள் தாங்கள் எடுத்த கொள்கைக்காக எத்தனைபேர் உயிரிழக்க வேண்டியிருந்தாலும் அதற்காகக் கவலைப்படமாட்டார்கள். லட்சியப் போரில் வெல்வதற்கு அது அவசியம் என்று கருதுவார்கள். அந்த வகையில் எளிய ஆட்டுக்குட்டிக்கு இளம்பெண் பாலூட்டுவதுபோல் உள்ள அந்தப்படம் உன்னதமான கொள்கையை மக்களுக்கு ஊட்டுவதைக் குறிப்பதாகவும், அதற்கு எதிராக இயற்கை செய்யும் இடையூறு இந்த நோய் என்பது போலவும் குறிப்பதாக படத்தையும், வானை நோக்கிக் கையையும் காட்டினார் என்கின்றனர் சிலர்.

இன்னும் சிலரோ, மரணத்தறுவாயில் உடல் நரம்புகள் மோசமாக முறுக்கிக் கொள்ளும். அதனால் முகம், கை, கால்கள் சம்பந்தமில்லாத பல சைகைகளைச் செய்யும். அதற்கெல்லாம் எந்தப் பொருளும் இல்லை என்கின்றனர்.

இந்த இரண்டில் எது உண்மை என்பது இயற்கைக்கு மட்டுமே தெரியும்.

21 முசோலினி

20ம் நூற்றாண்டில், இரண்டாம் உலகப் போருக்குப்பின் உலகம் முழுவதும் இருந்த காலனி ஆதிக்கம் சரிந்து, பல நாடுகளும் விடுதலை பெற்றன. பலவற்றிலும் தேர்தல் நடைபெற்று ஜனநாயகமும், அதைத் தொடர்ந்து ஜனநாயகத்துக்கே உரிய அலங்கோலங்களும் தலையெடுத்தன.

மக்கள் வாக்களித்தால் யார் வேண்டுமானாலும் தலைமைப் பதவிக்கு வரலாம் என்றான நிலையில் பலரும் போட்டியில் குதித்தனர். வெற்றிக்காக ஒருவரை ஒருவர் வசைபாடும் கலாச்சாரமும் ஆரம்பமானது.

அந்த சமயத்தில் உலகில் இருந்த எந்த நாடாக இருந்தாலும் அந்த நாட்டு மேடைகளில் 'பாசிஸ்ட்' என்ற வார்த்தை கண்டிப்பாக இடம்பெறும். அதிபர் பதவிக்குப் போட்டியிடுபவர் தன்னை எதிர்த்து நிற்பவரை பாசிஸ்ட் என்பார். அவர் பதிலுக்கு இவரை அதே வார்த்தையால் திட்டுவார்.

ஒரு சாதாரண வார்டு கவுன்சிலர் பதவிக்கு நிற்பவர் கூடத் தன் போட்டியாளரை பாசிஸ்ட் என்றுதான் குறிப்பிடுவார். பதிலுக்கு அவரும் இவரை பாசிஸ்ட் என்பார்.

பலரும் பாசிஸ்ட் என்றால், அது சமூகத்துக்குத் தீங்கிழைப்பவனைக் குறிக்கும் சொல் என்றுதான் நினைத்துக் கொண்டிருந்தார்கள். மற்றபடி பாசிஸ்ட் என்ற சொல்லுக்கான சரியான அர்த்தம்கூட யாருக்கும் தெரியாது.

முதல் உலகப் போரால் ஐரோப்பாவே நிலைகுலைந்து போயிருந்த தருணம் அது. மக்களின் அல்லாட்டம், அப்போதைய அரசியல் ஸ்திரமற்ற நிலை ஆகியவற்றைப் பயன்படுத்திக் கொண்டு உலகம் முழுவதும் பல தலைவர்கள் எழுந்தனர். இதில் ரஷ்யாவும் அமெரிக்காவும் முதலாளித்துவத்தால் பலமாகக் கட்டமைக்கப்பட்டிருந்ததால் அங்கு அமைப்பு ரீதியாகவே அதிபர்கள் உருவானார்கள்.

பிரிட்டனில் வின்ஸ்டன் சர்ச்சில், பிரான்சில் டிகால், ஸ்பெயினில் ஜெனரல் பிராங்கோ என்று பலரும் சற்று முன்பின்னாகத் தலைமைக்கு வந்தவர்களே.

அப்போதிருந்த அரசியல் சூழ்நிலையைப் பயன்படுத்திக்கொண்டு ஜெர்மனியில் ஹிட்லர் ஆட்சியைப் பிடித்ததைப்போல், இத்தாலியில் முசோலினி ஆட்சியை பிடித்தார். பின்னர் ஜெர்மனி, இத்தாலி, ஜப்பான் மூன்றும் சேர்ந்து அச்சு நாடுகள் என்ற பெயரில் உலகத்தையே ஆக்கிரமிக்க முயன்றதன் காரணமாகவே இரண்டாம் உலகப்போர் வெடித்தது.

ஹிட்லர் நாஜிக்கட்சியை நிறுவினார். இத்தாலியில் முசோலினி பாசிஸ்ட் கட்சியை நிறுவினார். ஹிட்லர் செஞ்சட்டைப்படையை அமைத்தார். முசோலினியும் கருஞ்சட்டைப்படை ஒன்றை அமைத்தார். இரு தலைவர்களும் ஆரம்பத்தில் மக்களைத் தங்களுடைய ஈர்ப்புமிக்க பிரசாரத்தால் கவர்ந்தனர். பின்னர் அவர்களது கொடுங்கோல் அரசு எண்ணற்ற படுகொலைகளை நடத்தியது. அதே அவர்களுடைய அன்றாட வேலையாகிப் போனது.

ஹிட்லரின் நாசிஸம், முசோலினியின் பாசிஸம் இரண்டுமே மானுடத்துக்கு எதிரானவையாகக் காட்டப்பட்டாலும், ஹிட்லர் யூதர்கள் என்ற இனத்தை மட்டுமே குறிவைத்து அழித்தார். அதனால் அவர்

ஓர் இனவெறியனாக மட்டுமே பார்க்கப்பட்டார். மாறாக, முசோலினியின் ஆட்சி இன, மொழி பேதமின்றி எல்லாத் தரப்பினரையும் கொன்று குவித்தது.

அதனாலேயே தனக்கு எதிராக சிறு துரும்பு அசைவதைக்கூட சகிக்க முடியாதவர்களை பாசிஸ்ட் என்று கூறும் வழக்கம் ஏற்பபட்டது.

இதில் வேடிக்கை என்னவென்றால், எல்லோருமே அதைத்தான் செய்தார்கள். குட்டி நாடான உகாண்டாவின் இடி அமீன் முதல் பெரிய நாடான சீனாவின் மாசேதுங் வரை பதவியில் உள்ளவர்கள் அனைவரும் பதவியில் தங்களை நிலைநிறுத்திக் கொண்ட பின்னர் தங்கள் போட்டியாளர்களில் தொடங்கி, தனக்கு எதிராக முணுமுணுப்பவர்கள் வரை உள்ள எல்லோரையும் நசுக்கவே செய்தனர்.

இந்தியா போன்ற ஜனநாயக நாடுகளில்கூடத் தங்களை எதிர்ப்பவர்கள் மீது பொய் வழக்கு போடுவது, அவர்களைப் பற்றிய அவதூறுகளைப் பரப்புவது, ஆட்களை ஏவி வன்முறைகளைக் கட்டவிழ்த்து விடுவது போன்ற காரியங்களை ஆட்சியாளர்கள் செய்கின்றனர்.

ஆனாலும் பாசிஸ்ட் என்பது பொதுப்படையான பெயராக நிலைத்துவிட்டது. இந்தக் கட்சியை நிறுவிய முசோலினியேகூட தனது கொள்கை இப்படி ஓர் அழியாத அபகீர்த்தியைப் அடையும் என்று எண்ணியிருக்கமாட்டார்.

இத்தனைக்கும் ரஷ்யாவையே துவம்சம் செய்தவர் ஹிட்லர். ஆனால் அது அவரால் செய்யப்பட்ட ஓர் ஆக்கிரமிப்புப் போராகத்தான் கருதப்பட்டதே தவிர, யாரும், யாரையும் 'நாசிஸ்ட்' என்று திட்டும் அளவுக்கு மனித குலத்துக்கு எதிரான ஒன்றாகக் கருதப்படவில்லை.

ஆனால் முசோலினியின் கம்யூனிசக் கொள்கைக்கு எதிரியாக இருந்தார் ஹிட்லர், அவர் ரஷ்யாவைத் தாக்கவில்லையே தவிர இத்தாலியக் கம்யூனிஸ்டுகளை நர வேட்டையாடினார். அப்போது கம்யூனிசம் உலகத்தையே ரட்சிக்க வந்த சித்தாந்தம் என்று

அறிவு ஜீவிகளால் கருதப்பட்டது. அதனால் கம்யூனிச எதிரிகள் அனைவருக்குமே பாசிஸ்ட் என்பது பொது அடைமொழியாகிப் போனது.

ஹிட்லரால் தான் உலக யுத்தம் மூண்டது. உள்நாட்டு நிர்வாகத்தை அவர் சிறப்பாகவே நடத்தினார். அரசு நிர்வாகம், மக்கள் செல்வாக்கு என்ற இரண்டையும் தன்னுடைய கட்டுப்பாட்டில் வைத்திருந்தார் அவர். உண்மையில் ஜெர்மனி அவரது ஆட்சியில் பிரமிக்கத்தக்க வளர்ச்சியை எட்டியது.

ஆனால் முசோலினியின் நிர்வாகம் அப்படிப்பட்டது அல்ல. அவருடையது சர்வாதிகார அரசு என்பதால் அவருக்கு ஏற்பட்ட எதிர்ப்புகள் கடுமையாக அடக்கப்பட்டன. அதைப் பயன்படுத்திக் கொண்டு அதிகார வர்க்கம் காட்டு தர்பார் நடத்தியது. ஊழல், அத்துமீறல், முறைகேடு, கொடுமைகள், இதன் எதிர்விளைவான வறுமை, பட்டினி, பற்றாக்குறை, பஞ்சம் என அனைத்தும் நாட்டில் தாண்டவமாடின.

உலக யுத்தத்தில் எதிரிகளின் கை ஓங்க ஆரம்பித்தது. இதையடுத்து முசோலினிக்கு எதிரான மக்கள் புரட்சி வெடித்தது. கடைசியில் தோற்றுப்போய் மக்களால் வேட்டையாடப்பட்டு சுட்டுக் கொல்லப்பட்டார் அவர். சோக முடிவைச் சந்தித்த சர்வாதிகாரிகளில் முதலிடம் முசோலினிக்கே.

1883ம் ஆண்டு பிறந்த முசோலினிக்கு 1945ம் ஆண்டு சோகமயமானதாக இருந்தது. பொதுவுடைமைக் கட்சியின் பயங்கர எதிரியும், இத்தாலியையே தனது இரும்புப்பிடியில் வைத்திருந்தவருமான அவர் அடுத்தடுத்துத் தோல்விகளைச் சந்தித்தார். ஹிட்லரின் இறுதியின் போது அவருடன் கூட அவரது விசுவாசிகள் இருந்தனர். அதனால் தனது உடல்கூட எவருக்கும் கிடைக்காதபடி தன் வாழ்வை முடித்துக் கொள்ள ஹிட்லரால் முடிந்தது.

முசோலினிக்கு அப்படிப்பட்ட வாய்ப்பும் கிடைக்கவில்லை. அதிகார சுகத்தை அனுபவிப்பதற்காக சுயநலத்துக்காக அவருடன் ஒட்டிக்கொண்டு இருந்தவர்கள் காற்று திசை மாறியதுமே அவரைக் கைவிட்டு விட்டு ஓடிவிட்டனர். புரட்சிக்காரர்களின் தரப்பின் கை

ஓங்கியபோது முசோலினி பிடிபட்டார். எதிரிகளிடம் முசோலினி சிக்கியபோது அவரது காதலி கிளாரெட்டா பெடாக்கி என்பவர் மட்டுமே அவருடனிருந்தார்.

பெண் என்பதால் புரட்சிக்காரர்களில் சிலர் அவளைத் தப்பிப் போக அனுமதிக்கலாம் என்றனர். முசோலினிதான் நம் எதிரி. அவருடன் இருந்த பெண்ணைப்பற்றி நமக்கென்ன கவலை என்பது அவர்களின் வாதம்.

ஆனால் கிளாரெட்டா ஒரு விஷத்தில் திடமாக இருந்தாள். 'அவர் மரணமடைந்தபின் எனக்கு வாழ்வதற்கு அவசியம் ஒன்றும் இல்லை. அவருடன் சாகவேண்டும் என்பதை மட்டும்தான் நான் உங்களிடம் யாசகமாக கேட்கிறேன் என்றாள் அவள்'.

அப்போது முசோலினியும் கிளாரெட்டாவும் ஒரு சிறிய வீட்டில் தங்கவைக்கப்பட்டிருந்தனர். போர்க்காலத்தில் பலவித வதந்திகள் பரவுவது சகஜம்தான். அப்போதும் ஒரு வதந்தி பரவியது. அமெரிக்கா முசோலினியை உயிருடன் கொண்டு செல்ல விரும்புகிறது; தனி நீதிமன்றம் ஒன்றை அமைத்து விசாரணை நடத்தி, அவரை உலகமறியத் தூக்கிலிட விரும்புகிறது என்று.

இது அவர்களிடையே பெரும் ஆவேசத்தை ஏற்படுத்தியது. அமெரிக்க ராணுவம் வலிமையானது. நினைத்ததை நடத்தி முடிக்கக்கூடியது. முசோலினி தங்கள் நாட்டில், தங்கள் கைகளால் கொல்லப்பட வேண்டும் என்று அவர்கள் துடித்தனர். கூடியிருந்தவர்கள் காட்டுக்கூச்சலாக, 'படேலாப்யூரி' (அவரை முடித்து விடுங்கள்) என்று கூச்சலிட்டடனர்.

முசோலினியைக் கொண்டுபோக அனுப்பப்பட்டவர்களிடம் திட்டவட்டமான சில உத்தரவுகள் பிறப்பிக்கப்பட்டன. 'அநாவசியமான நாடகக் காட்சிகளை நடத்திக் கொண்டிருக்க வேண்டாம். வரலாற்றில் இடம்பெறுவது மாதிரி எந்த வசன உரையாடல்களும் அங்கே நடைபெறக் கூடாது. மரண தண்டனையை மட்டும் நிறைவேற்றவேண்டும்.'

அன்று *1945* ஏப்ரல் *29*.

ஆடிசியோ என்பவனுடன் சிலர் அனுப்பப்பட்டனர். அவன் மட்டும் வீட்டுக்குள் சென்று முசோலினியிடம், 'உங்களுக்கு விடுதலை கொடுக்கவே நான் வந்துள்ளேன்' என்றான். முசோலினி, 'உங்களுக்கு ஒரு நாட்டையே நான் கொடுப்பேன்' என்றார் நெகிழ்ச்சியுடன்.

கொண்டுவரப்பட்ட காரின் பின்பக்க இருக்கையில் முசோலினி கிளாரெட்டாவுடன் ஏறி அமர்ந்தார். கிளாரெட்டா முசோலினியின் கையைப் பிடித்துக்கொண்டார். இருவரும் அப்போது மிக ▶

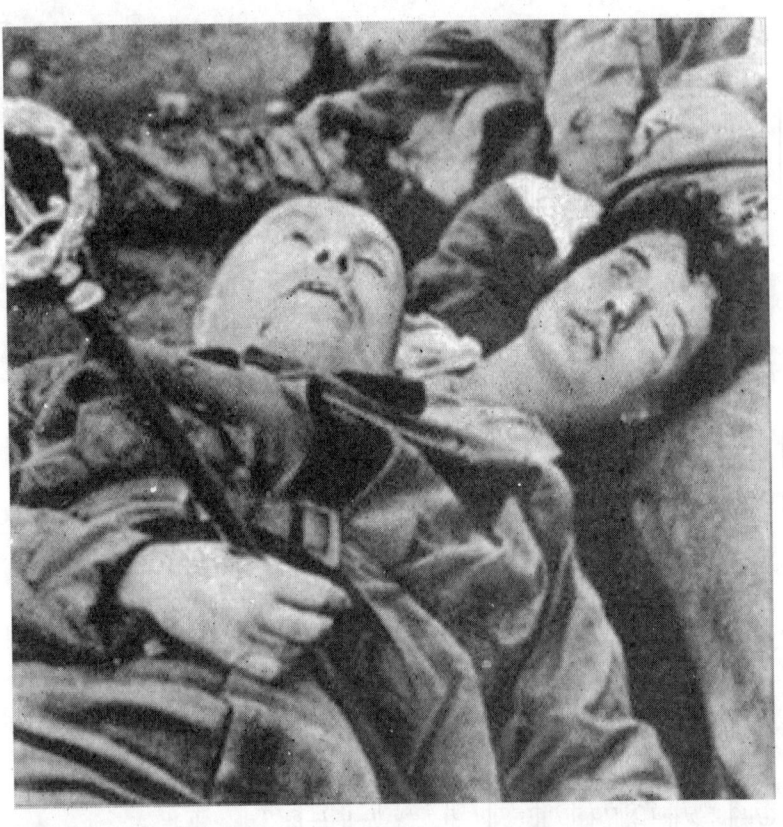

அமைதியாக இருந்தனர். ஏற்கெனவே முடிவு செய்யப்பட்டிருந்த ஓர் இடத்துக்கு அவர்களைக் கொண்டு சென்ற ஆடிசியோ, அங்கு முசோலினிக்கான மரண தண்டனை உத்தரவைப் படித்துக் காட்டினார்.

'சுதந்தரக் கட்சி அதிகாரிகளின் உயர் தலைவரின் உத்தரவின்படி இத்தாலிய மக்களுக்கு நியாயம் வழங்க நான் நியமிக்கப்பட்டுள்ளேன்.'

அப்போது கிளாரெட்டா கத்தினாள். 'நீங்கள் எங்களை அப்படிக் கொல்ல முடியாது. உங்களால் அதைச் செய்ய முடியாது."

கோபத்துடன் தனது துப்பாக்கியை எடுக்கப்போனார் ஆடிசியோ.

'நகர்ந்து கொள்ளுங்கள். இல்லாவிட்டால் உங்களை முதலில் கொன்றுவிடுவோம்.'

அவர் கைத்துப்பாக்கியை இழுத்தபோது உறை மூடியிருந்தது. எரிச்சலுடன் சபித்த ஆடிசியோ, உறையைத் திறந்து கைத்துப்பாக்கியை எடுத்தார். அந்த நேரம் பார்த்து அதன் விசை

(ட்ரிக்கர்) வேலை செய்யவில்லை. இன்னும் ஆத்திரமடைந்த ஆடிசியோ, கூட வந்திருந்த மாரெட்டி என்பவரிடம், 'உன் துப்பாக்கியைக் கொடு' என்றார். 7.65 டிமாஸ் ரகத்தை சேர்ந்த 3 நிற ரிப்பன்களுடன் கூடிய, நீண்ட குழாய் கொண்டுள்ள பிரெஞ்சு மாடல் மெஷின் பிஸ்டலை மாரெட்டி நீட்டினார்.

இதனிடையே முசோலினி தனது பச்சை நிற மேல்கோட்டைக் கழற்றினார். ஆடிசியோவிடம், 'என்னை மார்பில் சுடுங்கள்' என்றார். அப்போது கிளாரெட்டா ஆடிசியோவிடமிருந்து துப்பாக்கியைப் பிடுங்க முன்றார். இந்த அமர்க்களத்தில் பிஸ்டல் வெடித்து கிளாரெட்டாவின் மார்பில் தோட்டா பாய, கிளாரெட்டா பிணமாக விழுந்தாள். பூக்களுடன் கூடிய ஒரு கொடி அவள் கையில் இருந்தது.

கிளாரெட்டா துப்பாக்கியைப் பிடுங்க முயன்ற சம்பவம் தந்த எச்சரிக்கையாக இருக்கலாம். ஆடிசியோ மூன்றடி பின்னால் நகர்ந்து நின்று, மூன்று முறை சுட்டான். மொத்தம் ஒன்பது குண்டுகள். அதில் மூன்று நெஞ்சிலும், மற்றவை தொடை, வலதுகை, கழுத்து, கழுத்து எலும்பு, கழுத்துச் சுரப்பி என பல இடங்களில் பாய, முசோலினி உயிரற்றுக் கீழே விழுந்தார்.

முசோலினி சுட்டுக்கொல்லப்பட்ட சேதி கிடுகிடுவெனப் பரவியது. அந்த மலைப் பிரதேசத்தில் மக்கள் கூடத் தொடங்கினர். குண்டு வீச்சால் அழிந்துபோன ஒரு பெட்ரோல் பங்க் இருந்த இடத்தில் இருவரது உடல்களும் அவர்களது பூட்ஸ்களால் தொங்கவிடப்பட்டிருந்தன.

கூட்டத்தில் ஒருவன் முசோலினியின் கையில் ஒரு செங்கோலைத் திணித்தான். கிளாரெட்டாவின் வெள்ளை சட்டைமீது பட்டபடி முசோலினியின் தலை இருந்தது.

ஒருவன் ஆங்காரக் கூச்சலுடன் பாய்ந்துவந்து தொங்கும் முசோலினியின் தலையை எட்டி உதைத்தான். பின்னர் அந்த உடல்களைச் சுற்றி காட்டுவாசிகள் போல் அவர்கள் நடனமாட ஆரம்பித்தனர். அதன்பின்னர் அங்கு நடைபெற்ற சம்பவங்கள் நாகரீக மனிதர்களால் ஏற்க முடியாதவை.

முசோலினியின் யுத்தவெறியால் தன் ஐந்து மகன்களை இழந்த ஒரு பெண், முசோலினியின் உடலில் ஐந்து குண்டுகளைச் செலுத்தினாள். ஒருவன் முசோலினியின் சட்டையைக் கிழித்து அதைச் சுட்டான். தொங்கிய நிலையில் மேல்நோக்கி இருந்த முசோலினியின் முகத்தின்மீது சில பெண்கள் சிறுநீர் கழித்தனர். பின்னர் இரு உடல்களையும் கீழே இறக்கியவர்கள், முசோலினியின் உடலைக் கால்களால் மிதித்தனர். எட்டி உதைப்பது, எச்சில் துப்புவது என பலவகையான குரூரங்கள் அரங்கேறின.

அப்போது, இதுபோன்ற செயல்களை நிறுத்தும்படி கட்சித் தலைமையகத்திலிருந்து உத்தரவு வந்தது. உடல்கள் மீண்டும் தொங்கவிடப்பட்டன. கிளாரெட்டாவைப் பார்த்த ஒரு பெண், 'இவ்வளவுக்குப் பிறகும் இவளது காலுறை (சாக்ஸ்) ஒரு கிழிசல்கூட இல்லாமல் இருக்கிறது பாருங்கள்' என்றார்.

முசோலினியின் முடிவு உலகெங்கும் பரவியது. பிரிட்டிஷ் பிரதமர் வின்ஸ்டன் சர்ச்சில் அப்போது ஒரு விருந்து அளித்துக்கொண்டிருந்தார். அவருக்குத் தகவல் எட்டியதும் அருகே இருந்தவரிடம், 'ரத்த வெறிபிடித்த ஒரு மிருகம் இறந்துவிட்டது' என்றார். நேச நாட்டுப் படைகளின் தலைவரும், அமெரிக்கப் படைத் தளபதியுமான ஐசனோவர், படைத்தளபதி பெடெல் ஸமித்திரம் கூறினார். 'ஓ, இறைவனே! என்ன ஓர் அவமானகரமான முடிவு, ஜனங்களுக்கு கொஞ்சம் அதிகாரம் கொடுத்துவிட்டால் போதும், அதன்பின் அவர்களால் மதிப்பு மிக்க மனிதர்களாக இருக்கவே முடியாது.'

முசோலினி, கிளாரெட்டாவின் உடல்களை அவமானப்படுத்தியதற்காக எதிர்க்கட்சியினர் அதற்காக வருத்தம் தெரிவித்தனர். 'ஆட்சியை எதிர்த்துச் செய்யப்பட்ட கலகம் அவமரியாதைக்கு ஆளாகிவிட்டது' என்று. அதற்கு ஆளும் தரப்பினர் பதிலளித்தனர். "சரித்திரம் இப்படிப்பட்ட செயல்களால் தான் உருவாக்கப்படுகிறது, சிலர் இறக்கவேண்டும் என்பது மட்டுமின்றி, அவமானத்திலும் இறக்க வேண்டும் என்பதும் இங்கே நிச்சயிக்கப்படுகிறது.'

பின்னர் ஏழைகளின் பிணங்களை வைக்குமிடம் ஒன்று தேர்வு செய்யப்பட்டு, அவரது உடல் அங்கே எடுத்துச் செல்லப்பட்டது. வேறு எந்தத் தீங்கும் ஏற்படாதபடி ஆளும் தரப்பினர் அந்த உடலைக் காவல் காக்க உத்தரவிடப்பட்டது.

> **முசோலினியின் முடிவு பற்றிக் கூறுவதற்கு ஒன்றுமில்லை. ஒரு செயலைச் செய்தவர் அதன் விளைவை அனுபவித்தார். சுருக்கமாகச் சொல்வதானால், 'வினை விதைத்தவன் வினை அறுப்பான்' அல்லது 'முற்பகல் செய்யின் பிற்பகல் விளையும்' என்ற பழமொழிகளுக்கு ஏற்ப அவரது விசை ஆற்றலாகச் செயல்பட்டுப் பலரைச் சாய்த்தது. அதன் எதிர் விசை திருப்பித்தாக்கி அவரையே சாய்த்தது.**

மற்றபடி 'என்னை மார்பில் சுடுங்கள்' என்று அவரிடமிருந்து வெளிப்பட்ட கடைசி சொல் வேறு வழியில்லை என்ற நிலையின் வெளிப்பாடாகத்தான் கருதப்பட வேண்டும்மே தவிர அதை ஒரு வீரமான சொல் என்று கருத முடியாது.

தான் இறந்தால் தனது உடலின் துணுக்குகூட எதிரிகளிடம் கிடைக்கக் கூடாது என்ற ஹிட்லரின் எண்ணம் அவரது

திடமனத்துக்கு ஓர் எடுத்துக்காட்டு. ஆனால் முசோலினி மனம் வைத்திருந்தால், தன்னையே சுட்டுக்கொண்டு தற்கொலை செய்து கொண்டிருக்கலாம். ஆனால் அவரிடம் தற்கொலை செய்து கொள்ள வேண்டும் என்ற எண்ணம் இல்லை. எங்காவது தப்பி ஓடி தலைமறைவாக வாழ வேண்டும் என்ற எண்ணமே அவரிடம் இருந்ததாகத் தெரிகிறது.

இப்படிப்பட்டவர்களை வீரர்களின் பட்டியலில் சேர்க்கமுடியாது. வீரனாக இருப்பவன் போரிடுவான். போரின் வெற்றிதோல்வி என்று எதுவாக இருந்தாலும் அந்த முடிவை ஏற்பான். வென்றால் அருவருப்பான கொடுமைகளை எதிரிகளைச் செய்யமாட்டான். தோற்றாலும் தப்பி ஓடி, தலைமறைவாக மாட்டான்.

> **ஆழ் மனத்தில் தன்னைப் பற்றிய பெருமித உணர்வு இல்லாதவர்கள், கோழைத்தனமும், அதை மறைக்கும் வீம்பும் உள்ளவர்கள் வெற்றி பெற்றால் தலைகால் புரியாது ஆடுவார்கள். தோற்றால் பயத்தால் ஓடுவார்கள். தன்னிடம் சிக்கியவர்களை, தான் அவமானப்படுத்தியதுபோல், தான் பிடிபட்டால் அவர்களால் தான் அவமானப்படுத்தப்படுவோம் என்பது தெரிந்திருந்தும், எப்படியாவது ஒரு நல்ல வாய்ப்பு கிடைக்காதா என்ற சபலம் அவர்களிடம் இருக்கும்.**

முற்றிலுமாகப் பிடிபட்டு, கடைசி நம்பிக்கையும் அற்றுப்போன நிலையில், நிஜம் எதிரே பெரிதாக நிற்கும். இருளில் நடப்பவன் பயத்தை மறைக்க உரத்த குரலில் பாடிக்கொண்டு போவதுபோல், தன் மனதில் தோன்றும் எண்ணங்களை தன்னிடமிருந்தே மறைக்கும் முயற்சியில் ஈடுபட்டு, தனக்கு ஏற்பட்டிருக்கும் முடிவை மனம் உவந்து ஏற்றுக்கொள்வதுபோல் வீரமாகப் பேசுவார்கள்.

மேல்கோட்டை கழற்றிவிட்டு, ‘என்னை மார்பில் சுடுங்கள்’ என்ற முசோலினியின் சொற்கள் இத்தகைய ரகத்தைச் சார்ந்தவையே. முழுக்க, முழுக்க உடலுக்காகவே வாழ்ந்து, உலக போகங்களே பெரிது என்றெண்ணி, அவற்றை அடைவதற்கான தனது போராட்டத்தில் கிடு, கிடு வெற்றியையும், தடதட சரிவையும் கண்ட இவர் தன் ஆயுளில் மரணத்துக்குப் பின் என்ன? என்று சிலமுறைகளாவது சிந்தித்திருப்பாரா என்பதே சந்தேகம்தான்.

‘மக்களைக் கொன்றவர்; மக்களால் கொல்லப்பட்டவர்’ என்பதைத் தவிர முசோலினியின் மரணம் நமக்கு வேறு பெரிய தகவல்கள் எதையும் அளிக்க வாய்ப்பில்லை.

22 ஜெனரல் ஹை கி டோஷோ

இந்தியாவில் புத்தர், சங்கரர் முதற்கொண்டு மேலைநாட்டில் மோசஸ், ஏசு வரை எல்லோரும் சொல்லும் எளிய தத்துவம், 'எதைக் கொடுக்கிறாயோ அதையே பெறுவாய்' என்பது. ஏசு ஒரு படி மேலே போய், 'பட்டயத்தை எடுத்தவன் பட்டயத்தால் சாவான்' என்றார். பட்டயம் என்றால் கத்தி. கத்தியைத் தூக்கியவன் கத்தி யால்தான் மு(ம)டிவான்.

முசோலினி துப்பாக்கியைத் தூக்கினார், துப்பாக்கியால் முடிந்தது அவரது வாழ்வு. ஹிட்லர் அழிவு ஆயுதங்களாகத் தயாரித்துக் குவித்தார். அதைப் பயன்படுத்தி லட்சக்கணக்கான

உயிர்களைக் குடித்தார். உடல்களை உருத்தெரியாமல் அழித்தார். விளைவு இறுதியில், அவரது உடல்கூட அடுத்தவருக்குக் கிடைக்கவில்லை.

இரண்டாம் உலகப்போரில் 'அச்சுநாடுகள்' என்ற பெயரில் கூட்டணி சேர்ந்துகொண்டு நாடுகள் உலகத்தையே நடுங்கவைத்தவை ஜெர்மனி, இத்தாலி, ஜப்பான் நாடுகள்.

ஜெர்மனியின் ஹிட்லர், இத்தாலியின் முசோலினி, இவர்களுக்கு எந்த வகையிலும் குறைவில்லாத அட்டூழியங்களைச் செய்தவர் ஜப்பான் பிரதமர் டோஜோ. ஜெர்மனி ஐரோப்பாவை நசுக்க, இத்தாலி ஆப்பிரிக்காவை மிதிக்க, ஜப்பான் தன் பங்குக்கு ஆசியாவைப் பந்தாடியது.

இந்த உலகப் போரின்போது ஜப்பானிய வீரர்கள் செய்த அட்டூழியங்கள் பற்றிய கதைகள் எத்தனையோ ஆண்டுகளுக்குத் தொடர்ந்து பேசப்பட்டன. ஹிட்லரின் நாஜிப் படைகளாவது இனவெறிகொண்டு யூத இனத்தை வேட்டையாடினர். ஜப்பானியர்கள் தாங்கள் வாழ்ந்த அதே ஆசியா கண்டத்தைச் சேர்ந்த மக்களையே கொடுமையான வழிமுறைகளின் மூலம் வதை செய்தனர்.

சீனாவிலும் சரி, ஜப்பானிலும் சரி, அங்குள்ள மக்கள் ஏறக்குறைய ஒரேமாதிரி தான் இருப்பார்கள். குள்ள உருவம், மஞ்சள் நிறம். கவிழ்த்து வைத்த 'ப' வடிவிலான மீசை இவை இவர்களிடையே உள்ள ஒற்றுமையான அம்சங்கள் இவை எல்லாவற்றுக்கும் மேலாக இரு நாடுகளிலும் ஒரே கடவுள் வழிபாட்டுக்கு உரியவராக இருந்தவர் புத்தர். இப்படி இருந்தும் சீனாவில் ஜப்பான் செய்த கொடுமைகள் கொஞ்ச நஞ்சமல்ல. (மாசேதுங்கின் வருகைக்குப் பிறகுதான் சீனா வல்லரசாக உருவானது. அதற்கு முன்பு அது பல குட்டி நாடுகளின் கதம்பமாக இருந்ததால் அது பட்ட அடிகள் ஏராளம்.)

பௌத்தர்களான ஜப்பானியர்களா இவ்வளவு கொடுமைகளைச் செய்தனர் என உலகமே வியக்கும் அளவுக்குப் போர்க்கைதிகளிடம் அவர்கள் காட்டிய குரூரம் இருந்தது. ஒரு சிறிய உதாரணத்தைப் பார்ப்போம்.

ஒருவர் எந்த நாட்டைச் சேர்ந்தவராக இருந்தாலும் ராணுவத்தில் சேர்வது தன்னுடைய அளவற்ற தேசபக்தியால் அல்ல. முன்பெல்லாம் அதிக அளவு படிப்போ, பெரிய அளவிற்குப் புத்திக் கூர்மையோ இல்லாமல், உடல் பலம் மட்டும் இருந்து, வேறு எந்த வேலைக்கும் தகுதியற்றவர்களாக இருந்தவர்கள்தான் பெரும்பாலும் ராணுவத்தில் சேர்வார்கள். (இதெல்லாம் பழைய கதை. இப்போதுள்ள மக்கள் தொகைப் பெருக்கம், வேலை இல்லாத் திண்டாட்டம் போன்றவற்றால் ராணுவ ஆள் சேர்க்கைக்கும் லட்சக்கணக்கில் இளைஞர்கள் திரள்கின்றனர்.)

ராணுவத்தில் சேர்பவனுடைய எல்லாச் செலவையும் அரசே பார்த்துக் கொள்ளும். அதனால் அவனுடைய கவனம் ஒன்றே ஒன்றில் தான் இருக்கும். அது எல்லையைக் காக்கப் போராடுவது.

யுத்தம் என்று வந்தால் பிடிபடுபவன் பெரும் சித்ரவதைக்கு ஆளாவான். அதற்கும் தயாராகவே அவன் வருவான். அப்படி ஒருவன் பிடிபட்டு வதைக்கப்பட்டால், அவன் கூட்டத்தைச் சேர்ந்த நூறுபேர் அவனுக்கு ஆதரவாக கிளம்புவார்கள். அப்படி நிறையப் பேர் கூட்டம் கூட்டமாக கிளம்பினால் எதிரி நாட்டின் பாடு திண்டாட்டமாகிவிடும்.

அதனால் ராணுவத்தில் சேரவே எதிரி நாட்டு இளைஞர்கள் நடுங்க வேண்டும். அதற்காக யோசித்து யோசித்து சித்திரவதை செய்வதற்கான புதிய,புதிய கொடூர முறைகளைக் கண்டுபிடித்தனர் ஜப்பானியர்கள்.

அதில் ஒன்று. பிடிபட்ட எதிரிப்படை வீரனின் இரு உள்ளங்கைகளையும் கூர்மையான கசாப்புக் கத்தியால் மேற்புறம் (அதாவது இரு கைகளின் ரேகைகள் உள்ள சதைப் பகுதியை) எலும்புகள் தெரியும் வரை பத்தையாகச் சீவுவது. மயக்க மருந்து கொடுத்துவிட்டு அல்ல. சுய உணர்வுடன் இருக்கும்போதே அலற, அலறச் சீவுவார்கள். பிறகு இருகைகளையும் ஒன்றாகச் சேர்த்து வைத்து மருந்து வைத்து (கை கூப்புகிற பாணியில்) கட்டிவிடுவார்கள். வெட்டிய புண் ஆறி சதை வளர ஆரம்பிக்கும்போது இரு கைகளும் சேர்ந்த நிலையில்தான் வளரும். பின்னர் கட்டை அவிழ்த்து விடுவார்கள். அதற்குப் பிறகு ஆயுளுக்கும் அவன் கைகள் கும்பிட்ட நிலையில்தான் இருக்கும். பிரிக்கவே முடியாது. அந்த மனிதன் தன் கைகளை மேலே, கீழே வேண்டுமானால் உயர்த்தலாம். மற்றபடி உண்ணவோ, உடுக்கவோ, கழுவவோ, தூக்கவோ, குளிக்கவோ, குடிக்கவோ எல்லாவற்றுக்கும் இன்னொருவர் உதவி ஆயுள் முழுவதும் அவனுக்குத் தேவைப்படும்.

இந்த நபரைக் காணும் எவருக்காவது ராணுவத்தில் சேருவதற்கு துணிவு வருமா? அல்லது ராணுவத்தில் இருப்பவனுக்குத்தான் போர்முனைக்குப் போவதற்கான தைரியம் வருமா?

இந்தக் கொடுமைகள் பற்றிய கதைகள் விரைவாகப் பரவியதால், 'ஜப்பான் ராணுவம் வருகிறது' என்ற தகவல், ஏன் வதந்தியைக் கேட்டால் கூடப் போதும், ராணுவ வீரர்கள் பலரும் இராணுவத்திலிருந்து இரவோடிரவாகச் சொல்லாமல், கொள்ளாமல் தப்பி ஓட ஆரம்பித்தனர்.

உண்மையில் உலக யுத்தத்தின் தொடக்கம் ஜெர்மனியில் தான் என்றாலும், முடித்து வைத்தது என்னவோ ஜப்பான்தான்.

அச்சு நாடுகள் உலகத்தையே துவம்சம் செய்தபோதும் அமெரிக்கா அதில் தலையிடவில்லை. கையைக் கட்டிக்கொண்டு வேடிக்கை பார்த்துக் கொண்டிருந்தது. காரணம், அது ஒரு முதலாளித்துவ நாடு. போரில் ஈடுபடுவதானால் அதற்கு அதனால் ஏதாவதொரு இருக்க வேண்டும். அல்லது நேரடியாக அதனால் அது பாதிக்கப்பட்டிருக்க வேண்டும். ஐரோப்பாவில் உள்ள யாரோ, யாருடனோ சண்டைபோட்டுக் கொண்டிருக்கும்போது நாம் ஏன் இதில் வீணாக இறங்கி பல ஆயிரம் கோடி டாலர்களை இழக்கவேண்டும்? என்று நினைத்து அமெரிக்கா ஒதுங்கி நின்று வேடிக்கைப் பார்த்துக் கொண்டிருந்தது.

அமெரிக்காவின் இந்தத் தயக்கத்துக்கு முற்றுப் புள்ளி வைத்தது ஜப்பானின் செயல்கள். ஐரோப்பா, ஆசியா, ஆப்பிரிக்கா கண்டங்களில் நடைபெற்ற போரை அமெரிக்க கண்டத்துக்கும் விரிவாக்க முனைந்த ஜப்பான், ஓர் இரவில் திடீரென அமெரிக்காவின் முத்து துறைமுகம் மீது விமானத் தாக்குதல் நடத்தி, அங்கிருந்த கப்பல்களைச் சிதறடித்தது.

இனியும் பொறுக்கமுடியாது என்ற நிலையில், அமெரிக்கா களமிறங்கியது. அதன்பின்னரே உலக யுத்தம் முடிவுக்கு வந்தது.

அதன் விளைவாக இத்தாலி முதலில் விழுந்தது. பின்னர் ஜெர்மனியும் சரிந்தது. இந்த சமயத்தில் முசோலினி கொல்லப்பட்டார். ஹிட்லரும் தற்கொலை செய்துகொண்டார். இவ்வளவு நடந்த பின்னரும் ஜப்பான் பணிய மறுத்து தன்னந்தனியே எதிர்த்து அமெரிக்காவை நின்றது.

இதையடுத்து உலகம் அதுவரை கண்டிராத அணுகுண்டு என்ற புதிய அசுரனை ஜப்பான் மீது ஏவியது அமெரிக்கா. ஹிரோஷிமா, நாகசாகி என்ற இரு நகரங்களின் மீது வீசப்பட்ட இரு அணுகுண்டுகளால் அந்த நகரங்கள் அடியோடு தரைமட்டமாயின. அதன்பின்னரே உலகயுத்தம் முடிவுக்கு வந்தது.

ஒரு கொடிய கனவுபோல் உலகத்தையே கதிகலங்கடித்த இந்த மாபெரும் போரின் தள நாயகர்கள் முசோலினி, ஹிட்லர், டோஜோ என்ற மூவர்தான். இதில் முசோலினி அவரது நாட்டு மக்களாலேயே கொல்லப்பட்டார். அவரது சடலம் மக்களால் கேவலப்படுத்தப்பட்ட பின்னர் புதைக்கப்பட்டது. ஹிட்லர் சுவடே தெரியாமல் மறைந்துவிட்டார். அவரது உடலின் சாம்பல் கூட கிடைக்கவில்லை. (அவர் தப்பி ஓடி ரகசியமாக வாழ்வதாகப் பல கதைகள் உலவுகின்றன. திரைப்படங்கள் பலவும்கூட அதையொட்டி பின்னர் வந்துள்ளன.)

மிகப்பெரிய தலைவர்களாக விளங்கி, இன்று வரை அவர்கள் என்ன ஆனார்கள் என்ற சுவடே இல்லாமல் இருக்கும் இன்றளவும் உயிரோடிருப்பதாக நம்பப்படும் தலைவர்கள் உலகிலேயே இருவர்தான். அவர்களில் ஒருவர் ஹிட்லர். இன்னொருவர் நேதாஜி

சுபாஷ் சந்திரபோஸ். இவர்கள் இன்னும் உயிரோடு இருப்பதாக நம்புபவர்கள் எண்ணிக்கை ஜெர்மனியிலும், இந்தியாவிலும் கணிசமாக உண்டு.

உலக யுத்தத்தின் மூன்றாவது தள நாயகரான டோஜோவின் முடிவு பரிதாபகரமானதாக இருந்தது.

உலகப்போரின் கடைசியில், பாம்பின் தலையை நசுக்கிய பின்னும் அதன் வால் துடித்துக் கொண்டிருப்பதுபோல் துள்ளியது ஜப்பான். அந்த வாலையும் நசுக்குவதுபோல் ஜப்பானும் நசுக்கப்பட்டபின், உலகம் முழுவதும் பெரிய கேள்வி ஒன்று எழுந்தது.

ஜப்பான் பிரதமர் டோஜோவை என்ன செய்யப்போகிறார்கள்? என்பதுதான் அது.

நேச நாட்டுப் படைகளின் தளபதியாக இருந்த மெக் ஆர்தர், அமெரிக்காவின் கண்டிப்புக்கார அதிகாரி. அவர் டோக்கியோ வந்து இறங்கியவுடன் செய்த முதல் காரியம், ஜப்பான் அரண்மனை மீது பெரிய அமெரிக்கக் கொடியைப் பறக்கவிடுமாறு உத்தரவிட்டது தான். உடனே 13 பட்டைகளும், 50 நட்சத்திரங்களும் கொண்ட அமெரிக்க ஐக்கிய நாடுகளின் கொடி அரண்மனையின் உச்சியில் பட்டொளி வீசிப் பறந்தது.

அந்த சமயத்தில் செட்ட காயாவில் பிரதமர் டோஜோ எளிமையான ஒரு வீட்டில் தங்கியிருந்தார். (உலகை கதிகலங்கடித்த சர்வாதிகாரிகள் பலரும் இப்படிச் சொந்த வாழ்வில் மிகவும் எளிமையைக் கடைப்பிடித்திருப்பதைக் காணலாம். இவர்கள் ஒருவிதமான தாழ்வு மனப்பான்மை கொண்ட மனநோயாளிகளாக இருந்தார்கள். இவர்களது ஆழ்மன பாதிப்புகள் இவர்களை விசுவரூபமெடுக்க வைத்து, இவர்களைப் பெரும் அழிவுகளுக்குக் காரணகர்த்தாக்களாக்கி விடுகின்றன.)

டோஜோவின் வீடு செய்தியாளர்களாலும், புகைப்படக்காரர்களாலும் நிரம்பி வழிந்தது. டோஜோ தன் மனைவியை அழைத்து அவரது பணிப்பெண்ணைக் கூட அழைத்துக்கொண்டு அந்த இடத்தை விட்டுச் செல்லுமாறு கூறினார். அப்போது அவர் மனைவியை இரண்டு அச்சங்கள் வாட்டின. ஒன்று, எதிரிகள் அவரை என்ன செய்வார்களோ என்பது. மற்றொன்று, டோஜோ ஒருவேளை தற்கொலை செய்துகொள்ளும் முடிவுக்கு வரக்கூடும் என்பது.

முகத்திலும் குரலிலும் அந்த அச்சம் நன்கு தெரிய, ‘உங்களை கவனித்துக் கொள்ளுங்கள், ப்ளீஸ்” என்றார். பிறகு மீண்டும், “ஜாக்கிரதையாக இருங்கள்’ என்றார். இதற்கு ‘ம்... ம்...’ என்ற உறுமலே டோஜோவிடமிருந்து பதிலாக வந்தது.

பணிப்பெண் போயாகிவிட்டது. அமெரிக்க ராணுவக் காவலர்கள் அவருடைய வீட்டைச் சூழ்ந்து கொண்டுவிட்டனர். அப்போது ஓர் அதிகாரி கோபமான குரலில், 'நாங்கள் ரொம்ப நேரம் காத்திருந்தாகி விட்டது என்று அந்த மஞ்சள் மனிதரிடம் சொல்லுங்கள். உடனே அவரை வெளியே அழைத்து வாருங்கள்' என்றார்.

டோஜோ அந்த நேரத்தில் ஹிட்லரைப் பின்பற்ற முடிவு செய்திருந்தார். குறி தவறாமல் இருக்கவும் உடனே உயிர்போகும் வகையிலும் அவர் தன் மார்பில் சுட்டுக்கொள்ள வேண்டிய இடத்தைச் சாக்பீஸால் வரைந்து கொடுத்திருந்தார் அவருடைய மருத்துவர். அந்த இடத்தில் துப்பாக்கி முனையை வைத்து, விசையை அழுத்த வேண்டியதுதான் பாக்கியாக இருந்தது. பணிப்பெண்ணுடன் மனைவி சென்றதும் டோஜோ .32 கோல்ட் துப்பாக்கியால் தன்னைத்தானே சுட்டுக் கொண்டார்.

குண்டுச் சத்தம் கேட்டதும் வெளியே இருந்த வீரர்கள் ஓடிவந்தனர். உலகப் புகழ்பெற்ற 'நியூயார்க் டைம்ஸ்' பத்திரிகை நிருபரும் அவர்களுள் ஒருவராக இருந்தார்.

அவரது பெயர் மேஜர் பால் கிரெஸ் அவர் தலைமையிலான அணிதான் அங்கு இருந்தது. 'சுடாதீர்கள்' என்றார் அவர். உள்ளே டோஜோவின் சட்டையில் ரத்தம் பரவ, அவர் நாற்காலியில் சரிந்திருந்தார். ஆனால் இன்னும் உயிர் பிரிந்திருக்கவில்லை. தொண்டை உலர்ந்திருந்ததால் அவர் குடிக்கத் தண்ணீர் கேட்டார். உடனே நீர் கொண்டு வந்து கொடுத்தனர். அதைக் குடித்துவிட்டு இன்னும் கொஞ்சம் இன்னும் நீர் கேட்டார்.

துப்பாக்கியால் அவர் சுட்டுக் கொண்டபோது நேரம் மாலை 4.27 மணி. இப்போது 4.29 ஆகியிருந்தது. மெதுவாக அவர் உதடு அசைந்தது. 'சாவதற்கு இவ்வளவு நேரம் ஆவதற்காக நான் வருத்தப்படுகிறேன்' என்றார் மெல்லிய குரலில்.

அப்போது அவரைச் சுற்றி இருந்தவர்கள் அனைவரும் அமெரிக்கர்கள். எவர் முகத்திலும் மருந்துக்குக்கூட இரக்கம் காணப்படவில்லை. அப்போது, டோஜோ சொன்னார். 'நாட்டுக்காகவும், மிகப்பெரிய ஆசியா சக்திகளின் அனைத்து இனங்களுக்காகவும் நான் வருத்தப்படுகிறேன். வெற்றி பெற்ற ஒருவர் கூட்டும் நீதிமன்றத்தின் முன்பு ஆஜராக நான் விரும்பவில்லை. வரலாறு எனக்கு அளிக்கப்போகும் நேர்மையான நீதிக்காக நான் காத்திருக்கிறேன். நான் தற்கொலை செய்துகொள்ள விரும்பினேன். அந்த முயற்சியில் நான் சிலமுறை தோல்வியடைந்தேன்.'

இம்முறையும் அவரது தற்கொலை முயற்சி தோல்வியில்தான் முடிந்தது. அவரது உடலில் மருத்துவர் அடையாளம் செய்திருந்த இடத்திலேயே அவர் சுட்டும், குண்டு இதயத்தைத் துளைக்கவில்லை.

உடனடியாக ஓர் ஆம்புலன்ஸ் கொண்டு வரப்பட்டது. அதில் டோஜோவை ஏற்றினார்கள். மருத்துவரிடம் அவர் சொன்னார். 'நான் என் தலையில் சுட்டுக்கொள்ளவில்லை. ஏனெனில் மக்கள் என் முகத்தைப் புரிந்துகொண்டு, நான் இறந்துவிட்டதைத் தெரிந்துகொள்ள வேண்டும் என நான் விரும்பினேன்.'

மருத்துவமனையில் ஜெனரல் எய்க்கல் பெர்க் டோஜோவைப் பார்க்கவந்தார். 'நான் இறந்து கொண்டிருக்கிறேன். அதிகம் தொந்தரவு கொடுத்ததற்காக வருந்துகிறேன்' என்றார் டோஜோ.

'இன்றிரவுக்காகவா? கடந்த பல வருடங்களுக்காகவோ?' என்றார் அந்த ஜெனரல் இடக்காக.

கடந்த பல வருடங்களாக இந்த உலகத்துக்கே தான் மிகப் பெரிய தொந்தரவாக இருந்ததை அவர் சுட்டிக் காட்டுவதை உணர்ந்த டோஜோ மௌனமானார்.

உடல்நிலை தேறியதும், போர்க்குற்றவாளியாகத் தண்டனையை எதிர்நோக்கிக் காத்திருந்தார் டோஜோ. சிறையில் இருந்தபோது அவருடைய நடவடிக்கைகள் அடியோடு மாறியிருந்தன.

1948 நவம்பர் 12ம் தேதி. டோஜோவுக்கு மரண தண்டனை விதிக்கப்பட்டது. அப்போது டோஜோ தமது கடைசி உயிலை எழுதினார். அதில் அவர் கூறினார்:

'ஜப்பான் ராணுவம் நிகழ்த்திய அநீதிகளுக்காக மிகவும் வருந்துகிறேன். அதே சமயத்தில் அமெரிக்கர்கள் செய்த அநீதிகளுக்காக ஜப்பானின் சாமானிய மக்களிடம் அமெரிக்க அதிகாரிகள் வருத்தம் தெரிவிக்க வேண்டும். ஜப்பானிய மக்களின் உணர்ச்சிகளை அலட்சியமாக ஒதுக்கிவிட வேண்டாம். அல்லது அவர்களை கம்யூஸ்டுகளின் கூட்டத்தோடு சேர்த்துவிட வேண்டாம். வருங்காலத்தில் மூன்றாவது உலக யுத்தம் ஒன்று மூளப்போவது நிச்சயம். சோவியத் யூனியன், அமெரிக்க ஐக்கிய நாடுகள் இவற்றுக்கு

இடையிலான கருத்து மாறுபாடுகள்தான் அதற்கான காரணமாக இருக்கும். ஜப்பான், சீனா, கொரியா ஆகியவையே அதற்கான யுத்தக் களமாக விளங்கும். அதனால் ஆதரவற்ற நிலையில் உள்ள ஜப்பானைக் காப்பது அமெரிக்கர்களின் பொறுப்பு.'

டோஜோவின் உயில் கடைசியாகக் கவிதை ஒன்றில் முடிகிறது.

"இப்போது நான் சென்றாலும்
மீண்டும் திரும்பி வருவேன்
எப்போதும் என் நாட்டிற்கு நான்
தரவேண்டிய கடன் மீதமுண்டு
விடைபெறும் நேரம் வந்துவிட்டது
பாசியின் அடியில் காத்திருப்பேன்
தடையின்றி 'யமாடோ' தீவுகளில்
பூக்கள் மீண்டும் மணம் வீசும்வரை.'

(இதில் யமாடோ தீவுகள் என்பது ஜப்பான் தீவுகளைக் குறிக்கும்.)

1948ம் ஆண்டு டிசம்பர் 22ம் தேதி. உலகம் முழுவதும் உள்ளவர்கள் கிறிஸ்துமஸ் கொண்டாட்டங்களுக்குத் தயாராகிக் கொண்டிருந்த போது டோஜோ தூக்கிலிடப் பட்டார்.

மேலை நாடுகளில் தூக்குத் தண்டனைக் கைதிகளிடம் இரண்டு நாட்கள் முன்பாகவே அவர்களது தண்டனை நிறைவேற்றப் போகும் நேரம் பற்றிக் கூறிவிடுவார்கள்.

டோஜோவின் விருப்பப்படி டாக்டர் ஷின்சோ ஹனாயாமா என்ற புத்த மதகுரு முதல் நாள் வரவழைக்கப்பட்டார். அவருடன் டோஜோ மரணத்துக்குப் பிற்பாடு உள்ள ஒருவரது நிலை பற்றி புத்தமதம் என்ன கூறுகிறது என்பது பற்றிப் பேசினாராம்.

'வயதாகிவிட்டது. இறப்பதற்கான நேரம் வந்துவிட்டது. உணர்ச்சிகளுக்கு ஆட்பட்ட

மனிதராக என்னுடைய ஆயுளைச் சிறையில் கழிப்பதைவிட இறப்பது மேல். 'அமிதாபா'வின் சொர்க்கத்தில் மீண்டும் பிறப்பேன் என்று அறிந்துகொண்டு சாவதிலும் ஒரு மகிழ்ச்சி உள்ளது.'

இந்த ரீதியில் அவர் பேசியதாக ஜான் டோலண்ட் தமது 'உதித்துக் கொண்டிருக்கும் சூரியன்' என்ற நூலில் கூறுகிறார்.

அதிகாலைக்கு முன்பே டோஜோ தூக்கிலிடப்பட்டார். அப்போது அவருக்கு 64 வயது. மிடுக்கான தோற்றத்துடன் மௌனமாகக் கொலைக்களம் நோக்கி அவர் சென்றார். தூக்குமேடையின் 13 படிகளைச் சலனமின்றிக் கடந்தார். பின்னர் சிறிது நேரத்தில் எல்லாம் முடிந்துவிட்டது.

டோஜோவைப் பொறுத்தவரை அவர் ஒரு ராணுவ வீரர். பௌத்த மதம் பரவியிருந்த நாட்டில் பிறந்திருந்தார். ராணுவ அதிகாரத்தில் அவர் இருந்தார். கொல்லல் அல்லது கொல்லப்படல் என்ற நியதிக்கு உட்பட்ட மிருகத்தன்மை நிரம்பிய தளம் அது. இத்தகைய மனிதர்களிடம் பெரிய அளவிலான ஆன்மீக நாட்டமோ, தேடல்களோ இருக்காது. உடலின் உணர்ச்சிகளே மனத்தை முழுமையாக ஆட்டிப் படைக்கும்.

போரின்போது பிடிபட்டு சிறையிலடைக்கப்பட்டு மரணமடைவதைக்கூட ஓரிரு ஆட்டத்தில் தாங்கள் அடைந்த தோல்வியாகக் கருதி, மீண்டும் பிறந்து, விட்டதை எல்லாம் பிடிப்பேன் என்று துடிக்கும் சூதாடிகளின் மனநிலைதான் இவர்களிடம் இருக்கும். அவரது இறுதிக் கவிதையில்கூட பெரிய புத்தத் தேடல் என்று ஒன்றும் இருக்காது. தான் அடைந்த தோல்விகளை ஈடுகட்டும் வகையில் பெரிய பெரிய சாதனைகளைப் புரிவேன் என்பதை வெளிப்படுத்தும் தொனியே நமக்கு அதில் அதிகம் இருப்பதைக் காணலாம்.

ஒருவேளை யுத்தக் கைதியாக இல்லாமல், நோய்வாய்ப்பட்டோ, முதுமையால் தளர்ந்தோ மரணமடையும் நிலையை நெருங்கியிருந்தால் ஒருவேளை இவர்களிடம் மரணத்துக்குப் பின் என்ன நடக்கும் என்ற கேள்வி பெரிதாக எழுந்திருக்கும். ஆனால் போரில் பிடிபட்டு, தூக்குத்தண்டனை விதிக்கப்பட்டதால், இவர்களுக்கு 'இப்படிப்பட்ட ஒரு மரணமா வாய்க்கவேண்டும்?' என்ற அவமான உணர்வின் பாதிப்பு அவருடைய ஆழ்மனத்தை ஆக்ரமித்திருந்திருக்கக் கூடும்.

23 ஆபிரகாம் லிங்கன்

யாரெல்லாம் ஒரு கொள்கையை உரக்கப் பேசுகிறார்களோ, பெரும்பாலும் அவர்களின் செயல்கள் அதற்கு நேர் எதிராக அமைந்திருப்பதைப் பார்க்கலாம். இது பொதுவாகவே இயற்கையில் நடக்கும் விசித்திரம். ஜெரூசலம் என்பதற்கு அமைதி நகரம் என்று பொருள். ஆனால் அமைதிக்கும் அந்த நகரத்துக்கும் எந்தத் தொடர்பும் கிடையாது. இரண்டாயிரம் முறைக்குமேல் படையெடுப்புக்கு ஆளான நகரம் அது.

அதேபோல் ஜனநாயகம், சுதந்தரம், உரிமை என முழங்குவதில் முன்னணியில் நிற்கும் நாடு அமெரிக்கா. ஆனால் அங்குதான் மனித உரிமைகள் அப்பட்டமாக மீறப்படும் காட்சிகளை அனுதினமும் நாம் பார்க்க நேரிடும். நீக்ரோக்கள் என்றழைக்கப்படும் ஆப்பிரிக்க

மக்களைக் கப்பல், கப்பலாகப் பிடித்து வந்து, நடுத்தெருவில் நிற்க வைத்து கூவிக்கூவி அடிமை வேலைகளுக்காக விற்ற நாடு அமெரிக்கா.

இந்தியாவின் விடுதலைக்காகக் காந்தி போராடினார். கறுப்பர்களின் விடுதலைக்காக லிங்கன் போராடினார். இருவருமே அடிமைப்பட்டுக் கிடந்த மக்களுக்கு விடுதலை தேடித்தந்தனர். இருவருமே இருவேறு வெறியர்களின் துப்பாக்கிக் குண்டுகளுக்குத் தங்கள் உயிரைப் பலிகொடுத்தவர்கள். காந்தியை மதவெறி மாய்த்தது. லிங்கனை அழித்ததோ இனவெறி.

அமெரிக்க மக்களிடையே அசைக்க முடியாத செல்வாக்கு பெற்றவர்கள் லிங்கன், கென்னடி என்ற இரண்டு தலைவர்கள் மட்டுமே. இருவருமே கறுப்பர்களின் உரிமைகளுக்காகப் போராடியதற்காக வெள்ளை இன வெறியர்களின் குண்டுகளுக்குப் பலியானவர்கள்.

கென்னடி, லிங்கன் இருவரிடையேயும் பிரமிக்கத்தக்கப் பல ஒற்றுமைகள் இருந்தன. இருவருக்கும் இடையே சரியாக ஒரு நூற்றாண்டு கால வித்தியாசம் காணப்பட்டது.

அமெரிக்க காங்கிரஸ் தலைவராக ஆபிரகாம் லிங்கன் 1846ம் ஆண்டு தேர்ந்தெடுக்கப்பட்டார். அமெரிக்க காங்கிரஸ் தலைவராக கென்னடி 1946ம் ஆண்டு தேர்ந்தெடுக்கப்பட்டார்.

லிங்கன் 1860ல் ஜனாதிபதி ஆனார். கென்னடி 1960ல் ஜனாதிபதி ஆனார்.

லிங்கன் மறைந்தபின் ஜனாதிபதி ஆனவர் ஜான்சன். கென்னடி மறைந்தபின் ஜனாதிபதி ஆனவர் பெயரும் ஜான்சன் தான்.

இரண்டு ஜான்சன்களுமே தென்மாகாணத்திலிருந்து வந்தவர்கள்தான்.

லிங்கனுக்குப் பின்வந்த ஜான்சன் 1806-ல் பிறந்தவர். கென்னடிக்குப் பின் வந்த ஜான்சன் 1906-ல் பிறந்தவர்.

லிங்கனைச் சுட்டுக்கொன்ற ஜான்வில்க்ஸ்பூத் தென்மாகாணத்தை சேர்ந்தவன். அவன் பிறந்தது 1839ம் வருடத்தில். கென்னடியை சுட்டுக்கொன்ற ஹார்வி ஆஸ்வால்டும் தென் மாகாணத்தைச் சேர்ந்தவன் தான். அவன் பிறந்தது 1939-ம் ஆண்டில்.

இரண்டு கொலைகாரர்களுமே பிடிபடும் முன்பே சுட்டுக்கொல்லப்பட்டவர்கள்.

தியேட்டரில் வைத்து லிங்கனைச் சுட்டுவிட்டு, கிடங்கை நோக்கி ஓடினான் பூத். ஆனால் ஆஸ்வால்டோ ஒரு கிடங்கின் மாடியிலிருந்து கென்னடியைச் சுட்டுவிட்டு, தியேட்டரைப் பார்த்து ஓடினான்.

கொல்லப்பட்ட அன்று லிங்கன் தன் பாதுகாவலரிடம் கூறினார். 'என்னைக் கொல்லச் சிலர் விரும்புகிறார்கள் என்று

நான் நம்புகிறேன். அப்படி அவர்கள் செய்ய விரும்பினால் அதைத் தடுப்பது என்பது இயலாது.'

கென்னடி தன் கடைசி நாளன்று தன் மனைவி ஜாக்குலினிடம் கூறினார். 'அமெரிக்க ஜனாதிபதியை ஒருவன் சுட்டுக்கொல்ல விரும்பினால் அது அவனுக்கு ஒன்றும் சிரமமான காரியமாக இருக்காது. அவன் செய்ய வேண்டியதெல்லாம் உயரமான ஒரு கட்டடத்தின் மாடியில் இருந்து டெலஸ்கோப் துப்பாக்கியால் என்னை நோக்கிச் சுட வேண்டியதுதான். அதைத் தடுப்பது என்பது யாராலும் இயலாத காரியமாக இருக்கும்.'

இருவருக்குமே சுடப்பட்ட அடுத்த இரண்டரை மணி நேரத்துக்குள் மரணம் நிகழ்ந்தது.

கென்னடி, லிங்கன் இருவருமே மனித உரிமைகளுக்காகப் போராடியவர்கள். இருவருமே நிறவெறிக்குப் பலியானவர்கள்.

இருவருமே வெள்ளிக்கிழமை அன்று சுடப்பட்டவர்கள். இருவருக்கும் பின் தலையில்தான் குண்டு பாய்ந்தது. சுடப்பட்டபோது இருவரின் மனைவியரும் உடன் இருந்தனர்.

லிங்கன் 'போர்டு' தியேட்டரில் சுடப்பட்டார். கென்னடி சுடப்பட்டபோது பயணித்த கார் 'போர்டு' கம்பெனி தயாரித்தது. காரின் பெயரும் லிங்கன் என்பதே.

லிங்கனின் காரியதரிசி சம்பவம் நடந்த அன்று அவரைத் தியேட்டருக்கு போக வேண்டாம் என்று தடுத்தார். அதை லிங்கன் கேட்கவில்லை. அந்தக் காரியதரிசியின் பெயர் கென்னடி.

கென்னடி டல்லாஸ் நகருக்குப் புறப்பட்டபோது அவரது காரியதரிசி அவரை அங்கு போகவேண்டாம் என்று தடுத்தார்.

அதை கென்னடி கேட்கவில்லை! அந்தக் காரியதரிசியின் பெயர் லிங்கன்.

இந்த ஒற்றுமைகளைக் கண்டு இதற்குச் சரியான விளக்கமும் கூற முடியாமல், இதைச் தற்செயல் என்று ஒத்துக் கொள்ளவும் முடியாமல் விழிக்கின்றனர் நிபுணர்கள்.

இனி நேரடியாக லிங்கனின் மரண விவகாரத்தைப் பற்றிப் பார்ப்போம். லிங்கனின் வாழ்க்கை வரலாறு அனைவரும் அறிந்த ஒன்றுதான். அவரை அமெரிக்க காந்தி என்பார்கள்.

ஆப்ரிக்காவில் தாய், தந்தை, மகன், மகள் எனக் குடும்பமாக இருக்கும் நீக்ரோக்கள் பிடிக்கப்பட்டு, அமெரிக்க சந்தையில் அடிமைகளாக விற்கப்பட்டார்கள். தாய் ஓர் இடம், தந்தை ஓர் இடம், சிறுவன் ஓர் இடம், சிறுமி ஓர் இடம் எனப் பிரிக்கப்பட்டு அவர்கள் வெவ்வேறு பேரிடம் அடிமைகளாகச் சென்று சேர்வர். காலை முதல் இரவு வரை பிழியப்பிழிய இவர்களிடம் வேலை வாங்கப்படும். தப்பி ஓடிவிடாமல் இருக்க இரவு நேரங்களில் இவர்களைச் சங்கிலியால் கட்டிப்போட்டுவிடுவார்கள்.

ஓர் அடிமையை எஜமான் எதுவும் செய்யலாம். சவுக்கடி, பாலியல் பலாத்காரம், கொலை இவற்றில் எதை செய்தாலும் தவறு இல்லை என்ற நிலை. ஏனெனில் அடிமை என்பவன், அவன் விலைக்கு வாங்கிய ஒரு பண்டம். அவ்வளவே!

அக்காலத்தில் வெளியான பல அமெரிக்க நாவல்களில் பின்வரும் வாசகங்கள் வெவ்வேறு வகைகளில் இடம் பெற்றிருந்ததைக் காணலாம்.

'ஒரு நீக்ரோவைப் போல் எவன் ஒருவனை சர்வ சாதாரணமாகத் தூக்கிலிட்டிருக்க முடியுமோ அவன் முன்னால் கைகட்டி நிற்க வேண்டியதாகிவிட்டது.'

கதைகளில் வரும் இந்தச் சொற்களே அவர்கள் எத்தகைய அவலமான வாழ்க்கையை வாழ்ந்தனர் என்பதை விளக்கும்.

அவர்களது இந்தத் துயர நிலையைக் கண்டு வருந்திய லிங்கன் அடிமை முறையை ஒழித்து, புதிய சட்டம் ஒன்றைக் கொண்டு வந்தபோது, வெள்ளையர் பலரும் அதை எதிர்த்தனர். இதில் பெரிய வேடிக்கை என்னவென்றால், அதை எதிர்த்துத் தொடரப்பட்ட வழக்கில் அமெரிக்க நீதிமன்றம் 'அடிமை வியாபாரம் செல்லும்' என்று தீர்ப்பளித்ததுதான்.

லிங்கன் தனது அதிகாரத்தைப் பயன்படுத்திச் சட்டம் கொண்டு வந்தபோது வடக்கு மாகாணங்கள் அதை ஏற்றுக்கொண்டன. ஆனால், லத்தீன் அமெரிக்கா என்னப்படும் தென் மாநிலங்களைச் சேர்ந்தவர்கள் இதை ஏற்கவில்லை. அவை அமெரிக்க ஐக்கிய அமைப்பிலிருந்து விலகுவதாக அறிவித்தன. இதையெடுத்து ▶

உள்நாட்டுப் போர் மூண்டது. அதில் லிங்கன் வென்றார். அடிமைத்தளை ஒழிக்கப்பட்டது.

மரணம் பற்றி ஆராய்பவர்களை வியப்புக்கு உள்ளாக்கிய ஒரு சம்பவம் நிகழ்ந்தது. போர் முனைச் செய்திகளை அறிய நெடுநேரம் காத்திருந்த லிங்கன், அன்றிரவு தாமதமாகப் படுக்கச் சென்றார். உறக்கத்தில் அவருக்கு ஒரு கனவு வந்தது.

'திடீரென யாரையும் காணோம். தனிமை, எங்கும் அமைதி. எங்கோ தொலைவில் மெல்லிய ஓசைகள் கேட்கின்றன. லிங்கன் படுக்கையிலிருந்து எழுந்து வருகிறார். மாடியிலிருந்து இறங்கி, கீழே செல்கிறார். விம்மல் ஓசை கேட்கிறது. அறை, அறையாகச் செல்கிறார். அழுகை ஒலி கேட்டதே தவிர யாரும் தென்படவில்லை. எல்லா அறைகளிலும் பிரகாசமாயிருந்தது வெளிச்சம். ஆனால் எவரும் இல்லை. கடைசியாக கிழக்கு அறையில் நுழைந்தார். அங்கு ஒரு பாடை வைக்கப்பட்டிருந்தது. வெள்ளைத்துணி சுற்றிய சடலம் இருந்தது. சுற்றிலும் காவலர்கள். கூட்டமாக மக்கள். லிங்கன் ஆவலுடன், 'வெள்ளை மாளிகையில் யார் இறந்துவிட்டார்கள்?' என்று கேட்டார். 'ஜனாதிபதி' என்றார் காவலர். 'ஒரு கொலைகாரன் அவரைச் சுட்டுவிட்டான்.' உடனே கூடியிருந்த மக்களிடம் இருந்து பெரிய ஓலம் எழுந்தது.' அந்த அழுகை ஒலி கேட்டு சட்டென்று கனவு கலைந்து லிங்கன் எழுந்தார்.

தமது கனவு குறித்து மனைவியிடம் லிங்கன் கூற, அவர் பயந்து போனார். 'மிகவும் பயங்கரம். இதை நீங்கள் என்னிடம் சொல்லியிருக்கக் கூடாது' என்றார். மேரி கனவுகளில் அவ்வளவாக நம்பிக்கை இல்லாதவர். ஆனாலும் அவர் ஓரளவு மனம் கலங்கினார். லிங்கனோ, 'இது வெறும் கனவு தான். இதை நாம் மறக்க முயல்வோம். இதுபற்றி இனி பேசவேண்டாம்' என்றார்.

ஆனால் லிங்கனின் மனம் அந்தக் கனவினால் கலங்கிப் போயிருந்தது. சில நாட்கள் கழிந்த பின்னரும் அதுகுறித்து தனது நண்பரிடம் பேசினார்.

'உறங்கவும், தற்செயலாகக் கனவு காணவும்! ஆம். அங்குதான் நடை உள்ளது.' கடைசி மூன்று சொற்களை பலமான அழுத்தத்துடன் கூறினார். (ஷேக்ஸ்பியரின் ஹாம்லெட் நாடக வரிகள் இவை.)

மற்றொரு சமயம் லிங்கன் சொன்னார்.

'நல்லது. இதை மறந்துவிடுங்கள். கடவுள் அவரது நேரத்திலும் வழியிலும் இதைச் சரிசெய்து விடுவார் என நான் கருதுகிறேன். எது சிறந்ததென்று அவருக்குத் தெரியும்.'

1441865. அன்று காலை அமைச்சரவைக் கூட்டத்துக்கு அவர் அழைப்பு விடுத்திருந்தார் முதல் நாள் இரவு கண்ட கனவை அவர்களிடமும் கூறினார்.

‘எனக்கு இந்த மாதிரி கனவு பலமுறை வந்துள்ளது. அப்போதெல்லாம் ஒரு பெரிய வெட்டவெளியில், ஏதோ ஓர் அறிந்திராத கரையை நோக்கி மிதந்து செல்வது போன்ற உணர்வு ஏற்படும்.’

பலரும் பல விளக்கங்கள் கூறினர். எதுவும் அவருக்குச் சரியாகத் தோன்றவில்லை. அரைமனத்தோடு ஏதோ ஒன்றை ஏற்க முடிந்தது.

கூட்டம் முடிந்த பின் மதியம் காரில் திரும்பினார். மனைவியிடம் அவர் கூறினார். ‘மேரி! வாஷிங்டன் வந்ததிலிருந்து கடினமான ஒரு நேரத்தை நாம் அனுபவித்து விட்டோம். ஆனால் போர் முடிந்துவிட்டது. இறைவன் ஆசியுடன் நான்கு வருடங்கள் நாம் அமைதியும் மகிழ்ச்சியும் பெற வேண்டும் என நம்புவோம். பிறகு இல்லினாய்ஸ் நகருக்குத் திரும்பிச் சென்று, எஞ்சிய வாழ்க்கையை நிம்மதியாகக் கழிப்போம்.’

லிங்கனின் எதிர்காலத் திட்டம் மேரிக்கு மகிழ்ச்சியளிப்பதாக இருந்தது. இருவரும் மாலைப் பொழுதை ஓய்வாகக் கழிக்கத் தியேட்டருக்குச் சென்றனர்.

போர்டு என்பவரின் தியேட்டரில் ‘அவர் அமெரிக்கன் கஸின்’ என்ற நாடகம் நடைபெற்றது. லிங்கனைப் பார்க்க திடீரென சில பார்வையாளர்கள் வந்துவிட்டதால் சற்று தாமதமாகவே தியேட்டருக்குப் புறப்பட்டார் லிங்கன். அவர்கள் கொட்டகையை அடைந்தபோது நாடகம் ஆரம்பித்துவிட்டிருந்தது.

எனினும், வருபவர் நாட்டின் அதிபர். எனவே நடிகர்கள் நடிப்பதைச் சற்று நிறுத்தினார்கள். பார்வையாளர்கள் எழுந்து ▶

நின்று கைத்தட்டினார்கள். வாத்தியக் குழுவினர் 'தலைவர் வாழ்க' என்ற பாடலை வாசித்தனர். லிங்கன் குனிந்து அவர்களது வாழ்த்துகளை ஏற்றுக் கொண்டபின் அனைவரும் அமர்ந்தனர்.

லிங்கனின் பாதுகாவலர்கள் சற்று அசிரத்தையாக இருந்தபோது ஒரு மனிதன் அவரை நோக்கி வந்தான். அவன் ஒரு கையில் பிஸ்டலும், மறு கையில் கத்தியும் வைத்திருந்தான். பிஸ்டலை லிங்கன் தலைமீது அவன் வைத்தபோது அங்கு அமர்ந்திருந்த மேஜர் ராத்போன் என்பவர் அவனைப் பிடிக்க முயன்றார்.

வந்தவன் அவரை முரட்டுத்தனமாகக் கத்தியால் குத்திவிட்டு, லிங்கனின் தலையில் சுட்டுவிட்டு, முன்புறமாக ஓடிப்போய் மேடையில் தாவி ஏறினான். அப்போது குதிரைச் சவாரிக்காக அவன் தன் காலில் அணிந்திருந்த குதிமுள் லிங்கன் அமர்ந்திருந்த பெட்டி இருக்கையின் முன்புறம் இருந்த கொடியில் சிக்கிக்கொள்ள, தடுமாறிக் கீழே விழுந்தான். உடனே எழுந்து கத்தியை வீசியபடியே சத்தம் போட்டுக் கத்தினான்.

இவை எல்லாமே நொடிப்பொழுதில் நிகழ்ந்துவிட்டதால், எவருக்கும் நிகழ்ந்த சம்பவத்தின் பயங்கரம் புரியவில்லை. அதற்குள் அவன் மேடையைத் தாண்டி வேகமாக ஓடி இருளில் மறைந்துவிட்டான்.

இப்போது கூச்சல் எழுந்தது 'பிடியுங்கள் அவனை. ஜனாதிபதியை அவன் சுட்டுவிட்டான்' என்று உடனே சிலர் அவனைத்தேடிப் பிடிக்க விரைந்தனர்.

அவன் பெயர் ஜான் வில்க்ஸ் பூத். அரசியல் கூட்டுக் கட்சியை ஆதரிப்பவன். லிங்கனைக் கடத்திச் செல்லத் திட்டமிட்ட அவனது முயற்சி, அது கை கூடவில்லை. ஏப்ரல் 14ம் தேதி பிற்பகல் லிங்கன் தியேட்டருக்குச் செல்வதைத் தெரிந்துகொண்டு, அவரைக் கொல்லத் திட்டமிட்டான். அந்தக் கொலையைத் தான் செய்வதற்கான காரணங்களை ஓர் அறிக்கையாக அவன் தயாரித்து வைத்திருந்தான்.

லிங்கனுக்குத் தியேட்டருக்குப் போவதில் எப்போதுமே ஆர்வம் உண்டு. நேரம் கிடைக்கும்போது பொழுதுபோக்குவதற்கான ஒரு பழக்கமாக அதை அவர் வைத்திருந்தார். அத்தோடு அன்று புனித வெள்ளிக்கிழமை வேறு. ஆனால் அமெரிக்காவில் அந்த காலத்தில் அந்த தினம் அவ்வளவு முக்கியத்துவம் பெற்றதாகக் கருதப்படவில்லை.

பூத் இவை எல்லாவற்றையும் மனதில் கொண்டு தனது திட்டத்தைத் தயாரித்தான். லிங்கனின் இருக்கையை நெருங்கும் வழி, சுட்டபிறகு தப்பிச்செல்வதற்கான வழி ஆகியவற்றையும் முன்னரே தேர்வு செய்திருந்தான். தப்பிச் செல்ல ஒரு குதிரையையும் தயார்நிலையில் வைத்திருந்தான்.

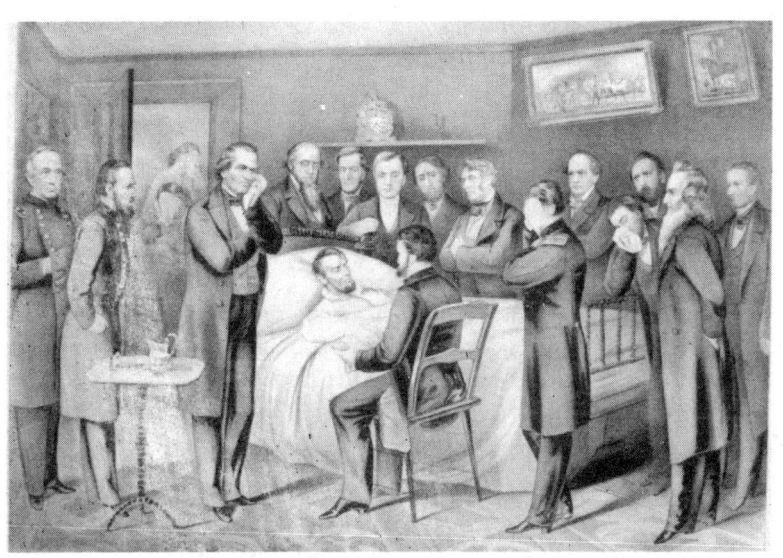

சுடப்பட்ட லிங்கனைக் கொட்டகைக்கு எதிரே இருந்த பீட்டர்சன் என்பவரின் வீட்டுக்கு எடுத்துச் சென்று படுக்கையில் கிடத்தினர். அப்போது அவரது முகத்தில் வலது கண் வேகவேகமாக வீங்க ஆரம்பித்தது. பிறகு வலது பக்க உடல் நிறம் மாறியது.

கொலையாளியைத் தேடிச்சென்றவர்கள் கிடங்கு ஒன்றில் பதுங்கியிருந்த அவனைக் கண்டுபிடித்துச் சுட்டுக் கொன்றனர்.

மறுநாள் காலை 7 மணியிலிருந்தே முன்பு லிங்கனின் உடல் தனது மரணப் போராட்டத்தைத் தொடங்கிவிட்டது. அப்போது ஏற்பட்ட வேதனையை உறுதியான அவரது உடல் தாங்கிக்கொள்ள பலமாக போராடியது. எனினும், இருமுறை சற்று பலமான விம்மல் அவரிடமிருந்து எழுந்தது. அப்போது லிங்கன் தன் தலையைத் திருப்பி மேலவை உறுப்பினர் சம்மர் என்பவரின் தோள்மீது சாய்ந்து கொண்டார். மெல்ல மெல்ல மூச்சு அடங்கத் தொடங்கியது. அந்த 56 வயதான அடிமைத்தளை அற வேண்டும் என்பதற்காகப் போராடிய அந்த மாவீரர் காலை 7 மணி 22 நிமிடம் ஆனபோது மூச்சு நின்று மரணத்தைத் தழுவினார்.

தன் உடல் சுடப்பட்டுக் கீழே கிடப்பதை தானே கண்ட அனுபவம் அவருக்கு ஏற்பட்டதை விஞ்ஞானிகள், மனோவியலாளர்கள் என்று பலரும் பல்வேறு கோணங்களிலிருந்து ஆராய்ந்து வருகின்றனர், இன்னமும்.

குறிப்பாக டாக்டர் மோடி என்பவர் எழுதிய 'உடலை விட்டபின்...' போன்ற நூல்களின் வந்ததற்குப்பின் உயிரின் அனுபவமானது புதிய கோணத்திலிருந்து பார்க்கப்படுகிறது.

லிங்கன் மற்றொரு கனவு கண்டார். அதில் அவர் கண்ணாடி முன்னால் நிற்கிறார். கண்ணாடியில் இருந்த பிம்பம் திடீரென

மங்கலாகி சரிந்து விழுகிறது. அப்போது வெண்மையான புகை நிழல் மாதிரி அங்கே படர்கிறது.

இது பற்றி தன் மனைவியிடம் அவர் சொன்னபோது அவர் கூறினார்.

'நீங்கள் இரண்டாம் முறையும் அதிபராவதற்காகப் போட்டியிடுவீர்கள். அதில் வெற்றியும் பெறுவீர்கள். ஆனால் முழு பதவிக்காலம் முழுவதற்கும் உயிரோடு இருக்க மாட்டீர்கள். இடையிலேயே கொல்லப்படுவீர்கள். இந்த கனவுக்கான பலன் இதுதான்.'

லிங்கனின் ஆவி வெள்ளை மாளிகைக்குள் இன்றும் உலவுவதாகப் பலமான நம்பிக்கை அமெரிக்காவில் நிலவுகிறது. அவர் அவ்வாறு உலவுவதை ஊழியர்கள், பணியாட்கள் மட்டுமல்லாது பல அதிபர்கள்கூடக் கண்டிருப்பதாக சொல்கிறார்கள்.

லிங்கனின் ஆவி நடந்து போனதைக் கண்டதாகப் பல அமெரிக்க அதிபர்களின் மனைவிகள் கூறியிருக்கின்றனர். நன்கு படித்த, பகுத்தறிவுச் சிந்தனை கொண்ட சில அதிபர்களே இப்படிக் கூறியிருப்பதுதான் பலரையும் சிந்திக்க வைக்கிறது. ஏனெனில், பொய் சொல்லவேண்டிய அவசியமே அவர்களுக்கு இல்லை என்பதுடன், தாங்கள் கண்ட காட்சியைத் தங்களாலேயே நம்ப முடியவில்லை என்றும் அவர்கள் தெரிவித்துள்ளதை இங்கே கவனிக்க வேண்டும்.

அமெரிக்க ஜனாதிபதிகளில் ஜேம்ஸ் கார்பீல்டு உள்ளிட்ட பலர் கொலை செய்யப்பட்டிருந்தாலும் கென்னடி, லிங்கன் இருவருடைய கொலைதான் பரவலாகப் பேசப்படுகின்றது. பொதுவாக, அமெரிக்க அதிபர் என்றாலே கென்னடி, லிங்கன் இவர்கள் பெயர்தான் யாருக்கும் சட்டென்று நினைவிற்கு வரும்.

கென்னடியும் கொலை செய்யப்பட்டார்தான். ஆனாலும், கென்னடியின் ஆவி அமெரிக்க அதிபர் மாளிகையில் உலவுவதைக் கண்ட யாரும் கூறவில்லை. அதேசமயம், லிங்கனின் ஆவி உலவுவதாக மட்டும் நிறையப் பேர் கூறியிருக்கின்றனர்.

லிங்கன் ஓர் கனவு கண்டாரா அல்லது உடலைவிட்டு ஆவி வெளியேறி அடையும் ஓர் அனுபவத்தை அவர் அடைந்தாரா அல்லது ஈஎஸ்பி (Extrasensory perception) எனப்படும் எதிர்கால நிகழ்வுகளை முன்கூட்டியே காணும் அனுபவம் அவருக்கு ஏற்பட்டதா என்று நீண்டகாலமாகப் பெரிய பட்டிமன்றமே நடைபெற்று வருகிறது. ஆனால் அதற்கான விடைதான் இதுவரையில் கிடைத்த பாடில்லை.

24 ஜார்ஜ் வாஷிங்டன்

உலகத்தைப் பெருமளவு பாதித்த அமைப்பு என்றால் அது அமெரிக்காதான். அமெரிக்கா சுதந்தரம் அடைந்த விதம், அதற்கு முன் அங்கு ஏற்பட்ட எழுச்சி, அதற்குப் பின் அந்த நாடு கட்டமைக்கப்பட்ட முறை என யாவுமே இன்று வரை உலகுக்கு விளங்காத ஒரு புதிராகத்தான் இருந்து வருகிறது.

சொந்த நாட்டு மக்களுக்கே வேலை கொடுக்க முடியாமல் திணறும் நாடுகளுக்கு நடுவே வெளிநாட்டவர்களையெல்லாம், 'வேலைக்கு ஆள் தேவை. நல்ல சம்பளம் தருகிறோம். வாருங்கள்' என்று நேற்றுவரை கூவிக்கூவி அழைத்துக் கொண்டிருந்த ஒரு நாடு அமெரிக்கா ஒன்று தான்.

விஞ்ஞானம், ராணுவம், பொருளாதாரம், மனித உரிமைகள் என்று எந்தத் எடுத்துக் கொண்டாலும் அதில் முதலிடத்தில் இருப்பது அமெரிக்காதான்.

சொர்க்கம் என்றால் என்ன? நரகம் என்றால் என்ன? இந்தக் கேள்விக்கு வேடிக்கையாக இப்படிப் பதிலளிப்பார்கள். அமெரிக்காவில் கிடைப்பதுபோன்ற சம்பளமும், இந்தியாவில் இருக்கின்றவளைப் போன்ற மனைவியும் அமைந்தால் அது சொர்க்கம்.

மாறாக, இந்தியாவில் கொடுக்கப்படுவது போன்ற சம்பளமும், அமெரிக்காவில் இருக்கின்றவளைப் போன்ற மனைவியும் அமைந்துவிட்டால் அதுதான் நரகம்.

பணம் சம்பாதிப்பதற்கு மட்டுமல்ல. சம்பாதித்த பணத்தைச் செலவிடுவதற்குக்கூட பெரிய வாய்ப்புகள் என்று இங்கே எதுவும் கிடையாது. அதுவோ ஒரு கனவு உலகம். தீம் பார்க், கம்ப்யூட்டர் சூதாட்டம், உயிரியல் பூங்கா விளையாட்டுகள் என எக்கச்சக்கமான பொழுதுபோக்குகள் அங்கே உண்டு. சம்பாதிக்கவும் எண்ணற்ற வழிகள் இருக்கின்றன சந்தோஷமாகச் செலவிடவும் ஏகப்பட்ட வழிகள்.

> **இந்திய இளைஞர்களில் பெரும்பாலானவர்களின் கனவு அமெரிக்காவில் நிரந்தரமாகத் தங்கிவிட வேண்டும் என்பதுதான். அப்படி எல்லோரும் ஆசைப்படக்கூடிய ஒரு சொர்க்க தேசமாக அதை கட்டி எழுப்பிய மாவீரன் ஜார்ஜ் வாஷிங்டன்.**

பொதுவாகப் பிரிட்டிஷார் பிரித்து ஆளும் சூழ்ச்சியை நடைமுறைப்படுத்துவதில் வல்லவர்கள். ஆனால் தங்களுக்குள் ஒற்றுமையுடன் இருப்பார்கள். அதே சமயம் சட்டத் திட்டங்களுக்கு உட்பட்டு நடப்பதுபோல் காட்டிக்கோள்வார்கள். தங்களுடைய கட்டுப்பாடான நிர்வாகத் திறமையால் ஏறக்குறைய உலகம் முழுவதையும் அவர்கள் ஆண்டனர். ‘எதிரியின் பலவீனம் நமது பலம்’ என்பதே அவர்களுடைய சித்தாந்தமாக இருந்ததால், தங்களுடைய எதிரிகளை எல்லாம், அவர்களுக்குக் கீழே இருப்பவர்களைத் தூண்டிவிட்டே வீழ்த்தினர்.

காந்தி பின்பற்றிய சத்தியாகிரக முறை அவர்கள் கேள்விப்படாத ஒரு நூதன ஆயுதமாக இருந்ததால், அவரிடம் அவர்கள் திக்குமுக்காடிப்போனார்கள். மற்றபடி தமிழகத்தின் கட்டபொம்மன், சேதுபதிகள் முதற்கொண்டு வடநாட்டு ஜான்சிராணி வரை எல்லோரையும் தங்கள் சூழ்ச்சிகளாலேயே முறியடித்தனர்.

அப்பேர்ப்பட்ட பிரிட்டிஷாரையே போரில் தோற்கடித்தவர் ஜார்ஜ் வாஷிங்டன். (ஹிட்லர் உட்படச் சிலர் பிரிட்டிஷாரை தோற்கடித்தது உண்டு தான். ஆனால் அவர்கள் சுதந்தர நாடுகளின்

அதிபர்களாக இருந்தவர்கள். பிரிட்டிஷ் ஆட்சிக்கு உட்பட்டிருந்த நாடுகளில் சுதந்தரப் போரை வெற்றிகரமாக நடத்தி பிரிட்டிஷ் மேலாதிக்கத்தைத் தூக்கி எறிந்தது அமெரிக்கா மட்டுமே. அந்தப் போரின் நாயகன் ஜார்ஜ் வாஷிங்டன். அதன் விளைவாகத்தான் அமெரிக்காவின் தலைநகரம் அவர் பெயரைத் தாங்கி நிற்கிறது.

அமெரிக்க சுதந்தரப் போர் என்றாலே உடனே இரு சம்பவங்கள் நம் நினைவுக்கு வரும். ஒன்று, பாஸ்டன் நகரில் இருந்த கிளர்ச்சிக்காரர்கள் கப்பலில் புகுந்து அங்கேயிருந்த தேயிலை அடங்கிய பெட்டிகளைத் தூக்கிக் கடலில் எறிந்தது. இது 'பாஸ்டன் தேநீர் விருந்து' என்றே சரித்திரத்தில் பெயர் பெற்றுவிட்டது. மற்றொன்று, அப்போரின்போது வாஷிங்டன் காட்டிய தீரம்.

அப்போரின்போது பிரிட்டிஷ் படை ஒரு பக்கம் தங்கியுள்ளது. அது இருந்த இடம் டலவேர் ஆற்றின் கரைப்பகுதி. அதன் மறுகரையில் வாஷிங்டன் தலைமையிலான படைகள் அணிவகுத்து வருகின்றன. கடும் புயலும், மழையும் சுழற்றிச் சுழற்றி அடித்துக் கொண்டிருந்த அந்த நிலையில், நதியிலும் பயங்கர வெள்ளம் பெருக்கெடுத்து ஓடிக் கொண்டிருந்தது.

இரு கரைகளிலும் இரு படைகளும் தங்கியிருக்கின்றன. நள்ளிரவு நேரம்.

அப்போது வாஷிங்டன் சிந்தனையுடன் காணப்படுவதைப் பார்த்த உபதளபதிகள், 'என்ன யோசிக்கிறீர்கள்? நதியை எப்படிக் கடப்பது என்றா? இந்தப் புயலிலும், மழையிலும், சுழித்தோடும் வெள்ளத்திலும் அது இயலாத காரியம்' என்றனர்.

'அப்படித்தான் எதிரிகளும் நினைத்துக்கொண்டு அஜாக்கிரதையாக இருப்பார்கள். அதனால் இப்போது தாக்கினால் நமக்கு வெற்றி உறுதி.'

வாஷிங்டனின் இந்தத் துணிகரத் திட்டம் எதிரிகைள மலைக்க வைத்தது. கூடாரங்களைக் கழற்ற வேண்டாம். தீப்பந்தங்கள் எதையும் ஏந்தி வரவேண்டாம். அவை அப்படியே இங்கேயே இருக்கட்டும் என்றார் வாஷிங்டன்.

எதிரிகளுக்கு அங்கு நடப்பது எதுவுமே தெரியவில்லை. தீப்பந்தங்கள் மறுகரையில் அங்கங்கே அசைவின்றிக் கிடந்தன. வெள்ளம் கரைபுரண்டோடும் அந்த நேரத்தில் ஒருவர் ஆற்றில் இறங்குவார் என்ற நினைப்பே எவருக்கும் வரவில்லை.

வாஷிங்டன் படைகளைச் சற்று நகர்த்திச் சென்று வேறொரு இடத்திலிருந்து, நதியைக் கடக்க உத்தரவிட்டார். இதனால் அவர்களுடைய இயக்கமே எதிரிகளுக்குச் சுத்தமாகத் தெரியவில்லை. இருளோடு இருளாக சற்றுத் தொலைவிற்கு சென்று அங்கிரந்து நதியைக் கடந்து அணிவகுத்துச் சென்று, பிரிட்டிஷாரை நெருங்கினர். அதன்பிறகே பிரிட்டிஷார் விழித்துக் கொண்டனர். ஆனால், அதற்குள் 'வெள்ளம் தலைக்கு மேல் போய்விட்டது.'

அணிவகுக்கக்கூட அவகாசமில்லை, பிரிட்டிஷ் படைகளுக்கு. அமெரிக்கப் படைகள் ஆட்டுக் கூட்டத்திற்குள் நுழைந்த ஓநாய்கள்போல் பாய்ந்தன. உண்மையில் வெற்றி பெற்றிருக்க வேண்டிய பிரிட்டிஷ் படை தன்னுடைய அஜாக்கிரதையாலும், வாஷிங்டனின் புத்திசாலித்தனமும், விழிப்புணர்வும் மிகுந்த நடவடிக்கையாலும் படுதோல்வியை அடைந்தது. வாஷிங்டன் வரலாற்று நாயகர் ஆனார்.

இனி, சுதந்தர அமெரிக்காவின் முதல் அதிபர் ஜார்ஜ் வாஷிங்டனின் கடைசிக் காலத்துக்கு வருவோம்.

12.12.1799. ஜார்ஜ் வாஷிங்டன் தமது குதிரையில் ஏறித் தமது பெரிய பண்ணையைப் பார்வையிடச் சென்றிருந்தார். அன்று

கடுமையான பனி பொழிந்து கொண்டிருந்தது. 5 மணி நேரத்துக்கு மேல் பனியில் அவர் நனைந்திருந்தார். தலை ஈரமாக இருந்தது. முதல் நாள் பெய்த பனி மறுநாளும் தொடர்ந்தது.

தொண்டை புண்ணான நிலையில் அவர் ஓய்வெடுத்திருந்திருக்கலாம். ஆனால் அவர் அன்றும் வெளியே சென்றார். முதல் நாளாவது மாட்டுக் கொட்டகைகளைப் பார்வையிட்டார். மறுநாள், வெட்டப்பட வேண்டிய மரங்களைக் குறிப்பிட்டுக் காட்டவேண்டிச் சென்றதால் அன்றைக்கு அவரது பணி முழுவதும் பனியில்தான் நடைபெற்றது.

அதனால் திரும்பி வந்ததுமே உடம்பு சரியில்லாமல் போய்விட்டது அவருக்கு. பெரிய மனிதர்களுக்கே உரிய வீம்பு காரணமாக அவர் மருந்து எதுவும் வேண்டாம் என்று சொல்லிவிட்டார். 'ஒரு ஜலதோஷத்துக்காக மருந்து சாப்பிட வேண்டுமா? வந்த வழியே ஜலதோஷம் தானாகவே போய்விடும்' என்றார் இடக்காக.

இரவில் ஜுரத்தால் உடம்பு தகிக்க ஆரம்பித்தது. அதிகாலை மூன்று மணிக்கு மனைவி மார்த்தாவை எழுப்பி விஷயத்தைச் சொன்னார். பின்னர் அவருக்குப் பேசுவதற்குக்கூட சிரமமாக இருந்தது. உடனே மார்த்தா விரைந்து சென்று உதவியாளரான டோபியஸ்லியர் என்பவரை அழைத்து வந்தார்.

தொண்டையைச் சரிசெய்வதற்காக முதலில் வெண்ணெய், புளித்த காடி, வெல்லப்பாகு மூன்றும் கலந்து கொடுத்தனர். வாஷிங்டனால் அதை விழுங்கக்கூட முடியவில்லை.

பரிசோதனைக்காக அவர் உடம்பிலிருந்து ரத்தம் எடுக்க ஒரு மேற்பார்வையாளரை வரவழைத்தனர். அதற்கு அவர் உடலில் ஒரு கீறல் போடவேண்டும். மேற்பார்வையாளர் சங்கடப்பட்டபடியே கீறல் போட்டார். 'மிஸ்டர் ராபின்ஸ்! இது ஒன்றும் பெரிய விஷயமில்லை. இதற்குப் போய் ஏன் இவ்வளவு தயங்ககிறீர்கள்' என்றார் வாஷிங்டன்.

எனினும், அவரது உடல்நிலை தேறவில்லை. மயக்கத்தைத் தெளிவிக்கும் மருந்து தோய்த்த மெல்லிய துணியைக் கழுத்தை சுற்றிப் போட்டு, சூடான நீரைக்கொண்டு பாதங்களைக் கழுவினார்கள். வாஷிங்டன் மெல்ல எழுந்து உடைகளை அணிந்து கொண்டார். ஒன்பது மணிக்கு இரண்டு மருத்துவர்கள் வந்தனர். தொண்டையில் வீக்கம் இருக்கிறது என்று கூறி தொண்டைமீது மருந்து தடவினார்கள். நீரில் புளிக்காடி சேர்த்து கொதிக்க வைத்து, கொஞ்ச நேரம் ஆவி பிடித்ததில் சுவாசம் ஓரளவு சீரானது. ஆனால் கொப்பளிக்க முடியவில்லை.

புளிக்காடி கலந்து தேநீர் தயாரித்துத் தந்தனர். குடிக்க முயன்றபோது மூச்சுத் திணறல் ஏற்பட்டது. உடனே மருத்துவர்கள் அவசர ஆலோசனைகளை நடத்தினார்கள்.

அக்காலத்தில் அடிக்கடி பரிசோதனைக்காக ரத்தம் எடுப்பது ஒரு மருத்துவமுறையாக இருந்தது. பிற்பகல் 3 மணிக்கு டிக் என்ற

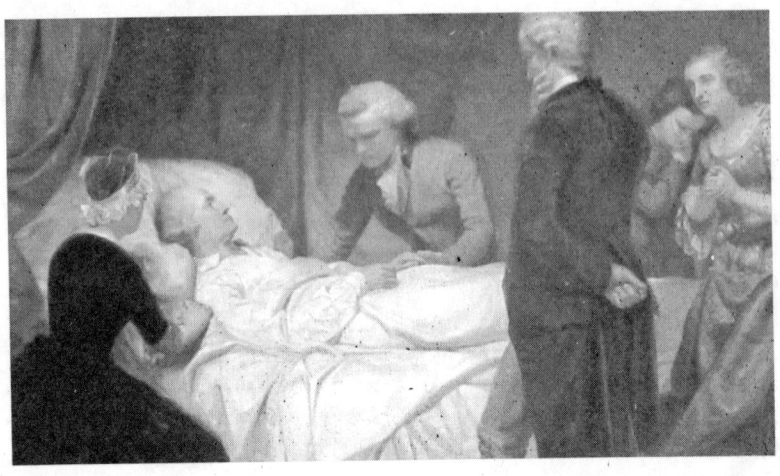

மருத்துவர் வந்ததும், வாஷிங்டனிடமிருந்து மீண்டும் ரத்தம் எடுக்க முடிவு செய்தனர். பேதி மருந்தும் கொடுக்கத் தீர்மானித்தனர்.

இப்போது வாஷிங்டனின் மூச்சுத் திணறல் கடுமையாகியது. அடிக்கடி மணி கேட்டார். அவரால் உடலை அசைக்கவே முடியவில்லை. தன் மனைவி மார்த்தாவை, தான் எழுதிய 2 உயில்களுடன் அழைத்து வருமாறு கூறினார். அதன்படி அவர் எடுத்து வந்ததும், முதல் உயிலை எரிக்குமாறு கூறிவிட்டு, இரண்டாவது உயிலை மனைவியிடம் கொடுத்தார். அருகே இருந்த லியரிடம், நான் போய்க் கொண்டிருக்கிறேன். என்னால் அதிக நேரம் மூச்சுவிட முடியாது. முதல் தடவை இது வந்தபோதே இது என் உயிருக்கு ஆபத்தாக முடியும் என்று நான் நம்பினேன். என் பழைய ராணுவக் கடிதங்களையும், பேப்பர்களையும் ஒழுங்காக வையுங்கள். என் கணக்குகளையும் அது சம்பந்தப்பட்ட புத்தகங்களையும் தயாராக வைத்திருங்கள். மற்ற எல்லோரையும்விட உங்களுக்குத்தான் அவற்றைப் பற்றி நன்றாகத் தெரியும் என்றார்.

பின்னர் அவரை ஒரு நாற்காலியில் அமர்த்தினர். அப்போது சுற்றி இருந்த மருத்துவர்களிடம் அவர் சொன்னார்:

'நான் இறந்து கொண்டிருக்கிறேன் என்பதை உணர்கிறேன். உங்களது கவனிப்புக்கு நன்றி. என்னைப் பற்றி இனிமேல் நீங்கள் கவலைப்பட வேண்டாம். நான் அதிக நேரம் உயிருடன் இருக்கமாட்டேன்.'

அவர் குரல் மெலிந்திருந்தது. ஆனால் அதில் துயரமோ, வருத்தமோ, பிரமையோ காணப்படவில்லை. அதிக உறுதி காணப்பட்டது.

அவர் அப்படிச் சொன்னவுடன் மருத்துவர்கள் அங்கிருந்து அகன்றனர். லியர் மீண்டும் வாஷிங்டனைப் படுக்கையில் இருத்தினார். அப்போது இரவு 8 மணி. மருத்துவர்கள் மீண்டும் வந்தனர். கால், பாதம், தொண்டைக்கு மருந்து தடவினர்.

290

இரவு 10 மணி. வாஷிங்டனின் உதடுகள் அசைந்தன. லியர் அருகே குனிந்தார். 'நான் இதோ போய்க் கொண்டிருக்கிறேன். என்னை நல்லபடியாகப் புதையுங்கள். நான் இறந்த 2 நாட்களுக்குப் பிறகு என் உடலைக் கல்லறைக்குள் வையுங்கள். அதற்கு முன் வைக்க வேண்டாம்.'

துயரத்துடன் லியர் தலையசைக்க, 'நான் சொல்வது புரிகிறதா?' என்றார் வாஷிங்டன். 'புரிகிறது சார்' என்றார் லியர். 'மிகவும் நல்லது' என்றார் வாஷிங்டன்.

மனைவி கால்மாட்டில் நின்றபடி இவற்றையெல்லாம் பார்த்துக் கொண்டிருந்தார். இரவு மணி பத்து. வாஷிங்டனுக்கு இப்போது மூச்சு அமைதியாக வந்தது. லியர் இன்னும் அவர் கைகளைப் பற்றியபடியே இருந்தார். முகத்தில் மாறுதல் ஏற்பட்டது. விரல்கள் தொய்ந்து விழுந்தன. டாக்டர் க்ரைக் தன் கைகளை வாஷிங்டன் கண்களுக்கு மேலாக வைத்தார்.

ஒரு கட்டுப்பாடான உறுதியான ராணுவத் தளபதியாக விளங்கிய வாஷிங்டன் மரணத்திடமும் ஒரு வீரனைப்போல நடந்து கொண்டார்.

ஒரு வீரன் தன் துப்பாக்கியில் தோட்டாக்கள் இருக்கும்வரை எதிரி மீது குண்டுமழை பொழிவான். தோட்டாக்கள் காலியானால், அவனுக்குத் தெரியும் இனித் தான் தப்பிக்க முடியாது என்று. அதற்குப் பிறகு அவன் எதிரியின் குண்டால் தான் துளைக்கப்படும் கணத்தை எதிர்நோக்கிக் காத்திருப்பான்.

வாஷிங்டன் போன்றவர்கள் உடலே வாழ்வு எனக் கருதியவர்கள். உடல்தான் அவர்களின் ஆயுதம். மரணம் என்பது அவர்களைப் பொருத்தவரை மாபெரும் எதிரி. உடல் உறுதியாக, வலிமையாக இருந்தவரை மரணம் தங்களை நெருங்க முடியாதபடி அவர்களால் எதிர்வினையாற்ற முடிந்தது. உடல் என்னும் துப்பாக்கியிலிருந்து வலிமை என்னும் தோட்டாக்கள் காலியானதும், இனி எதிரியான மரணத்தைத் தங்களால் வெல்ல முடியாது என்று அவர்கள் ஒப்புக்கொண்டனர்.

'நான் இதோ போய்க்கொண்டிருக்கிறேன்' என்று அவர் சொன்னதெல்லாம் உடலுக்கும், மரணத்துக்குமான போராட்டம் பற்றிய அவரது நேர்முக வர்ணனையே தவிர, மற்றபடி அவை மறு உலகம் பற்றியோ, மரணத்துக்கு அடுத்த நிலை பற்றியோ அவர் கூறிய வார்த்தைகள் அல்ல.

25 ஆல்பர்ட் ஐன்ஸ்டைன்

இவரைப் பற்றி எழுதாமல் இந்த நூல் நிறைவு பெறாது. ஏனெனில் இவருக்கு முன்வரை உலகம் ஒருபுறம் விஞ்ஞான, பௌதீக ரீதியாகத்தான் உலகை ஆராய்ந்து கொண்டிருந்தது. மறுபுறம் மதங்கள் கடவுள், படைப்பு, மரணம், நியாயத் தீர்ப்பு நாள் என்று ஆன்மீக வழியில் வியாக்கியானங்கள் செய்யப்பட்டன. இந்த இரண்டுக்கும் இடையில் அகப்பட்டுக்கொண்டு மனமும் அறிவும் ஊசலாடிய நிலையில், சார்பியல் தத்துவம் என்ற ஒன்றைக் கொண்டுவந்து உலகத்தைப் பார்க்கும் முறையில் புதிய பரிமாணத்தையே நிறுவியவர் ஆல்பார்ட் ஐன்ஸ்டைன்.

ஐன்ஸ்டைனின் நிகழ்தகவுக் கோட்பாடு, சார்பியல் கோட்பாடு என்ற இரண்டும் இன்றுவரையும் விஞ்ஞானிகளை கிறுகிறுக்க வைக்கும் கோட்பாடுகள்.

அவரது கோட்பாடு ஏறக்குறைய இந்து மதத்தில் கூறப்பட்டுள்ள தகவல்களை ஒத்திருக்கின்றன. ஏகன்-அநேகன் தத்துவம், அத்வைதம் போன்றவை இவர் கூறியுள்ளதையே தான் கூறுகின்றன.

இயற்கை என்பது இரண்டாகப் பிரிந்த எதிரெதிர் சக்திகளின் முரண் இயக்கம்தான் என்கிறது வேதம். பிறப்பு-இறப்பு, இரவு -பகல், இருப்பவை-இல்லாதவை, இன்பம்-துன்பம், ஆண்- பெண் என்ற எல்லாமே இரண்டு எதிர் எதிர்ச் சக்திகளே. இவ்வாறு இரு எதிர் எதிர் சக்திகள் இருக்கும்வரை பிரபஞ்சமானது தொடர்ந்து இயங்கும். இந்த இரு எதிர்ச் சக்திகளும் ஒன்றாகிவிட்டால் உலகில் ஏதும் இருக்காது.

இதைச் சிவசக்தித் தத்துவம் என்றும் கூறுவர். சிவம் வெப்பம், சக்தி குளிர். இரண்டின் சங்கமத்திலேதான் உயிர்கள் தோன்றுகின்றன. சிவம் சலனமற்றது. சக்தி சலனமுள்ளது. இரண்டின் கலப்பின விளைவே உலகம்.

ஐன்ஸ்டைன் கோட்பாட்டின்படி உலகில் உள்ள எல்லாமே ஒன்றை ஒன்று சார்புடையவையாகத்தான் இருக்கின்றன. சார்பில்லாதது என்று உலகில் இருக்கும் எதுவுமே இல்லை. ஓர் இடம் கிழக்கே இருக்கிறது என்றால், அது அதைச் சொல்பவன் இடத்திலிருந்து கிழக்கே இருக்கிறது என்று பொருள். மறுபக்கம் இருப்பவன் அதே இடத்தை 'மேற்கே இருக்கிறது' என்றுதான் கூறுவான்.

அந்த வகையில் கடவுள் என்று சொல்லும்போது அவருக்கென்று பக்தர்கள் இருந்தால்தான் அவர் கடவுள் என்பது சரியாக இருக்கும். எந்த பக்தனுமே இல்லையென்றால் அவர் எப்படிக் கடவுளாக முடியும்? இருள் என்ற ஒன்று இருநதால்தான் ஒளி என்பதற்கே அர்த்தம் இருக்கும். இருளே இல்லாவிடில் ஒளி என்பது அங்கே இருப்பதற்கே வாய்ப்பில்லை.

வெயிலுக்கு எதிரிடையானது நிழல். ஆனால் அந்த வெயில் இருந்தால்தானே இந்த நிழலே உருவாக முடியும்.

ஐன்ஸ்டைனின் சித்தாந்தம் வருவதற்கு முன்னால் உலகில் உள்ள எல்லாமே மாறுதலுக்குட்பட்டவை. ஆனால் காலம் மட்டும் மாறாதது, அழிவற்றது என்ற நம்பிக்கை விஞ்ஞானிகளிடம் நிலவியது. ஆனால் அவருடைய கோட்பாடுகள் வந்தபின் காலம் என்பதும் மாறக்கூடியதுதான், காலம் கூடும், குறையும், காலமே இல்லாத நிலையும் உண்டு என்று கண்டறியப்பட்டது. காலம் இயங்காத, அது ஸ்தம்பித்து நிற்கும் நிலை பிரம்மாண்ட கருந்துளைகளில் உண்டு என்று சித்தாந்த ரீதியாக நிறுவப்பட்டது.

விண்வெளியில் உள்ள நட்சத்திர மண்டலத்தில் அடங்கியுள்ள இடங்களுக்கு மனிதனை அனுப்புவது சாத்தியமே என்ற நம்பிக்கை ஐன்ஸ்டைன் வருகைக்குப் பின்னரே உறுதிப்பட்டது.

எல்லாவற்றையும்விட விஞ்ஞானிகளை அதிகம் குழப்புவது 'ஐன்ஸ்டைன் ரயில் வண்டி' தத்துவம் பற்றிய சமாசாரம்தான். ▶

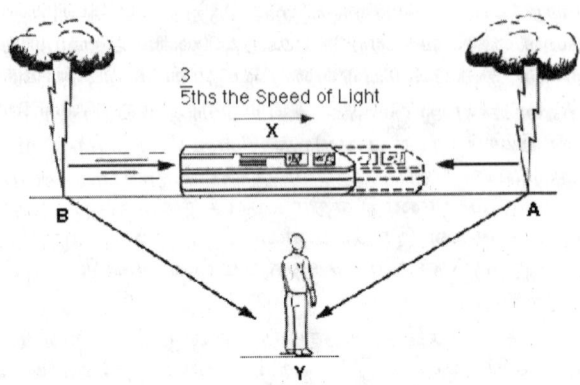

3 லட்சம் கி.மீ. நீளம் கொண்ட வினாடிக்கு 3 லட்சம் கி.மீ வேகத்துடன் செல்லும் ரயில் ஒன்று இருப்பதாகக் கற்பனையில் கொண்டு காலமானது, கூடுவது, குறைவது, காலமே இல்லாமல் போவது போன்றவற்றைக் கணித கோட்பாடுகளால் அவர் விளக்கினார். (அல்லது விளக்க முயன்றார்.)

இதில் எளிதாகப் புரியும் உதாரணம்.

ஒரு காக்கை 40 கி.மீ வேகத்தில் பறந்து சென்று கொண்டிருக்கிறது. தரையில் நின்று கொண்டிருக்கும் ஒருவன் காக்கை பயங்கர வேகத்தில் பறந்து கொண்டிருப்பதாகச் சொல்வான். ஆனால் ரயிலில் இருப்பவனோ காக்கை அசையாமல் ஒரே இடத்தில் நின்று கொண்டு இருக்கிறது என்பான்.

விஞ்ஞான உலகம் தன் பொக்கிஷங்களில் ஒன்றாகக் கருதும் ஐன்ஸ்டைன் பிறந்தது 14.3.1879-ல். 1955ம் ஆண்டு தன் 76ம் வயதில் இறந்த அவர் அதற்கு 5 ஆண்டுகளுக்கு முன்புதான் தன் 71-ம் வயதில் சார்பியல் கோட்பாட்டை விளக்கினார். இதில் வேடிக்கை என்னவென்றால், தன் 26-ம் வயதிலேயே காலம், இடம், வேகம் போன்றவை ஒன்றை ஒன்று சார்ந்துதான் இருக்கின்றன என்ற புதிய கோட்பாட்டை அவர் வெளியிட்டார். கருத்து வித்தியாசமாக இருந்ததால் அது பலரையும் ஈர்த்தது. ஆனால் கணிதச் சமன்பாடுகளுடன் அதனை நிறுவ அவர் 45 ஆண்டுகள் காத்திருக்க வேண்டி வந்தது. ஒருமைப்பட்ட வெளிப்புறத்தின் கருத்து பற்றிய ஆய்வைத் தெரிவிக்க மேலும் இரண்டு வருடங்கள் ஆகின.

பிரபஞ்சவியல் மேதைகளில் முதன்மையானவரான அவர், படைப்பு பற்றிய மர்மத்தை எல்லோருக்கும் எளிதில் புரியும் வகையில் விளக்க அவர் பெரிதும் முயன்றார். தமது 50 வயதில் தன்னுடைய இந்த முயற்சியை அவர் கொஞ்ச காலத்திற்குத் தள்ளிப்போட எண்ணினார். அதனால், இது பற்றி ஒருவர் கேட்டபோது, 'இன்னும் 20 வருடம் கழித்து வாருங்கள்' என்றார்.

அவர் முதலில் தான் சொன்ன கருத்தை அடுத்த 20 ஆண்டுகளில் மாற்றியதற்கு விடையாக, இன்னும் 20 ஆண்டுகளில் இதுவும் மாறும் என்று அவர் கூறியதில் தவறில்லை. சுழன்று கொண்டே இருக்கும் உலகில் 'மாறுதல்' என்பது மட்டும்தானே மாறாதது? மற்றவையெல்லாம் மாறுபவைதானே!

ஒரு நண்பரிடம் ஐன்ஸ்டைன் கூறினார். 'என்னால் ஒரு கேள்விக்கு இப்போதைக்குப் பதிலளிக்க முடியாவிட்டால் எனக்குப் பின் வேறு யாராவது ஒருவர் இதற்கு என்றாவது ஒரு நாள் பதிலளிப்பார்கள். ஆனால் கேள்வி கேட்பதை மட்டும் யாரும் நிறுத்திவிடக் கூடாது என்பதே முக்கியம். முடிவற்ற காலம், வாழ்க்கை, மெய்ம்மையின் அபூர்வ அமைப்பு ஆகியவற்றைப் பற்றி ஆழ்ந்து யோசிக்கும் எவருக்குமே ஒருவித அச்சம் ஏற்படுவது இயற்கையே. இந்த மர்மத்தைப் பற்றிக் கொஞ்சமாவது புரிந்துகொள்ள வேண்டுமானால் தினமும் ஓரளவுக்கு அதற்காக முயன்றாலே போதும். புனிதமான ஆர்வத்தை எப்போதும் நாம் இழந்துவிடக்கூடாது.'

ஐன்ஸ்டைனிடம் அவருடைய கடவுள் நம்பிக்கை பற்றி பேராசிரியர் வில்லியம் ஹெர்மென்ஸ் எழுப்பிய கேள்விக்கு அவர் கூறினார்.

'வாழ்க்கையைப் பற்றிய பயத்திலோ, மரணம் பற்றிய பயத்திலோ, ஏதாவது குருட்டு நம்பிக்கையின் அடிப்படையிலோ கூறப்படும் கடவுள் பற்றிய நம்பிக்கையை நான் ஏற்கவில்லை. தனிப்பட்ட முறையில் கடவுள் இல்லை என்பதை என்னால் உங்களுக்கு நிரூபிக்க இயலாது. ஆனால் அந்தக் கடவுளிடம் பேசினேன் என்று சிலர் கூறுவதெல்லாம் பொய்.'

இந்த இடத்தில் ஐன்ஸ்டைன் மூன்று கருத்துகளை முன்வைக்கிறார்.

1. வாழ்க்கையைப் பற்றிய பயம், மரண பயம் அல்லது கால காலமாக இருக்கும் கற்பிதக் கதைகள் ஆகியவற்றின் மீது உருவாக்கப்பட்ட கடவுள் நம்பிக்கை அல்லது கடவுளைப் பற்றிய பயத்தை ஏற்க இயலாது. முக்கால் வாசி மதங்கள், கடவுள்கள் எல்லாமே வாழ்க்கை இன்பங்களை அடைவதற்கான வழிகளைக் கூறுவது, துன்பங்களிலிருந்து விடுபடுவது ஆகியவற்றிற்கான வழி முறைகளை சொல்லுகிற அந்த அடிப்படையிலேயே அமைந்தவை. ஏசுவை விசுவாசி, அப்பாவைத் தொழு, சிவனை வணங்கு என்று சொல்லப்படுவது எல்லாமே இந்த ரகத்தைச் சேர்ந்தவைதான்.

2. சகோதரத்துவம், அவரவர் பிரத்யேகத் திறன் ஆகியவற்றின் மீது ஒவ்வொருவருக்கும் தனிப்பட்ட நம்பிக்கைகள் உள்ளன. உலகம் என்பது ஒருங்கிணைந்த

இயக்கத்தால் ஆனது. இதில் எல்லா உயிர்களுக்கும் பங்கு உண்டு. இதில் ஒரு இயக்கம் அல்லது பகுதியானது பங்களிப்புத் தடைப்பட்டாலும் எல்லா இயக்கமும் பாதிக்கப்படும். எனவே அனைவரையும் நேசித்தல், அதே சமயம் தனது கடமையை நிறைவேற்றுவதில் தனது முழுத் திறனையும் செலுத்துதல் ஆகியனவே வாழ்க்கையின் உயரிய நோக்கங்கள்.

3. மனத்தால் உணரப்படும் எல்லாவற்றையும் வார்த்தைகளால் வெளிப்படுத்த முடியாது. ஒரு கவிஞன் எப்படிக் கவிதை எழுதினான் என்று கேட்டுத் தெரிந்துகொண்டு, அதே மாதிரி இன்னொருவன் கவிதை படைக்க முடியாது. அவன் மனம் அதிலேயே ஆழ்ந்த ஈடுபாடு கொள்ள வேண்டும் அப்போதுதான் அது சாத்தியம். ஒரு விஞ்ஞானி எப்படி ஒரு பொருளைக் கண்டுபிடித்தான் என்று கேட்டு அறிந்துகொண்டு மற்றொருவன் ஒரு விஞ்ஞானியாக முடியாது. விஞ்ஞானி ஒருவன் தான் ஒருமுறை எப்படி ஒன்றைக் கண்டுபிடித்தோம் என்று பார்த்து அதை மனதில் வைத்து அதேமாதிரி வரிசையாகப் பல கண்டுபிடிப்புகளை, மரமேறிய ஒருவன் பழங்களைத் தொடர்ந்து பறித்துப் போடுவதுபோல் சராமரியாகக் கண்டுபிடித்துத் தள்ளிக்கொண்டிருக்க முடியாது.

4. ஒரு வெட்டவெளியில் நடந்து செல்பவன் தன் பாதையின் நடுவே ஒரு பள்ளம் இருப்பதைக் கண்டு, ஒரே தாவாகத் தாவி அதன் மறுபக்கத்திற்குச் சென்று சேர்வதுபோல் மனம் இருக்கும் இடத்துக்கும், கண்டுபிடிப்பு நிகழ்த்திய இடத்துக்கும் இடையே ஒரு பெரும் இடைவெளி உள்ளது; அதனை மனம் ஒரே தாண்டாகத் தாண்டித்தான் கடக்கிறது.

ஐன்ஸ்டைன் சொன்ன இந்தத் தகவல் பலரையும் அசர வைத்தது. நிறைய விஞ்ஞானிகள் தங்கள் கண்டுபிடிப்பு பற்றிக் கூறுகையில் 'மனத்தில் திடீரென இது உதித்தது', 'தற்செயலாகத் தான் எனக்கு அப்படித் தோன்றியது' என்றெல்லாம் கூறியுள்ளனர்.

விண்வெளியில் பள்ளங்கள் பல இருப்பதுபோல் மனத்திலும் பல இடைவெளிகள் உண்டு என்பது ஓர் அதிர்ச்சிகரமான வியப்பளிக்கக்கூடிய ஒரு தகவல்.

ஒரேயடியாக முயலும் சிலர் பைத்தியமாகின்றனர். அதாவது, மனத்தின் இடைப்பள்ளத்தில அந்த ஒருமித்த தன் முனைப்புணர்வு விழுந்து, சிதறி விடுகிறது. அதேசமயம், அந்தப் பள்ளத்தை ஒரே தாவாகத் தாவிக் கடந்தவர்கள் புதிய - மிகப்பெரிய கண்டுபிடிப்பாளர்களாக மதிக்கப்பட்டு உலகப் புகழ் பெறுகின்றனர்.

அது 1945. இரண்டாம் உலகப்போர் முடிந்திருந்த நேரம். ஜெர்மானியரான ஐன்ஸ்டைன் பிறப்பால் ஒரு யூதர் என்பதால் ஹிட்லருடைய நாஜிப் படைகள் செய்த யூத இனப்படுகொலையிலிருந்து தப்பிப்பதற்காக அங்கிருந்து வெளியேறி அமெரிக்காவில் குடியேறியவர் அங்கேயே வசித்து வந்தார்.

அவருக்கு 66 வயது ஆனபோது வயிற்று வலி, வாந்தி, குமட்டலால் பாதிக்கப்பட்டார். 3 ஆண்டுகளுக்குப்பின் அவரது இருதயத்தின் ரத்தக் குழாய் பாதிக்கப்பட்டிருப்பது தெரிந்தது. அவரை தீவிர பணிகள் எதிலும் ஈடுபடக்கூடாது என எச்சரித்த மருத்துவர்கள், மீறினால் 'ரத்தக் குழாய் வெடித்துவிடும்' என்றனர். 'வெடிக்கட்டும்' என்றார் ஐன்ஸ்டைன்.

அவரது தீவிரம் எப்படிப்பட்டது எனில், ஒரு யூத நண்பருக்கு அவர் எழுதுகிறார்:

'நான் ஒரு கிழவன், கால் உறைகூட அணியாத ஒரு கிறுக்கன் என்றுதான் பலரும் கருதுகின்றனர். ஆனால் நான் தீவிரமாக உழைக்கிறேன். ஒருமைப்பட்ட, உடல் சார்ந்த, வெளிப்பரப்பின் சிக்கலுக்குத் தீர்வு காண்பேன் என்ற நம்பிக்கை எனக்கு இன்னமும் இருக்கிறது.'

இந்தக் கடிதம் 1942ல் எழுதப்பட்டது. 1950ல் அவர் சார்பியல் கொள்கையை வெளியிட்டதன் மூலம் பிரபஞ்சவியல் மேதையாகிவிட்டார்.

அவரைக் கௌரவிக்கும் வகையில் யூதர்களுக்காக ஏற்படுத்தப்பட்ட இஸ்ரேல் தேசத்தின் தலைமைப்பதவி அவரைத் தேடிவந்தது. 'இயற்கையை பற்றி என்றால் எனக்குக் கொஞ் சமாவது தெரியும். ஆனால், மனிதர்களைப் பற்றிச் சுத்தமாகத் தெரியாது' என்று கூறி அதை ஏற்க மறுத்துவிட்டார்.

முன்னதாக 1949ம் ஆண்டு அவருடைய 70-வது பிறந்த நாள் விழாவில் விஞ்ஞானிகள் பலர் கலந்துகொண்டனர். தமது சொந்த ▶

ஆய்வு பற்றிய பல கட்டுரைகளை அவர்கள் அப்போது படித்தனர். அப்படிப் படித்து முடிக்கும் வரை அங்கேயே அமர்ந்திருந்த அவரிடம், 'தளர்ச்சியாக இருக்கிறதா?' என்று கேட்டனர். 'நான் அவற்றைப் புரிந்து கொண்டிருந்தால் அவை என்னைத் தளர்ச்சி அடைய செய்திருக்கும்' என்றார் ஐன்ஸ்டைன்.

நிதானமும் நகைச்சுவை உணர்வும் எப்போதுமே அவரிடம் இருந்தன.

11.4.1955 -ல் இஸ்ரேல் தூதர் அபா இபான் என்பவருக்கும் அவருக்கும் சந்திப்பு நிகழ்ந்தது. தத்துவ மேதை பெர்ட்ரண்ட் ரசலிடமிருந்து அணு ஆயுதப் போட்டி பற்றிய கவலையும் அவருக்குக் கிடைத்தது. மறுநாள் அவருக்கு உடல் உபாதை ஏற்பட்டது. எனினும், இஸ்ரேலுக்காக ஒரு சுதந்தர தின உரை தயாரிப்பதில் அவர் தீவிரமாக ஈடுபட்டார். மறுநாள் 13ம் தேதி வலி அதிகரித்தது.

அன்று பிரின்ஸ்டன் நகரில் அவரது வீட்டுக்கு நியூயார்க்கிலிருந்து இஸ்ரேலின் வெளிநாட்டு தூதர் ரூவான் டேப்னி வந்திருந்தார். அவரிடம் உரையைப் படித்துக் காட்டினார். அவர் சென்றபின் மீண்டும் தீவிரமாகத் தன் பணியில் ஈடுபட்டார். நண்பகலில் திடீரென சுருண்டு விழுந்தார்.

டாக்டர் வந்து பரிசோதித்து, வலியைக் குறைக்க மயக்க ஊசி போட்டார். அப்போது ஒரு ரத்தக் குழாய் தடித்து, உள்ளுக்குள் ரத்தக் கசிவு ஏற்பட்டிருப்பது கண்டுபிடிக்கப்பட்டது. நியூயார்க்கிலிருந்து வந்த சிறப்பு மருத்துவர்கள், உடனடியாக அறுவை சிகிச்சை செய்யவேண்டும் என்றனர். அப்போதுகூட 50 சதவீதம்தான் பிழைக்க வாய்ப்பு உள்ளது என்றனர்.

'அறுவை சிகிச்சை வேண்டாம்' என்று உறுதியாகச் சொன்ன ஐன்ஸ்டைன், அவரது வீட்டின் மேற்பார்வையாளராக இருந்த ஹெலன் டியூகாஸ் என்பவரிடம் ,'முடிவு எப்போதாவது வருகிறது. அது எப்போது என்பது ரொம்ப முக்கியமா?' என்று.

'எனக்கு எப்போது மரணம் வரும்?' என்று இயல்பாக மருத்துவர்களிடம் கேட்டார்.

'விநாடியில் வரலாம். ஒரு மணி நேரத்திலும் வரலாம். அதற்கு ஒருநாள் ஆனாலும் ஆகலாம். சில நாட்கள் கழித்தும் வரலாம்' என்றனர் அவர்கள்.

மருத்துவமனையில் அவரைச் சேர்த்தனர். ஓரளவுக்கு உடல் தேறியதுமே, 'என் மூக்குக் கண்ணாடியை எடுத்து வாருங்கள். பேப்பர், பேனா கொண்டு வாருங்கள்' என்றார்.

அதே மருத்துவமனையில் அனுமதிக்கப்பட்டிருந்த அவரது மகள் மார்காட் சக்கர நாற்காலியில் அவரைக் காண வந்தார். மகளிடமும் மிகுந்த நகைச்சுவையுடன் பேசினார் ஐன்ஸ்டைன்.

கடைசி நாள். ஓட்டோரே தன், ஹேன்ஸ் ஆல்பர்ட் ஆகியோர் அவரைக் காண வந்தனர். நேதனுடன் அரசியல் பற்றிப் பேசினார்.

ஹேன்சுடன் விஞ்ஞான விவாதங்களை நடத்தினார். பிற்பகலில் அவரது உடல் ஓரளவுக்குத் தேறிவருவதாக டாக்டர்கள் கருதினர்.

ஆனால் அன்று மாலையே கடுமையான வலி அவரைத் தாக்கியது. டாக்டர்கள் உடனே ஊசி போட்டனர். தலைமை மருத்துவர் வந்தபோது இரவு 11 மணி ஆகிவிட்டிருந்தது. அப்போது தூங்கிக்கொண்டிருந்தார் ஐன்ஸ்டைன்.

நள்ளிரவு. அவரது சுவாசத்தில் மாற்றம் ஏற்பட்டது. அங்கிருந்த ஆல்பெர்ட்டா ரோசல் என்ற நர்ஸ் வேறொரு நர்ஸின் துணையுடன் அவரது படுக்கையின் மேற்புறத்தை உயர்த்தி அவரது சுவாசம் எளிதாக நடைபெற உதவி செய்தார். அப்போது ஐன்ஸ்டைன் ஜெர்மன் மொழியில் ஏதோ முணுமுணுத்தார். தொடர்ந்து இரு நெடிய, ஆழமான மூச்சு அவரிடமிருந்து வந்தது. பிறகு எல்லாம் முடிந்துபோனது.

ஐன்ஸ்டைன் அந்த சமயத்தில் என்ன சொன்னார்? அது இதுவரை புரியாத புதிர். நிச்சயம் பயந்த, அரற்றும் சொற்களாக அது இருக்க முடியாது. இதைவிடக் கடுமையான வலிகளையெல்லாம் மௌனமாகத் தாங்கிக்கொள்ளும் இயல்புடைய அவர் ஒருவேளை நகைச்சுவையாகப் பேசியிருப்பாரோ? இருக்கலாம்.

ஆனால் மொழி புரியாத, அறிமுகமற்ற யாரிடமும் யாரும் நகைச்சுவையாகப் பேசமாட்டார்கள்.

ஏதோ முக்கியமானதொரு விஷயத்தை அவர் அப்போது சொல்லியிருக்கலாம். அவர் எதைச் சொல்லியிருந்தாலும் அது முக்கியமானதுதொரு விஷயமாகத்தான் இருந்திருக்கும் என்பது ஒருபுறம் இருக்கட்டும். அப்போதைக்கு அவர் சொன்னது என்ன என்பது உலகுக்குத் தெரியாமல் போய்விட்டது என்பதுதான் நிஜம். மேதைகள், அறிஞர்கள் இவர்களின் இறுதி நேரத்தின்போது அவர்களது மொழி தெரிந்த ஓரிருவர் உடன் இருப்பது அவசியம். அப்போதுதான் இதுபோன்ற மரணப்படுக்கையின் போது அவர்கள் வெளிப்படுத்தும் தங்க வரிகளைப் பதிவு செய்வதற்கு இயலும்.

▶

26 தாமஸ் ஆல்வா எடிசன்

'பெரியவனானதும் நீ என்னவாக விரும்புகிறாய்?'

ஏறக்குறைய எல்லாப் பள்ளிகளிலும் மாணவர்களிடம் இந்த மாதிரியான கேள்வி அவர்களது சிறுவயதில் கேட்கப்பட்டிருக்கும். அந்தந்த நேரத்திற்குத் தகுந்தமாதிரி சிறுவர், சிறுமிகள் தங்கள் சிற்றறிவுக்கேற்ப இந்திரா காந்தி, ஜோன் ஆப் ஆர்க், பாரதி, நேரு என்றெல்லாம் கூறுவார்கள்.

அரை நூற்றாண்டுகளுக்கு முன்பு உலகின் எந்த நாட்டில், எந்தப் பள்ளியில் இருப்பவர்களைக் கேட்டாலும், அதில் படித்த பாதிக்கு மேற்பட்டவர்கள் கூறிய பதில், 'எடிசன்' என்பதாகத்தான் இருக்கும்.

ஒரு வகையில் பார்த்தால் எடிசன் ஓர் ஆச்சரியகரமான மனிதர். அவரது வரலாற்றைப் படிக்கும் எவருக்கும் ஏற்படக்கூடிய முதல் சந்தேகம் ஒரு மனிதனால் தன்னுடைய ஆயுளில் இவ்வளவு கண்டுபிடிப்புகளை நிகழ்த்த முடியுமா என்பதாகத்தான் இருக்கும்.

தன் ஆயுளில் கிட்டத்தட்ட 1300 கண்டுபிடிப்புகளை நிகழ்த்தியவர் எடிசன். அவரைப் பற்றிப் புகழ்ந்து ஆயிரக்கணக்கான புத்தகங்கள் வந்துவிட்டன. 'எடிசன் ஒரு பேராசைக்காரர், பணம் சம்பாதிப்பதுதான் அவரது ஒரே நோக்கம். வியாபாரத்துக்குப் பயன்படாத, அதற்கு ஏற்றதாக இல்லாத எதையும் அவர் ஆராய முற்படவில்லை' என்ற நோக்கில் எழுதப்பட்ட 'எடிசனின் மறுபக்கம்' என்ற நூல் கூட எக்கச்சக்கமாக விற்றது. ஆனால் இவையெல்லாம் எடிசனின் புகழைக் கூட்டினவே தவிர குறைக்கவில்லை.

சாத்தான் என்பதை பைபிள் இருள் என்று கூறுகிறது. மின் விளக்கைக் கண்டுபிடித்ததன் மூலம் இருட்டை விரட்டியதால் 'சாத்தானை விரட்டியவர்' என்று பெயர் பெற்றவர் எடிசன்.

மின் விளக்கைக் கண்டுபிடிக்கக் கிட்டத்தட்ட 8000 முறை முயற்சி செய்த அவர் தன் கடைசி முயற்சியில் தான் வெற்றி பெற்றார். சத்தியமாக இத்தனை விடாமுயற்சி யாருக்குமே இருக்க முடியாது. இதுபற்றி அவர் கூறுகையில், 'என்னவெல்லாம் செய்யக்கூடாது என்பதை 7999 தடவைகள் நான் செய்த சோதனைகளிலிருந்து கற்றுக்கொண்டேன். அதன்மூலம் கடைசியாக என்ன செய்யவேண்டும் என்பதைத் தெரிந்துகொண்டேன்' என்றார்.

பிரம்மாண்டமான ரசிகர் பட்டாளம் அவருக்கு இருந்தது. அதுவும் படித்த இளைஞர்களிடம் அவருக்கு மிகுந்த செல்வாக்கு இருந்தது. பலரின் கனவு அப்போது, நாமும் எடிசன் மாதிரி ஆகவேண்டும் என்பதாகத்தான் இருந்தது.

நிறையப் பேருக்கு கிராமபோன் எனப்படும் இசைப்பதிவுக் கருவியைக் கண்டுபிடித்தவர் எடிசன் என்பது தெரியும். ஆனால் சினிமாப் படக்கருவியைக் கண்டுபிடித்தவரும் அவர்தான் என்பது தெரியாது. அதனைக் கண்டுபிடித்த எடிசன் தெருவில் பெண்கள் நடந்துபோவது, குதிரை வண்டிகள் ஓடுவது போன்ற காட்சிகளைப் படமெடுத்துக் கொண்டு வந்து அறையில் போட்டுக் காட்டினார்.

எந்தக் கண்டுபிடிப்புக்கும் அமெரிக்காவில் பேடன்ட் என்கிற காப்புரிமை செய்யப்பட்டிருந்தால், அதைப் பயன்படுத்துவோரிடமிருந்து ராயல்டி என்ற பெயரில் கணிசமான வருமானம் கிடைக்கும்.

மின்விளக்கு, கிராமபோன் என எல்லாவற்றையும் இந்த வகையில் பதிவு செய்திருந்த எடிசன் சினிமா புரொஜக்டர் கருவியை மட்டும் பதிவு செய்யவில்லை. அது ஏன் என்று நண்பர்கள் கேட்டபோது, எடிசன் சொன்னார்:

'அது ஒரு தெண்டம். என் கண்டுபிடிப்புகளிலேயே எதற்கும் லாயக்கில்லாதது அதுதான். வெளியே கண்ணெதிரே நடப்பதைப் படமாக்கி, திரையில் போட்டுப் பார்ப்பதில் என்ன லாபம் இருக்கும்? இதைப் பதிவு செய்தால் அதற்காக நான் செலுத்தும் பேடன்ட் கட்டணம் ஆயிரம் டாலர் எனக்குத் தான் நஷ்டம்.'

ஆனால், இந்தச் சினிமாதான் எதிர்காலத்தில் உலகத்தையே ஆளப்போகிறது என்று அப்போது அவருக்குத் தெரிந்திருக்கவில்லை. இன்று சினிமா தொழிலில் பல லட்சம் கோடி பணம் புரள்கிறது. லட்சக்கணக்கானவர்களுக்கு இத்துறையால் வேலை கிடைக்கிறது. கோடிக்கணக்கானவர்களுக்குக் கவலையை மறக்கும் பொழுதுபோக்காக இது இருப்பதுடன், பல நாடுகளில் ஆட்சியையே சினிமாதான் தீர்மானிக்கிறது.

எடிசன் மட்டும் சினிமா கண்டுபிடிப்பைப் பேடன்ட் செய்திருந்தால் தலைமுறை, தலைமுறையாக கோடானு கோடி பணமழை பொழிந்திருக்கும். அப்பேர்ப்பட்ட மகத்தான அறிவியல் மேதையின் இறுதிக்காலம் எப்படிப்பட்டதாக இருந்தது?

1931ம் ஆண்டு. எடிசனுக்கு அப்போது 84 வயது. ஆராய்ச்சிக் கூடத்துக்குத் தினமும் சென்று, இரவு பகல் பாராமல் சோதனைச்சாலையே கதி என்று இருந்த அந்த மேதை, சில வருடங்களாக மென்லோ பார்க் நகரில் உள்ள தன் ஆய்வுக் கூடத்துக்குச் செல்வதைப் பெரிதும் குறைத்துக் கொண்டிருந்தார்.

80 வயதுக்கு பிறகு அவர் சாப்பிடும் உணவின் அளவு மிகவும் குறைந்தது. அவரது நடமாட்டமும் குறைந்தது. அடுத்த இரண்டு ஆண்டுகளுக்குப்பின் அதிக நேரம் நாற்காலியில் அமர்ந்தபடியோ, கட்டிலில் படுத்தபடியோ தான் அவர் இருந்தார். ஆனாலும் அவரது விஞ்ஞான ஆர்வம் குறையவில்லை.

சார் பஸ்லின்ட் பெர்க் என்பவரைச் சந்தித்த அவர், விமானம் வானில் ஏறுதல், இறங்குதல் குறித்த விவரங்களைப் பற்றி ஆர்வமாக விசாரித்தார். 'பனிமூட்டத்துக்குள் எப்படி விமானத்தைச் செலுத்துவது என்பது பற்றி விஞ்ஞானிகள் தீவிரமாக ஆராய்ந்து வருகின்றனர். எனக்கு அதுபற்றி ஒரு கருத்து உள்ளது' என்றார் எடிசன். (ரேடார் கண்டுபிடிக்கப்படாத காலம் அது.)

11.8.1931. எடிசன் உடல் நலம் மிகவும் பாதிக்கப்பட்டது. அவரால் உணவைக்கூட சரியாக உண்ண முடியவில்லை. மிக மோசமாக இருந்த அவரது உடல்நிலை, சில நாட்களுக்குப் பிறகு சிறிது சிறிதாக குணமாகத் தொடங்கியது. திடீரென்று மறுபடியும் உடல் வலிமை குன்றத் தொடங்கியது. ஹென்றி போர்டு போன்ற பலரும் வந்து ஆறுதல் கூறினார்கள்.

அக்டோபரில் உடல் நிலை மிகவும் மோசமானது. நெடு நேரம் அரைத்தூக்க நிலையில் இருந்தார் எடிசன். நினைவுடன் இருக்கும்போது மிகவும் தைரியமாகக் காணப்பட்டார். அந்த நிலையிலும் விஞ்ஞான ஆர்வத்துடன் தனது உடலில் என்ன விதமான கோளாறு இருக்கிறது, அதற்கு எடுக்கப்படும் நடவடிக்கைகள் என்ன என்றெல்லாம் விசாரித்தார். லென்ஸ்களையும், மருத்துவ அறிக்கைகளையும் கொண்டு வரும்படி சொன்னார்.

அவரைக் கவனித்துக்கொண்டவர்களில் ஒருவர், இடக்கானவராக அல்லது இங்கிதம் தெரியாதவராக அவர் இருந்திருக்கலாம், அவர் எடிசனிடம் கேட்டார்.

'இறப்புக்குப் பின் உள்ளதைப் பற்றி என்ன நினைக்கிறீர்கள்?'
'அதைப் பற்றி நான் கவலைப்படவில்லை. ஏனெனில் யாருக்குமே அதுபற்றித் தெரியாது' என்றார் எடிசன்.

அவரது படுக்கையின் பக்கத்தில் பெரிய ஜன்னல் ஒன்று இருந்தது. அதன் வழியே பார்த்தால் புல்வெளி, தொலைவில் புங்கன் மரங்கள் என அழகான இயற்கைக் காட்சிகள் கண்முன் விரியும். அங்கே ஒரு நாற்காலியில் எடிசன் அமரவைக்கப்படுவார். மங்கிய கண்களால் இயற்கைக் காட்சிகளைப் பார்த்தபடி அமர்ந்திருப்பார்.

அக்டோபர் மாத முதல் பகுதியிலேயே எடிசன் தன் வாழ்வின் இறுதிக் கட்டத்தை எட்டிய தகவல் எங்கும் பரவியது. அப்போது எடிசன் மனைவி மினா கேட்டார். 'உங்களுக்குத் துன்பமாக இருக்கிறதா?'

அதற்கு மென்மையான குரலில் பதில் சொன்னார் எடிசன்.

'இல்லை. நான் காத்துக்கொண்டிருக்கிறேன்.'

மற்றொருமுறை இப்படிக் கூறினார்.

'இங்கு எல்லாம் மிகவும் அழகாக இருக்கிறது.'

அக்டோபர் இரண்டாம் வாரத்தில் எடிசனின் உடல்நிலை மோசமடைந்த தகவல் அறிந்து பத்திரிகையாளர் கூட்டமே அங்கு படையெடுத்தது. ஒரு மரணத்தைப் பார்த்து அதைத் தத்ரூபமாக நேரடி வர்ணனைகளுடனும், புகைப்படங்களுடனும் எழுத வேண்டுமே!

இரவு நேரங்களில் எடிசனது அறை இருட்டாக வைக்கப்படும். எப்போதும் அவருக்கு உதவி செய்வதற்காக அருகே ஒரு நர்ஸ் இருப்பது வழக்கம். கீழே ஹாலில் நண்பர்களும் உறவினர்களும் கூடி இருந்தனர். அதில் சிலர் 52 ஆண்டுகளுக்கு முன்பு எடிசனுடன் இதேபோல் அவர் முதலில் கண்டுபிடித்த மின்சார பல்பு எத்தனை மணிநேரம் எரியும் என்று கண்டறியக் காத்துக் கொண்டிருந்த கதையை உணர்வுப்பூர்வமாக விவரித்தனர்.

எடிசன் மகன் சார்லஸ் நடுநடுவே தந்தையின் அறைக்குச் செல்வார். நண்பர்கள், 'எப்படி இருக்கிறார்?' என்று கேட்பார்கள்.

'பல்பு இன்னும் எரிகிறது' என்பார் அவர் இரு பொருளில். அவர்கள் மகிழ்வார்கள்.

அக்டோபர் 17. எடிசனின் நாடித்துடிப்பு விழ ஆரம்பித்தது. 18ம் தேதி ஞாயிற்றுக்கிழமை அதிகாலை மணி 3.24. அறைவிளக்குகள் பிரகாசமாக எரிந்து கொண்டிருக்க, அந்த ஒளிவிளக்கு மட்டும் அணைந்து விட்டது. ஆம். எல்லோரும் விரும்பும் அபூர்வ மரணம் அவருக்கு நிகழ்ந்தது. வெகு சிலருக்கே கிடைக்கும் அற்புதமான மரணம் அவருக்கு வாய்த்தது. உறக்கத்திலேயே அவரை மரணம் அழைத்துக் கொண்டுவிட்டது.

ஆயுள் முழுவதும் அறிவியல் வேட்கை கொண்டிருந்தவர் எடிசன். ஒரு விஞ்ஞானிக்குத் தான் செய்யும் சோதனையும், அதிலிருந்து கிடைக்கும் முடிவும்தான் முக்கியம். உண்டு, இல்லை என கட்சி கட்டுவது அவன் வேலையில்லை.

வாழ்க்கையையே ஓர் ஆராய்ச்சிச் சாலையாக மாற்றிக்கொண்ட எடிசன், மரணத்துக்குப்பின் என்ன என்றபோது, 'அதுபற்றிய கவலை எனக்கு இல்லை. அதுபற்றி யாருக்குமே தெரியாது' என்கிறார். 'துன்பமாக இருக்கிறதா?' என்றபோது 'இல்லை. நான் காத்திருக்கிறேன்' என்கிறார். ஒரு விஞ்ஞானியின் மனநிலை அது. தெரியாத முடிவு பற்றி விஞ்ஞானி ஆராய்வார். அந்த முடிவு பற்றிக் கவலைப்படமாட்டார். முடிவுக்காகக் காத்திருப்பார்.

வாழ்விலும் மரணத்திலும் இத்தகைய மனநிலையே அவரிடம் இருந்தது. துன்பமோ, வலியோ இன்றி இயல்பாக மரணத்துடன் இணைந்தார் அவர்.

27 சர் ஐசக் நியூட்டன்

மகத்தான கண்டுபிடிப்புகள் எல்லாமே மிகவும் நற்செயலாகத்தான் நடந்திருக்கின்றன. அதைத் தற்செயல் என்று கூற முடியாது. அவை எப்போதும் இருப்பவை தான். ஆனால், நாம்தான் தற்செயலாக அவற்றைக் கவனிக்கிறோம். அந்தத் தருணம் வரலாற்றின் மறக்க முடியாத தருணமாகி விடுகிறது.

மேலே தொங்கவிடப்பட்ட விளக்கு காற்றில் ஆடுவது காலம் காலமாக நடைபெறும் ஒரு சம்பவம் தான். ஆனால், மாதா கோயிலில் கூடியிருந்த ஒட்டுமொத்த கூடிய கூட்டமும் பாதிரியாரின் பிரசங்கத்தைக் கேட்டுக் கொண்டிருக்க, சிறுவன் கலிலியோ மட்டும் அங்கிருந்த கூரையில் இருந்த ஷான்டலியர் விளக்கு காற்றில் ஆடுவதைக் கண்டான். கையின் நாடித்துடிப்பைக் கணக்கிட்டபடி அதன் அலைவைக் கணக்கிட்டான். நடுவிலிருந்து அது இந்தக் கோடிக்குச் செல்ல எவ்வளவு நேரமானதோ, அதே அளவுதான் மறுகோடிக்கு செல்லவும் ஆனது. இதன் விளைவாகத் தனி ஊசல் விதிகள் அவரால் கண்டுபிடிக்கப்பட்டன. பின்னர் அதிலிருந்து கடிகாரங்கள் கண்டுபிடிக்கப்பட்டன.

லட்சக்கணக்கான ஆண்டுகளாக மரங்களில் இருந்து ஆப்பிள் பழம் விழுந்துகொண்டு தான் இருக்கிறது. பழுத்தவுடன் பழம் தானே கீழே விழுகிறது என்ற எண்ணம்தான் எல்லாருக்கும் ஏற்பட்டது. ஆனால், இது ஏன் விழுகிறது என சிந்தித்தார் ஒருவர். விளைவு, புவிஈர்ப்பு விசை கண்டுபிடிக்கப்பட்டது.

புவி ஈர்ப்பு விசை என்பது கண்டுபிடிக்கப்பட்டதுதான் இன்று மனித குலம் சந்திரனில் காலடி வைப்பதற்கும், புளூட்டோ கிரகத்தைத் தாண்டி, அடுத்த மண்டலத்தை நோக்கி ஆளில்லா விண்கலம் செலுத்துமளவுக்கும் மனிதனை முன்னேறச் செய்தது.

இதனாலேயே நியூட்டனுக்கு 'விஞ்ஞான உலகின் இளவரசன்' என்ற பட்டப் பெயர் ஏற்பட்டது.

நியூட்டன் கண்டுபிடித்த 'ஒவ்வொரு விசைக்கும், எதிர் விசை உண்டு' என்ற அழியாத பிரபஞ்ச விதிதான் அதற்குப் பிறகு நடந்த அனைத்து கண்டுபிடிப்புகளுக்கும் ஆணிவேராக இருந்தது. 'இயற்கையும், இயற்கை விதிகளும் இருளில் ஆழ்ந்து கிடந்தன. நியூட்டன் பிறக்கட்டும் என்று கடவுள் சொன்னார். அதற்காகக் காத்திருக்கச் சொன்னார். நியூட்டன் பிறந்தார். எங்கும் ஒளி நிறைந்தது' என்று பாடினார் ஒரு கவிஞர்.

1642ல் பிறந்த ஐசக் நியூட்டன் 85 ஆண்டுகள் வாழ்ந்து 1727ல் தான் மறைந்தார். ஆனால் அவர் பிறந்தபோது, பாமர மக்களின் மொழியில் சொல்வதானால் 'துக்னியூண்டு' இருந்தார். அந்தப் பிறந்த குழந்தைக்கு மருந்து வாங்கிவரப் புறப்பட்டுச் சென்ற 2 பெண்கள் தாங்கள் திரும்பிவரும் வரை இந்தக் குழந்தை உயிரோடிருக்குமா என்பதே சந்தேகம் என்றுதான் பேசிக்கொண்டு நின்றனர்.

'கால் காலன் அளவுள்ள ஒரு குவளைக்குள் அவனை முழுதாகப் போட்டு மூடிவிட முடியும்' என்கிற அளவிற்குத்தான் அவன் இருந்தான் என்று பின்னாளில் அவரது தாய் இதைப் பற்றிக் குறிப்பிட்டார்.

விஞ்ஞான உலகில் புரட்சியை ஏற்படுத்திய கலிலியோ இறந்த ஆண்டில்தான் நியூட்டன் பிறந்தார். அன்று கிறிஸ்துமஸ் தினம் வேறு. ஆனால் பிறந்தபோதும், பிறந்த பின்னரும் உடல் ஆரோக்கியத்தைப் பொருத்தவரை சராசரியான குழந்தையாகத்தான் இருந்தான் நியூட்டன்.

கலிலியோ வாழ்ந்த காலம் கொந்தளிப்பு மிகுந்ததாயிருந்தது. மதவாதமும், அறிவியலும் போர்புரிந்து கொண்டிருந்த காலகட்டம் அது. 'உலகம் தட்டை. பூமிதான் பிரபஞ்சத்தின் மையம்' என்ற கருத்துகளுக்கு எதிரானவர்களை பைபிளின் எதிரிகள், சாத்தானின் படைவீரர்கள் என மதவாதிகள் உயிரோடு கொளுத்திய காலம். அவர்களின் தண்டனைகளிலிருந்து கலிலியோவும் தப்பவில்லை.

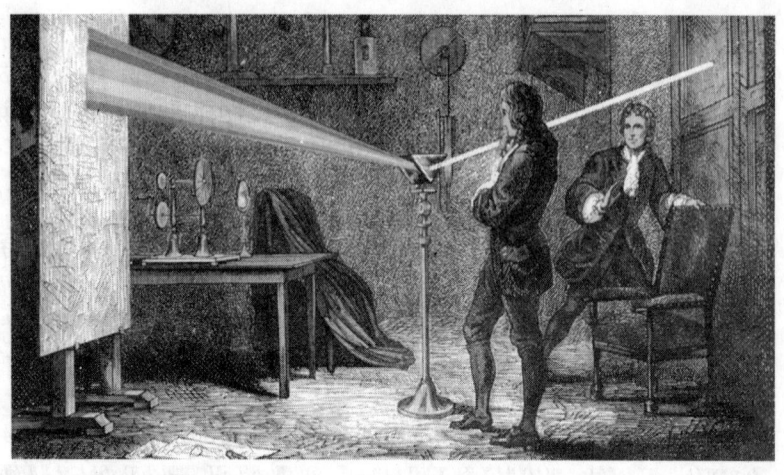

மதம் சார்ந்த அறிவியல் நம்பிக்கைகள் தகர்ந்து உண்மை மேலெழுவதற்கு நியூட்டனின் புரட்சி பேருதவி செய்வதாக இருந்தது. 80 வருடங்களில் கிரகங்களின் சஞ்சாரம், வடிவம், வால் நட்சத்திரங்களின் பாதை, கடல் ஏற்ற, இறக்கங்கள், ஒளிக்கதிர்களின் ஓட்டப் பாகுபாடு, நுண்கணிதம், புவிஈர்ப்பு விதிகள் குறித்த பல கண்டுபிடிப்புகளைச் செய்து அபாரமான சாதனைகளை நிகழ்த்தினார் அவர்.

நியூட்டனுக்கும் எதிர்ப்புகள் இல்லாமல் இல்லை. ஆனால் கலிலியோ காலத்தில் மக்களின் மீது இருந்த மதத்தின் பிடி இப்போது ரொம்பவே தளர்ந்து போயிருந்தது.

நம்மை முற்றிலுமாக ஓரங்கட்டாமல் ஓரளவுக்குத் தங்களுக்குச் சமூக அந்தஸ்து கொடுத்தாலே போதும் என்ற நிலைக்கு மத அமைப்புகள் இறங்கி வரத்தொடங்கி இருந்தன. அறிவியல் வசதிகள் அவர்களுக்கும் தேவையான ஒன்றுதானே!

80-வது வயதிலேயே நியூட்டன் உடலளவில் பெருமளவிற்குத் தளர்ந்துவிட்டிருந்தார். 2 ஆண்டுகள் கழித்து 1724ல் அவருக்குச் சிறுநீர்ப் பையில் கற்கள் இருப்பது தெரியவந்தது. இப்போது உள்ளதுபோல் அந்தக் கற்களைக் கரைக்கவோ, அறுவை சிகிச்சை மூலம் அகற்றவோ அப்போது வழிகள் கிடையாது. அதனால் சிறுநீர் கழிக்கும்போது கடுமையான வலியை அவர் அனுபவிக்க வேண்டி வந்தது.

நியூட்டன் அப்போது 'ராயல் சொசைடி'யின் தலைவர். நாணயங்கள் அச்சிடப்படும் தொழிற்சாலைக்குத் தலைவரும்கூட. இந்தப் பணிகள் வேறு அவரை வாட்டின. மருத்துவர் பீட், 'பயணங்கள் கூடாது. முழுமையான ஓய்வு தேவை' என்று

எச்சரித்தார். ஆனால் அவர் பதவி விலகுவதை அரசு விரும்பவில்லை. அவருக்கு உதவியாக ஒரு துணைத் தலைவரை நியமிக்க முன்வந்தது.

லண்டனில் அக்காலத்தில் பலரையும் பாதிக்கும் நோயாக நுரையீரல்களில் ஏற்படும் அடைப்பு இருந்தது. அது நியூட்டனையும் பாதித்ததால் 1725-ல் லண்டனைவிட்டு நீங்கி, கென்சிஸ்டன் கிராமத்துக்குச் சென்றார்.

அங்கு இருந்த இரண்டு ஆண்டுகளில் அவர் நன்கு குணம் அடைந்ததால் மீண்டும் 28.2.1727ல் லண்டன் திரும்பினார். அங்கு தங்கியிருந்த அவர் மார்ச் 2-ல் ராயல் சொசைட்டி கூட்டத்துக்குத் தலைமை வகித்தார்.

மார்ச் 4-ல் மீண்டும் உடம்பு பாதிக்கப்படவே அவசர, அவசரமாக மீண்டும் கென்சிஸ்டன் திரும்பினார். கிராமியச் சூழலில் இருந்ததன் காரணமாக உடல்நிலையில் ஓரளவு குணம் தெரிந்தது. எல்லா அறிஞர்களும் கொஞ்சம் குணமானதும் என்ன செய்வார்களோ அதையே அவரும் செய்தார். படிக்கவும், மருத்துவர்களுடன் பேசவும் ஆரம்பித்தார்.

1727, மார்ச் 18. அவர் உடல் நிலை மீண்டும் மோசம் அடைந்தது. அதனால் மயக்கத்தில் ஆழ்ந்த அவர் பின்னர் அதிலிருந்து மீளவேயில்லை. மார்ச் 20 அதிகாலை அவர் நினைவு திரும்பாமலே மரணத்தில் ஆழ்ந்தார்.

லண்டனில் கேம்பிரிட்ஜில் உள்ள டிரினிடி கல்லூரி முன்பு ஒரு சிறு சர்ச் உள்ளது. அதன் முன்புறம், அந்தக்கல்லூரியில் பயின்ற பிரபலங்கள் பலரும் சிலைகளாக நிறுத்தப்பட்டுள்ளனர். மெக்காலே, லார்டு டென்னிசன், பிரான்சிஸ் பேகன் போன்ற பலர் இடம் பெற்றுள்ள அந்த வரிசையில் முதல் இடத்தில் இருப்பது நியூட்டனின் சிலை தான். அதில் பொறிக்கப்பட்டுள்ள வாசகங்கள்.

நியூட்டன்
கியூஜனஸ் ஹியூமனம் இன்ஜெனிஸ் சூப்பராவிட்
(அறிவு கூர்ந்த எல்லா மனிதர்களையும்விட சிறந்தவர்)

அவரது கண்டுபிடிப்புகளால் ஏற்பட்ட தாக்கம் மதிப்பிற்கப்பாற்பட்டது. நியூட்டன் இவற்றையெல்லாம் எப்படிக் கண்டுபிடித்தார்?

இதுபற்றி அறிவியல் உலகம் இன்றும் அடங்காவியப்புடன் தான் பேசிக்கொள்கிறது.

தன் கடைசிக் காலத்தில் தன்னைக் காணவந்த ஸ்டூக்வி என்ற நண்பரிடம் அவர் கூறினாராம்:

'நான் ஒரு விஷயத்தைப் பற்றியசிந்தனையில் ஆழ்ந்திருந்தேன். மரத்திலிருந்து ஓர் ஆப்பிள் கீழே விழுந்ததால் ஏற்பட்ட ►

சிந்தனை அது. ஆப்பிள் எப்போதும் ஏன் தரைமீது விழ வேண்டும்? மேல்நோக்கியோ, பக்கவாட்டிலோ விழாமல், மையத்தை நோக்கி ஏன் விழவேண்டும். பூமி அதை இழுக்கிறது" என்பதுதான் அதற்குக் காரணமாக இருக்கவேண்டும். பொருளினுள் ஓர் இழுக்கும் சக்தி இருக்கவேண்டும். பூமியின் இழுப்புத்திறன் மொத்தமும் அதன் மையத்தில் தான் இருக்கவேண்டும். அதன் பக்கவாட்டுகளில் அது இருக்க இயலாது. ஒரு பொருள், இன்னொருபொருளை இவ்வாறு இழுத்தால் அதன் விளைவுக்குச் சரிசம விகிதத்தில் அது இருக்க வேண்டும். அதனால் ஆப்பிள் பூமியை இழுக்கிறது. பூமியும் ஆப்பிளை இழுக்கிறது.'

விஞ்ஞான ரீதியாக நியூட்டன் கண்ட தத்துவம் எதுவோ அதுவே விஞ் ஞானம் கடந்த மெய்ஞ்ஞானத் தத்துவமாகவும் உள்ளது. இயற்கையில் ஒவ்வொரு விளைவுக்கும் எதிர்விளைவு உண்டு என்கிறது நியூட்டன் விதி. ஆன்மீகம் கூறும் கர்மா தத்துவமும் இதையேதான் கூறுகிறது.

குளத்தின் நடுவே கல்லை எறிந்தால் நடுவிலிருந்து வட்டமாக அலை கிளம்பிச் சென்று கரையில்போய் மோதுகிறது. அதே சமயம் கரையில் மோதி எதிரலை கிளம்பி வந்து மையத்தில் இணைகிறது.

'தாகத்தால் தவிப்போர் தண்ணீரைத் தேடுகின்றனர். தண்ணீரும் தேடுகிறது தாகத்தால் தவிப்பவர்களை' என்கிறார் சூஃபி ஞானி ஜலாலுதீன் ரூமி.

பக்தர்கள் கடவுளைத் தேடுகின்றனர் என்றால் கடவுளும் பக்தர்களைத் தேடுகிறார். அந்த வகையில், மரணம் மனிதனை ஆட்கொள்கிறது என்றால் மனிதனும் அந்த மரணத்தை உள்ளூர விழைகிறான் என்று தானே பொருள்.

தனது திறமை பற்றி நியூட்டன் எப்படி மதிப்பிட்டார் என்பது பற்றி ஒருமுறை அவரே இப்படிக் கூறியுள்ளார்:

'இந்த உலகத்தின் முன்பாக நான் எப்படித் தோன்றுகிறேன் என்பது பற்றி எனக்குத் தெரியாது. ஆனால் எனக்குக் கடற்கரையில் விளையாடிக்

கொண்டிருக்கும் ஒரு சிறு பையனாகவே நான் தோன்றுகிறேன். அவ்வப்போது ஒரு வழவழப்பான கூழாங்கல்லையோ, அல்லது சாதாரண கிளிஞ்சலைவிட அழகான ஒரு கிளிஞ்சலையோ கண்டெடுத்து, என் மனத்தை வேறு வழியில் திருப்பிக் கொள்கிறேன். அப்போது உண்மையின் ஒரு மாபெரும் கடல் கண்டுபிடிக்கப்படாமல் என் முன்னால் உள்ளது.'

வாழ்வை, மரணத்தைப் பற்றிய நியூட்டனின் கருத்து இது. ஒரு வகையில் ஔவை சொன்ன 'கற்றது கைம்மண் அளவு, கல்லாதது உலகளவு' என்ற கருத்தைப் போலவே இதுவும் தோன்றினாலும், ஊன்றிக் கவனித்தால் கடற்கரை மணலில் கிளிஞ்சல் பொறுக்கும் சிறு பையன் தனக்கு எதிரே உள்ள பிரம்மாண்டக் கடலை மறந்துவிட்டு, தான் பொறுக்கிய அழகான கிளிஞ்சலைக் கண்டு மகிழ்வதுபோல், பிரம்மாண்டமான இயற்கையை மறந்துவிட்டு, தான் கண்டுபிடித்த விஞ்ஞானக் கண்டுபிடிப்பு என்னும் ஓரிரு கிளிஞ்சல்களை அடைந்ததிலேயே பெரும்பாலான மனிதர்கள் மகிழ்ந்து போய் விடுகின்றனர் என்ற கருத்து ஒளிந்திருப்பதைக் காணலாம்.

வானமும் பூமியும் அழியா உண்மைகளாக எதிரே இருக்க, நிரந்தர உண்மையாக மரணம் எப்போதும் உடன் இருக்க, அதைக் கண்டுபிடித்தேன், இதைக் கண்டுபிடித்தேன் என்று சொல்லிக் கொண்டிருப்பதெல்லாம் எவ்வளவு பேதைமையான ஒரு செயல் என்று கேட்காமல் கேட்கிறார் நியூட்டன் என்பது இதைப் பற்றிய சிலரின் கருத்து.

28 இன்னும் சிலர்...

பூமியில் மனித குலம் உள்ளவரைக்கும் பிரபலங்கள், மேதைகள் வாழ்ந்துகொண்டும், இறந்துகொண்டும் தான் இருப்பார்கள். இவர்கள் ஒவ்வொருவரும் மரணத்துக்கு முன்பு ஏதாவது கூறத்தான் செய்வார்கள்.

அவை வரலாற்றுப் பதிவுகள் என்பதில் சந்தேகமில்லை.

ஆனால், அவை அவர்களுக்குப் பின்வரும் தலைமுறையினரால் மட்டுமே ஆராயப்படும். ஆகவே இது முடிவில்லாத ஒரு தொடர்கதை.

இதுவரை மனித குலத்தில் தோன்றிய மாமனிதர்கள் தங்கள் மரணத்தறுவாயில் உதிர்த்த கடைசி சொற்களின் உட்பொருளைப் பற்றி ஆராய்ந்து எழுதுவதானால் அவை பல பாகங்களாக விரியும் .

அதனால், இதுவரை பார்ததுபோல் ஒவ்வொன்றைப் பற்றியும் தனித்தனி அத்தியாயங்களாகப் பார்க்காமல், முக்கிய மனிதர்கள் கடைசியாகச் சொன்ன சொற்களைப் பற்றி மட்டும் இந்தப் பெரிய அத்தியாயத்தில் பார்ப்போம்.

இதுவரை நாம் ஒரு 20 முதல் 25 பேரை மட்டுமே பார்த்தோம். இன்னும் ஏராளமானோர் உள்ளனர். பைரன் போன்ற கவிஞர்கள், தாமஸ் ஜெபர்சன் போன்றவர்கள்; சிசரோ போன்ற வரலாற்றாசிரியர்கள் என பெரிய பட்டியலே இருக்கிறது. எனவே, ஒவ்வொருவரைப் பற்றியும் ஒன்றிரண்டு பத்திகளில் அடங்கும்படியான தகவல்களைப் பார்ப்போம்.

வால்டேர் என்ற எழுத்தாளரை அறியாதவர்கள் இருக்க முடியாது. பிரெஞ்சுப் புரட்சிக்கு அஸ்திவாரமாக இருந்தது ரூஸ்ஸோ, வால்டேர், மான்டெஸ் கியூ ஆகிய மூவரின் எழுத்துக்கள்தான்.

வால்டேரின் தோற்றம் 1694-ல். மறைவு, 1778-ல். இந்த இடைப்பட்ட காலம் ஐரோப்பாவின் கொந்தளிப்பான காலமாக இருந்தது. அப்போது கொழுந்துவிட்டு எரிந்த புரட்சித் தீயை வால்டேரின் எழுத்துகள் விசிறி விட்டன.

தன் ஆயுளில் பெரும் பகுதியை நோயாளியாகவே கழித்த வால்டேர் அடிப்படையில் நாத்திகர் அல்லர். ஆனால் அமைப்பு ரீதியாக மதங்கள் செயல்படுவதை எதிர்த்தார்.

பிரெஞ்சுக்காரராயிருந்த போதிலும், நாற்பதாண்டுகளுக்கு மேல் நாடு கடத்தப்பட்டவராக இருந்தும், தனது 65-வது வயதில் சுவிட்சர்லாந்து எல்லையில் பெர்ணி கிராமத்தில் நிரந்தரமாகத் தங்கியிருந்தபோது 'எக்ரேசஸ் வின்பேம்' என்ற நூலை வெளியிட்டார். 'யுத்த முழக்கம்' என்ற பெயரில் அது உலகப் புகழ் பெற்ற புத்தகமாக மதிக்கப்பட்டது.

1778 பிப்ரவரியில் பாரிஸ் திரும்பினார். எப்போதும் அவரைக் காணக் கூட்டம் இருந்தது.

12.5.1778-ல் மருமகள் மேடம் டெனிசுடன் நடந்து சென்று கொண்டிருக்கையில் உடல் நிலை மோசமானதால் அவர் அவசரமாக வீடு திரும்பினார். கடும் ஜுரம் அவரை வாட்டியது. 4 நாட்கள் சென்றபின் ஓரளவு தேறினார். ஜெல்லியைக் கரண்டியால் உணவாக ஊட்டினார்கள்.

பாதிரியார் கால் டியர் என்பவர் அவரிடம் வந்து, "உங்கள் ஆன்மாவைக் காப்பாற்றிக் கொள்ளுங்கள்" என்று சொன்னபோது, 'நீங்கள் ஒரு நல்ல மடையன்' என்று கூறி அவரை அங்கிருந்து வெளியேறச் செய்தார் வால்டேர்.

அதற்குச் சில நாட்களுக்குப்பின் மதகுருவான மார்ட்டின் என்பவர் வந்து, 'கடவுள் நம்பிக்கை இல்லாதவராகிய நீங்கள் இப்போதே, இங்கேயே பாவ மன்னிப்பு கேட்கவேண்டும். அதுவரை இந்த இடத்தை விட்டு நான் ஓர் அங்குலம்கூட நகரமாட்டேன்' என்றார்.

அவரைப் பார்த்து 'மதகுரு அவர்களே, நீங்கள் யாரிடமிருந்து வந்திருக்கிறீர்கள்?' என்று கேட்டார் வால்டேர்.

'நான் நேரடியாகக் கடவுளிடமிருந்தே வந்திருக்கிறேன்.' என்றார் மதகுரு.

'நல்லது. அதற்கான ஆதாரச் சான்றுகள் எங்கே?' என்று கேட்டார் வால்டேர்.

பிப்ரவரி 25. அவர் கடுமையாக இருமியபோது வால்டேரின் ரத்தக்குழாய் உடைந்தது. நண்பர்கள் மற்றொரு பாதிரியாரை அழைத்து வந்தனர். வால்டேர் கடவுள் நம்பிக்கையாளர் என உலகத்தினரை நம்பவைக்க அனைவரும் படாதபாடு பட்டத்தைக் கண்டு அவர் மிகவும் எரிச்சலடைந்தார். இதுபற்றிய தனது கருத்தைத் தெரிவிக்கும் வகையில் அவர் பிரகடனம் போன்ற ஒன்றை எழுதினார்.

'நான் கடவுளை நேசித்துக் கொண்டும், நண்பர்களிடம் அன்பு செலுத்திக் கொண்டும், என் எதிரிகளை வெறுக்காமலும், மூட நம்பிக்கைகளை வெறுத்துக் கொண்டும் இறக்கிறேன். 28.2.1778 வால்டேர்.'

30-5-1778 அன்று மாலை 6 மணி. வால்டேர் தன் வாழ்வின் இறுதி கட்டத்தில் இருந்தார். அப்போது டே டெர்சாக் என்பவர் அவரை அணுகி, அவரை எழுப்ப முயற்சிப்பவர்போல், 'ஜீசஸ் கிரைஸ்ட்' என்று ஏசுவின் பெயரை உரக்கக் கூவினார். வால்டேர் அரை மயக்க நிலையில் கண் விழித்துப் பார்த்து, 'என்னை நிம்மதியாக இறக்க விடுங்கள்' என்று கையால் அவரைப் பார்த்து சைகை காட்டினார்.

இரவு 11 மணி இருக்கும் அப்போது தன் நண்பரான மோரண்ட்டின் கையைப் பற்றிக்கொண்டு, 'போய் வருகிறேன், என் அன்புக்குரிய மோரண்ட். நான் இறந்து கொண்டிருக்கிறேன் என்றார் வால்டேர். இது நடந்த அடுத்த 10 நிமிடங்களில் இரவு 11.15க்கு பிறகு பரிபங்காய்ஸ் மாரி ஆரூட் வால்டேர் என்னும் பெயர் கொண்ட அந்த மனித உரிமைப் போராளி இப்பூலகிலிருந்து விடை பெற்றார்.

▼

சிக்மண்ட் பிராய்ட் பற்றித் தெரியாத, பேசாத மனோதத்துவ நிபுணர்கள் இருக்கவே முடியாது. தந்தை-மகள், தாய்-மகன், அண்ணன்- தங்கை, தாத்தா- பேத்தி, பாட்டி- பேரன் என்று அது எந்த விதமான உறவாயினும் இந்த உலகில் உள்ள அனைவருக்கிடையேயும் இழையோடுவதும் அதற்குப் பின்னே இருந்து இவர்களை இயக்குவதும் பாலியல் கவர்ச்சிதான் என்று அறிவித்து அசுரப் புரட்சி நடத்தியவர். சமயங்கள் உருவாக்கிய

பக்தி, பாசம் போன்ற மென்மையான உணர்வுகளின் மேலே போர்த்தப்பட்டிருந்த மாய உறைகளைக் கிழித்து எறிந்து அதன் உள்ளே மறைந்திருக்கும் உண்மைகளை அப்பட்டமாகத் தோலுரித்துக் காட்டியவர்.

> **ஒவ்வொரு ஆண் குழந்தைக்கும் அறிமுகமாகும் முதல் பெண் தன் தாய்தான். எனவே தான் அதற்குப் பிறகு தன் வாழ்க்கையில் எதிர்ப்படும் ஒவ்வொரு பெண்ணிலும் அவன் மனம் தன் தாயையே தேடுகிறது. அதேபோல் ஒவ்வொரு பெண்ணுக்கும் தந்தையே முதன் முதலில் பரிச்சயமாகும் ஆண். எனவே எங்கும் அவள் மனம் தந்தையையே தேடும்.**

(பின்னாளில் இதனை ஈடிப்பஸ் காம்ப்ளக்ஸ், எலக்டிரா காம்ப்ளக்ஸ் என்றெல்லாம் பெயரிட்டு அழைத்தனர். இவர்கள் இருவருமே கிரேக்க புராணத்தில் வரும் பாத்திரங்கள். ஈடிப்பஸ் தன் தாயையே மணந்து கொண்டான். எலக்டிரா என்பவள் தன் தந்தையையே மணந்து கொண்டாள்.)

6-5-1856ல் பிறந்து 23-9-1939ல் மறைந்த பிராய்ட் 83 ஆண்டுகள் வாழ்ந்தார். 1907ம் ஆண்டு முதலே தன் நண்பர் பெரன்சி என்பவரிடம் பிப்ரவரி, 1918ல் தன் வாழ்வானது முடிவுக்கு வந்துவிடும் என அடிக்கடி கூறிக்கொண்டே இருந்தார். இப்படிப்பட்டதொரு அழுத்தமான நம்பிக்கை ஏனோ அவரிடம் இருந்தது.

1936-ல் அவருடைய 80-வது பிறந்தநாள் வந்தது. அப்போது தன் தந்தை, சகோதரர் இமானுவேல் ஆகியோர் தங்களது 81-வது வயதில் இறந்ததை மனதில் கொண்டு, தானும் அதேபோல் தனது 81 வயதில் இறந்துவிடப் போவதாக அடிக்கடி சொல்ல ஆரம்பித்தார். ஆனால், அப்படி ஏதும் நடந்துவிடவில்லை. 81 வயது தாண்டியதும் தன் தாய் 95 வயதில் இறந்ததுபோல் தாமும் தனது 95 வயதில் இறந்துவிடுவேன் என்று சொன்னார். ஆனால் முன்னதாக 1939 -லேயே இறந்தார்.

1938 மார்ச் 12 அன்றுதான் நாஜிப் படை ஆஸ்திரியாவை வென்றது. 15-ம் தேதி அவரது வீட்டை ராணுவம் சூறையாடி, எல்லோருடைய பாஸ்போர்ட்களையும் பறிமுதல் செய்தது. மார்ச் 22-ல் அவருடைய வீட்டையும் துவம்சம் செய்தது.

பிரான்ஸ் இளவரசி போனபார்ட், அமெரிக்க தூதர் வில்லியம் சிபுல் விட், அமெரிக்க அதிபர் ரூஸ்வெல்ட் ஆகியோரின் வற்புறுத்தலால் நாஜி அரசு பிராய்டை மட்டும் விடுவித்தது. 15.6.1938-ல் இங்கிலாந்துக்குத் தமது நூலகத்துடன் வந்து சேர்ந்தார் அவர். அவரது சகோதரிகள் கோஸா, டால்பி, மாரி, பாலா ஆகியோர் நாஜிகளின் விஷப்புகை முகாமில் வைத்துக் கொல்லப்பட்டனர்.

ஏற்கெனவே புற்றுநோய்க்காக இரு அறுவை சிகிச்சைகளை சந்தித்திருந்த பிராய்ட், மூன்றாம் முறையாக இன்னொரு அறுவை சிகிச்சையை எதிர்கொண்டார். அதனால் பலன் ஏதும் ஏற்படவில்லை. தாடையில் வலி தொடர்ந்தது. ஒரு சிறு எலும்புத்துண்டை நீக்கினார்கள் வலி இன்னும் அதிகரித்தது. ▶

இளவரசி போனபார்ட்டுக்கு அவர் கடிதம் எழுதினார். 'எனது உலகம் முன்பு இருந்ததுபோல், அக்கறையற்ற ஒரு கடலில் மிதக்கும் வலியின் சிறு தீவாக ஆகிவிட்டது.'

வலியிலும்கூடத் தன் பணிகளைத் தொடர்ந்தார். இறப்புக்குச் சில வாரங்களுக்கு முன்பு 'மோசஸும், ஒரு கடவுள் என்கிற கோட்பாடும்' என்ற நூலை எழுதி முடித்தார். ஆனால் 'மன உணர்வு ஆய்வின் சுருக்கம்' என்ற நூலை முழுமையாக முடிக்க முடியவில்லை.

பிராய்ட் வெளிப்படையானவராக இருந்தார். 'இளைஞர்களிடம் ஒழுக்கம் இல்லை என்று குறை கூறுகிறார்கள். கூர்ந்து பார்த்தால் அவர்கள்தான் மிகுந்த நெறியோடிருக்கின்றனர் என்பது தெரியும். வயதாக, ஆக நீங்கள் மோசமாவதை நீங்களே உணரலாம். வயதான காலத்தில் பெண்கள் அச்சம் தருபவர்களாகி விடுகின்றனர்' என்றார்.

தான் இறப்பதற்கு *4* நாட்களுக்கு முன்பு தன்னைக் காணவந்த நண்பர் எர்னெஸ்ட் ஜோன்சிடம் அவரால் சரியாகப் பேச முடியவில்லை. மயக்க மருந்து அவரை எதுவும் செய்யவிடாமல் அசத்தியது. 'போய் வருகிறேன். மற்றவை மௌனம்' என்பதாகச் சைகை செய்தார்.

போனபார்ட்டுக்கு எழுதிய கடிதத்தில் அவர், 'என் மரணத்துக்குப்பின் உங்களைச் சமாதானம் செய்து கொண்டு, உங்கள் நினைவில் என்னை வாழவிடுவீர்கள் என நம்புகிறேன். நான் அறிந்த, எல்லையுடைய அழியாத வாழ்க்கை அது ஒன்றுதான்.

23.9.1939 நள்ளிரவுக்குச் சற்று முன்பாக அந்த மாபெரும் மனோதத்துவ மேதை மறைந்தார்.

▼

லியோ டால்ஸ்டாய் என்றவுடனேயே ஒரு மனித குலத்தை நேசித்த மகத்தான எழுத்தாளர் அவர் என்றுதான் அனைவரும் அவரைப் பற்றிக் கருத்துக் கூறுவார்கள். அதையும் தாண்டி இன்று உலகம் முழுவதும் உள்ள பெரும்பான்மையான நாடுகளில் பின்பற்றப்படும் ஜனநாயகம், மனித உரிமை, மானுட நேயம் இவற்றைக் கட்டியெழுப்பியதில் அவர் ஆற்றிய பங்கு முக்கியமானது.

1828-ல் பிறந்த லெவ் நிக்கொலாயெவிச் டால்ஸ்டாய், அன்னா கரீனா, போரும் அமைதியும், த கோஸ்ஸக்ஸ் போன்ற அழியாத நாவல்களைப் படைத்த இலக்கியவாதி. அவரது எழுத்துகள் மாதா கோவிலையும், அரசாங்கத்தையும் பாதித்தன. மக்கள் அவரை '*13*வது திருத்தூதர்' என்றனர். நாடு கடத்தப்பட்டோ, சிறை வைக்கப்பட்டோ தான் அவரது காலம் முடியப்போகிறது என்று பலரும் கருதினர்.

28.10.1910. தமது *82* வயதில் அதிகாலையில் வீட்டைவிட்டு வெளியேறி, தொலைவில் உள்ள கிராமத்தில் வசிக்கச் சென்றார்

அவர். கடிதம் ஒன்றை எழுதி வைத்துவிட்டு, மகள் சாஷா, மருத்துவர் மக்கோ விட்ஸ்கியுடன் அந்த இடத்தை நோக்கி அவர் சென்றார்.

வழியில் ஜுரத்தால் பாதிக்கப்பட்டார். அதனால் அஸ்டபோல் என்ற சிறிய நகரில் இறக்கப்பட்டார். ரயில் அதிகாரியின் சிறு வீட்டு வராண்டாவில் இருந்த கட்டிலில் அவரைப் படுக்க வைத்தனர்.

நவம்பர் 3. டைரியில் அவர் எழுதினார்: 'கடினமான இரவு. ஜுரத்தால் 2 நாள் படுக்கையில்... இதுதான் என் திட்டம். பெயிட் செக்வெடாய்ஸ் அட்வ் (இங்கு வரிகள் முடிக்கப்படவில்லை. இந்த வரி ஒரு பிரெஞ்சு பழமொழியிலுள்ள வரிகள். 'பெய்ஸ் செக்வேடாய்ஸ் அட்வியன் குவே பௌர்ரா' என்று இதன் பொருள் 'எது வந்தாலும நீ செய்ய வேண்டியதைச் செய்து கொண்டேயிரு. எதற்காகவும் அதை நடுவில் நிறுத்தாதே' என்பதாகும்.)

தகவல் அறிந்து மகன் செர்ஜெய்யும், அவரது நண்பர்களும் அங்கு வந்தனர். 6 மருத்துவர்கள் அப்போது அவருடனிருந்தனர். அந்த சமயத்தில் அவர் டான்யாவிடம் அவர் தனியாகக் கூறினார். 'இதுதான் முடிவு... அது ஒன்றுமே இல்லை. பின்னர் எல்லோருக்கும் கேட்கும் வகையில் உரக்க கூறினார். 'செல்ல வேண்டும்... நான் செல்ல வேண்டும்...'

6.1.1910 மாலை அவரது உடல் மேலும் மோசமானது. நகங்களிலும், இமைகள், காதுகளிலும் நீலப் புள்ளிகள் காணப்பட்டன. மேலும் ஆக்ஸிஜன் கொடுக்கப்பட்டது.

டால்ஸ்டாய் முணுமுணுத்தார்.

> **"இவையெல்லாம் முட்டாள்தனமான செயல்கள்... மருந்துகளைச் சாப்பிடுவதால் என்ன பயன்..?'**

அதற்குப் பிறகு அவரது குரல் மிகவும் மெலிந்தது.

'உண்மை... நான் அதிக அக்கறையுடன் இருக்கிறேன். அவர்கள் எப்படி...' என்று கேட்டார்.

அவரது அந்தச் சொற்கள் பாதியிலேயே நின்றன. மறுநாள், நவம்பர் 7 -ம் தேதி. காலை 6.05 மணியளவில் டால்ஸ்டாயின் உயிர் பிரிந்தது. திறந்திருந்த அவரது கண்களை டாக்டர் மக்கோவிட்ஸ்கி மெல்ல மூடினார்.

▼

சிசரோ என்றவுடனேயே எழுத்தாளர், அரசியல்வாதி, பேச்சாளர் என்ற பன்முக பரிமாணம் கொண்டவர் அவர் என்பார்கள் அறிஞர்கள். கி.மு. காலத்திலேயே, ராஜாக்கள் ஆண்ட காலத்திலேயே மனித நேயத்துடன் மக்களை நடத்துவதற்கான கோட்பாடுகளை வகுத்தவர் அவர் என்பது பலருக்குத் தெரியாது.

கி.மு. 106ல் பிறந்து 43 வரை, அதாவது ஜுலியஸ் சீசர் காலத்தில் வாழ்ந்தவர் மார்க்கஸ் ரூபியஸ் சிசரோ.

தத்துவக்கலை, ஹார்டென்சியஸ் (உரையாடல் நூல்), மிக உயர்ந்த கடவுளும் பாவமும் (டெ வினியஸ் போனி எட்மாலி), கடவுள்களின் இயற்கையைப் பற்றி (டெ நேச்சுரா டியாம்), போன்ற பல நூல்களையும், இது தவிரவும் பல நூல்களையும் எழுதினார்.

சீசர் ஒருமுறை சிசரோவை, ரோமாபுரிப் பேரரசின் எல்லைகளை விரிவாக்குவதைவிட ரோமர்களின் நுண்ணறிவின் எல்லையை விரிவாக்குவதுதான் பெரிய விஷயம் என்று பாராட்டியுள்ளார்.

சீசரின் படுகொலைக்குப்பின் மார்க் ஆன்டனி அதிகாரத்தைப் பிடித்தான். குடியரசு ஆதரவாளர்களை ஆன்டனிக்கு எதிராக சிசரோ திருப்பினார். 14 பிலிப்பிக்ஸ் எனப்படும் சொற்பொழிவுகளின் தொகுப்பை சீசரோ அப்போது வெளியிட்டார். அதிலுள்ள இரண்டாவது பிலிப்பிக்கில் சிசரோ எழுதினார்.

'மார்க் ஆன்டனி, நான் உன்னைக் கெஞ்சிக் கேட்டுக்கொள்கிறேன். ஒரே ஒருமுறை நாட்டைப் பற்றி நினைவுபடுத்திக்கொள். உன் மூதாதையர்களைப் பற்றிச் சிறிது எண்ணிப்பார். உன் கூட்டாளிகளைப் பற்றி இப்போது நினைக்காதே, என்னை என்ன வேண்டுமானாலும் செய்துகொள். ஆனால் தேசத்துடன் உன் அமைதியை நிலைநிறுத்திக்கொள்.'

இந்த வார்த்தைகள் ஆன்டனிக்குக் கோபத்தை மூட்டின. சிசரோ ரோமை விட்டு மூடு பல்லக்கில் ரகசியமாக கைட்டா என்ற இடத்துக்குப் புறப்பட்டார்.

பொப்பிலியஸ் என்ற நூறு வீரர்களின் தலைவன் அவர்களுடனும் ஹெர்னியஸ் என்பவனுடன் சென்று அவரது மாளிகைக் கதவை உடைத்தான். உள்ளே சிசரோ இல்லை. வேலையாட்களின் உதவியுடன் அவர் கடற்புறமாகத் தப்பிச் சென்றுவிட்டதை அறிந்து, அவரை விரட்டிக்கொண்டு சென்றான்.

அவர்கள் துரத்தி வருவது கண்டு தான் பயணித்த பல்லக்கை இறக்கச் சொன்னார் சிசரோ. சூழ்ந்த கொலைகாரர்களை உறுதிகொண்ட பார்வையுடன் எதிர்கொண்டார். ஹெர்னியஸ் அப்போது அவரை நோக்கிக் கத்தியை ஓங்கினான். உடன் வந்தோர் கண்களை மூடிக்கொண்டனர். சிசரோ அவனுக்குத் தன்னை அர்ப்பணிப்பதுபோல் தன் கழுத்தை நீட்டினார். ஒரே வீச்சில் அவரது தலை வெட்டப்பட்டது.

அவரது தலையையும், கைகளையும் வெட்டி எடுத்துச் சென்றனர். ரோமாபுரியின் ஆட்சி மன்றத்தில் ஆணியடித்துப் அவற்றைப் பொருத்த உத்தரவிட்டான் ஆன்டனி.

தன் பணியாட்களிடம் கடைசியாக சிசரோ அப்போது சொன்ன வார்த்தைகள், 'நான் பணிபுரிந்த எனது நாட்டிலேயேதான் நான் மரணமடைவேன்' என்பது தான்.

▼

ராணி எலிசபெத்தைப் பற்றி நினைக்கும்போது ஒவ்வொரு ஆங்கிலேயனும் பெருமைக்கொள்வான். அவர் ஆட்சிக்காலத்தில்தான் இங்கிலாந்தின் ஆட்சி உலகம் முழுவதும் விரிந்து பரவியது. கன்னி அரசி எனப் பெயர் பெற்ற இவரது காலம் மறுமலர்ச்சியுகமாகவும் கருதப்படுகிறது.

1533ல் பிறந்து 1603 வரையிலான 70 ஆண்டுகள் வாழ்ந்தார் எலிசபெத். உறுதி, நேர்மை, அறிவுக் கூர்மை இவை மூன்றுமே அவரிடம் இருந்தன.

'நான் எப்போதும் எனக்கான இறுதியான நியாயத் தீர்ப்பு நாளை என் கண்முன்னேயே வைத்திருக்கிறேன். எல்லோருக்கும் மேலான ஒரு நீதிபதியின் முன்பு நின்று என்றாவது ஒரு நாள் நானும் பதில் சொல்ல நேரிடும் என்பதை அறிந்தே ஆட்சி செய்து வருகிறேன்' என்றார் அவரே ஒருமுறை.

தன் 69 வயதிலும் அவர் ஒரு விருந்தில் கலந்து கொண்டு சளைக்காமல் நடனமாடினார். 10 மைல் தூரத்திற்குக் குதிரைச் சவாரி ▶

செய்தார். 1603 ஜனவரியில் ஜல தோஷம், தூக்கமின்மை போன்றவை அவரை வாட்ட ஆரம்பித்தன. பிப்ரவரியில் உடல்நலம் பாதிக்க ஆரம்பித்தது. எனினும், மருந்து உட்கொள்ள மறுத்தார்.

அதற்குப் பிறகு அவரது உடல் நிலை தேறுவதும், குறைவதுமாகக் கண்ணா மூச்சி ஆடியது. மார்ச்சில் ஜுரம் அவரை ஆட்கொள்ள ஆரம்பித்தது. மார்ச் 21. படுக்கையில் அவரைக் கட்டாயப்படுத்திப் படுக்க வைத்தனர். சூடான காய்கறிச் சாறை ஊட்டினர். இருந்தாலும் பேசும் சக்தியை மெல்ல இழக்கத் தொடங்கினார்.

மறுநாள் கால் மாட்டில் செசில் பிரபு, வலது பக்கம் நாட்டிங்ஹாம் பிரபு, இடது பக்கம் கெர்டன் ஆகியோர் நின்றிருக்க, எலிசபெத் சைகை செய்தார்.

'எனக்குப் பிறகு ஓர் அரசரைத் தவிர வேறு யார் இந்தப் பதவியை ஏற்க முடியும்? ஸ்காட்லாந்திலுள்ள என் ஒன்றுவிட்ட சகோதரரைத் தவிர வேறு யாராக அவர் இருக்க முடியும்?'

மறுநாள் பேச முடியாத நிலையில் மணிமகுடத்தை சுட்டிக்காட்டி தன் கருத்தை அவர் உறுதிப்படுத்தினார். ஆர்ச் பிஷப் பிராத்தனை செய்ய வந்தபோது, மகிழ்ச்சியுடன் அவரது கைகளைப் பற்றினார்.

வியாழக்கிழமை. மார்ச் 24, 1603. அதிகாலை 3 மணி. உலகப் புகழ்பெற்ற பேரரசி மிக அமைதியாகக் கண்களை மூடினார்.

▼

நெல்சன் என்பது வரலாற்றில் முக்கிய இடம் பெற்ற ஒரு பெயர். ஐரோப்பாவையே அச்சுறுத்திய மாவீரன் நெப்போலியனை முறியடித்து வரலாற்றில் அழியாத ஒரு இடத்தைப் பெற்றவர் நெல்சன்.

1805ம் ஆண்டு பிரெஞ்சு, ஸ்பானிஷ் கப்பற்படைகளை டிபொல்கர் சண்டையில் தமது 47-வது வயதில் அவர் தோற்கடித்தார். பிரிட்டன்தான் கடல் ஆளுமையில் முதலிடம் வகிக்கும் நாடு என்பதை இதன் மூலம் நிரூபித்தார்.

ஒரு நாள் அவர் போர்க்கப்பல் 'விக்டரி'யின் மேல்தளத்தில் 20 அடிதூரம் முன்னும், பின்னுமாக உலவிக் கொண்டிருந்தார். அப்போது ஒரு குண்டு முன்புறமாக வந்து அவர்மீது பாய்ந்தது. குண்டடிப்பட்டுக் கீழே சாய்ந்த நெல்சன் தன் இடது கையால் நிலைமையைச் சமாளிக்க முயன்றார். அவருக்கு வலது கை இல்லை.

கப்பல் தலைவர் ஹார்டி ஓடிவந்து அவரைத் தாங்கிப்பிடித்துக் கொண்டார். 'இறுதியாக அவர்கள் என்னை முடித்துவிட்டார்கள் ஹார்டி' என்றார் நெல்சன்.

தளபதி பாதிக்கப்பட்டு விட்டார் என்பதை அறிந்தால் வீரர்கள் தளர்ந்துவிடுவார்கள் என்பதால் தன் முகத்தைக் கைக்குட்டையால் மூடிக்கொண்டே அவர், தம்மை மீகாமன் அறைக்கு எடுத்துச் செல்லும்படி சொன்னார்.

அதுவே அவருக்கு எதிரானதாக முடிந்தது. நெல்சன் இறந்துவிட்டார்; அதனால் தான் அவர் முகத்தை மூடிக் கொண்டு செல்கிறார்கள் என்று வதந்தி பரவியது. அப்போதும் யுத்தம் மும்முரமாக நடந்து கொண்டிருந்தது.

டாக்டர் ஸ்காட் என்பவர் நெல்சனின் காயத்தைக் கவனித்தார். 'டாக்டர், நான்தான் உங்களிடம் கூறிவிட்டேனே. நான் போய்விட்டேன்' என்றார் நெல்சன்.

குண்டடிபட்டு சில மணி நேரங்கள் கடந்த பின் தன்னுடைய உடலின் கீழ்ப்புறம் மரத்துக்கொண்டே வருவதாக அவர் கூறினார். மூச்சுவிடச் சிரமப்பட்டார்.

நெல்சன் கப்பல் தலைவர் ஹார்டியிடம் யுத்த நிலவரத்தைப் பற்றிக் கேட்டுத் தெரிந்துகொண்டார். எதிரிகளின் 14 கப்பல்கள் நாசமடைந்து விட்டன என்றும், தமது கப்பல் படை நலமாக இருப்பதாகவும் அவரிடம் தெரிவிக்கப்பட்டது.

இதைக்கேட்டு நெல்சன் முணுமுணுத்தார்,

'ஓ விக்டரி, விக்டரி, என் மூளையை நீ எப்படியெல்லாம் திசை திருப்புகிறாய்' என்று பின்னர், 'எல்லா மனிதர்களுக்கும் வாழ்க்கை விலை மதிப்பற்றதாக இருக்கிறது' என்றார். பீட்டி என்பவரிடம், 'நான் இறக்க வேண்டுமென்று விரும்புகிறேன்' என்றார். தொடர்ந்து, 'இருந்தாலும், இன்னும் சிறிது காலம் வாழ வேண்டும் என்றும் ஒருவர் விரும்பலாம்தானே' என்றார்.

'என்னுடைய இந்த நிலையைப் பற்றி அறிந்தால் லேடி ஹேமில்டனுக்கு எப்படி இருக்கும்?' (இந்தச் சீமாட்டி நெல்சனுடன் அவருடைய மனைவியைப்போலவே வாழ்ந்தவள்.) மற்றவர்களோ வேறு கவலையில் இருந்தனர். இறுதிப்படுக்கையில் இருக்கும் நெல்சன் இப்போதே அடுத்த தலைவரை நியமிக்க வேண்டும் என்று அவர்கள் விரும்பினர். கடற்படை அதிகாரி கோலிங்வுட்டை நியமிப்பது சிறந்தது என்பது அவர்கள் கருத்து. இதை நாசூக்காக நெல்சனிடம் சொன்னவுடன் வேகமாக எழுந்து அமர முயன்ற நெல்சன், கோபமாகச் சொன்னார். 'நான் உயிரோடிருக்கும்போது அது நடக்காது என்று நான் நம்புகிறேன் ஹார்டி' என்று.

எழ முயன்றதால் அவர் மிகவும் களைப்படைந்தார். அதனால் சாய்ந்த அவர், 'என்னைக் கடலுக்குள் தூக்கிப்போட்டு விடாதே ஹார்டி' என்றார். அப்படி நடக்காது என அனைவரும் உறுதியளித்தனர்.

'ஹார்டி! என் அன்புக்குரிய லேடி ஹேமில்டனை நன்றாக கவனித்துக்கொள். என்னை முத்தமிடு.'

ஹார்டி முழந்தாளிட்டு குனிய அவரிடம் நெல்சன் ரகசியக் குரலில், 'இப்போது நான் திருப்தியாகிவிட்டேன், கடவுளே, உமக்கு நன்றி, என் கடமையை நான் செய்துவிட்டேன்' என்றார்.

அதுதான் நெல்சனிடமிருந்து வெளிப்பட்ட கடைசிச் சொல். அதற்குப் பின் யுத்தம் 4.30 மணி வரை நடைபெற்றது. அதன் முடிவில் பெற்ற வெற்றி பற்றிய செய்தி நெல்சனுக்கு அறிவிக்கப்பட்ட சற்று நேரத்தில் அவர் இறந்துபோனார்.

வரலாற்றில் ஹொரேஷியஸ், நெல்சன் இவர்கள் இருவரும் தான் போர்க்களத்தில் எதிரிகளை வென்று, அந்த வெற்றிச் செய்தியைக் கேட்டுவிட்டு அதற்குப் பிறகு உயிரிழந்தவர்கள்.

▼

மொசார்ட் என்ற பெயரைக் கேள்விப்படாத இசைப் பிரியர்கள் இருக்கமாட்டார்கள். இவரது முழுப்பெயர் உல்ப் காங்க் அமேடியூஸ் மொசார்ட். வறுமையில் வாடிய இவர் 35 வயதில் மறைந்தார்.

இவருடைய படைப்பான 'இடோ மெனியோ', 'டான் கியாவெல்லி', 'டை ஜாபர் ப்ளூட் (மந்திரப் புல்லாங்குழல்)', 'கோசி பான்டுட்' போன்றவை சிறந்த இசை நாடகங்கள் என்று குறிப்பிட்டு போற்றப்படுகின்றன.

21.11.1791-ல் ஆஸ்திரியாவின் தலைநகர் வியன்னாவில், 'சில்வர் சர்ப்பென்ட்'(வெள்ளிப் பாம்பு) என்ற பாருக்கு இவர் சென்றார். எப்போதும் அங்கே பீர் வாங்கி அருந்தும் அவர் அன்று பார்த்து 'வொயிட் ரம்' கொண்டு வரச் சொன்னார்.

ஓட்டல் உரிமையாளர் ஜோசப் டொனார்ட், 'உங்கள் உடம்பு சரியில்லைபோல் தோன்றுகிறதே' என்றார் அவரிடம். மொசார்ட் தான் கொண்டு வரச் சொன்ன மதுவை அருந்தவில்லை. அது அப்படியே தான் இருந்தது. அந்த நிலையில் அவருக்கு உடல் நடுக்கமெடுத்தது. மேசையைப் பிடித்தபடி எழுந்து நின்றவர், 'ஜோசப்! இதை நீங்கள் குடியுங்கள், நான் வீட்டுக்குப் போகிறேன். நாளை என் வீட்டுக்கு வாருங்கள்' என்று கூறிவிட்டு சர்வரிடம் ஒரு நாணயத்தை எடுத்து நீட்டினார்.

மறுநாள் ஓட்டலிலிருந்து ஜோசப் மொசார்ட்டின் வீட்டுக்கு வந்தார். மொசார்ட்டால் அவரிடம் பேச முடியவில்லை. 'இன்று வேண்டாம் ஜோசப். இன்று நான் மருத்துவர்கள், மருந்து விற்பவர்கள், மரணம் இவற்றுடன் போராட வேண்டும்' என்றார்.

அவரது கிட்னி பாதிப்படைந்தது. தொடர்ந்து மொசார்ட்டின் உடல் நிலை மோசமானது. ஒரு ஞாயிறு மாலை வேளையில் மைத்துனி சோபி அவரைக் காண வந்தாள். அவளிடம் மொசார்ட் கேட்டார்.

'என் நாவில் இறப்பின் ருசியை நான் உணர்கிறேன். எனக்குப் பிறகு என் அன்புக்குரிய கான்ஸ்டன்சாவை உன்னைத் தவிர வேறு யார் பார்த்துக் கொள்வார்கள்?' என்றவர், சற்றுத் தாமதித்துக் கூறினார். 'என் இரங்கற்பாவை நான் எனக்காக எழுதிக் கொண்டிருக்கிறேன் என்று நான் சொல்லியிருக்கிறேன் இல்லையா?'

தனக்கென ஓர் இரங்கல் பாடலை வடிக்கும் முயற்சியில் அவர் இருந்தார். ஆனால் அதற்கு உடல் அவருக்கு ஒத்துழைக்கவில்லை. ஜுரம் வாட்டியது. மருத்துவர் ஈரத்துணியைத் தலைமீது போடுவது தவிர வேறு எதுவும் அந்த நிலையில் செய்வதற்கில்லை என்றார். புல்லாங்குழலை ஊதுவதுபோல் அவரது வாய் உப்பியது. எதையோ பிடித்திருப்பதுபோல் கையை உயர்த்தினார். சகோதரி, மைத்துனி சோபி, நண்பர் சூஸ்மெட் ஆகியோர் கட்டிலருகே பிரார்த்தனை செய்து கொண்டிருந்தனர்.

5 12 1791 அன்று அதிகாலை 1 மணிக்கு மொசார்ட் மறைந்தார். எளிய முறையில் அவருக்கான ஈமச்சடங்குகள் நடந்தன. பொதுவான கல்லறை அது. அதற்குப் பிறகு 17 வருடங்களுக்குப்பின் அதனைக் கண்டுபிடிக்க முயன்றபோது அதற்கும் பல ஆண்டுகளுக்கு முன்பே அதனைத் தோண்டி, வேறு பல உடல்களும் அங்கு புதைக்கப்பட்டிருந்தது தெரியவந்தது.

ஒரு மகா கலைஞன் அடையாளம் இல்லாமல் காணாமற் போனான். ஆனாலும் அவனது மகத்தான இசை இன்னமும் அவனது புகழுடலை நிலைநிறுத்தியபடி வலம் வந்து கொண்டிருக்கிறது.

▼

சர் தாமஸ் மூர் என்ற பெயரைக் கேட்கும்போது நம்மை அறியாமல் நம் மனதில் ஒரே சமயத்தில் பரிவும், வேதனையும் கலந்த ஒரு கலவையான உணர்வு ஏற்படுவதைத் தடுக்க இயலாது. 'உடோபியா' என்ற கற்பனை உலகத்தைத் தன் இலக்கியத்தில் வடித்தவர். (இப்போதும் ஒருவர் சொல்வது நம்ப முடியாத ஒரு கட்டுக்கதையாக இருப்பது போல் தோன்றும் பட்சத்தில், 'எங்கே, உடோபியா லேண்டில் நடந்ததா?' என்று சிலர் கேட்பதைப்

பார்க்கலாம். தனது 57-வது வயதில் தலைவெட்டப்பட்டு மரண தண்டனைக்குள்ளானவர் சர் தாமஸ் மூர்.

இவர் எழுதிய 'ரிச்சர்டு மிமிமி' என்ற வரலாறுதான் பின்னாளில் ஷேக்ஸ்பியர் 'மூன்றாம் ரிச்சர்டு' என்ற பெயரில் ஒரு புகழ் பெற்ற நாடகத்தை எழுதத் தூண்டுகோலாக இருந்தது.

ஆக்ஸ்போர்ட், கேம்பிரிட்ஜ் போன்ற பல்கலைக் கழகங்களில் கண்காணிப்பாளர், வழக்கறிஞர், நீதிபதி, ராஜதந்திரி என்று பன்முகப் பரிமாணம் கொண்டவராக இவர் விளங்கினார். அதிலும் பல்கலைக் கழகத் தலைவர் என்பது அரசனுக்கு அடுத்த பதவியாக மதிக்கப்பட்டது. அதனால் அவர் தீவிர ராஜ விசுவாசியாக இருந்தார்.

பிரிட்டன் மன்னன் ஹென்றி விவாகரத்து விவகாரம் இங்கிலாந்து ஸ்பெயின் நாடுகளுக்கு இடையிலான மோதலாக உருவெடுத்தது. ஸ்பெயின் இளவரசியின் பெயர் காதரின். அந்நாட்டில் தேவாலயம் மதகுருவின் கட்டுப்பாட்டில் இருந்தது. மதகுரு ஸ்பெயின் மன்னரிமிருந்து உதவிகளை நிறைய பெற்றிருந்தார்.

மன்னன் ஹென்றி காதரீனை விவாகரத்து விவகாரம் செய்வதற்கு பிஷப் அங்கீகாரம் தரவில்லை. பார்த்தான் மன்னன். பிரிட்டனின் தேவாலயங்கள் எல்லாம் இனித் தனித்து இயங்கும் என்று கட்டளையிட்டதுடன், அவற்றின் தலைவனாகத் தன்னையே அறிவித்துக் கொண்டான்.

பாதிரியார்கள் அனைவரும் ஒருவர் பின் ஒருவராக ஹென்றியைத் தேவாலயத்தின் தலைவராக அங்கீகரித்தனர். முதலில் பல்கலைக் கழகங்கள், பின்னர் நாடாளுமன்றம், கடைசியாக மதகுருமார்கள் என்ற வரிசையில் அவர்களும் இதை அங்கீகரித்தனர்.

எல்லோரும் யதார்த்தவாதிகளாக இருந்தனர். அரசன் எவ்வழி, அவ்வழி நம்வழி எனக் கொண்டவர்கள் இவர்கள். ராச்சஸ்டர் பிஷப், ஜான் பிஷர், சர் தாமஸ் மூர் மூவரும் மட்டும் இதையெல்லாம் ஒப்புக்கொள்ளவில்லை. காரணம், இவர்களிடம் இருந்த கத்தோலிக்கச் சமயப்பற்று.

தாமஸ் மூர் (அரசரால் 'சர்' பட்டம் பெற்றவர்) தமது பல்கலைக் கழகத் தலைவர் பதவியை உதறினார்.

மன்னனுக்கு ரத்தம் கொதித்தது. இது தன்னுடைய கௌரவப் பிரச்னை என்று அவன் எண்ணினான். அதனால் உடனே விசாரணைக்கு மூர் அழைக்கப்பட்டார். அவர்மீது ராஜத் துரோகக் குற்றம் சுமத்தப்பட்டது. விசாரணையின்போது தமது நேர்மை பற்றி உறுதியுடன் விளக்கினார் தாமஸ் மூர்.

இறுதியாக அவருக்கு மரண தண்டனை விதிக்கப்பட்டது. அதுவும் பல மாதங்கள் கழித்து. 1535ம் ஆண்டு, அவரது 57வது வயதில் தண்டனை நிறைவேற்றப்படும் நாளில் கொலைக்களம்

கொண்டு செல்லப்பட்ட அவர், காவலர்களின் தலைவனின் அருகில் சென்றார். அவன் அப்போது துக்கத்தில் இருந்தான், அவனிடம், 'என்னைப் பத்திரமாக மேடை மீது நடத்தி அழைத்துச் செல். கீழே வருகிறதை நானே பார்த்துக் கொள்கிறேன்' என்றார் நகைச்சுவையாக.

கொலைத் தண்டனையை நிறைவேற்றுபவனை அணைத்துக் கொண்டு, அவனுக்கு வழக்கமாகத் தரும் பொற்காசைக் கொடுத்தார். தலையை வெட்டுக் கட்டையின் மீது வைத்த பின் தன் தாடியை வெளிப்புறம் தள்ளிவிட்டு விட்டு, 'என் தாடியை வெட்டிவிடாதே. அது எந்த தேச துரோகத்தையும் செய்யவில்லை' என்றார்.

'கடைசியாக நீங்கள் ஏதாவது சொல்ல விரும்புகிறீர்களா?'

'எனக்காக இங்குள்ள நீங்கள் எல்லோரும் பிரார்த்தனை செய்யுங்கள். உங்களுக்காக நான் வேறு எங்காவது பிரார்த்தனை செய்கிறேன்.'

இப்படி நகைச்சுவையாகச் சொன்ன அவர், பின்னர், 'அரசருக்காக அதிக அக்கறையுடன் பிரார்த்தனை செய்யுங்கள். அதனால் கடவுள் மகிழ்ந்து அவருக்கு நல்ல புத்தி தருவார். நான் அரசருக்கு நல்ல ஊழியனாக இருந்தாலும், கடவுளுக்கு முதல் ஊழியனாக இருந்து இறக்கிறேன்' என்றார்.

அதன்பின் அவரது தலை கோடாரியால் வெட்டப்பட்டது.

▼

கதே என்று சொல்லும்போதே இலக்கிய ஆர்வலர்கள் பலரும் அவர் ஒரு கவிஞர், நாவலாசிரியர், நாடகாசிரியர் என்பதைச் சொல்லி விடுவார்கள். 1749ல் பிறந்த அவர்---------- ஆண்டுவரை வாழ்ந்தவர்.

1832 மார்ச். அப்போது அவருக்கு வயது எண்பதுக்கு மேல். அந்த மார்ச் மாதத்தில் ஒரு நாள் வெளியே கடும் குளிர் வீசிக் கொண்டிருந்தது. உலவிவிட்டு வர வெளியே சென்ற அவர். குளிரால் பாதிக்கப்பட்ட நிலையில் வீடு திரும்பினார்.

கற்பனாவாதிகளுக்குச் சிகிச்சை கொடுப்பது என்பது எவ்வளவு கஷ்டமான விஷயம் என்பதை இவர்களுக்கு சிகிச்சை தரும் டாக்டர்கள்தான் அறிவார்கள்.

கதேக்கு அந்த சமயத்தில் சிகிச்சை அளித்தவர் டாக்டர் வொகல். அவர் கதேக்கு மருந்துகளைக் கொடுப்பார். கொஞ்சம் குணம் தெரியும். உடனே உலாவப் புறப்பட்டுவிடுவார் கதே. 'திறந்த வெளிக்காற்றுதான் எனக்கான மிகச் சிறந்த மருத்துவர். இனி எனக்கு மருந்துகள் எல்லாம் வேண்டாம். இதுவே என் உடலுக்கு வேண்டிய சக்தியை அளிக்கும்' என்பார். ஆனால் அவருடைய இந்தச் செய்கையால் அவர் உடல் நிலைமை என்னவாகும் என டாக்டருக்கு நன்றாகவே தெரியும்.

கதே குளிர் காலத்தில் உலவச் சென்றதன் விளைவாக அவரது நுரையீரலில் நீர்கோத்துக் கொண்டதால், ஜுரம் வந்து விட்டது. பின் அது நிமோனியாவாக மாறியது.

கடைசியாக கதே 22.3.1835 அன்று நண்பகலில் மரணமடைந்தார். அவர் கடைசியாகச் சொன்ன வார்த்தைகள், 'வெளிச்சம்... மேலும் அதிக வெளிச்சம்...' என்பதுதான்.

▼

பைரன் என்ற மகாகவி ஆங்கில இலக்கியத்தில் மகத்தான தாக்கத்தை ஏற்படுத்தியவர். 1788ல் பிறந்து 1824-ல் மறைந்த அவர் வாழ்ந்தது 37 ஆண்டுகள் மட்டுமே.

இதில் உள்ள ஒரு வியப்பு என்னவெனில், பைரன் சிறுவனாக இருந்தபோது ஸ்காட்லாந்தை சேர்ந்த ஒரு சோதிடர், 'உன் 37-வது வயதில் உனக்கு ஒரு பெரிய கண்டம் வரும், அதனால் நீ அந்த வயதில் மிகவும் ஜாக்கிரதையாக இருக்கவேண்டும்' என்றாராம்.

பின்னாளில் பைரனின் மருத்துவர் மில்லில்கர் என்பவர் இதுபற்றிக் கூறுகையில் 'நீங்கள் மூட நம்பிக்கையுடன் இருக்கிறீர்கள்' என்றாராம். 'உண்மையில் இந்த உலகத்தில் எதை நம்பலாம், எதை நம்பக்கூடாது என்று கண்டுபிடிப்பதுதான் மிகக்கடினம் என்பதை நான் நன்கு அறிவேன்' என்றார் அப்போது பைரன்.

பைரன் தனது 37-ம் வயதில் கிரேக்க நாட்டின் விடுதலைப் போரில் கலந்துகொள்வதற்காக அங்குள்ள மிசலோங்கி நகருக்குச் சென்றார். அங்கு ஏப்ரல் மாத மத்தியில் ஒரு முறை குதிரை சவாரி செய்துவிட்டு அவர் திரும்பும்போது திடீரென ஜுரத்தால் அவர் உடல் நடுங்கியது.

அக்காலத்தில் மருத்துவம் என்ற பெயரில் ஒருவருடைய உடலிலிருந்து அடிக்கடி ரத்தம் எடுக்கும் வழக்கம் இருந்தது. பைரனுக்கு இந்தமுறை அறவே பிடிக்கவில்லை. 'ஏதாவது ஒரு மந்திரக்காரியை அழைத்து வாருங்கள். அவள் சூனியம் எடுக்கட்டும்' என்றார்.

மருத்துவர்கள் 3 முறை அவரிடமிருந்து ரத்தம் எடுத்து விட்டார்கள். அதனால் கோபமடைந்து அதனால் கோபமடைந்து

‘நீங்கள் தேவை இன்றிக் கொலை செய்பவர்கள்’ என்று மருத்துவர்களைப் பார்த்துத் திட்டினார் பைரன்.

ஏப்ரல் 18. மீண்டும் அவர் சித்தப் பிரமைக்கு ஆளானார். நெற்றிக்கும் காதுக்கும் நடுவே இரண்டுமுறை, அதிக அளவில் அவரிடமிருந்து ரத்தம் எடுத்தனர்.

அன்று பிற்பகலில் பேசும்போது பைரன் சொன்னார். ‘என் வாழ்வைக் காக்க நான் எடுத்த முயற்சிகள் அனைத்தும் வீணாகிவிட்டன. நான் இறந்து கொண்டிருக்கிறேன். களைத்துப்போன இந்த வாழ்வை முடித்துக்கொள்ளவே நான் கிரீசுக்கு வந்தேன். என் மறைவுக்குப்பின் என் உடலை வெட்டி இங்கிலாந்துக்கு அனுப்பாதீர்கள். என் எலும்புகள் இங்கேயே உளுத்துப் போகட்டும் என்று.’

பின்னர் நடுநடுவே தெளிவில்லாமலும், தெளிவுடனும் அவரிடமிருந்து சொற்கள் வந்தன. ஒருமுறை, ‘முன்னால் போங்கள்... முன்னால் போங்கள்... நான் செய்வதுபோல் செய்யுங்கள். அச்சம் வேண்டாம்’ என்றார். ஆங்கிலமும் இத்தாலியும் கலந்த வார்த்தைகள் அவரிடமிருந்து வந்தன.

‘என் நேரம் வந்துவிட்டது. மரணத்தைப் பற்றி நான் கவலைப் படவில்லை. ஆனால் இங்கு வருவதற்கு முன்பு நான் ஏன் வீட்டுக்குப் போகவில்லை?’ என்று கேட்டார்.

மாலை 6 மணி. படுக்கையிலிருந்து எழ முயன்று தோற்ற அவர், ‘இந்த மருத்துவர்கள் எல்லாம் சேர்ந்துகொண்டு என்னை எழவிடாமல் செய்துவிட்டனர்’ என்றார்.

18.4.1824. அன்று ஞாயிற்றுக்கிழமை. ‘இப்போது நான் தூங்க விரும்புகிறேன்’ என்றார் பைரன். அதுவே அவரது கடைசிச் சொல். மறுநாள் 19-ம் தேதி மாலை. ஒருமுறை கண்ணைத் திறந்து மூடினார். அத்துடன் அவரது உயிர் விடைபெற்றுக்கொண்டது.

பைரனின் கல்லறை மீது அவரது சிறந்த கவிதைகளில் ஒன்றான ‘சைல்ட் ஹெரால்ட்’ கவிதையின் வரிகள் பொறிக்கப்பட்டன.

‘எனினும் நான் வாழ்ந்துவிட்டேன்;
வீணாக வாழ்க்கை நடத்தவில்லை
புனித மனம் வலிமை இழக்கவில்லை
குருதியும் தன் சக்தி இழக்கலாம்

வலியை வெல்வதில் உடலும் மரிக்கலாம்
என்னுள் இருக்கும் ஏதோ ஒன்று
வலியையும் காயங்களையும் புறங்கண்டு
நான் மறைந்த பின்னும் சுவாசிக்கும்
உலகு சாரா ஒன்று; காண இயலாதது
இசைக்கருவியில் நாதம் வருவதுபோல்...'

▼

ஜான் கீட்ஸ் என்னும் கவிஞர், பைரனுக்கு எந்த வகையிலும் இவர் இளைத்தவர் இல்லை. இவர்கள் இருவருக்கும் உள்ள வியப்பான ஒற்றுமை என்னவென்றால், இவரும் இளம் வயதில் மறைந்தவர் என்பதுதான். பைரன் 37 வயதில் மறைந்தார் எனில், கீட்ஸ் 26 வயதிலேயே இவ்வுலக வாழ்விலிருந்து விடைபெற்றார்.

இவர் பிறந்தது 1795 -ல். இளம் வயதிலேயே கவிதைகள் எழுதியவர். தொடர்ந்து புகழ் மாலைகளைப் பெற்றவர். அப்படிப்பட்ட இவர், 1820 பிப்ரவரியில் ஓர் இரவு தடுமாறியபடியே வீடு திரும்பினார். அதைப் பார்த்த சார்லஸ் பிரவுன் என்ற அவரது நண்பன் அவர் குடித்திருப்பதாக எண்ணினான். அவரைக் கொண்டுபோய்ப் படுக்க வைத்தான்.

படுக்கையில் கீட்ஸ் இருமியபோது போர்வையின்மீது ரத்தத் துளி ஒன்று விழுந்தது. தொடர்ந்து இரும, இரும அதிக ரத்தம் வந்து விழுந்தது. அதிலிருந்து பல மாதங்கள் படுத்த படுக்கையாக ஆனார். செப்டெம்பர் மாதம் இத்தாலிக்குக் கப்பல் வழியாகச் சென்றார். அவருக்குத் துணையாக ஓவியர் ஜோசப் செவர்ன் உடன் சென்றார்.

அங்கு சென்றபிறகும் குணம் தென்படவில்லை. உடல் நிலை மிகவும் மோசமானது.

கீட்ஸ் 'ஒரு மைனாவுக்குக் கவிதை' என்ற தன் கவிதையில் இப்படி எழுதியிருந்தார்.

'பல சமயங்களில் இருளை நான் கேட்கிறேன்;
எளிய மரணத்துடன் எனக்கு அரைக் காதல்
சில சிந்தனைகளில் ஒலி நயத்துடன் அவரை
மிருதுவாகப் பல பெயர்களில் அழைத்தேன்
அமைதியான என் மூச்சை எடுத்துக் கொள்ள;
எப்போதையும்விட இப்போதுதான்
கமழ்கின்ற நடுஇரவில் வலியின்றி
இறப்பதே நல்லதாகத் தோன்றுகிறது...'

ரோம் நகரில் பல மாதங்கள் வைத்து கீட்ஸை அக்கறையுடன் கவனித்துக்கொண்டார் ஜோசப் செவர்ன். 23.2.1821, அன்று வெள்ளிக்கிழமை. மாலை 4 மணி. 'செவர்ன்! செவர்ன்!' என்று அழைத்த கீட்ஸ்,

'என்னைத் தூக்கி விடுங்கள். ஏனெனில் நான் மரித்துக்கொண்டிருக்கிறேன். நான் எளிதாக இறந்துவிடுவேன். அச்சப்படாதீர்கள். அது வந்து விட்ட தற்காகக் கடவுளுக்கு நன்றி.'

அதுதான் அவரது கடைசிச் சொற்கள். நண்பரின் கரங்களிலேயே முடிந்தது அவரது வாழ்வு.

▼

ஷெல்லி என்ற மாபெரும் கவிஞனும் கூட கீட்ஸின் ரகத்தைச் சேர்ந்தவன். இவரும் கவிதைகளில் சொற் சிலம்பம் விளையாடியவர். அதைவிட முக்கியம்-இவரும் இளம் வயதில் மறைந்தவர்.

சென்ற தலைமுறை ஆட்களில் யாரிடமாவது வசன நடையில் பேசினால், 'வந்து விட்டாரய்யா ஷெல்லி' என்பார்கள்.

ஆனால் ஷெல்லி பகுத்தறிவு வாதம் பேசியவர். கடவுள் மறுப்பு பற்றி எழுதியதால் ஆக்ஸ்போர்டு நிர்வாகம் அவரைப் பதவியிலிருந்து நீக்கியது. இவரது நாத்திக வாதம் இவர் காலத்தில் இவருக்குப் புகழைத் தரவில்லை.

வேடிக்கை என்னவெனில், அவருக்கு விநோதமான ஓர் அனுபவம் நேர்ந்தது. அவர் படகில் ஜெனோவா நகருக்குச் செல்லத் திட்டமிட்டிருந்தார். அவர் அங்கு புறப்படுவதற்கு முதல்நாள் அவர் அறைக்குள் ரத்தத்தால் மூடப்பட்ட இரு உருவங்கள் புகுந்தனவாம். அவை, ஒன்றையொன்று தாங்கிய நிலையில், 'எழுந்திரு ஷெல்லி, கடல்நீர் வெள்ளமாக உன் வீட்டுக்குள் வந்துவிட்டது. வீட்டிலுள்ள எல்லாம் கீழே விழுந்து கொண்டிருக்கின்றன' என்று கத்தினவாம்.

இதை ஷெல்லி சொன்னபோது மனைவி மேரி உட்பட அனைவரும் பயந்து போயினர். இதனால் பயணத்தை அன்றைக்குத் தொடங்காமல் ஒத்திவைத்த ஷெல்லி, ஜூலை 1ம் தேதி படகில் கிளம்பினார். உடன் வில்லியம், கேப்டன் ராபர்ட்ஸ், ஏவல் பையன் ஆகியோர் இருந்தனர். லிவோர்னோவிற்கு சென்றபோது இரவு நேரமாகிவிட்டதால் அனைவரும் படகிலேயே தங்கினர். மறுநாள் கரைக்குச் சென்று பைரன், லே ஹண்ட் ஆகியோரை அவர் சந்தித்தார். மூன்று கவிஞர்களும் அந்த வாரம் முழுவதும் மகிழ்ச்சியாக ஒருவரோடொருவர் உரையாடி மகிழ்ந்தனர்.

ஜூலை 8 ம் தேதியன்று மதியம் 2 மணிக்கு டான்ஜுவான் என்ற கப்பலில் நாட்டுக்குத் திரும்பி கொண்டிருந்தார் ஷெல்லி. ▶

வழியில் கடும்பயுல் வீசியது. பொதுவாக இப்படிப்பட்ட புயல்கள் வீசுவது சகஜமான ஒன்றுதான். அந்த மாதிரி சமயங்களில் யாரும் பயணத்தை தொடர மாட்டார்கள். உடனே கரைக்குத் திரும்பிவிடுவார்கள். ஆனால் 'டான்ஜுவான்' அப்படித் திரும்பவில்லை. அவர்களது உதவிக்கு ஒரு கப்பல் விரைந்தது.

ஷெல்லியின் கப்பலுக்கு அருகே சென்றவர்கள் கொம்பு மூலம், 'இந்தக் கப்பலுக்கு வாருங்கள்' என்றனர். ஆனால் அவர்கள் வியக்கும்படியாக ஷெல்லி, 'முடியாது' என்று மறுத்துவிட்டார். 'நீங்கள் வராவிட்டால் அது உங்கள் இஷ்டம். பாய்த்துணியைச் சுருட்டி அவிழ்த்துவிடுங்கள். இல்லையேல் பிழைக்க மாட்டீர்கள்' என்றனர் உதவிக்கு வந்தவர்கள்.

அதன்படி பாயை அவிழ்க்கச் சென்ற வில்லியமை ஆச்சர்யப்படும்படியாக ஷெல்லி தடுத்தார். அவர் ஏன் அப்படி செய்தார்? கடல் பற்றிய அறியாமையாலா? அல்லது கடலில் மூழ்கிவிட அவர் விரும்பினாரா? அல்லது கவிஞர்களுக்கே உரிய கிறுக்குத்தனத்துடன், அமைதியான இயற்கையை ரசிப்பதைப்போலவே புயலின் கோரமுகத்தையும் அவர் ரசிக்க எண்ணினாரா?

அதற்குப் பிறகு என்ன நடந்தது என்பது யாருக்கும் தெரியாது. சிறிது நேரத்தில் ஸ்பெசியா வளைகுடாவில், வியாரேக்கியோ நகருக்கு மேற்கே கடலில் 10 மைல் தொலைவில் உள்ள இடத்தில் அந்தச் சிறு கப்பல் கடலுக்குள் ஜலசமாதி ஆனது.

மாஸா வியா நேக்கியோ நகர்களின் இடைப்பகுதியில் உள்ள கரையோரப் பகுதியில் அவர்களது உடல்கள் 10 நாட்களுக்குபின் கரை ஒதுங்கின. ஷெல்லியின் முகம், கைகள் எல்லாம் நீரில் ஊறியதால் அழுகி, சிதைந்து, மீன்களால் தின்னப்பட்டு அடையாளமே தெரியாத நிலையில் இருந்தது.

ஷெல்லியின் கோட்டு, வெள்ளை அரை ஆடை, கறுப்பு பூட்ஸ், பாக்கெட்டில் இருந்த கீட்ஸின் கவிதை நூல் இவைதான் அவரை அடையாளம் காட்டின. அந்த உடல்கள் அங்கேயே சுண்ணாம்பு மணலில் புதைக்கப்பட்டன.

சிறிது காலத்திற்குப் பின்னர் பைரன், லே ஹண்ட் போன்ற சிலர் தீவிர முயற்சிகள் மேற்கொண்டு, வேண்டிய அனுமதி

பெற்று ஷெல்லியின் உடலைத் தோண்டி எடுத்து எரித்தனர். பின் ஷெல்லியின் சாம்பலைச் சேகரித்து, அதைத் தந்தப் பெட்டியில் வைத்து பிரிட்டிஷ் தூதரின் மதுக் கிடங்கில் சில மாதங்கள் வைத்திருந்த பின், ரோமாபுரி புராட்டஸ்டெண்ட் கல்லறைக்குக் கொண்டு சென்று அடக்கம் செய்தனர்.

'ஒழுங்கின்மையின் முகமூடி' என்ற கவிதையில் ஷெல்லி எழுதினார்.

'எங்கே செல்வது என்று நான் கூறும்முன்
  அந்த தேர் அவர்கள்மேல் ஏறியது
அங்கே வேறெந்த அடையாளமும் காணவில்லை
  கடலின் சினத்திற்குபின் நுரை கரையில் தள்ளப்பட்டது'

அவரது முடிவை முன்னதாகவே கூறுவதுபோல் இந்த கவிதை அமைந்திருந்தது தற்செயலா? அல்லது இயற்கையிலேயே அப்படி அமைந்ததா? என்பது புரியாத புதிர்தான்.

ஷெல்லியின் முடிவு பற்றி ஒரு பத்திரிகை எழுதியது: 'மதநம்பிக்கையற்ற கவிதைகளை எழுதிய ஷெல்லி கடலில் மூழ்கி இறந்தார். கடவுள் இருக்கிறாரா, இல்லையா என இப்போது அவருக்குத் தெரிந்திருக்கும்.'

பைரன் லண்டனில் உள்ள தம் நண்பர் டாம் மூருக்கு எழுதினார். 'உலகம் அறியாமையாலும், கெட்ட குணத்தாலும், முரட்டுத்தனத்தாலும் அவரைப் பற்றித் தவறாக எண்ணிவிட்டது.'

ஷெல்லியின் பிரபலத்துக்குப் பைரனும் ஒரு காரணம். பின்னர் பெர்ட்ரண்ட் ரஸல், இங்கர் சால் போன்றோர் காலத்தில் நாத்திகம் பிரபலமானபோதுதான் ஷெல்லி பெரிய அளவில் பேசப்பட்டார்.

29 இறுதியாக...

பொதுவாக மரணத்தறுவாயில் கடைசிச் சொல் என்ற பேச்சு வந்தாலே எல்லோருக்கும் முதலில் நினைவுக்கு வருவது ஜூலியஸ் சீஸர்தான். கி.மு. 44ல் தனது செனெட் சபையில் அதன் உறுப்பினர்களாலேயே கொல்லப்பட்டவர் சீஸர். ஜூலியஸ் சீஸரைவிட அவரது மருமகன் அகஸ்டஸ் சீஸர் இன்னும் மிகப்பெரிய மாவீரன். ஆனாலும்கூட, மக்களைப் பொறுத்த வரையில் சீஸர் என்றாலே அது ஜூலியஸ் சீஸர்தான். காரணம், ஷேக்ஸ்பியர் அந்தக் கதாப்பாத்திரத்திற்கு தந்த பிரபலம்.

அவை உறுப்பினர்கள் காஷியஸ், கயஸ் என்று பலரும் சூழ்ந்து கொண்டு கத்தியால் குத்த, சீஸர் தடுமாறியபடி உயிர் நண்பன் புரூட்டசை அணுகுகிறான். புரூட்டஸ் பின்புறம் மறைத்து வைத்திருந்த கத்தியால் அடிவயிற்றில் குத்துகிறான். 'நீயுமா... புரூட்டஸ்?' என்றபடி சாய்கிறார் சீஸர்.

சீஸரிடமிருந்து வெளிப்பட்ட கடைசிச் சொல் இதுதான். இதில் காணப்படும் ஒப்பற்ற இலக்கிய நயம், கவித்துவம் ஆகியவற்றைக் காணும்போது, இது ஏன் ஷேக்ஸ்பியர் என்ற படைப்பாளியின் காவியக் கற்பனையாக இருக்கக் கூடாது என்ற சந்தேகமே நம்முள் மேலோங்குகிறது.

ஆர்க்கிமிடீஸ் மகத்தான ஒரு வரலாற்று நாயகர், நெம்புகோல் உள்ளிட்ட எண்ணற்ற கருவிகளைக் கண்டுபிடித்தவர். 'ஆர்க்கிமிடீஸ் விதி' எனப்படும் தண்ணீரில் பொருளின் எடைக்கு சமமான நீர் வெளியேறும் என்ற உண்மையைக் கண்டறிந்தவர். அதைக் கண்டுபிடித்த மாத்திரத்தில், 'யுரேகா' என்று கத்தியபடியே ஆடையின்றித் தெருவில் ஓடியவர்.

சைரக்யூஸ் நகரை மார்செல்லஸ் தலைமையில் கப்பற்படை முற்றுகையிட்டபோது ஆர்க்கிமிடீசின் கருவிகள் அவர்களது கப்பல்களைத் துவம்சம் செய்தன.

நீண்ட கால முற்றுகைக்குப்பின், வழக்கமான வஞ்சகம் மூலம் ரோமானியப் படை வென்றது. பெரும் பணம் கொடுத்துச் சிலரை விலைக்கு வாங்கினார்கள். விலைபோன அந்தத் துரோகிகள் இரவில் கோட்டைக் கதவை திறந்துவிட, படைகள் நகருக்குள் புகுந்தன.

புகுந்த உடன் ஆர்க்கிமிடீஸைத் தேடி வெறியுடன் ரோமானியப் படை வீரர்கள் ஓடிவந்தனர். தனது குடிசைக்கு வெளியே தரையில் அமர்ந்துகொண்டு மணலையே கரும்பலகையாகப் பயன்படுத்தி சிக்கலான கணிதத் தேற்றங்களை அதில் வரைந்து கொண்டிருந்தார் அவர்.

வீரர்கள் அங்கே வந்து நின்றபோதும் கூட அவர் நிமிர்ந்து பார்க்கவில்லை. அவர்கள் காலடிபட்டு அவர் வரைந்த கணக்குகள் அழிந்தபோது, 'என் படங்களைத் தொட வேண்டாம்' (நோலிடாங்கிர் சர்குலோஸ் மியாஸ்) என்று கத்தினார். அதே சமயம் ஒரு வீரனிடம் இருந்து வந்த ஈட்டி அவரது விலாவின் ஒருபுறத்தில் பாய்ந்து, மறுபுறத்தில் வெளியே வர, அவர் உயிர் பிரிந்தது.

கலிகோலா ரோமாபுரியையே நடுங்க வைத்த பயங்கரமான கொடுங்கோலன். அவன் கடைசியில் தன் பாதுகாவலர்களாலேயே சுடப்பட்டான். அப்போது அவன் சொன்ன கடைசி வார்த்தை, 'நான் இன்னும் இறக்கவில்லை' என்பதுதான்.

கிளியோபாட்ரா ஐரோப்பிய சாம்ராஜ்ஜியத்தையே ஆட்டிவைத்த எகிப்தியப் பேரழகி. சீஸரையும், மார்க் ஆன்டனியையும் தன் பேரழகால் வீழ்த்தியவள். கடைசியாக ரோமாபுரிப் படைகள்

எகிப்தை முற்றுகையிட்டதும் அவமானப்படாமல் இருக்க வேண்டி, பாம்புக் கூடையைக் கொண்டு வரச்சொல்லி, அதிலிருந்து விஷநாகத்தை தன் உதட்டில் முத்தமிடச் செய்து உயிர்விட்டவள். அவளது கடைசி சொல், 'ஆஹா... இதோ... என் முடிவு இங்கே இருக்கிறது' என்பதாகும்.

கியூ யுவான் என்பவர் சீனத்துப் புரட்சிக் கவிஞர். கி.மு. 475-221 - க்கும் இடைப்பட்ட காலத்தில் வாழ்ந்தவர். இவர் காலத்தில் சீனாவில் பல மாகாணங்கள் அடிமைப்பட்டுக்கிடந்தன. அவற்றைத் தன் கவிதை மூலம் தட்டியெழுப்பி புரட்சியைத் தூண்டியவர். அரசு இவரை நாடுகடத்த உத்தரவிட்டது. தாய் மண்ணைப் பிரிய வேண்டியிருக்கிறதே என்ற ஏக்கத்தின் காரணமாக மனம் வெதும்பி, மிலோ ஆற்றில் குதித்துத் தற்கொலை செய்து கொண்டார். அவர் உடலை மீன்கள் தின்றுவிடக் கூடாது என்பதற்காக மக்கள் அரிசியில் செய்த ஒரு பலகாரத்தை நதியில் போட்டார்கள். இந்த நாளின் நினைவாக ஆண்டுதோறும் டிராகன் படகுத் திருவிழா. இங்கு நடைபெறும். அப்போது அரிசியில் செய்த பலகாரங்களை நதியில் போடும் சடங்கு நடைபெறும். கியூ யுவான் 'நாடு வாழ்க' என்றபடி நதியில் குதித்தார் என்கிறார்கள்.

வரலாற்றுப் பிரபலங்கள் இப்படிப்பட்டவர்களாக இருந்தார்கள் எனில், சில புராணகாலத்துப் பிரபலங்கள் எப்படி இருந்தார்கள் என்பது பற்றிப் பார்ப்போம். புராணம் என்றாலே முதலில் நமது நினைவுக்கு வருவது மகாபாரதம் தானே!

கர்ணன் பிறக்கும்போதே கவசத்துடன் பிறந்து, நதியில் விடப்பட்டு, ஒரு தேரோட்டியால் வளர்க்கப்பட்டு, பிறகு துரியோதனனால் அங்கீகரிக்கப்பட்டு அவனால் மன்னனாக ஆக்கப்பட்டு, அந்த நன்றிக் கடனுக்காக அவன் பக்கத்தில் கடைசி மூச்சு வரை நின்றவன். துரியோதனனின் உற்ற நண்பனாகக் கடைசி வரை அவன் இருந்தான். குருஷேத்திரப் போரின் பதினேழாவது நாளன்று அவனது தேரோட்டி சல்லியன் தேரை நடுவழியில்

விட்டுவிட்டுப் போய் விடுகிறான். அன்று அர்ஜுனனுக்கும் கர்ணனுக்கும் கடும் போர் மூள்கிறது. நடுவே அவனது தேர் மண்ணில் புதைந்து விடுகிறது.

அப்போது கர்ணன் தேரிலிருந்து இறங்கி, சக்கரங்களை உயர்த்த முற்படுகிறான்.

'அர்ஜுனா! கொஞ்சம் பொறுத்துக்கொள். பூமியில் அழுந்திவிட்ட என்னுடைய தேர்ச்சக்கரத்தை மேலே எடுத்து விடுகிறேன். இந்த நேரத்தில் என்மீது தாக்குதல் நடத்தும் அற்பத்தனத்தைச் செய்துவிடாதே. நீ சிறந்த வீரன். தர்மம் அறிந்தவன். ஆகையால் நீ நடந்து கொள்ளும் விதமும் உயர்வானதாகவே இருக்கட்டும். தலைமுடி அவிழ்ந்தவன், புறமுதுகுகாட்டி ஓடுபவன், கைகளைக் குவித்துச் சரணடைந்தவன், ஆயுதத்தைக் கீழே வைத்துள்ளவன், அஸ்திரங்களை இழந்தவன், கவசம் நழுவிய நிலையில் நிர்க்கதியாய் இருப்பவன் ஆகியோர் மீது வீரர்கள் அஸ்திரங்களைப் பிரயோகிக்க மாட்டார்கள். ரதத்தில் நின்று கொண்டிருக்கும் நீ, ரதம் இல்லாமல், அந்த ரதத்தை மேலே தூக்க முயற்சித்துக் கொண்டிருக்கும் என்னைத் தாக்குவது தகாது. அர்ஜுனா! உன்னைக் கண்டோ, கிருஷ்ணனைக் கண்டோ நான் அஞ்சவில்லை. உன்னை எதிர்த்துப் போர் புரியவே விரும்புகிறேன். முறையாகவே இந்த யுத்தம் நடக்கட்டும். கொஞ்சம் காத்திரு. தேர்ச் சக்கரத்தை மேலே தூக்கி விடுகிறேன்.'

இதுதான் கர்ணன் கடைசியாகக் கூறியது. அதற்கு கிருஷ்ணர், 'கர்ணா! உனக்கு ஏதோ நல்ல காலம்போல் இருக்கிறது. அதனால்தான் இப்போதாவது தர்மத்தைப் பற்றி நினைக்கிறாய்' என்று ஆரம்பித்து, அரக்கு மாளிகை, சூதாட்டம், திரௌபதி துகிலுரிப்பு என கௌரவர்கள் செய்த சதிகளையெல்லாம் பட்டியலிடுகிறான். 'பலருடன் சேர்ந்து கொண்டு தர்மத்துக்குப் புறம்பாக அபிமன்யுவைக் கொன்றுவிட்டு இங்கே வந்து யுத்த தர்மம் பற்றிப் பேச உனக்கு என்ன அருகதை இருக்கிறது?' என்கிறார்.

கர்ணன் அந்த நிலையிலேயே போரிடுவதும், ரதத்தைத் தூக்குவதற்கு முயலுவதுமாக இருந்தான். ஒரு கட்டத்தில் பயங்கர அஸ்திரம் ஒன்றை அவன் ஏவ, அர்ஜுனன் நிலை தடுமாறுகிறான். அவனிடமிருந்து காண்டீபம் நழுவுகிறது. இந்தச் சந்தர்ப்பத்தைப் பயன்படுத்திக் கொண்டு தேரை வேகமாகத் தூக்க முனைந்தான் கர்ணன்.

அப்போது கிருஷ்ணர், 'கர்ணன் மீண்டும் ரதம் ஏறுவதற்கு முன்பு அவனை மாய்த்துவிடு. இதுதான் சரியான தருணம்' என்றார். உடனே அர்ஜுனன் தன் அம்பறாத்தூணியிலிருந்து ஆறு சிறகுகள் பூட்டப்பட்ட அஞ்சலிகம் என்னும் அஸ்திரத்தை எடுக்கிறான். ▶

நான் 'தர்மத்தின் பாதையிலிருந்து வழுவாதவன் என்றால், உண்மையான தவங்களை நான் புரிந்திருக்கிறேன் என்றால், என்னால் எனது ஆசார்யர்கள் மகிழ்விக்கப்பட்டிருக்கிறார்கள் என்றால், இந்த அஸ்திரமானது என் பகைவனான கர்ணனைக் கொல்லட்டும்' என்று கூறிவிட்டுச் செலுத்துகிறான். பாய்ந்து சென்ற அந்த அஸ்திரம் கர்ணனின் தலையைக் கொய்கிறது.

துச்சாதனன் - துரியோதனனின் தம்பி. அவனது எண்ணங்களை உடனுக்குடன் செயல்படுத்துபவன். திரௌபதியின் கூந்தலைப் பற்றி அவளைச் சபைக்கு இழுத்து வந்தவன். துரியோதனனின் கட்டளைப்படி அவளுடைய ஆடைகளைப் பறித்து மானபங்கம் செய்ய முற்பட்டவன்.

17ம் நாள்போரில் பீமனைச் சண்டைக்கு இழுத்த துச்சாதனன்,

'பீமனே! இன்னும் சில விஷயங்களை எனக்கு நானே நினைவூட்டிக் கொள்கிறேன். அரக்கு மாளிகையில் உங்களுக்கு ஏற்பட்ட துன்பத்துக்கு நானே காரணம். நீங்கள் அங்கிருந்து தப்பிக் காடுகளிலும், மலைகளிலும் வாழ நேர்ந்தது என்னால்தான். சற்றும் வெட்கமின்றி நீங்கள் ஐவரும் பாஞ்சாலி என்ற பெண்ணை மனைவியாக ஏற்றதையும், அவள் எங்கள் சபையில் அடிமையாக்கப்பட்டதையும் நான் இப்போது நினைத்துப் பார்க்கிறேன்' என்று ஏளனம் செய்து பீமனுக்கு வெறியூட்டுகிறான்.

இருவருக்கும் இடையே கடும் போர் மூள்கிறது. ஆரம்பத்தில் துச்சாதனன் கை தான் ஓங்கி இருக்கிறது. போகப்போக துச்சாதனன் தளர்ந்து போகிறான். பீமனின் கை வலுக்கிறது.

ஒரு கட்டத்தில் துச்சாதனனைக் கீழே தள்ளி அவன் கழுத்தை காலால் மிதித்த பீமன், 'திரௌபதியின் கூந்தலைப் பற்றி இழுத்தது எந்தக் கை? பீமன் கேட்கிறேன், பதில் சொல்' என்கிறான்.

அந்த நிலையிலும் அஞ்சாமல் பேசிய துச்சாதனன், 'பீமா! நீங்கள் 5 பேரும் வாய்மூடிப் பார்த்துக் கொண்டிருந்தபோதே திரௌபதியின் கூந்தலைப் பற்றி இழுத்த பெருமைக்கு உரியது இதுதான்' என்று தன் கையைத் தூக்கிக் காட்டினான்.

அதுவே துச்சாதனின் கடைசிச் சொல். வெறி பிடித்ததுபோல் அவன் காட்டிய அந்தக் கையை ஒடித்த பீமன், அவனை மிதித்தே கொல்கிறான். பின் அவன் மார்பைப் பிளந்து ரத்தத்தைக் குடிக்கிறான்.

'இந்தப் பகைவனின் ரத்தமானது தாய்ப்பால், தேன், கருப்பஞ் சாறு, தேவாமிர்தம் அனைத்தையும் விடச் சுவைமிக்கது' என்று கூத்தாடுகிறான்.

துரியோதனன் உலகத்திலேயே நிகரற்ற கதாயுத வீரன். பீமனும் மிகப் பெரிய கதாயுத வீரன்தான் என்றாலும், 18ம் நாள் நடைபெற்ற போரில் துரியோதனின் தாக்குதலில் பீமன் திக்குமுக்காடிப்போகிறான். அப்போது தர்மப்படி போர் புரிந்தால் பீமனால் போரில் வெல்லமுடியாது என்று உணர்ந்த கிருஷ்ணர், தொடைகளைத் தட்டிக்காட்டி பீமனுக்குச் சமிக்ஞை செய்கிறார். அதன்படி பீமன் துரியோதனனின் தொடைகளை உடைத்துதான் அவனை வீழ்த்துகிறான்.

துரியோதனன் வீழ்ந்தபின் அவனைக் கங்கைக் கரையில் தனியே விட்டுவிட்டு கிருஷ்ணருடன் பாண்டவர்கள் திரும்பிச் செல்கின்றனர்.

துரோணரின் மகன் அஸ்வத்தாமா, கிருபாச்சாரியார், கிரதவர்மா மூவரும் அப்போது துரியோதனனிடம் வருகின்றனர். நடைபெற்ற அதர்மங்கள் அறிந்து கொந்தளித்த அஸ்வத்தாமா, வஞ் சனையால் வெற்றி பெற்ற பாண்டவர்களை வஞ்சனையாலேயே அழிக்க முடிவு செய்து, தூங்கும்போது அவர்கள் அனைவர் மீதும் இரவோடிரவாகத் திடீர் தாக்குதல் நடத்திக் கொல்லத் திட்டமிடுகிறான்.

அவனது கோபம் கண்டு மகிழ்ந்த துரியோதனன் தண்ணீர் கொண்டு வரச்சொல்லி, அஸ்வத்தாமனுக்கு அபிஷேகம் செய்வித்து, அவனைக் கௌரவர் படைத்தளபதியாக நியமிக்கிறான்.

ஆனால், கிருஷ்ணரின் முன்னெச்சரிக்கையால் பாண்டவர்கள் அன்றிரவு கூடாரத்தில் தங்கவில்லை. ஆனால் பாண்டவர்களின் வாரிசுகள் மற்றும் எல்லா பாண்டவ வீரர்களையும் இவர்கள் மூவரும் இரவோடிரவாகத் தாக்கிக் கொல்கின்றனர்.

காரியத்தை முடித்துவிட்டு மூவரும் துரியோதனன் விழுந்து கிடந்த இடத்துக்குச் செல்கின்றனர்.

'உன் செவிகளுக்கு இன்பம் தரும் சொல் கூறுகிறேன் கேள். பாண்டவர் தரப்பில் அவர்கள் ஐவர், சாத்யகி, கிருஷ்ணர் ஆகிய 7 பேர் தவிர அனைவரும் கொல்லப்பட்டனர். நம் தரப்பில் நாங்கள் மூவர் மட்டும் எஞ்சியிருக்கிறோம்.' என்று சொல்கின்றனர்.

இதைக்கேட்ட துரியோதனன் மகிழ்கிறான். 'உம்மால் எனக்காகச் செய்யப்பட்ட இந்த மாபெரும் செயலை பிதாமகர் பீஷ்மர் செய்யவில்லை. மாவீரன் கர்ணன் செய்யவில்லை. துரோணாச்சாரியாரும் செய்யவில்லை. ஆனால் நீரோ கிருபருடனும், கிருதவர்மாவுடனும் கூடி இந்த மாபெரும் சாதனையை செய்திருக்கிறீர். இச்செய்தியைக் கேட்ட நான் இப்பொழுது இந்திரனுக்குச் சமமானவர்கள் என்று உங்களை நினைக்கிறேன். உங்கள் மூவருக்கும் ஷேமம் உண்டாகட்டும். உங்களுக்கு மங்களம் உண்டாகட்டும். சொர்க்கத்தில் நாம் மறுபடியம் நிச்சயம் இணைவோம். உங்கள் சாதனைக்கு என் பாராட்டுகள். உங்களுக்கு என் வாழ்த்துகள்' என்கிறான். அப்போதே அவனது உயிரும் பிரிகிறது.

இன்னும் புராணப் பாத்திரங்களாக வரும் பலரது கடைசிச் சொற்களைக் காணும்போது அவற்றில் கதைகளுக்கே உரிய உணர்ச்சிகர, நயமிக்க வசனங்கள் எதுவும் இல்லாமல் அவை இயல்பாக நாம் பேசுவதுபோலவே இருப்பதைக் காணலாம்.

மேரி கியூரி ரேடியம் கதிர்களைக் கண்டுபிடித்தவர். அவற்றால் கதிரியக்கப் பாதிப்புக்கு உள்ளானவர். மரணத்தறுவாயில் அவர்

சொன்ன கடைசிச் சொல், 'என்னைத் தனிமையில் இருக்க விடுங்கள்' என்பதுதான்.

பெஞ்சமின் பிராங்க்ளின் விஞ்ஞானியாகவும், பொருளாதார மேதையாகவும், அமெரிக்க அதிபராகவும் இருந்தவர். 'இறக்கும் மனிதனால் எதையும் எளிதாகச் செய்துவிட முடியாது' என்பதே அவரிடமிருந்து வெளிப்பட்ட கடைசிச் சொல்.

பாபர் இந்தியாவில் மொகலாய அரசை நிறுவியவர். சாகும் தறுவாயில் மகன் ஹிமாயூனிடம் அவர் சொன்ன கடைசிச் சொல், 'இந்தியாவில் உள்ள இந்துக்களைத் துன்புறுத்தாதே' என்பதுதான்.

வின்ஸ்டன் சர்ச்சில் இரண்டாம் உலகப் போரின்போது இங்கிலாந்தின் பிரதமராக இருந்தவர். உறுதியுடன் ஹிட்லரை எதிர்த்தவர். 9 நாட்கள் கோமாவில் இருந்து மரணமடைந்த அவரது கடைசி சொல், 'எனக்கு எல்லாமே அலுப்பைத் தருகிறது' என்பதுதான்.

ஜூல்பிகர் அலி புட்டோ பாகிஸ்தான் பிரதமராக இருந்தவர். ராணுவத் தளபதி ஜியாவுல்ஹக் அவரது ஆட்சியைக் கவிழ்த்து அந்நாட்டின் சர்வாதிகாரி ஆனார். புட்டோ மீது க சூரி என்பவரைக் கொன்றதாக கொலைக்குற்றம் சுமத்தப்பட்டு, மரண தண்டனை விதிக்கப்பட்டது. தூக்கில் இடப்படும் முன்பு புட்டோ சொன்ன கடைசி வார்த்தை,

'இறைவா... நான் ஒரு குற்றமும் செய்யாதவன்' என்பதாகும்.

பீத்தோவன் உலகின் நிகரற்ற இசைமேதை. மரணத்தறுவாயில் அவர் கடைசியாக, 'நண்பர்களே! கைத்தட்டுங்கள். இந்த நகைச்சுவை நாடகம் இன்றோடு முடியப்போகிறது' என்றார்.

ரபியா, மிகப் பெரிய சூஃபி பெண் ஞானி.

'ஓ இறைவனே! சொர்க்கத்தை விரும்பி
நான் உன்னை நேசித்தால் அதை
நரகத்துக்குப் பயந்து நான் உன்னை நேசித்தால்
என்னை அந்த நரகில் எரிந்துவிடு
உனக்காகவே நான் உன்னை நேசித்தால
உன்னை எனக்கு மறைக்காதே'

என்று பாடியவர்.

அவர் 90 ஆண்டுகளுக்குமேல் வாழ்ந்தார். தன் வாழ்வின் கடைசித் தருணத்தில் அவர், 'இறை தூதர்களே, வானவர்களுக்கு வழிவிட்டு, சற்று வெளியில் இருங்கள்' என்றாராம். அவர்கள்

கதவை மூடிக்கொண்டு வெளியே இருந்தனர். அப்போது "ஓ ஆத்மாவே! திருப்தியோடும், திருப்திப்படுத்தும் விதமாகவும் உன் நாயனிடம் திரும்பி வருவாயாக. என்னை வணங்கும் கூட்டத்தாரிடம் வந்து சேர்ந்து கொள்வாயாக. சொர்க்கத்தில் புகுந்து கொள்வாயாக' என்ற திருமறை வசனங்கள் ஓதப்படுவது கேட்டதாம். சற்று நேரத்தில் அவர்கள் உள்ளே சென்றபோது ரபியாவின் உயிர் பிரிந்திருந்தது. கி.பி. 801ல் அவருடைய உடல் பாஸ்ராவில் அடக்கம் செய்யப்பட்டது.

ஜோன் ஆஃப் ஆர்க் பிரான்சின் விடுதலைக்குக் காரணமான புரட்சி வீராங்கனை. நெருப்பில் எரித்துக் கொல்லப்பட்டவள். அவளது கடைசி வார்த்தை 'ஜீசஸ்' என்பதுதான்.

இங்கிலாந்து ராணி ஆன் மரணத்தின்போது தன் உதவியாளரிடம், 'மக்களின் நன்மைக்காகக் கஜானாவிலுள்ள பணத்தைப் பயன்படுத்துங்கள்' என்றார் கடைசியாக.

ஜேன் ஆஸ்டன் பிரபல எழுத்தாளர். அவருடைய இறுதி நிமிடங்களின்போது சகோதரிகள் இவரிடம், 'வேறு ஏதாவது வேண்டுமா?' என்று கேட்டனர். அதற்கு அவர், 'இறப்பை தவிர வேறு எதுவும் இல்லை' என்றார். அதுவே அவரது கடைசிச் சொல்.

வான்கோ உலகையே பிரமிக்க வைத்த கவிஞன். அவரது கடைசி சொல், 'சோகம் எப்போதும் கூடவே வரும்' என்பதுதான்.

காமராஜ் 10 வருட சிறைவாசம் அனுபவித்தவர். 10 ஆண்டுகள் முதல் அமைச்சராகப் பதவியில் இருந்தவர். லால்பகதூர் சாஸ்திரி, இந்திரா காந்தி என இரு பிரதமர்களை உருவாக்கியவர். பெருந்தலைவர் என அழைக்கப்பட்டவர். அவர் கடைசியாகத் தன் உதவியாளர் வைரவனிடம், 'இந்தா, இந்த விளக்கை அணைத்துவிட்டுப்போ' என்றார். அதுதான் அவரது கடைசிச் சொல்.

'மரணத் தறுவாயில் மாமனிதர்களின் கடைசி சொல்' என்பது ஓர் அற்புதமான, மிகவும் கவனிக்கப்பட வேண்டிய ஒரு துறை. இதற்கு மட்டும் முடிவு என்பதே கிடையாது. உலகம் உள்ளவரையில் மனித குலம் இருக்கும். மனித குலம் இருக்கும் வரை ஒவ்வொரு கால கட்டத்திலும் பல்வேறு துறைகளிலும் மாமனிதர்கள் இருந்துகொண்டே இருப்பார்கள். அவர்களுடைய மரண அனுபவம் பலதரப்பட்ட வகையிலானதாக இருக்கும். மரணத்தின் போது அவர்களது மன ஓட்டம் பல வகைப்பட்டதாக இருக்கும். அதற்கேற்ப அவர்களின் கடைசிச் சொற்களும் பல விதங்களில் இருக்கும்.

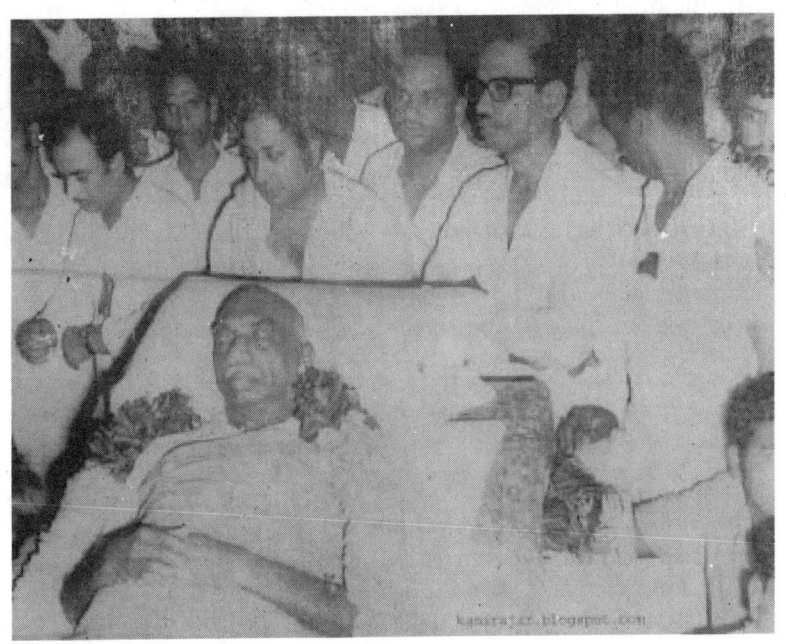

மனிதர்கள் எல்லாருமே கடைசியில் மரணமடையத்தான் செய்கிறார்கள். சாதாரணப் பாமர மக்களில் பலரும் மரணத்தறுவாயில் உடல் உபாதைகளால் வருந்துவது, குடும்பக் கவலைகளால் வருந்துவது சம்பந்தப்பட்ட உணர்ச்சிகளைத்தான் வெளிப்படுத்துகின்றனர். 'நான் இனிப் பிழைக்கமாட்டேன்'. 'என் குழந்தைகளை விட்டுவிடாதீர்கள்' என்று கேட்டுக் கொண்டவர்கள் பலர் உண்டு. 'எனக்குப் பிறகு சண்டை இல்லாமல் சமாதானமாகப் பாகம் பிரித்துக்கொள்ளுங்கள்' என்றவர்கள் உண்டு. தான் செய்யாமல் விட்ட சில பணிகள், அடைக்காத கடன்கள், முடிக்காத நேர்த்திக் கடன்கள் போன்றவற்றை முடித்து விடுமாறு கேட்டுக்கொண்டவர்கள் உண்டு.

இப்படி உலக ஆசாபாசங்களைத் தாண்டிய வகையில் மரணத்தறுவாயில், சிந்திப்பவர்களும் உண்டு. ஆனால் அத்தகைய பலரும் மதம் சார்ந்த அல்லது காலம் காலமாகக் கற்பிக்கப்பட்ட பல கற்பனை உருவகங்களால் மனத்தை நிரப்பியவர்களாகவே பெரும்பாலும் இருப்பார்கள். அது தொடர்பான சொற்கள் தான் அவர்களிடமிருந்து வரும்.

இதற்கெல்லாம் அப்பாற்பட்டு, 'ஏதோ வெளிச்சம் மாதிரி தெரிகிறது', 'ஏதோ பனிமூட்டம் மாதிரி சூழ்ந்து கொண்டு வருகிறது', 'என்னவோ இருட்டிக்கொண்டு வருகிறது' என்பதுபோன்று கூறியவர்களும் உண்டு.

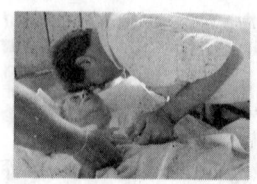  

இப்படிப்பட்ட சொற்களைக் கவனித்து, அப்போது அவர்கள் அதைச் சொன்ன விதத்தைக் கவனித்து, அவர்களின் வாழ்க்கைப் பின்னணியையும் ஆராய்ந்து ஒப்புநோக்கினால் மரணம் பற்றிய சிடுக்கை அவிழ்ப்பதில் ஓரளவுக்கு நாம் முன்னேற்றம் காணலாம்.

எது எப்படி இருப்பினும், மரணம் போன்று மனிதனை ஈர்க்கக் கூடிய மகத்தான ஒரு விஷயம் உலகில் வேறெதுவும் இருக்கவே முடியாது. பூட்டப்பட்ட கதவின் சாவித் துவாரம் வழியாகப் பார்க்கும் ஆவல் போன்றது இது.

மரணம் என்பது நிச்சயிக்கப்பட்ட பொதுவிதி. ஆனால் ஒவ்வொருவரும் தம் வாழ்வில் தனிப்பட்ட முறையில் அதை அனுபவிக்கலாமே தவிர, மற்றவரின் மரணத்தைப் பார்த்தோ, கேட்டோ அதுபற்றி விளங்கிக்கொள்ள முடியாது. நாமே அந்த அனுபவத்தைப் பெற்றிருந்தாலும் கூட அதை மற்றவர்களுக்கு புரியும்வகையில் சொல்லமுடியாது. அதனாலேயே மரணத்தைப் பற்றிய பயம் கலந்த ஆர்வம் மனிதர்களிடம் அதிகரித்துக்கொண்டே வருகிறது.

'தம்மில் யார் முதலில் மரணமடைந்தாலும் அவர் வந்து அடுத்தவருக்குச் சொல்லவேண்டும்' என்று ஒப்பந்தம் செய்து கொண்டு இறந்த உயிர் நண்பர்களும் உண்டு. அப்படி இறந்து போன ஒருவர் தன் நண்பரை வந்து பார்த்துவிட்டுச் சென்றதாகவும் தகவல்கள் உண்டு. ஆனால் இவை எந்த அளவு உண்மை என்பது தெரியாது.

இன்று விஞ்ஞானம் ரொம்பவே முன்னேறிவிட்டது. இதைப் இந்த வசதிகளைப் பயன்படுத்திக் கொண்டு அதிபர்கள், மேதைகள், விஞ்ஞானிகள் உள்ளிட்ட மிக முக்கிய மனிதர்கள் (எதிர்பாராத விபத்து, அசம்பாவித சம்பவங்களைத் தவிர்த்து) அவர்கள் இயல்பாக இறுதி முடிவை நெருங்கும் நிலையில், அவர்கள் தங்களுக்கு நேர்வதைப் பற்றி அவர்கள், சொல்வதை, செய்வதைப் பதிவுகளாக்கி, ஆராய்ச்சிக்கு உட்படுத்தவேண்டும். இதற்கெனத் தனி துறை உருவாக்கி இதைச் செயல்படுத்தவும் செய்யலாம்.

மரணத்தை வெல்ல வேண்டும் என்பது ஒரு மாபெரும் மானுடக் கனவு. அதற்கு முன்னர், முதலில் மரணம் என்றால் என்ன என்றறிய

வேண்டும். நோய் என்றால் என்ன என்று தெரிந்தால்தானே அதற்கான மருந்தைக் கண்டுபிடிக்க முடியும்?

முதலில் மரணம் என்றால் என்ன? அது எப்படி வருகிறது? என்பதைக் கண்டறிய முயற்சிகள் மேற்கொள்ளப்பட வேண்டும். அதற்கு இதுபோன்ற ஆய்வுகள் மிகமிக அவசியம். ஒவ்வொரு மனிதரின் மரணத்தறுவாயிலும் அவரிடமிருந்து வெளிவரும் கடைசிச் சொல்லைப் பதிவு செய்வோம். இவற்றில் ஏதாவது ஒரு சொல் மரணம் என்ற அந்த மகத்தான புதிரை விடுவிக்கத் துணைபுரியக்கூடும். அதுவரை அதனை எதிர்நோக்கி நம்பிக்கையுடன் இந்தத் துறை தன் பயணத்தைத் தொடர்ந்து கொண்டிருக்க வேண்டும்.

குருஜி வாசுதேவ்

எழுதிய பிற நூல்கள்

ஜென் தத்துவக் கதைகள்

லாவோத்ஸுவின் சீன ஞானக் கதைகள்

சூட்சுமத்தை உணர்த்தும் சூஃபி கதைகள்

மனம் அற்ற மனம்

மாறுபட்டுச் சிந்தியுங்கள்

மரணத்திற்குப் பின்..